சந்தியா
பதிப்பகம்

விஜயானந்தலட்சுமி

உடன்பாட்டு வெயில் (2021) என்ற இவரது முதல் கவிதைத் தொகுப்பு வெளிவந்து ஓராண்டுகூட நிறைவடையவில்லை. அதற்குள் இவரது கவிதைத் தொகுப்பு உரிய இடமும் கவனமும் பாராட்டும் பெற்றிருக்கிறது. 'உங்கள் சொந்த ஊர் யாதென்று கேட்டால் முல்லை ஆறும் சிவகாமி அம்மன் தேரும் என வரலாற்றுப் புகழ்பெற்ற சின்னமனூர் என்று சொல்வார். சந்தியா பதிப்பகம் வெளியிட்டு வரும் நகரங்களின் கதை வரிசையில் 'தேனி'யின் பண்பாட்டு வரலாற்றை படைத்திருக்கிறார். விவேகானந்தம், ராஜலட்சுமி இணையருக்கு 12.06.1975இல் பிறந்த இவர், தற்போது சென்னையில் வசித்து வருகிறார். வேலை பார்ப்பது ஒரு தனியார் நிறுவனத்தில். ஓய்வு நேரம் முழுவதும் சங்க இலக்கியத்திலிருந்து இணைய கலைத் தமிழ்வரை ஓயாது வாசிப்பதும் எழுதுவதும்தான் இவரது செயல்பாடு.

தேனி
மகரந்தக் கருவூலம் தேடி...

விஜயானந்தலட்சுமி

சந்தியா பதிப்பகம்
சென்னை - 83

தேனி

© விஜயானந்தலட்சுமி

முதற்பதிப்பு: 2022

அளவு: டெமி | தாள்: 60gms | பக்கம்: 332
அச்சு அளவு: 11 | புள்ளி விலை: 340/-
அச்சாக்கம்: அருணா எண்டர்பிரைஸஸ்
சென்னை - 40

சந்தியா பதிப்பகம்
புதிய எண்: 77, 53வது தெரு, 9வது அவென்யூ
அசோக் நகர், சென்னை - 600 083.
தொலைபேசி: 044-24896979

ISBN: 978-81-949945-9-6

Theni

© Vijayanandalakshmi

Printed at A S X Pvt. Ltd.,
Chennai - 40.

Published by
Sandhya Publications
New No. 77, 53rd Street, 9th Avenue,
Ashok Nagar, Chennai - 600 083.
Ph: 044-24896979

Price Rs.340/-

sandhyapublications@yahoo.com
sandhyapathippagam@gmail.com
www.sandhyapublications.com

SAN-992

சமர்ப்பணம்

நற்றமிழ் போற்றும் நல்லாசான். சொல்லில் சுடரும் சொற்காவலர். மாயவரம் எழுத்துப்பட்டறை. இன்னும் ஏதுரை. வணக்கத்துடன் **சந்தியா நடராஜன்** அவர்களுக்கு.

நிலம் பார்த்து நடந்த கதை

தாய், தந்தை என்ற அடையாளங்களுக்குப் பிறகு நம்மிடம் இருக்கும் மாறாத அடையாளம் என்றால் நாம் பிறந்த நிலம். நிலம் ஓர் அடையாளமாக முடியுமா? நாடோடிகள் என்ன அடையாளம் வைத்துக்கொள்வார்கள்? சிந்தித்துப் பார்த்தால் அவர்களிடம் நிலம் என்பது காலமாகத் தங்கிவிடுகிறது. யாதும் ஊரே யாவரும் கேளிர் என்று சொன்ன கணியன் பூங்குன்றனுக்கும் பிறந்த ஊர் என்னவென்று ஆய்வு செய்துவிட்டார்கள். நிலம் உடைமைப்பொருளாக ஆவதற்கும் முன்பிருந்தே ஐந்திணைகளின் வழியாக பண்பாட்டுக்கூறுகளை முன் நிறுத்தியவர்கள் தமிழர்கள். அதனால் ஒவ்வொரு மனிதனுக்கும் நிலம் என்பது அவனது மனம் சார்ந்த கட்டமைப்புகளை இன்னும் வலுவாக்கும் காரணியாகவே இருக்கிறது.

சிலருக்குப் பிறந்த இடத்தை விடவும், தங்கள் வாழ்வின் பெரும் நிகழ்வுகளுக்கு களமான, மனதில் தங்கிய இடமே அவர்களின் அடையாளமாகி விடுகிறது. உதாரணமாகத் தன்னுடைய பெயரில் சின்னமனூரைச் சுமந்திருக்கும், புதுக்கவிதைக்குக் களம் அமைத்துத் தந்த, எழுத்து இதழின் ஆசிரியர் சி.சு.செல்லப்பா வத்தலகுண்டு, சென்னை ஆகிய ஊர்களின் மூலமாகவே அறியப்படுகிறார். சி.சு.செல்லப்பாவின்

அத்தனை இலக்கிய உழைப்புக்கும் இந்தச் சின்னமனூரும் எதுவும் செய்ததாகத் தெரியவில்லை. இங்கே நிலம் என்பது மனதின் களம். அதனால்தான் செல்லப்பாவின் நிலம் வேறாக ஆனது.

நான் என்ற சொல்லிலிருந்து நிலத்தை அகற்றிவிட முடியுமா என முயன்று பார்த்தால் தாயின் நினைவு வரும்போதெல்லாம் இந்த நிலத்திலிருந்தே அம்மாவின் விரலைப் பிடிக்க முடிகிறது. என் தந்தையோடு ஊரையும் சேர்த்துச் சொல்வதில் நுரையீரலில் புதுக்காற்றுப் பரவுகிறது. அப்படியானால் நான் இன்னும் இந்த நிலத்தாலேயே உயிர்த்துக் கொண்டிருக்கிறேன் என்பதைத்தானே சொல்லமுடியும். நான் செல்லும் ஊரிலெல்லாம் என் ஊர் இருக்கிறது. என் ஊரின் கிளைச்சாலைகளை என் காலடிகளில் சுமந்து திரிகிறேன். எப்போதெல்லாம் வாய்ப்புக் கிடைக்குமோ அப்போதெல்லாம் அதை இறக்கி வைத்துவிட்டு இருப்பின் நிழலைச் சொந்தம் கொண்டாட எண்ணுகிறேன். தலை சிதறி மீண்டும் தலை பெறும் அசுரர் கதை போல மீண்டும் அவை என்னோடு ஒட்டிக்கொள்கின்றன. அந்தச் சாலைகளில் ஒரு முறை காலப்பயணம் செய்து வாருங்கள் என்று வாய்ப்பை எடுத்து என் உள்ளங்கையில் வழங்கியவர் திரு. சந்தியா நடராஜன். அதனால் நான் பெற்றதும், உற்றதும் அளவிலி ஆனந்தம்.

வட மொழியில் ஐந்திணை இல்லையென்றாலும், தமிழுக்குகந்தவாறு, தன்னுடைய சோழ நாட்டுக்கும் பொருந்துமாறு மருதநிலத்தைக் காட்சிப்படுத்துகிறார் கம்பர்.

"தெண்திரை எழினி காட்டத்
தேம்பிழி மகர யாழின்
வண்டுகள் இனிது பாட
மருதம் வீற்றிருக்கும் மாதோ" - *கம்பராமாயணம்*

இப்படித் தன்னுடைய மொழி, தன்னுடைய ஊர் என்றால் அதில் ஒரு பிணைப்பு உண்டாவது அன்றிலிருந்து இன்றுவரை உள்ளதே.

அந்த ஊர்ப்பேச்சு உவகையை நூலாக்கிப் பார்க்க ஆவல் கொண்ட சந்தியா நடராஜன் அவர்களால் இன்று பல ஊர்களின் அறியப்படாத செய்திகளை நாம் அறிந்துகொள்ள முடிகிறது. இது ஓர் இடைப்பட்ட காலத்தின்

நினைவுக்குறிப்பாகவும் அமைகிறது. தேனியை எழுதுவதற்கு எனது மாவட்டத்தில் எத்தனையோ அறிஞர்கள் இருக்கிறார்கள். நான் அறிஞரல்ல; ஆவலுற்றவள். அவ்வளவே என் தகுதி. அந்த ஆவலின்மீதும், பற்றின்மீதும் கட்டமைத்திருக்கிறேன்.

'பெரிதினும் பெரிது பெரியோர் கேண்மை'. அதை இந்த ஓராண்டு காலத்தில் நான் மிக உணர்ந்தேன். எழுத்தாளுமை திரு.பாவண்ணன் அலைபேசியில் அழைத்து, "தேனி வளர்கிறதா?" என்று ஆர்வமாகக் கேட்டு, எழுத ஊக்கத்தையும் கொடுத்தார். சின்னமனூர் திரு.சோமசுந்தரம், முன்னாள் அஞ்சல் துறை அதிகாரி மயிலாடுதுறை திரு.மருதசாமி, எழுத்தாளர் தேனி திரு.நீல.பாண்டியன், பேராசிரியர் திரு.வின்சென்ட், சென்னை பழனிநாதன் ஆகியோர் தங்கள் அனுபவங்களைச் சொல்லியும், தரவுகள் தந்தும் பெரிதும் உதவியவர்கள். சர்க்கஸ்காரர்களை நான் தேடிக்கொண்டிருந்தபோது, தொடக்கப்பள்ளி நண்பன் சின்னமனூர் கந்தா பழனி ட்ராவல்ஸ் மணிகண்டன், சின்னமனூர் சர்க்கஸ் நிறுவனத்தாரின் குடும்பத்தையே என்னிடம் அறிமுகம் செய்து வைத்தார். இவர்கள் அத்தனை பேருக்கும் நன்றி என்றொரு சொல்லில் என் உள்ள நெகிழ்வை நிறைத்துவிட முடியாது. அன்பைத் தெரிவித்துக்கொள்கிறேன்.

இந்த நூலோடு உருவாகிய அழகான உறவுகளான சந்தியா பதிப்பகத்தின் முருகவேல், மேனகா லூக்காஸ், ப்ரியா சீதாராமன், பழனி ஆகியோருக்கும், நூலாக்கித் தந்த சந்தியா பதிப்பகத்துக்கும் என்னுடைய அன்பும், நன்றியும்.

விஜயானந்தலட்சுமி
12.05.2022

தேனி
முல்லைப் பெரியாறு அணை

உள்ளே...

	முன்னுரை	6
1.	நிலவூடு பரவல்	13
2.	தொன்மக் குடுவையும், வரலாற்றுச் சாரமும்	17
3.	தமிழில் முதல் 'ஆண்டு நூல்'	30
4.	அனுமந்தம்பட்டி அந்தோணி முத்துப்புலவர்	34
5.	ஹாஜி கருத்த ராவுத்தர்	41
6.	உருவகக் கவியும் யுனெஸ்கோ விருதும்	46
7.	பாரதி நாராயணசாமி	56
8.	இரவீந்திரநாத் தாகூரின் மாணவர்	62
9.	மேகமலை	72
10.	மணியோசை	82
11.	கொடி முந்திரி	86
12.	நோய்க்கும், நாய்க்கும் ஒரே இடம்	91
13.	சின்னமனூர் பேமஸ் சர்க்கஸ்	96
14.	கலைமாமணியின் நினைவுகளில்	108
15.	சல்லிக்கட்டும், மாட்டுவண்டிப் பந்தயமும்	1111
16.	கொடியே வெத்தலக் கொடியே	116
17.	தேசப்பிதாவும் தேனி மண்ணும்	121
18.	ஏடெழுதாக் காவியங்கள்	131
19.	கண்ணீர்ப்பூக்களும் கற்பூரபொம்மையும்	140
20.	க. அருணாசலம்	152

21. சின்ன ஓவலாபுரமும் சிறந்த குடிமகன் விருதும்	164
22. கர்னல் ஜான் பென்னிகுவிக்	170
23. அனுமந்தன்பட்டி தூய ஆவியானவர் ஆலயம்	179
24. விளிம்பு நிலை மனிதர்களுக்கான குரல்கள்	181
25. வாழ்த்து அட்டை	186
26. விஸ்வநாத தாஸ்	190
27. கலை சொல்லும் கதைகள்	194
28. சங்குப்புலவர்	199
29. வையை	206
30. வெள்ளமும் புதுக்கால்வாயும்	212
31. அவக்காச்சியெடுத்தவர்கள்	216
32. இந்தியப் பாதுகாப்பில் எங்கள் வீரர்கள்	223
33. என்.ஆர்.தியாகராஜன்	232
34. ஒரு ஊர்ல ஒரு ரயில் இருந்துச்சாம்...	235
35. அறநெறி முதற்றே அரசின் கொற்றம்	242
36. டாக்டர் S.வர்க்கீஸ் ஜெயராஜ்	264
37. எண்பதுகளின் அன்றாடங்கள்	267
38. பெருவழிப்பாதை	275
39. நடுகற்களும், சதி கற்களும்	278
40. நியூட்ரினோ	286
41. இங்கே! இங்கேயும்! இங்கேதான்!	292
42. காட்சியும் கவியும்	305
43. வானவெளியில் வலம் வரும் இசையே	313
44. குடமலையாட்டியின் விண்ணேறு கானல்	324

நிலவூடு பரவல்

அடர் நெருப்போடு
காலம்
இரு கரை விரித்து
நிலம்
ஊடு பரவலில் சமைகிறது
மனம்

நிலத்தின் மீது காலத்தின் சூடு பட்டுத்தானே மனிதர்கள் சமைக்கப்படுகிறார்கள்? அவரவர் நிலத்தின் அனுபவத்தை மனிதர்கள் அயல் நிலத்திலும் எதிர்பார்ப்பது அதனால்தான் அல்லவா? உலகம் பிரபஞ்ச கிராமமாக மாறியிருக்கும் இந்தக் காலத்திலும், என் காலத்தின் வழியாகவே என் நிலத்தை நான் அடைய முடிகிறது.

காவிரிக்கரை மனிதர்களையும், மாயவர நிகழ்வுகளையும், நாஞ்சில் நாட்டுக் கும்பமுனியையும், கொங்கு மண்ணின் மானாவாரி மனிதர்களையும் படிக்கும்போது இந்த அளநாட்டை/ அழநாட்டை (அழற்காய் - மிளகு - மிளகு விளையும் பகுதி) யாராவது எழுதுங்களேன் என்று மானசீகமாக வேண்டியிருக்கிறேன். பல நூல்கள் வந்துள்ளன என்றாலும் என் ஆவல் தீரவில்லை என்றே சொல்லலாம்.

இருந்துகொண்டே இருப்பதில் எந்த உணர்வும் தனித்துத் தெரிவதில்லை. ஒரு சின்ன விலகல் உள்ளிருப்பதை வெளிக்கொணரும்போது வெளியே விரியும் ஒவ்வொன்றும் பிரம்மாண்டத்தின் கூறுகளாக ஆகின்றன. மண்ணும் மனிதர்களும் நாம் சற்றே அகன்றிருக்கும் இடைவெளிகளில் அவ்வாறே முப்பரிமாணம் அடைகிறார்கள்.

"எந்த ஊரு?" என்று யாராவது கேட்டுவிட்டால் இளவெயில் பட்ட பனிபோல உடனடியாக மனம் விரிய ஆரம்பித்து விடுகிறது. இந்தப்போக்கு எப்பொழுது என்னிடம் தொடங்கியது?

"நீ இங்கனக்குள்ளயே இருந்தா ஒன்னும் சரிப்படாதுடீ. நான் சொன்னேன்னு உங்க அம்மாட்ட சொல்லு. வேற இடம் மாறிப்படி. எட்டாவது முடிச்சுட்டு கல்யாணம் பண்ணிட்டு போகப்போறன்னா இங்கயே இரு."

இதைச் சொன்ன ஏழாம் வகுப்பு ஆசிரியையின் வாக்கு பலித்தது. ஆசிரியை சொன்னதென்னவோ வேறு ஒரு பள்ளியை. நான் சென்றது வேறு ஊருக்கு; வேறு மாவட்டத்துக்கு. சரியாக எட்டாம் வகுப்புக்கு நான் தாராபுரம் செல்லவேண்டிய நிலை. அங்கே புனித அலோசியஸ் பெண்கள் மேல்நிலைப்பள்ளியில் சேர்ந்தேன்.

அப்போது அது ஈரோடு மாவட்டம். என் புண்ணிய பூமியான சின்னமனூர், அதை விட்டால் மதுரை மாவட்ட அளவிலேயே உறவு வீடுகள், சுற்றுலாக்கள் சென்று வந்திருந்த, பழகியிருந்த நான் மந்தையிலிருந்து பிரிந்து மே மே என்று பரிதாபமாகத் திரியும் ஆட்டுக்குட்டியாக அந்தப் பள்ளியில் என்னை உணர்ந்தேன். தமிழின் புதிய ஒரு வழக்கு என்னோடு உலா வந்தது. நான் பேசுவதெல்லாம் இரு முறை திருப்பிக் கேட்டார்கள். "நான் சரியாத்தானே பேசுறேன்?" என்று என்னையே கேட்டுக்கொண்ட நாட்கள். முதன்முதலாக ஊர்களை ஒப்பிட்டுப்பார்க்க ஆரம்பித்தேன்.

மீண்டும் ஒன்பதாம் வகுப்புக்குச் சின்னமனூருக்கே வந்துவிட்டேன். கணக்கு வேலாயி அம்மாள் பெண்கள் மேல்நிலைப்பள்ளியில் பழக்கப்பட்ட பட்டாம்பூச்சிக் கூட்டத்தோடு ஒன்றினேன்.

சொற்கள் நாவிலும், தொண்டையிலும் உருவாகி வருவதாக நினைத்திருந்தேன். அவை மண்ணிலிருந்தே எழுகின்றன. என்

மனமெங்கும் மண்வாசனை பூத்த காலம். தோழிகளிடம் ஊரைப்பற்றிப் பெருமை பொங்கச் சொல்வேன். அந்தப் பழக்கம் கல்லூரிப் படிப்புக்காக விடுதியில் சேர்ந்த பின்பு இன்னும் அதிகமானது. தமிழகத்தின் அனைத்து மாவட்டங்களிலும் இருந்து வந்த தோழிகளால் ஒவ்வொரு வட்டாரத்திற்கும் உள்ள சிறப்பினை அறிய முடிந்தது.

ஊத்துக்காடு வேங்கட சுப்பையர் பாடியதுபோல, இந்தச் சின்னமனூரிலேயே எனக்குப் 'புல்லாய்ப் பிறவி தர வேண்டும்' என்றே கேட்கத் தோன்றுகிறது. ஆனால் இந்த ஊருக்குரிய இறைத்தலமோ முக்தி தரும் தலமெனப் போற்றப்படுவது. இந்த ஊரின் பெயரைக் கடக்கவே சிறு காலமாகும். இதன் பெருமையைச் சொன்னால் அவ்வளவு சீக்கிரம் கடந்துவிடவே முடியாது.

சின்னமனூர்

"இந்த ஊரு எதுக்கு இவ்வளவு தூரமா இருக்கும்மா?"

"இது தூரமா? போலீசு ஸ்டேசன், பஸ் ஸ்டாண்டு, கடைவீதி எல்லாம் பக்கத்துலயே இருக்கே இதுக்கு மேல என்ன வேணும்?"

"ஆறு ரொம்ப தூரத்துல இருக்குல்லம்மா" இப்படிக் கேட்டது சின்னஞ்சிறுமியாய் இருந்தபோது.

அம்மா மூக்கில் விரலை வைத்துக்கொண்டதும், எங்கள் பள்ளிக்கூட அமிர்தம் ஆயா சிரித்ததும் பட்டு ரோஜா மலர்ந்ததுபோல இருந்தது. இப்பொழுதும் அப்படியேதான் நினைவில். கார்த்திகையும், மார்கழியும் அதிகாலை மூன்று மணிக்கு முன்னாலேயே தெருவில் அரவம் சேர்ந்துவிடும். ஐயப்பனுக்கு மாலை போட்டவர்கள் ஆற்றில் குளிக்கக் கூட்டம் கூட்டமாய்த் தெருவில் செல்வார்கள். மார்கழியில் திருப்பாவை, திருவெம்பாவை வழிபாடு செய்பவர்களும் சேர்ந்துகொள்வார்கள். முல்லை ஆறு பரபரப்பாக இருக்கும்.

பனியில் குளிரக் குளிர நீராடும்போது ஆண்டாளின்

> *"வெள்ளி எழுந்து வியாழ முறங்கிற்று*
> *புள்ளும் சிலம்பினகாண் போதரிக் கண்ணினாய்!*
> *குள்ளக் குளிரக் குடைந்துநீ ராடாதே*
> *பள்ளிக் கிடத்தியோ பாவாய்! நீ நன்னாளால்"*

என்ற பாசுரம் நினைவு வரும்.

இந்த ஊரை விடுவதற்கு முன்னால் பார்க்கும்போது எல்லாருடைய வீட்டு வாசல்களிலும் பூசணி பூத்திருக்கும், காவிக்கரை கட்டியிருக்கும்; வண்ண வண்ணப்பொடிகளால் வாசல் கோலங்கள் நிறைந்திருக்கும் இந்த அலங்காரங்களுடன் சின்னமனூர்த் தெருக்கள் வயதுக்கு வந்த பெண் பிள்ளைபோல எவ்வளவு அழகாக இருக்கும்?

சிவகாமியம்மன் கோயில் கொலு மண்டபத்தில் ஓவியங்களில் ஒரு கதை இருக்கும். நான் அம்மாவிடம் ஒரு நாள் அந்தக் கதையைக் கேட்டேன். அவர்கள் சொன்ன கதை என்ன தெரியுமா?

தொன்மக் குடுவையும், வரலாற்றுச் சாரமும்

குடுவையாய்த் திரண்ட
காலங்கள்

சொட்டுச்சொட்டாய் வழிகின்றன
தொன்மங்கள்

கடிகாரத்தில் தங்குகிறது
வரலாறு

ஒரு சமூகம் கர்ண பரம்பரைக் கதைகளின் மூலம் மீண்டும் மீண்டும் உயிர்த்தெழுகிறது. இந்தக் கதைகள் சமூக நிகழ்வின் கூட்டுத் தத்துவங்களின் அடிப்படையில் வளர்ந்து வந்தவை. இவை பல நூற்றாண்டுகள் கடந்த பின்னர் தொன்மங்களாகவும் ஆகின்றன. அப்படி உண்டான புராண கதாநாயகர்கள் மக்களோடு வாழ்ந்தவர்கள் அல்லது மக்களால் உருவாக்கப்பட்டவர்கள். அதனால்தான் அவர்களின் மீது கட்டமைக்கப்பட்ட பிம்பத்தை நாம் மெருகு குலையாமல் பாதுகாக்கிறோம்.

கிரேக்க, எகிப்திய நாகரிகங்களும் இவ்வாறே கட்டமைக்கப்பட்டன. இத்தகைய தொன்மங்கள் ஊறிய சமூகம் பழம் சமூகமென அறியப்பட்டது. நமது மக்களும் அதற்கு விதிவிலக்கானவர்கள்

இல்லை. ஒரு குழுவில் வீரனாக அறியப்பட்டவனை அந்த சமூகம் வழிபட்டு, பின்னர் அதே வீரனுக்குக் கடவுள் அவதாரம் என்ற பதவி உயர்வும் கொடுக்கிறது. அதன் காரணம் பின்வரும் தலைமுறையினர் அந்த வீரனின் சிறப்பியல்புகளை உணர்ந்து கைக்கொள்ள வேண்டுமென்பதேயாகும். மேலும் கலவையான மக்கள் சேர்ந்து வாழவேண்டிய நிலை பல போர்களுக்குப்பின் ஏற்பட்டது. அதனால் தொன்மங்கள் ஏற்றுமதி, இறக்குமதியாகின. தங்கள் கற்பனைகளை விரித்தெடுக்க அவை பயன்பட்டன.

நீட்சே தொன்மத்தில் நம்பிக்கையிழந்த எந்தவொரு நாகரிகமும் தன்னுடைய இயல்பான படைப்பூக்கத்தை இழந்து நிற்கும் என்கிறார். ஆம். கற்பனைகளே படைப்பின் சாறாக இருக்கிறது. அத்தகு தொன்மங்களை விடாது பற்றியபடி விளங்கும் சமூகமே தேனி மாவட்டத்திலும் உள்ளது. பல தலைமுறைகளின் அனுபவமும் அறிவும் தொன்மங்களில் குவிந்துள்ளன.

இதெல்லாம் எதுக்கு? நீங்கள் கேட்கலாம். சின்னமனூர் கோயிலில் இருக்கும் கதை கேட்டதாகச் சொன்னேன் அல்லவா? அந்தக் கதையையும் அதன் பின்னால் உள்ள வரலாற்றையும் தெரிந்துகொள்வோம்

பூலாநந்தீசுவரர் கோயில்

முதலாம் இராசசிம்ம பாண்டியன், பாண்டிய நாட்டை ஆட்சி செய்தபோது இந்த இடமெல்லாம் பூலான் மரங்கள் நிறைந்த காடாக இருந்தது. மன்னன் வேட்டைக்காக சுரபி நதி என்று சொல்லப்படும் முல்லை ஆற்றங்கரையில் தங்கலானான். இங்கு கிடைக்கிற பசும்பால் சுவை அதிகம் என அவன் கேள்வியுற்று ஒரு இடையனிடம் தினமும் பால் கொண்டு வரச் சொல்லிவிட்டான். இடையன் வரும் வழியில் ஒவ்வொரு நாளும் ஒரு மரத்தின் வேர் தடுக்கி பால் கொட்டிப்போனது. வந்தான் பாண்டியன். பூலாவனத்திலிருந்த அந்த மரத்தை "வெட்டுங்கள் உடனே" என்று சொல்லவும், வெட்டினார்கள். ரத்தம் குபுகுபுவென வந்தது. பயந்துபோன அரசன், என்னவென்று பார்த்தான். அங்கே சுயம்புவாக ஒரு லிங்கம் இருந்தது. மன்னன் பார்த்துக்கொண்டு இருக்கும்போதே அது மலையாக உயர்ந்து நின்றது.

"ஐயனே! நான் பார்க்குற அளவுக்கு காட்சி குடுக்கக்கூடாதா?" என அழுது வேண்டினான் மன்னன். அந்த மலைபோல

இருந்த பெருமான் மன்னன் உயரத்துக்குச் சிறியதாக மாறினார். மன்னனும் அந்தப்பெருமானைக் கட்டித் தழுவிக் கண்ணீர் விட்டு வணங்கினான். அவன் தழுவிய போது மன்னன் கழுத்தில் புரண்ட ஆரம் சிவலிங்கத்தில் பட்ட தடம் இன்றும் இருக்கிறதாகக் கூறுவார்கள். சிவனுக்குக் கோயில் கட்டி வழிபட்டார்கள். அவர் இருக்கும் இடம் என்பதால் இந்த ஊரைத் திருப்பூலாந்துறை என்றழைத்தார்கள். அரசர்கள் கோயில் கட்டுவதும், கோயில் இறை மன்னனின் பெயரால் அழைக்கப்படுவதும் வழக்கமாகவும் இருந்துள்ளது. ராஜராஜேச்சுரம், கங்கை கொண்ட சோழீச்சுரம் என்றெல்லாம் பெயர்கள் நாம் அறிந்ததே. அவ்வாறே மன்னனின் பெயராகிய அரிகேசரி பராங்குச மாறவர்மன் என்ற நாமத்தையே இறைவனுக்குச் சூட்டியிருக்கிறார்கள். அரிகேசரி என்றே சின்னமனூர் பூலாநந்தீசுவரரும் போற்றப்படுகிறார். தலமும் ராசசிம்மேசுவரம் என்று அழைக்கப்பெறுகிறது.

இக்கோவிலை மேலே கட்டுவதற்கு போடிநாயக்கனூர் ஜமீன் திருமலை பங்காரு முத்து நாயக்கர் என்பவர் உதவியுள்ளார். இக்கோவில் திருப்பணிக்காக நிலங்களைத் தானமாக வழங்கியுள்ளார்.

எங்கே சிவகாமியம்மை? ஆரம்பத்தில் சிவன் வழிபாடுதான் இருந்துள்ளது. அதன் பின்புதான் சிவகாமியம்மனை வைத்து வழிபாடு செய்துள்ளார்கள். பின்னர் ராஜராஜ சோழன் காலத்தில் இதே கோயிலில் துர்கா பரமேசுவரியை வைத்து வழிபட்டிருக்கிறார்கள். இங்குள்ள சிவகாமி அம்மன் சிலை எப்போதும் வியர்த்துக்கொண்டே இருக்கும். கருவறையில் லிங்கமாக உள்ள பூலாநந்தீசுவரரை நின்றோ, அமர்ந்தோ எப்படிப் பார்த்தாலும் பார்ப்பவர் அளவுக்கே காட்சி தருவார் என்பது வியப்புத்தரக்கூடியது. அளவுக்கு அளவான பெருமான் உணர்த்துவது வள்ளுவரின் "உள்ளத்தனையது உயர்வு" என்பதைத்தானோ? இறைவனும் உள்ளமும் ஒன்று.

அரிகேசரிநல்லூரில் வசிக்கும் போது இத்தலத்தின் சிந்தனை இல்லாமலே சுரபி நதியில் மூழ்கினாலும், வேடிக்கை பார்ப்பது போல அரிகேசரிநாதர் சன்னதியில் நின்றாலும் அவர்களுக்கெல்லாம் முக்தி கிடைக்குமாம். இவை மக்களிடம் வழி வழியாகப் பேசப்படும் தொன்மங்கள்.

தொல்லியல் உலகில் இரண்டு செப்பேடுகளால் புகழ் பெற்றது சின்னமனூர். இங்கு கிடைத்த சிறிய, பெரிய செப்பேடுகளாலேயே பாண்டிய மன்னர் பரம்பரை பற்றி அறிய முடிந்தது. ஒரு

புதிரின் மறைக்கப்பட்ட கட்டங்கள் வெளித்தெரிந்து வடிவம் கண்டடையப்படுவதுபோல இந்த மன்னர் பரம்பரைகள் மூலமாக மற்ற அரசர்கள், சிற்றரசர்கள் குறித்த வரலாற்றையும் ஒன்றோடொன்று இணைத்து நிறுவிக்கொள்ள முடிந்ததும் இந்தச் செப்பேடுகளாலேயே.

இந்தச் செப்பேடுகளில் சங்க இலக்கியங்களில் காணப்படாத ஒரு செய்தி, பாண்டியனின் முன்னோர்கள் இமய மலையில் வில், கயல், புலி ஆகிய மூன்று சின்னங்களையும் பொறித்ததாகச் சொல்கிறது. அதனை யார் பொறித்தார்கள் என்று நாம் காணவில்லை. ஆனால் உத்தரப்பிரதேசத்தில் அரசாங்க முத்திரை மூன்று பாகமாகப் பிரிக்கப்பட்டு மேற்புறம் வில்லும், கீழிரண்டு புறமும் மீன்களும் உள்ளன.

இரண்டாயிரம் ஆண்டுகளுக்கும் மேலாக அங்குள்ள மக்கள் இச்சின்னங்களைப் பெருமைக்குரிய சின்னங்களாகப் போற்றி வருகிறார்கள்.

பெரிய செப்பேடுகளில் வடமொழியில் எழுதப்பட்டுள்ள பாண்டிய மன்னர்களின் மீது சொல்லப்பட்ட மானே தேனே மயிலே குயிலே என்ற அடைமொழிகளைத் தவிர்த்துப் பார்த்தோமானால், மதுரையில் சங்கம் வைத்துத் தமிழ் வளர்த்ததையும் பாண்டிய மன்னர்களின் கொடை, வீரம் ஆகியவைகளையும் அறிந்துகொள்ள முடியும்.

நூல் உலகில் விற்பனையிலும், வசீகரத்திலும் சரித்திரம் படைத்த பொன்னியின் செல்வன் புதினத்தைக் கல்கி அவர்கள் எழுதுவதற்குத் துணை செய்ததும் இதே செப்பேடுகள்தான்.

சின்னமனூரில் குடிகொண்ட பூலாநந்தீசுவரரைத் தரிசிக்க மாணிக்கவாசகர் வந்துள்ளார். பாடிப் பரவசமும் கொண்டுள்ளார். அவரது போற்றித் திரு அகவலில் "கலையார் அரிகேசரியாய் போற்றி" என்றும் குறிப்பிடுகிறார். அவருக்கு ஒரு கோயிலும் எழும்பியுள்ளது.

அது சரி, மாணிக்கவாசகர் இறைவனை தரிசித்தாரென்றால் அவருக்கு அதே கோயிலில் சிலை வைத்து வழிபடாமல் அது என்ன தனிக்கோயில் என்று கேட்கலாம். அது தமிழுக்காக உண்டான கோயில் என்றால் சற்றும் மிகையில்லை. ஆம். அப்பொழுதெல்லாம் சிவசக்தி ஊர்வலம் வரும்போது வடமொழியில் பாடி வருவதையே வழக்கமாகக் கொண்டிருந்தார்கள்.

தமிழ்ப்பாசுரங்கள் பாட விரும்பியோர் இறைவனின் பின்னால் மாணிக்கவாசகரின் தேமதுரத் தமிழ்ப் பாடல்களைப் பாடி வர ஆரம்பித்தனர். பல கிராமத்துப் பிற்போக்கர்கள் "இதென்ன தமிழில் பாடுவது?" என்று மறுப்புக் குரல் கொடுக்கவே, "எங்கள் தமிழ்ப் பாடல்களை யார் தடை செய்வது?" என்று எண்ணிய நல்லோர்களால் ஏற்பட்டதே மாணிக்கவாசகர் கோயில். சின்னமனூரில் ஒரு தெருவுக்குக் கோயிலுக்கு நிலம் கொடுத்த அறங்காவலர் அண்ணாமலைப்பிள்ளையின் பெயரை வைத்து இன்றும் அவரைப் போற்றுகிறார்கள். தற்சமயம் இந்து அறநிலையத்துறையின் பராமரிப்புக்கு இக்கோயில் வந்துவிட்டது.

இது இப்படி இருக்க, கோம்பை ராமக்கல் மெட்டில் இருக்கும் பெருமாள் கோயில் தலபுராணமும் இதை ஒட்டியே உள்ளது.

கோம்பை திருமலைராயப்பெருமாள் கோயில்

கோம்பை என்னும் ஊரின் மேற்கே மலைப்பகுதியில் வசித்த சில குடும்பத்தினர், மாடுகளை வளர்த்துப் பராமரித்து வந்தனர். அவர்கள், தாங்கள் வளர்க்கும் மாடுகளில் இருந்து கிடைக்கும் பாலை தினமும் கோம்பை மற்றும் அதன் சுற்றுப்புறத்தில் இருக்கும் ஊர்களுக்கு எடுத்துச் சென்று விற்பனை செய்து திரும்புவார்கள். அவர்களில் ஒரு பால்காரரர், தான் வளர்த்த மாடுகளிடம் இருந்து கிடைத்த பாலை விற்பதற்காகக் கோம்பை நகருக்கு எடுத்துச் சென்றார்.

அவர் செல்லும் வழியில் ஓரிடத்தில் இருந்த மரத்தின் வேரில் கால் இடறிக் கீழே விழுந்தார். அப்போது, அவர் தலையில் சுமந்து வந்த பால் பானை கீழே விழுந்து, அதிலிருந்த பால் முழுவதும் தரையில் சிதறிப் போனது. 'நாம் கொண்டு வந்த பால் முழுவதும், இப்படி வீணாகிப் போய்விட்டதே' என்று நினைத்த அவர், வருத்தத்துடன் வீடு திரும்பினார். தொடர்ந்து இவ்வாறே நடந்ததும் நம்முடைய சின்னமனூர் கோயில் போலவே மரத்தின் வேரைக் கோடரியால் வெட்ட ரத்தம் சொட்ட, கோம்பை ஜமீனை அழைத்து வருகிறார்கள். அப்புறமென்ன சுயம்புவாக ஒரு மூர்த்தி இருக்க, கோயில் உருவாகிவிட்டது.

பொதுவாக இந்தப் பகுதி காடுகள் செறிந்த முல்லை நிலமானதால், பசுக்கள் மேய்க்கும் ஆயர்கள், அவர்கள் வழக்கத்தை ஒட்டி புராணங்கள் அமைந்துள்ளதைக் காணலாம்.

இதில் நாம் அறிய வேண்டிய வரலாறும் உள்ளது. 200 ஆண்டுகள் ஆடாக வாழ்வதை விட 2 நாட்கள் புலியாக வாழ்வதே மேல் என்று சூளுரைத்த மைசூரை ஆண்ட வெள்ளையரை எதிர்த்த சுதந்திரப் போராட்ட வீரர் திப்பு சுல்தானை அறிவோம். அவரது போராட்டத்துக்கு உதவியவர் அன்றைய கோம்பை ஜமீன்தார், சேர்வைக்காரர் சேவுகர் என்னும் படைத்தலைவரைத் தன்னுடைய படைகளோடு அனுப்பி வைத்துள்ளார்.

இதற்குக் கைம்மாறாகவே சீரங்கபட்டினத்தில் வாழ்ந்த திப்புசுல்தான், ஒரு பல்லக்கைக் கோம்பை ஜமீனுக்கு அனுப்பினார் என்றும், அந்தப் பல்லக்கே கோம்பையின் பொது தெய்வமாகப் போற்றப்பட்டு வணங்கப்படும் அரங்கநாதர் ஊர்வலத்திற்கு இப்போதும் பயன்படுத்தப்படுகிறது எனவும் கூறப்படுகிறது.

இன்னொரு வகையும் உண்டு. மருத நில மக்கள் அரசனையே கடவுளாக வணங்கி வந்தனர். 'வேந்தன் மேய தீம்புனல் உலகம்' அல்லவா? மன்னர்கள் கட்டுவித்த கோயிலில் இருந்த இறைவர் மன்னனின் பெயர்களையே தாங்கி நின்றார்கள். அதன் பின்னர் இறைவனே முதன்மையானவன் என்பதை நிறுவும் பொருட்டு, மன்னனுக்கு அருள் செய்வதான புராணங்கள் தோன்றலாயின.

அப்படியொரு புராணம் கொண்ட கோயிலைப்பற்றிச் சொல்லியே ஆக வேண்டும்.

வீரபாண்டித்திருவிழா

அப்பொழுதெல்லாம், அதாவது என்னுடைய பள்ளி நாட்களில், வகுப்பில் ஒரு வாரத்திற்கு முன்பிருந்து அதே பேச்சாகவே இருக்கும். பால்பாண்டி வாத்தியார் இன்னும் கொஞ்சம் உசுப்பேத்துவார்.

"லீவு போடறவய்ங்க போட்டுக்கங்க. ஆனா போயிட்டு வந்து அங்க பார்த்ததப் பூராம் எழுதிக்காட்டணும்." பால்பாண்டி சார் ஆறாம் வகுப்பு வாத்தியார். அவர் அப்படித்தான். எங்களை சுயமாக எதையாவது எழுத, பேச, சிந்திக்கத் தூண்டிக்கொண்டே இருப்பார்.

ஆயிரம் கண் பானையைப்போல கணகணவென்று பொலியும் எங்கள் எல்லாருடைய முகமும். வெளியூருக்குச் செல்பவர்கள் எல்லாரும் காப்புக்கட்டுவதற்கு முன்னேயே கிளம்பி விடுவார்கள். கடிதங்கள் பறக்கும்.

"பிள்ளைகளை அழைத்துக்கொண்டு குடும்பத்தோடு ஊருக்கு வாருங்கள்" என்று மாமனார்கள் மாப்பிள்ளைகளுக்குக் கடிதம் எழுதுவார்கள். அக்கா தங்கைக்கு, தங்கை அண்ணனுக்கு, நண்பர்களுக்கு என்று கடிதங்கள் அந்த ஒரு வாரத்தில் அதிக எண்ணிக்கையில் போயிருக்கும். அப்பொழுதெல்லாம் தபால் நிலையம் சென்றுதான் தொலைபேசியில் பேசுவார்கள். அதனால் கடிதங்கள் மட்டும்தான் பெரும்பாலும். வெங்கட்ராம அய்யரின் நீளமான கால்கள் ஓர் அங்குலமாவது அந்த வாரத்தில் குறைந்திருக்கும். அத்தனை பரபரப்பு.

இருக்காதா பின்னே? வந்திருப்பது வீரபாண்டித் திருவிழா அல்லவா? எங்கள் ஊரிலிருந்து பதினாறு கிலோமீட்டரில் ஒரு கோலாகலம் காத்திருக்கும். பள்ளிக்கூட, தெருவாசிகள், மாணவர்கள், சொந்தக்காரர்கள் என்று எல்லாருடைய பேச்சிலும் வீரபாண்டித் திருவிழா நிரம்பியிருக்கும்

தேனிக்கும், மதுரைக்கும் போகும்போதெல்லாம் நாங்கள் பார்க்கக்கூடிய வீரபாண்டி, சிறுவர்கள் பெரியவர்கள் குளித்தும் துவைத்தும் இருக்க, முல்லையாறு இரு கரை குலுங்கச் சிரிக்கும். கரையோரம் நாணலும், சேம்பும் நெருங்கி வளர்ந்திருக்கும். பேருந்தின் சாளரங்களுக்கு வெளியே தலை நீட்டிப் பார்த்து நடத்துநரிடம் வசவு வாங்குவோம்.

அதே வீரபாண்டியைச் சித்திரைத் திருவிழாவில் பார்க்கவேண்டுமே! முற்றிலும் வேறான அழகாக இருக்கும்.

வருடத்திற்கு ஒரு முறை வரும் சித்திரைத் திருவிழாவிற்கு, ஆண்டு முழுவதும் கனாக் காணும் சிறுவர்களில் ஒருத்தியாக அன்றெல்லாம் (இன்றும்) நானும் இருந்தேன்.

மார்க்கையன்கோட்டை சாலை, பேருந்து நிலையம் அருகில் எல்லாம் தீச்சட்டி எடுக்கக்கூடிய களிமண் கலயங்களைக் குவித்து வைத்து விற்பார்கள். பூக்கடைகள் ஆரம்பித்து கடைவீதியில் அத்தனை கடைகளும் பரபரப்பாகவே இருக்கும். எங்கள் ஊர், சுற்றுவட்டார கிராமங்கள் அனைத்திற்கும் மையம். எங்க ஊரு வழக்கத்துல சொல்லனும்னா நடுசென்ட்டர்.

"கம்பம் இருக்கப்பயே வீரபாண்டிக்கி போயிட்டு வந்திருவோம்" என்று பலர் வீடுகளிலும் சொல்வது வழக்கம்.

சித்திரைத் திருவிழாவுக்குக் கட்டியம் கூற வருவது வீரபாண்டித் திருவிழா. வீரபாண்டியில் அருள் செய்பவள் கௌமாரியம்மன்.

நாதன் கண்ணீசுவரமுடையர். ஒவ்வொரு ஆண்டும் சித்திரை மாதம் முதல் செவ்வாய்க்கிழமை கொடி ஏற்றத்துடன் சிறப்பாக நடைபெறும் விழா.

திருவிழாவுக்கு முதலில் கம்பம் நடுவார்கள். இந்தக் கம்பம் முல்லைப்பெரியாறு ஆற்றின் கரையில் இருந்த அத்தி மரத்தில் முக்கொம்பு வடிவில் செய்யப்பட்டது. இதனைக் கண்ணீசுவரமுடையார் கோயிலிலிருந்து எடுத்து வந்து மஞ்சள் நீராட்டி நடுவார்கள். நேர்த்திக்கடன் செலுத்தும் பக்தர்கள் காப்புக்கட்டிக்கொள்வார்கள். நேர்த்திக்கடனாகக் கண் மலர் கொடுப்பது, உருவாரம் வாங்கி வைப்பது, தீச்சட்டி எடுப்பது, பூக்குழி இறங்குவது எல்லாம் உண்டு. தமிழகத்தின் மிகப்பெரும் விழா அது.

கன்னிப்பெண்கள் ஆற்றிலிருந்து குடங்களில் நீர்மொண்டு, அதில் மஞ்சள் கரைத்து, இந்தக் கொம்புக்கு ஊற்றி, மலர் தூவி, வலம் வந்து வேண்டிக்கொள்வார்கள். காளைகளும் தவறாமல் வருவார்கள். ஒரு வாரம் வரையில்தான் இந்தக் கம்பம் இருக்கும். அதன் பின்பு எடுத்துவிடுவார்கள். அதனால், கிராமங்களில், கணவரோடு அம்மன் இருக்கும் காலம் என்று கம்பம் பிடுங்குவதற்குள் வழிபட விரும்புவார்கள். கம்பம் நட்ட மறு நாளிலிருந்து அலங்கரிக்கப்பட்ட வாகனங்களில் அம்மன் உலா வருவார். அதனைக் காண எள் விழ இடம் இல்லாமல் கூட்டம் குவியும். கம்பம் இருக்கும் பொழுதே அம்மன் தேரோட்டம் நான்கு வீதிகளிலும் நடக்கும். நேர்த்தியும், கலையும் கொண்டது வீரபாண்டித் தேர். "மந்தையில நின்னாலும் நீ வீரபாண்டித் தேரு" என்பது திரையிசைப்பாடல்.

தெருவில் எங்கு பார்த்தாலும் உறுமி மேளங்கள் கேட்கும். பள்ளிக்குப் போக மூன்று நிமிடங்கள் போதும். நானும், என் தோழி தீபாவும் முன்னாலேயே கிளம்பி சாவகாசமாக ஒரு மணி நேரத்துக்கும் குறையாமல் வேடிக்கை பார்த்துவிட்டுத்தான் வகுப்புக்குப் போவோம்.

"ஈசுவரியக்காடி" தீபா காட்டியதும், "டுர்ர்ர்ரும் டுர்ர்ர்ரும்..டிடின் டிடின்..டுர்ர்ர்ரும் டுர்ர்ர்ரும்" என்று உறுமி கொட்டியதும், மஞ்சள் புடவையைக் கட்டியபடி கையில் தீச்சட்டியோடு ஈசுவரியக்கா ஆடியதும் நினைவிலிருந்து மங்கவே இல்லை. முதல் நாள் வரை நடிகை அம்பிகாவைபோல நெற்றியில் முடியை இழுத்துவிட்டுக்கொள்ளும், சிபான் புடவையை தழையக் கட்டியிருக்கும், கண்களில் மீன் போல மையிட்டிருக்கும் ஈசுவரியக்கா ஒரே நாளில் வேப்பிலை

மாலையும், மல்லிகை மாலையும் கழுத்தில் போட்டுகொண்டு உடலெல்லாம் மஞ்சள் நீர் வழிய ஆடிக்கொண்டு வருவதைப் பார்க்க வேறு ஒரு மனுசியாய்த் தெரிந்தது.

வீரபாண்டியில் கடைகள் எல்லாம் முளைக்கும். வீரபாண்டிக்கு சிறப்புப் பேருந்துகள் தனியாகவே இருக்கும். அத்தனையிலும் கூட்டம் தளும்பும். வீரபாண்டி ஒப்பனையற்ற அழகு மங்கையாக இருப்பாள். வருடத்திற்கு ஒரு முறை அவள் மெய் முழுதும் அணி பூண்கிறாள். சிறுவர்களின் கும்மாளத்தைத் தலையில் சூடிக்கொள்கிறாள். தாய்மார்களின் உள்ள உருக்கத்தை மார்பில் அணிகிறாள். தகப்பன்களின் வருத்தத்தைக் கைகளில் ஏந்திக்கொள்கிறாள். கன்னியரின், காளையரின் கற்பனைக் கனவுகளைத் திலகமாக இட்டுக்கொள்கிறாள்.

வழிநெடுக நடந்தே கோயில் செல்பவர்களைப் பார்க்க முடியும். தீச்சட்டி எடுப்பவர்கள் அவரவர் உறவினர் கூட்டத்தோடு குழு குழுவாக வந்துகொண்டே இருப்பார்கள். ஆயிரம் கண் சட்டியெடுப்பவர்கள் உண்டு. ஆவேசத்துடன் ஆண்களும், பெண்களும் நெருப்புப் புகைய வரும்போது மற்ற ஒவ்வொருவரும் வழிவிட்டு ஒதுங்கவும், வணங்கவும் செய்வார்கள். குழந்தைகளையும் நேர்த்திக்கடனுக்காகத் தீச்சட்டி எடுக்க வைக்கும் வழக்கம் இருந்தது. கைமாற்றுவது என்று பெரியவர்கள் இடையில் வாங்கிக்கொள்வார்கள்.

அவர்கள் முகத்திலெல்லாம் ஓர் உக்கிரம் இருக்கும். ஆவேசம் வந்த காளியின் முகபாவம் ஒட்டிக்கொண்டபடியே வரும். அவர்கள் தரிசனம், வழிபாடு முடித்து நேர்த்திக்கடன் செலுத்திய தீச்சட்டிகள் கோயிலின் ஒரு மூலையில் அம்பராமாக அணைக்கப்பட்டுக் குவிந்திருக்கும். கோயிலில் சாமி கும்பிடும் வரைக்கும் உள்ளுக்குள் குவிந்திருக்கும் மனம் வெளியே கால் வைத்தவுடன் எகிறிக் குதிக்க ஆரம்பித்துவிடும்.

மதுரையிலிருந்து வந்த கடைகள் இங்கே வரிசை வரிசையாக விரிந்திருக்கும். வெறும் பொட்டலாக இருந்த ஊரா இது? என்று நமக்கே சந்தேகம் வரும். டீக்கடைகளும், பழச்சாறு விற்கும் கடைகளும், வளையல் கடைகளும், பாத்திரக்கடைகளும், சிறுவர்களை இழுக்கும் விளையாட்டுப்பொருள்கள் விற்கும் கடைகளும் எந்தப்பக்கம் திரும்பினாலும் பார்க்கலாம். உணவுக்குச் சொல்ல வேண்டியதே இல்லை. புரோட்டா கடைகள் இருக்கும். சைவ சாப்பாட்டுக் கடைகளும் நான்கு கடைகளுக்கு ஒன்றாக

வைத்திருப்பார்கள். பூரிகளை மலை மலையாகச் சுட்டுக் குவித்திருப்பார்கள். கடையாக இல்லாமல் சாலையில் வைத்து விற்கும் பந்துக் கடைகளே சிறுவர்கள் விரும்பி நிற்கும் இடம். பெண் குழந்தைகளோ கழுத்தில் அணியும் பாசிகளை விரும்பி வாங்குவார்கள். பாசிமாலை அணிவது அன்றெல்லாம் வழக்கமாக இருந்தது. வீடுகளுக்கு வந்து பாசிகள் விற்கும் நரிக்குறவர்கள் திருவிழாவில் சாலையில் அமர்ந்து சாக்கில் பாசிகளையும், புலி நகத் தாயத்துகளையும், சவுரி முடிகளையும், பேன் சீப்புகளையும் கடை விரித்திருப்பார்கள். குழந்தைகள் கொஞ்சம் அதிகமாகச் சிரித்துப் பேசினால், அவர்களாகவே ஒரு பாசியையோ, கருகமணியையோ "இந்தா" என்று சும்மா கொடுப்பார்கள்.

"சிவப்புச் சட்டையும், அரை டிரௌசரும் போட்டிருந்த ஐந்து வயதுப் பையனைக் காண்பவர்கள் இங்கே கொண்டு வந்து அவன் பெற்றோரிடம் ஒப்படைக்குமாறு கேட்டுக்கொள்கிறோம்" என்று ஒலி பெருக்கியில் வாசகங்கள் அவ்வப்போது வெளியேறும். இப்போது ஆளுக்கொரு அலைபேசியோடு அவரவரே தேடிக்கொள்கிறார்கள்.

கோயில் என்றிருந்தால் ஒரு புராணக் கதையும், மன்னனின் பய பக்தியும் சொல்லப்படாமலா இருக்கும்.

ஆதிகாலத்தில் ஒரு அசுரனை வெல்வதற்காக உமாதேவி அம்சம் பெற்ற கௌமாரியம்மன் இன்றைய தலம் இருக்கும் அடர்ந்த வனத்தில் தவமியற்றினார். அசுரன் கௌமாரியை தூக்கிச் செல்ல முயன்றான்.

இதனை அறிந்த கௌமாரி, பக்கத்தில் இருந்த அருகம்புல்லை எடுத்து அசுரன் மீது வீசி, அசுரனை இரு கூறாகப் பிரித்து அழித்தார். அப்போது தேவர்கள் மலர்மாரி தூவ கௌமாரி இங்கேயே கன்னித்தெய்வமானார். அவர் வழிபட்ட சிவலிங்கத்திற்குத் திருக்கண்ணீஸ்வரர் எனப் பெயர் இட்டார்.

இது புராணம். இந்த புராணத்திற்கு வலு சேர்க்க மன்னன் கதையும் உண்டு.

வீரபாண்டிய மன்னன் மதுரையில் ஆட்சி நடத்திய போது, ஊழ்வினையால் இரண்டு கண்களும் ஒளி இழக்க நேரிட்டது. மன்னன் இறைவனை வேண்டினான். இறைவனும் மன்னன் கனவில் தோன்றி, இன்றைய வீரபாண்டி தலங்கள் இருக்கும் இடத்தை சுட்டிக்காட்டி, 'நீ வைகை கரை ஓரமாக சென்று, நிம்பா ஆரணியத்தில் உமாதேவி அம்சம் பெற்ற கௌமாரி

தவமியற்றுகிறாள். அங்கு சென்று அவளை வணங்கு. உன் கண்கள் இருள் நீங்கி ஒளி பெறும்' என்றார். அதேபோல் கௌமாரியை வணங்கிய வீரபாண்டிய மன்னர் ஒரு கண்ணையும், கௌமாரி கட்டளைப்படி திருக்கண்ணீஸ்வரமுடையாரை வணங்கி மறு கண்ணையும் பெற்றார். பார்வை பெற்ற மன்னன் கண்ணீஸ்வரருக்கு கற்கோயில் அமைத்து வழிபாடு செய்தான். அதுவே வீரபாண்டி என அழைக்கப்பெற்றது. பிற்காலத்தில் வீரபாண்டியைத் தலைமையிடமாகக் கொண்டு வீரபாண்டிய மன்னனின் பேரன் ராஜசிங்கன் வீரபாண்டி வட்டத்தை ஆட்சி நடத்தினார்.

அப்போது முதல் கண்நோய் கண்டவர்கள், அம்மை நோய் கண்டவர்கள், தீராத நோய் கண்டவர்கள் என அனைத்துத் தரப்பினரும் அம்மனை தரிசித்து தீர்த்தமும், அருளும் பெற்று விமோசனம் அடைகின்றனர்.

தமிழகம் முழுவதும் வழிபாடு செய்யப்படும் மாரியம்மன் கண்ணகி வழிபாட்டின் தொடர்ச்சி என்கிறார்கள் சில ஆய்வாளர்கள். அதற்கு வலு சேர்ப்பதுபோல் இங்கே ஒரு வாரம் மட்டுமே அம்மன் கணவனோடு இருப்பதாக கம்பம் நட்டு வழிபாடு செய்வார்கள். அதன் பிறகு கம்பத்தை எடுத்துவிடுவார்கள். கண்ணகி மதுரையை எரித்து சாபம் இட்டதால் மழையின்றி பயிர் வாடக்கூடாதென்று கோடை காலத்தில் விழாக்கள் எடுத்தார்கள் என்று கூறுகிறார்கள்.

1907-ம் ஆண்டு கண்டெடுக்கப்பட்ட மூன்று கல்வெட்டுகளின் மூலம் அரசன் சுந்தரபாண்டியன் ஆட்சியின்போது பக்தர்கள் தந்த வரியில்லா நிலதானம் பற்றியும், விக்கிரம பாண்டியனின் ஐந்தாம் ஆண்டு ஆட்சிக்காலத்தில் தேவரடியார்கள் இறைவனுக்கு நன்கொடை தந்தது பற்றியும், கி.பி.பதினாறாம் நூற்றாண்டில் கிருஷ்ணதேவராயர் காலத்தில் பக்தர்கள் கொடுத்த நன்கொடை பற்றியும் அறிய முடிகிறது. "கோதில் குலத்தரன்றன் கோயிற்பிணாப் பிள்ளைகாள்" என்று மாணிக்கவாசகர் பாடியுள்ள கோயிற்பணி செய்யும் தளிசேரிப் பெண்கள் தேவதாசியாக உருமாற்றம் கண்டுள்ளதை கல்வெட்டு கூறுகிறது. கோயில்களில் அசைந்திருந்த மணியின் நாவிலிருந்து தேவதாசி முறை ஒழிப்புச் சட்டத்திற்குப்பின்தான் இன்ப ஓசை எழுந்திருக்கும் அல்லவா?

வீரபாண்டிய மன்னனின் பெயரில் அமைந்த இந்த ஊரில் இப்பொழுது ஒரு கல்லூரி வந்துவிட்டது.

இரண்டு வருடங்கள் முன்பும் நான் திருவிழாவுக்குப் போனேன். அதேபோல கடைகள். ஒரு குடும்பம் தீச்சட்டியோடு நடந்தது. பெண்கள் குலவையிடத் தெரியாமல் ஒப்புக்குக் குலவையிட்டார்கள். தீச்சட்டியில் சோற்றுக்கற்றாழை, பச்சை நெல் உமி பரப்புவார்கள் என்று தெரியும். ஆணின் கையிலும், பெண்ணின் கையிலும் வேப்பிலைக் கொத்துகள் திணித்தர்கள். சட்டை அணியாத ஆணும், மஞ்சள் சேலைப் பெண்ணும் மஞ்சள் தண்ணீரை மேலே ஊற்றியதும் உய்ய்ய் என்று குரல் கொடுத்து ஆடினார்கள்.

நான் தேனி சீருடையானின் "அருள் பாதி மருள் பாதின்னு பெரியவுக சும்மாவா சொன்னாக?" என்ற வரிகளினூடாக நகர்ந்து கொண்டேன்.

பெரியகுளம் பாலசுப்பிரமணிய சுவாமி கோவில்

மாரியம்மனுக்கு வீரபாண்டிய மன்னன் கதை மாதிரி பாலசுப்பிரமணிய சுவாமி கோயிலுக்கு ஒரு மன்னன் கதை இருக்கிறது. ராஜேந்திர சோழன் எந்தெந்த நாட்டை வெற்றி கொண்டான், அவன் செய்த நன்மைகள் என்ன என்றெல்லாம் படித்து, போரடித்துப் போனவர்கள் கொஞ்சம் இந்தக் கோயில் புராணத்தைக் கேட்டல் நல்லது.

ஒருமுறை சோழ நாட்டின் மன்னன் ராஜேந்திர சோழன், அகமலைக் காட்டுப்பகுதிக்குள் வேட்டையாடச் சென்றிருந்தான். அவன் எய்த அம்பு ஒன்று, குட்டிகளை ஈன்றிருந்த பன்றியின் மீது பட்டு அது இறந்து போனது. தாயை இழந்த பன்றிக் குட்டிகள், பசிக்குப் பால் கிடைக்காமல் சத்தமிட்டன. அதனைக் கண்ட மன்னன், 'தாய்ப் பன்றியைக் கொன்று, அதன் குட்டிகளுக்குப் பால் கிடைக்காமல் செய்து விட்டோமே' என்று மனம் வருந்தினான். அப்போது அந்தப் பன்றிக் குட்டிகளின் மேல் இரக்கம் கொண்ட முருகப்பெருமான் அவ்விடத்தில் தோன்றி, அவைகளின் பசியைப் போக்கினார். குட்டிகளின் மேல் பரிவு கொண்ட முருகப்பெருமானின் கருணையைக் கண்ட மன்னன், தாய்ப் பன்றியைக் கொன்ற தனது பாவத்தைப் போக்கவும், பன்றிகளுக்கு அருளிய முருகப்பெருமானின் பெருமையை மக்களுக்கு உணர்த்தவும், அகமலையின் கீழே தரைப்பகுதியில் புதிய கோவில் ஒன்றைக் கட்டினார். அந்த ஆலயத்தில் சிவபெருமான், பார்வதிதேவி ஆகியோருடன் முருகப்பெருமானையும் சேர்த்து மூன்று தெய்வங்களை

முதன்மை தெய்வங்களாக்கி வழிபட்டான் என்று இக்கோவில் அமைக்கப்பட்ட தல வரலாறு சொல்லப்படுகிறது.

ராஜேந்திரசோழனால் கட்டப்பட்ட இந்தக் கோவில், சோழர்காலக் கட்டுமான அமைப்பைக் கொண்டிருக்கிறது. வராக நதிக்கரையில் அமைந்திருக்கும் இக்கோவிலில், மூலவராக இறைவன் சிவபெருமான் வீற்றிருக்கிறார். அவரை 'ராஜேந்திர சோழீஸ்வரர்' எனும் பெயரில் வழிபடுகிறார்கள். அம்பாள் 'அறம் வளர்த்த நாயகி' என்ற பெயரில் தனி சன்னிதியில் இருக்கிறார். மற்றொரு சன்னிதியில், முருகப்பெருமான் ஆறு முகங்களுடன் 'பாலசுப்பிரமணிய சுவாமியாக வள்ளி-தெய்வானையுடன் சேர்ந்து அருள்காட்சி தருகிறார். கோவிலை ஒட்டியவாறு ஓடும் வராகநதி, பிரம்மதீர்த்தம் என்றும் அழைக்கப்படுகிறது. இதன் ஒருகரையில் ஆண் மருத மரமும் மறுகரையில் அதன் நேரெதிரே பெண் மருதமரமும் அமைந்திருக்கின்றன. காசிக்கு அடுத்தபடியாக இங்குதான் இவ்வாறு அமைந்திருக்கிறது.

ஒவ்வொரு கோயிலுக்கும் ஏற்படுத்தப்பட்ட புராணங்கள் வெறும் கதைகளாகத் தோன்றலாம். ஆனால் இந்தப் புராணங்கள்தான் வரலாற்றைப் பூஞ்சைகள் தின்னாமல் காத்து வைத்திருக்கும் பதனிகளாகவும் உள்ளன.

கோயில் இல்லா ஊரில் குடியிருக்க வேண்டாம் என்றார்கள். கோயில் இருந்தாலும் நம்முடைய அறிவு விசாலமானால் மட்டுமே நம்மை நாம் அறிந்து வாழ முடியும். பாட நூல்கள் மட்டுமே போதுமா? நீங்கள் உலகத்தை எங்கிருந்து அறிந்துகொள்வீர்கள்? இன்று தொலைக்காட்சி, வலைத்தளம் போதும் என்று சொல்லலாம். பிறகும் எதற்காகப் பல இடங்களிலும் புத்தகக் காட்சிகள் நடத்துகிறார்கள் என்று நினைக்கிறீர்கள்? காட்சிகளால், தகவல்களால் உங்கள் அறிவை நிரப்ப முடியும். நிறைவு வேண்டுமானால், இலக்கியங்களுள் நீந்தினாலேயே முடியும். அத்தகைய இலக்கியங்கள் படிக்க ஊர்தோறும், தெரு தோறும் நூலகம் இருக்க வேண்டும். தெருவில் தள்ளுவண்டியில் வைத்தபடி எங்கள் ஊரில் வாடகை நூல்கள் அன்றெல்லாம் கிடைக்கும். ஐம்பது பைசா இருந்தால் ஒரு புத்தகம் வாங்கிக்கொள்ளலாம். நூல் நிலையம் இல்லையா என்று கேட்கிறீர்களா? எங்கள் ஊரில் ஒரு கிளை நூலகம் கண்ணாடி முக்கில் உண்டு. அது மட்டுமா? நூலகம் என்ற சொல்லுக்கே பெருமை சேர்த்த மனிதர் ஒருவரும் இருந்தார்.

தமிழில் முதல் 'ஆண்டு நூல்'

நெல்லெல்லாம் கதிரிருக்க
கதிர்மணியில் கனமிருக்க
கனம்கூடித் தாழ் பார்க்கும்
பெருமையுள்ளோர் பிறந்தவூர்
இச்சின்னமனூர் அம்மே

நூல்கள் நம்மை நம் அகச்சிறையிலிருந்து விடுவிக்கும் வல்லமை வாய்ந்தவை. அந்த நூல்கள் நீங்கள் வேண்டாமலேயே வரம் கொடுக்கக் கூடியவை. பொதுமக்கள், மாணவர்கள் அனைவரும் தாங்கள் விரும்பியவாறு படிக்க ஏற்பட்ட நூலகங்கள் இன்று பல கிராமங்களிலும் உள்ளன.

நூலகம் என்றதும் துவக்கப்பள்ளி நாட்களில் அண்ணா பிறந்தநாள் விழாவில் கேட்ட ஒரு சுவையான செய்தி நினைவு வருகிறது.

நேரு பிரதமராக இருந்தபோது சென்னை வந்திருந்தார். அந்த மாதத்தில் வெளியாகியிருந்த ஒரு புதிய நூலைப் படிக்க விரும்பி அதை வாங்கி வருமாறு கன்னிமரா நூலகத்துக்கு ஆட்களை அனுப்பினார். அந்த நூல் அன்றுதான் வந்தது. இருந்தும் அது இல்லை. யாரோ கையெழுத்து இட்டு எடுத்துப்போயிருந்தார்கள். யார் என்று விசாரித்தால் அது அறிஞர் அண்ணா. அந்த இரு

அறிஞர்களும் நூல்களைப் படித்து அறியும் அறிவுத் தேடலில் சளைக்காமல் இருந்ததாலேயே அறிவுப்பூர்வமான செயல் வீரர்களாகவும் இருக்க முடிந்தது. அவ்வாறு சிறந்த நூல்கள் முதலில் கிடைக்குமிடம் கன்னிமாரா நூலகம்.

கன்னிமாரா நூலகத்தைப் பயன்படுத்தும் மாணவர்கள் சென்னையில் அதிகம் உண்டு. அதுவும் மேற்படிப்புக்கு வேண்டிய நூல்களை மாணவர்கள் கன்னிமாரா நூலகத்தில் எடுத்துப் படிப்பது இயல்பு. இந்த மாணவர்களிடையே இன்னொரு பண்பும் இருப்பதுண்டு. சில நூல்களைத் தேடித் தேடி எடுப்பார்கள். அப்படி எடுத்த நூல்களில் ஒன்றோ இரண்டோ உறுப்பினர் அட்டை மூலம் கொண்டு செல்லலாம். மீதம் இருப்பதை மறுமுறை தேடாமல் எடுக்க வேண்டும் என்பதற்காகப் பொருளாதார நூலை அறிவியல் நூல்கள் உள்ள அலமாரியிலோ, ஆங்கில நூலை கணித நூல்களோடோ மறைத்து வைத்துவிடுவார்கள். அவர்கள் படிக்க வேண்டிய தேவைக்காக, விளையாட்டுத்தனமான அவ்வழக்கமும் இருக்கும். அப்படி ஒரு நூல் அலமாரியில் மாறி இருந்தது. அந்த நாள் தமிழ்நாட்டின் முதலமைச்சர் எம்.ஜி.ஆர் அவர்கள் நூலகத்திற்கு வந்தார். தற்செயலாக இப்படி நூல்கள் மாறியிருப்பதைக் கண்டு நூலகரிடம் கேட்டதோடு இல்லாமல், அவரைப் பதவியிலிருந்து இடைநீக்கமும் செய்துவிட்டார்.

ஆனால் அந்த நூலகரோ தன்னுடைய தவறு ஏதும் இல்லை என்பதில் மிக உறுதியாக இருந்து இந்த இடைநீக்கத்தை ஏற்றுக்கொள்ளாமல் நீதிமன்றம் சென்றுவிட்டார். பின்னர் எம்ஜிஆர் அவர்களும் உண்மையறிந்து நூலகரை அழைத்து வருந்தினார். அவருக்குப் பதவியில் சேரும்படி அரசிடமிருந்து ஆணையும் வந்தது. நூலகர் அரசு ஆணையை ஏற்று ஒரே ஒரு நாள் பதவியில் இருந்துவிட்டு அடுத்த நாளிலிருந்து விருப்ப ஓய்வு பெற்றார் என்று அவரின் தம்பி திரு.சோமசுந்தரம் அவர்கள் சொல்வதிலிருந்து தன்னுடைய இடைவிடாத உழைப்பையும், எளிமையையும், பெருந்தன்மையையும் தாண்டி, சுய மரியாதையையும் கைக்கொண்டவர் அந்த நூலகர் என்று அறிய முடிகிறது. அவரே தமிழகப் பொது நூலக இயக்கத்தின் தந்தை என்று போற்றப்படக்கூடிய, 1925, ஜூன் 10-ல் சின்னமனூரில் பிறந்த திரு வே.தில்லைநாயகம் அவர்கள்.

தில்லையில் நாயகத்தின் தந்தை ஆசிரியர். தில்லைநாயகம் கருங்கட்டான்குளம் நடுநிலைப் பள்ளியில் ஆரம்பக் கல்வியும்

உத்தமபாளையம் மாவட்டக் கழக உயர்நிலைப் பள்ளியில் உயர்நிலைக் கல்வியும் பயின்றார். இவர் தமிழறிஞர் ஆ.கார்மேகக் கோனார், ஆங்கிலப் பேராசிரியர் இரஞ்சிதம் ஆகியோர்தம் அன்பைப் பெற்ற மாணவர். மதுரை அமெரிக்கன் கல்லூரியில் இடைநிலை, இளங்கலைக் கல்வி பயின்றார். மாணவப் பருவத்திலேயே நூலகத் துறை மீது அதிக நாட்டம் கொண்டவர். 1949-ல் அரசு உதவியுடன் நூலகப் பயிற்சி பெற்ற இவர், பொதுக் கல்வித்துறை இயக்க முதல் நூலகராக நியமிக்கப்பட்டார். 1962-ல் கன்னிமாரா பொது நூலகத்தின் நூலகரானார். 1972-ல் தமிழக அரசு பொது நூலகத் துறையின் முதல் இயக்குநராக நியமிக்கப்பட்டார். நூலகத் துறை இவரது தலைமையில் மிகச் சிறப்பாக இயங்கியது. மாபெரும் வளர்ச்சி கண்டது. நூற்றொகைகள், குழந்தை நூற்றொகைகள், நூல்கள், அறிமுக விழா மலர்களைப் பதிப்பித்தார்.

எழுதுவதிலும் அதிக ஆர்வம் கொண்டிருந்தார். தமிழில் 'வேதியம் 1008' உட்பட 25 நூல்களை எழுதியுள்ளார். விரிவாக ஆராய்ந்தறிந்து எழுதக்கூடியவர். நான்காயிரம் ஆண்டு வரலாற்றை நாற்பதாண்டுகள் ஆய்வு செய்து நானூறு பக்கங்களில் எழுதுவதே இலக்கியம் என்பது இவரது நுண்மொழி. அதன்படி அவர் எழுதியதே "இந்திய நூலக இயக்கம்" என்னும் இவரது நூல். 'இந்திய அரசமைப்பு' நூல் தமிழ்ப் பல்கலைக்கழகத்தின் பரிசைப் பெற்றது. இவரது "குறிப்பேடு" என்ற நூல்தான் தமிழில் முதன்முதலாக வெளிவந்த "ஆண்டு நூல்". இவர் வெளியிட்ட ஆய்வறிக்கைகள் நூலக வளர்ச்சித் திட்ட ஆய்வேடுகளாகும்.

"நூலக உணர்வு", "வள்ளல்கள் வரலாறு", "இந்திய நூலக இயக்கம்" ஆகிய இவரது நூல்கள் தமிழக அரசின் முதல் பரிசு பெற்றவை. இவரது "இந்திய நூலக இயக்கம்" நூலைப் பாராட்டி உலகப் பல்கலைக்கழகம் 1982-ல் கவுரவ டாக்டர் பட்டம் வழங்கியது. இந்தி, மராத்தி, கன்னடம், மலையாளத்தில் இவரது படைப்புகள் மொழியாக்கம் செய்யப்பட்டன. பல பல்கலைக்கழகங்களில் நிர்வாக உறுப்பினராக இருந்துள்ளார். நூலகத் துறை இயக்குநர் பதவியைத் தொடர்ந்து 10 ஆண்டுகள் வகித்தார். அந்த 10 ஆண்டு காலமும் தமிழக நூலக இயக்கத்தின் பொற்காலம் என்கின்றனர் வல்லுநர்கள்.

இவரை இந்த நிலத்து மக்கள் எத்தனை பேருக்குத் தெரியும் என்று தெரியவில்லை. பிறர் புகழ வேண்டும் என்பதற்காக இல்லாமல் உலகிற்குத் தங்கள் பங்களிப்பைச் செய்துவிட்டுத்

தாமிருக்கும் இடம் தெரியாமல் ஆடம்பரமின்றி வாழ்பவர்கள் சிலர். அதில் புலவர்கள் பற்றிச் சொல்லவே வேண்டாம். காணும் காட்சிகளையும், கருத்துக்கு வேண்டியவற்றையும் எழுதிவைப்பவர்கள். அப்படி ஒருவர் பாரதியார் காலத்தில் எங்கள் மாவட்டத்தில் வாழ்ந்திருந்தார்.

அனுமந்தம்பட்டி அந்தோணி முத்துப்புலவர்

தும்பி மலரறியும்
தூவி வேரறியும்
சந்தப் பாடலெல்லாம் அறியாவோ
அந்தோணிமுத்துப் புலவரை

மகாகவி பாரதியாரின் காலத்தில் தேனி மாவட்டத்தில் வாழ்ந்த புலவர் அந்தோணி முத்துப்பிள்ளை. இவர் அனுமந்தம்பட்டியைச் சேர்ந்தவர். சிறு வயதிலேயே கவிபாடும் திறமை பெற்றுள்ளார். புலவர் அந்தோணிமுத்துப் பிள்ளையின் வாரிசுகளிடம் பேச விழைந்தபோது, ஓய்வு பெற்ற ஆங்கிலப் பேராசிரியர் திரு. வின்சென்ட் அவர்களால் அந்தோணிமுத்துப்பிள்ளை அவர்களின் கொள்ளுப் பேரன் திரு.ஆல்பர்ட் அவர்களைத் தொடர்பு கொள்ள முடிந்தது. அவர் தன்னுடைய தாத்தா ஆசீர்வாதம் பிள்ளை பெருமுயற்சி செய்து புலவரின்/அவரது தந்தையாரின் சந்தமார் சிந்துக்கவிதைகள் நூலினை வெளியிட்டதாகக் கூறினார்.

அந்தோணிமுத்துப் புலவர் 1863-ம் ஆண்டு கம்பம் பள்ளத்தாக்கிலுள்ள அனுமந்தன்பட்டி என்ற சிற்றூரில் கோவில் சவரிமுத்துப்பிள்ளை, சின்னம்மாள் இவர்களின் மூத்த மகனாகப் பிறந்தவர். இவர் நாயகம் பிள்ளையின் வழி வந்தவர். இவர் காலத்தில் கம்பம் வட்டாரத்தில் தமிழ்க்கவிதைகள் இயற்றக்கூடியவர்கள் அழகர்சாமி நாயுடு,

சேசாத்திரி நாயுடு, சுப்பையாகக் கோனார், தங்கம்பிள்ளை, பண்டிதர் சவரிமுத்துப்பிள்ளை ஆகியோர்.

மூன்றாம் வகுப்பு வரை திண்ணைப்பள்ளிக்கூடத்தில் படித்துவிட்டு விவசாயத்தொழிலில் உதவி செய்யத் தொடங்கினார். இவருக்குத் தம் ஊரின் அருகிலிருந்த மதுரகவி சீனிவாச ஐயங்காரின் நட்பு கிடைத்தது. அவரைத் தன்னுடைய ஆசானாகக் கொண்டார். பல நூல்களை ஆராய்ச்சி செய்தும், கற்றும், கேட்டும் தமிழில் புலமை பெற்றுக் கவியெழுதத் தொடங்கினார்.

பாரதியாரின் நல்லதோர் வீணை செய்தே பாடல் இன்றும் இசையோடு ஒவ்வொருவர் நாவிலும் புரள்வதுபோல அந்தோணிமுத்துப்புலவரின் பாடல்களும் சிந்துகவியால் இசைப்பண்ணோடு பாடப்பட்டது. பலரின் வேண்டுகோளுக்கு இவர் இணங்கி வீரமாமுனிவர் இயற்றிய தேம்பாவணியின் விருத்தப்பாக்களைப் பண்டிதர் சவரிமுத்துப்பிள்ளை ராகத்துடன் பாடப்பாட நாள்தோறும் மக்கள் கூட்டத்தில் சொற்பொழிவாற்றினார். திரிபு விருத்தங்கள், சித்திரக்கவி புனைவதில் வல்லவர். மாறனலங்காரத்திலுள்ள ரதபந்தனம், நாகபந்தனம் முதலிய இறைக்கவிகளும் பாடியுள்ளார். பக்கத்து ஊரான இராயப்பன்பட்டியில் வெள்ளி குல உடையார்கள் ஆண்டுதோறும் நடத்தும் பாஸ்கு நாடகத்துக்கு வேண்டிய பல பாடல்களை இயற்றி உதவியிருக்கிறார். தேவசகாயம்பிள்ளை நாடகம், எஸ்தாக்கியார் நாடகம், ஞானசவுந்தரி நாடகம் ஆகிய இவர் எழுதிய நாடகங்கள் அன்றைய காலத்தில் புகழ்பெற்ற நாடகக்குழுவினர்களால் நடிக்கப்பெற்றது.

இவரைப் பாராட்டி மதுரகவி சீனிவாச அய்யங்கார் இயற்றிய பாடல் இது

> **“கற்கண்டுந் தேனுங் கனியுங் கடலமுதுஞ்**
> **சர்க்கரையுஞ் சேர்த்துண்ட தன்மையென- மிக்கநிதம்**
> **பாடிடவே தித்திக்கும் பாவலனந் தோணிமுத்து**
> **பாடுகின்ற சிந்தெல்லாம் பார்”**

இந்த மதுரகவி சீனிவாச அய்யங்கார் கம்பம் வட்டாரத்தைச் சேர்ந்தவர். இவர் எழுதிய இராமாயண வெண்பா சிறப்புடையது.

அந்தோணிமுத்து புலவரின் திரு இரட்சணிய சிந்தில் சென்னிகுளம் அண்ணாமலை ரெட்டியார் இயற்றிய காவடிச் சிந்தின் எல்லா மெட்டுகளும் இடம்பெற்றுள்ளன.

உதாரணமாக

"சீர்வளர் பசுந்தோகை மயிலான், - வள்ளி
செவ்விதழ் அலாதினிய தெள்ளமுதும் அயிலான்,
போர்வளர் தடங்கையுறும் அயிலான்- விமல
பொன்னடியை இன்னலற உன்னுதல்செய் வாமே"

என்ற அண்ணாமலையாரின் மெட்டிலேயே புலவரின்

"கரியஇருள் சென்றொழிய மேலே - ஒளிருங்
கதிரவனி னுதயமதைக் காட்டிட முன்னாலே
மருவுமொரு விடிவெள்ளி போலே - வந்த
மகளுக்கு மரியென்று பெயரிட்ட ழைத்தார்"

ரட்சணியச் சிந்துப்பாடல் இருப்பதைக் காணலாம்.

இவருடைய திரு இரட்சணிய சிந்து மற்றும் கண்ணதாசனின் இயேசு காவியம் இரண்டையும் ஆய்வியல் மாணவர்கள் ஒப்பியல் செய்துள்ளனர். இயேசு காவியத்தில் மாதா தன்னுடைய மகன் சிலுவை சுமக்கும் வலி, வேதனையைப் பார்த்துக் கலங்கும் காட்சியும், அந்தோணிமுத்துப்புலவரின் சிலுவைப்பாதைக் காட்சியும் ஒப்பு நோக்கப்பட்டுள்ளன. இவற்றினிடையே ஒன்றுபட்ட கவிமனம் ஒன்று தாயின் கண்ணீரில் கலந்திருப்பது தெரியும்.

அனுமந்தன்பட்டி தூய ஆவியானவர் ஆலயத்தில் மாதாவின் துயரம் ததும்பும் சிற்பம் மனதை உருக்க வல்லது. அது புலவரை எத்தனை நெகிழ வைத்ததோ! தேவதாய் புலம்பல் என்ற சிந்துப்பாடலில் அந்தத் துயர் அப்படியே கனக்கிறது.

இரத்தமாயுற வேர்த்தாள் - பதம்
இருகையாட்கட்டிச் சேர்த்தாள் - அவர்
ஏசிலாமுகந் தூசிவேர்வைபட்டிருப்பக்
கண்டழு தார்த்தாள்

இரட்சணிய சிந்துவாக இருக்கட்டும், சல்லிக்கட்டு சிந்துவாக இருக்கட்டும் கருத்துக்கள் மனம் கசிய இருந்தாலும், காட்சிகளின் அழகை முன்னவர்கள் போலவே இனிக்க இனிக்க எடுத்தாள்கிறார். மலையைப் பாடவந்தால் துள்ளல் தானே வரும்போலும்.

வெல்லை மலையின் சிறப்பு என்ற பாடலில்

வண்டுமது வுண்டுகளி கொண்டிலகுந் தண்டலையில்
மன்னிய கலாப மயில் கூடுமே - அதன்
மின்னிய சிறகைவிரித் தாடுமே - அம்பொன்

வண்டு நாதசுரங்களூத மகிழ்ந்து மாங்குயிலங்கு கூவியே
மண்டிய மதுர ராகம் பாடுமே - அதைக்
கண்டு கா வியந்து கனி போடுமே

இந்தப் பாடலில்தான் எத்தனை நயங்களும், கற்பனையும்.

சரி, புலவர் வெறும் கற்பனையும், ஏட்டுக்கலையுமாகவே இருந்தவரா என்றால் அப்படியில்லை. தன்னுடைய காலத்தைப் பாடல்களில் வரலாறாக வடித்து வைத்தவர்.

ஒரு நூலின் திறம் என்ன செய்யும்? தன்னுடைய நிலத்தைச் சுட்டும். காலத்தை நிறுவும். கண்ட காட்சிகளை எடுத்தோதும். வரலாற்றின் கதவுகளைத் திறந்து வைக்கும். புலவர் அந்தோணிமுத்துப் பிள்ளையின் சந்தமார் சிந்துக்கவிதைகள் நாற்புறம் வாசல் வைத்த மாளிகை. அந்த மாளிகையில் உள்ளவர்கள் எத்தனை எத்தனை பேர்! அவர் தன்னுடைய சம காலத்தில் வாழ்ந்த வள்ளல்கள், ஆங்கில அதிகாரிகள், திருச்சபை பாதிரியார்கள், ஜமீன்கள் என்று அனைத்தையும் பாடல்களில் பதிவு செய்து வைத்துள்ளார்.

1912-ல் ஆங்கூர் ராவுத்தர் மீது இவர் சரம கவி வடித்துள்ளார். சரம கவி என்பது கையறுநிலைப் பாடலாகும். ஆங்கூர் ராவுத்தர் மறைவுக்கு இரங்கி கையறுநிலையில் பாடப்பட்டது இவரது சரம கவி. ஆங்கூர் ராவுத்தரின் பிறப்பு, சுற்றம், நண்பர்கள் என்று இவர் பட்டியலிடும் நபர்கள் இன்னும் முழுதுமாக அறியப்பட வேண்டியவர்கள். ஆங்கூர் ராவுத்தர் கட்டடங்களைக் கலைத்தன்மையுடன் அன்று கட்டியுள்ளார் என்று இவருடைய சரம கவியால் அறிய முடிகிறது.

அறம் வலியுறுத்தாத இலக்கியம் உண்டா? இவர் பாவம் என்று பட்டியலே இடுகிறார்.

பின்வருங் காரியத்தை உணராது
பெருஞ்சினம் கொள்வதும் பாவம் - பெற்ற
பிள்ளைகள் நல்வழியில் நடவாது
பிசக விடுதலும் பாவம்

நாடகங்கள் எழுதுவதிலும் வல்லவர். திருவிதாங்கூர் சமஸ்தானத்தில் பதவி வகித்த நீலகண்டன்பிள்ளை என்பவர் போர்ச்சுகல் நாட்டின் படைத்தளபதியாக இருந்த டிலனாய் என்ற கத்தோலிக்கக் கிறித்துவருடன் ஏற்பட்ட நட்பால் விவிலியத்தின் கருத்துக்களால் ஈர்க்கப்பட்டார். அதனால் கிறித்துவராக 1845

மே 17ல் மாறி, தேவசகாயம்பிள்ளை ஆனார். ஓர் இந்து இவ்வாறு மாறியதைத் திருவிதாங்கூர் சமஸ்தானத்திலிருந்த மற்ற அதிகாரிகள் ஏற்றுக்கொள்ளாமல் மன்னரிடம் அனுமதி பெற்றுப் பலவாறு இவரைச் சித்திரவதை செய்தனர். 1852-ம் ஆண்டு ஆரல்வாய்மொழியிலுள்ள காற்றாடி மலையில் சுட்டுக்கொல்லப்பட்டார். இந்த வரலாற்றை அந்தோணிமுத்துப்பிள்ளை நாடகமாக இயற்றினார். எஸ்தாக்கியார் நாடகமும் அது போலவே சிறப்புப் பெற்றது. இவர் எழுதிய ஞானசவுந்தரி, மர்த்தீன் நாடகங்களும் பலராலும் போற்றப்பட்டது.

இவரது நூல் வழியாகக் கம்பம் பள்ளத்தாக்கினைச் சுற்றிலும் நிகழ்ந்த வெள்ள பாதிப்பு, பிளேக் பரவல், பஞ்சம், சல்லிக்கட்டு, புதுக்கால்வாய் கட்டியது போன்ற வரலாற்று நிகழ்வுகளை நாம் அறிய முடிகிறது. இவரது நூலை இன்னும் ஆய்வு செய்தால் கம்பம் பள்ளத்தாக்கு தொடர்பான பல அரிய செய்திகள் கிடைக்கலாம்.

இதோ புலவர் அந்தோணிமுத்துப்பிள்ளையின் நூல் வழி “பிளேக்” வரலாறு.

கொரோனாவால் இன்று நாம் படும் துன்பங்கள்தான் எத்தனை! இதேபோல ஆட்கொல்லி நோய் பத்தொன்பதாம் நூற்றாண்டிலும் வந்து பாடாய்ப் படுத்தியிருக்கிறது. அதுதான் பிளேக்கு இந்த நோய் ஐரோப்பாவிலிருந்து மும்பை வழியாக தேனி மாவட்டத்தையும் அடைந்தது. தேனியில் சில நாள் விருந்து உண்டு சின்னமனூரையடைந்து, அவ்வழியே கோம்பை வரை பரவியுள்ளது. பெருச்சாளி, எலிகளுக்கு பிளேக் தொற்றி அவை செத்து விழுந்தன. அவற்றின் உடலிலிருந்து வெளிவந்த தீக்கிருமிகள் மனிதர்களைத் தாக்கிக் கொத்துக் கொத்தாய் உயிரைப் பறித்தன.

தற்பொழுது கொரோனாவுக்குத் தடுப்பூசி போட மக்கள் பயந்தது போலவே அன்றும் பயம் கொண்டுள்ளனர். முன்னோர்கள் என்ன முட்டாள்களா? என்று சிலுப்பிக் கொண்டு வாட்சப்பில் செய்தி அனுப்பும் முன் நாம் ஒன்றைப் புரிந்துகொள்ள வேண்டும். எந்தக் காலத்திலும் புதிதாக ஒன்று நுழைந்தால் அதனைக் கண்டு அது என்ன பெரிய இதா? என்றோ, ஐயோ என்னவாகப் போகிறது என்றோ இரு வேறு உளநிலை தோன்றுவது இயல்பு. (ஆங்கிலேயர் வந்தபோது அப்படி எண்ணவில்லை என்பது வேறு கதை) நோய் வந்தாலும், புதிய மருந்து கண்டுபிடிக்கப்பட்டாலும் அதன் உண்மைத் தன்மையை அறிய விழைபவர் மிகச் சிலரே. பரவலான மக்கள் தாங்கள் வழி வழியாக நம்பி வந்ததையே முதலில் சிந்திப்பார்கள்.

அப்படித்தான் பிளேக் வந்ததையும் தெய்வக்குற்றம், செய்த பாவத்தின் பலன் என்றெல்லாம் நினைத்தார்கள் மக்கள். பெரிய அம்மைக்குத் தடுப்பூசி போடும் வழக்கத்திற்குப் பின்பு அந்தக் காலகட்டத்தில் தடுப்பூசி போடுவதை அம்மை குத்துவது என்றே அழைத்துள்ளார்கள். ஒரு துணை நீதிபதியும், அரசு ஊழியர்களும் மக்களைக் கூட்டித் தடுப்பூசி போட்டுக்கொள்வதற்குப் பரப்புரை செய்துள்ளார்கள். எந்த வீட்டிலாவது எலி செத்து விழுந்தால் வீட்டைக் காலி செய்துவிட்டு வேறு இடம் செல்லவும் சொல்லியிருக்கிறார்கள். இதைக் கேட்டுக்கொண்டவர்கள் சிலர். கேட்காதவர்கள் பலர். அப்படி வீட்டிலேயே இருந்தவர்கள் கடவுள் துணை இருப்பார் என்று நம்பினார்கள். பாவம் அவர்களையும் பிளேக் விட்டு வைக்கவில்லை.

கடந்த 2020-ல் ஒரே சவக்குழியில் பல பிணங்களைத் தள்ளி எரித்ததை, அடக்கம் செய்ததை எத்தனை விதமான செய்திகளில் பார்த்தோம். அது போலவே பிணங்களை எடுக்கவும் ஆளில்லாமல் இருந்துள்ளது அன்றைய நிலை. அதன்பின் மக்கள் பயந்து வீட்டைக் காலி செய்து காட்டில் தஞ்சமடைந்தார்கள். குடிசை கட்டிக்கொண்டு, கரையான்கள், தேள், அரணை, விலங்குகளோடு காட்டில் வாழ வேண்டிய நிலை. ஊர்களனைத்திலும் மனிதர்களைக் காவு வாங்கியது பிளேக். அனுமந்தம்பட்டியில் மறைத்திரு சாந்தப்ப நாதர் அந்தக் கிராம மக்களுக்கு இலவசமாக மருந்தைக் கொடுத்திருக்கிறார்.

இந்த பிளேக்கை ஐந்து வகையாகச் சொல்கிறார் அந்தோணி முத்துப்பிள்ளை.

அனல்போல காய்ச்சல் வரும் அது அக்கினி பிளேக். அசைய முடியாது முடக்கும். அது எருமை பிளேக். நினைவு இல்லாமலாகி உறக்கம்போலவே இறப்பது நித்திரை பிளேக். குருதி புறப்பட்டு நிற்காது கழிவது ரத்தப் பிளேக். வெறி ஏற்படும். அது வெறிப்பிளேக்

அனல்போல் சுரங்காண்ப தக்கினி பிளேக்கு
அசையாமல் கிடப்பது எருமைப் பிளேக்கு
நினைவின்றி இறப்பது நித்திரைப் பிளேக்கு
ரத்தமாய்க் கழிவது ரத்தப் பிளேக்கு
வெறிகொளல் நொந்து - வெறிப்பிளேக்கு

ஐரோப்பாவிலிருந்து கப்பலில் வரும்போது எம்டன் இதன்மீது குண்டுபோட்டுக் கவிழ்த்தலையா? என்று கேட்கிறார். கம்பம்

உத்தமபுரத்தில் நான்காயிரம் பேர்களையும், சின்னமனூரில் இரண்டாயிரம் மக்களையும், கோம்பையில் ஐந்நூறு ஆட்களையும், கூடலூர், கோகிலாபுரத்தில் பலரையும் உயிர் வாங்கியுள்ளது.

அந்தோணிமுத்துப் பிள்ளையவர்களின் நூலால் அனுமந்தன்பட்டி தேவாலயம் தொன்மையானது என்பதையும் அந்தத் தேவாலயத்தைச் சேர்ந்த மறைத்திரு சாந்தப்பநாதர் என்பவர் அங்குள்ள மக்களுக்கு மருந்து வழங்கியுள்ளதையும் அதனால் அங்கு உயிர் பலி குறைந்திருந்ததையும் அறிகிறோம்.

உத்தமபாளையத்திலும் பிளேக்கின் அட்டூழியம் அரங்கேறியது. மக்களுக்குக் கொடுக்க மருந்துக்குப் பஞ்சம். என்ன செய்வது என்று மண்டையை உடைத்துக்கொண்ட வேளையில் கிராமத் தலைவர் ஒரு வள்ளலை அணுகினார். அந்த வள்ளல் ஒரு சுதந்திரபோராட்ட தியாகி. கல்வித்தந்தை.

ஹாஜி கருத்த ராவுத்தர்

பச்சைக் கட்டங்களில்
தலைகனக்கும் பயிர்க்கூடு

இச்சைக் கொக்குகள்
பாண்டியாடும் பாளையத்தில்

நச்சி வந்தார்க்கு
நயம் செய்த ஒருவர் அவர்

உச்சியில் கொண்டைவைத்த தென்னைபோல்
உள்ளமெல்லாம் கருணைகொண்ட
உத்தம ராவுத்தர் அவர்

வயலோரம் நெடுக வெயிலே தெரியாத புளிய மர, தென்னை மர வரிசைகள். தேனியிலிருந்து 24 கிலோமீட்டரில் இருக்கும் புகழ்பெற்ற ஊர் இது. பொதுவாகவே தேனி மாவட்டத்தில் இந்துக்களும், முஸ்லிம்களும் மிகுந்த இணக்கத்துடன்தான் வாழ்ந்து வருகிறார்கள். எங்கள் வீடுகளில் கோயில் பிரசாதங்களை அவர்களுக்குக் கொடுப்பதும், அவர்களின் நோன்புக் கஞ்சியை நாங்கள் உண்பதுவும் மிகச் சாதாரணமாக இருந்தது. மதினி, அத்தை என்று பெண்கள் ஒருவருக்கொருவர் வீடுகளில் ஒன்றாகப் பழகிக் கொள்வார்கள். அதிலும் அதிகமாக இந்துக்களும், முஸ்லிம்களும் ஒன்று கலந்து வாழும் ஊர் அது. பாளையங்களில் உத்தமப்பெயர்கொண்ட உத்தமபாளையம் அது.

1920-ல் ஊரெல்லாம் பரவிய பிளேக் உத்தமபாளையத்தையும் விட்டுவைக்கவில்லை. அந்த பிளேக்கை ஒரு வள்ளல் விட்டுவைக்கவில்லை. அவர் நாம் அனைவரும் அறிந்த ஹாஜி கருத்த ராவுத்தர் (எ) ஹாஜி முகமது மீரான் ராவுத்தர்.

1888ஆம் ஆண்டு உத்தமபாளையம் சையது லெவை இராவுத்தர் மற்றும் மீர்க்குட்டி அம்மாளுக்கு இரண்டாவது மகனாகப் பிறந்தவர் சே.முகம்மது இராவுத்தர். பின்னாளில் கருத்த இராவுத்தர் என்று அழைக்கப்பட்டார்

பிளேக் நோயினால் மக்கள் மருந்தின்றி கொத்துக் கொத்தாகச் சாவதைக் கண்ட கருத்த ராவுத்தர் பஞ்சாபிலும், லாகூரிலும் இருந்து தன்னுடைய சொந்தச் செலவில் மருந்தை வரவழைத்து யார் எங்கிருந்து வந்து கேட்டாலும் இல்லையென்று சொல்லாமல் வழங்கினார். அதற்கென பணியாட்களையும் நியமித்தார். அதனால் பெருமளவு நோய் கட்டுப்படுத்தத்தப்பட்டது. அதனை அந்தோணிமுத்துப்பிள்ளை

மிக்கதரும குணவான் - முகமது
மீரா வெனுங்கருத்த ராவுத்தரும்
இனிய பஞ்சாபிலிருந்து - அபியாத்
தென்னுமருந்தும் லாகூர் தன்னிலிருந்து
அரிய சவுக்கார் காத்து - அப்பேகயாத்
தருமருந்தும் கட்டிக் கானமருந்தும்
மிக்க பணச் செலவிட்டு - எழுதி
விரைவு பெற்றே வுடன் வரவழைத்து

என்று ஏழைகளைக் காத்ததைச் சிந்து பாடுகின்றார்

1923ஆம் ஆண்டு ஆங்கில அரசால் ஆரம்பிக்கப்பட்ட உத்தமபாளையம் மருத்துவமனையில் 1953ஆம் ஆண்டு மகப்பேறு சிகிச்சை மையம் திறக்கப்படாமல் பல தாய்மார்கள் குழந்தைப்பேறின்போது இறக்க நேர்ந்தது. அதனைக் கண்டு கருத்த இராவுத்தர் தன்னுடைய செலவில் மகப்பேறு மையம் ஒன்றை நிறுவினார்.

இப்படி மக்களுக்குத் தருமம் செய்வதில் மட்டுமே ஹாஜி கருத்த ராவுத்தர் ஈடுபட்டாரா? இந்தக் கம்பம் பள்ளத்தாக்குப் பகுதியிலிருந்து விடுதலைப் போருக்குத் திரண்டவர்கள் எண்ணற்றவர்கள். அவர்கள் கூட்டங்கள் நடத்தவும், கொள்கைகள் பரப்பவும் ஆங்கில ஆட்சியில் எளிதா என்ன?

1922-ல் பெரியகுளம் தாலுகாவில் காங்கிரஸ் மாநாடு கூட்டப்பட்டது. தென்னாட்டு திலகர் என்று அழைக்கப்பட்ட சேலம் டாக்டர் வரதராஜுலு நாயுடு அவர்களை மாநாட்டில் பேச அழைத்தனர். அவர் பேச்சு மக்களை விடுதலைக்குத் தூண்டும். ஆங்கில அரசைச் சீண்டும். அனல் தெறிக்கும். அதனால் அவரைப் பொதுக்கூட்டத்தில் கலந்து கொள்ளும் முன்பே கைது செய்ய ஆங்கிலேய காவல் அதிகாரிகள் காத்திருந்தனர். யார் கண்ணிலும் சிக்காமல் அவரைப் பண்ணைபுரம் வரவழைத்தார் கருத்த ராவுத்தர். அந்த அளவுக்கு மக்களின் செல்வாக்கு அவருக்கு இருந்தது. பொதுக்கூட்டம் ஆரம்பமானது. வரதராஜுலு நாயுடுவும் மேடையில் முழங்கினார். அவரைக் கைது செய்ய நின்றிருந்த காவலர்கள் கைகட்டிக் கேட்டுக்கொண்டிருந்தனர். ஏனென்றால் அந்தக் கூட்டத்தைத் தலைமையேற்று நடத்தியவர் கருத்த ராவுத்தர். அவரை மீறிக் கைது செய்யப் பயந்தனர். பொதுக்கூட்டம் முடிந்து வீரபாண்டியைக் கடந்த பின்புதான் அவரைக் கைது செய்தார்கள். அந்த அளவுக்குக் கருத்த ராவுத்தர் ஆங்கிலேயக் காவல்துறையின் கண்களில் அச்சத்தைப் புரள வைத்தவர்.

காந்திஜி ஆரம்பித்த கள்ளுக் கடை மறியல் போராட்டம் முதலான அனைத்துத் தேசிய இயக்கங்களும் பெரியகுளம் தாலுகா பகுதிகளிலும் உத்தமபாளையம் சுற்று வட்டாரங்களிலும் நடைபெறுவதற்கான பொருளாதாரப் பிண்ணனியின் நாயகராக உத்தமபாளையம் முகம்மது மீரான் என்ற ஹாஜி கருத்த ராவுத்தர் திகழ்ந்தார்.

சுதேசி இயக்கத்தைக் கம்பம் பள்ளத்தாக்குப் பகுதிகளில் மக்கள் சந்திப்பு, குறு நாடகங்கள், பொதுக்கூட்டங்கள் வாயிலாக முன்னெடுத்துச்சென்றார். சுதேசி இயக்கத்தின் எழுச்சியை வீழ்த்துவதற்காகக் கம்பம் பள்ளத்தாக்கின் முக்கிய ஊர்களில் கதர் விற்பனையை ஆங்கில அரசு தடை செய்தது. இதனால் சுதேசி இயக்கம் அப்பகுதிகளில் துவண்டுவிடாமல் காக்கத் தானே ஒரு கதர் விற்பனை நிலையத்தை உத்தமபாளையத்தில் துவக்கினார். பூனாவிலிருந்து கதர் ஆடைகளைத் தருவித்து, மக்களுக்குத் தடையின்றிக் கதர்த் துணி கிடைக்க அரசின் தடையை மீறி வழிவகுத்தார்.

இன்று நாம் கையளவு நிலம் பக்கத்து வீட்டுக்காரரின் சுற்றுச்சுவரொடு ஒட்டிப்போய்விட்டால் பதறுகிறோம். ஆனால் அன்று பள்ளிக்கூடங்களுக்கு நிலங்கள் தருவதைத் தன்னுடைய

விஜயாநந்தலட்சுமி

வாழ்நாள் அறமாகக் கொண்ட செல்வந்தர்களும் இருந்தார்கள். அவர்களில் ஒருவர்தான் ஹாஜி கருத்த ராவுத்தர். அவர் குழந்தைகள் பள்ளிக்கல்விக்கு, பல ஏக்கர் நிலங்களைத் தானமாக அளித்தார். கருத்த ராவுத்தரின் வெள்ளை உள்ளத்தால் மலர்ந்ததே ஹாஜி கருத்த ராவுத்தர் உயர்நிலைப்பள்ளி.

இந்த ஊரில் கல்லூரி வந்ததே பெரும் வரலாறுதான் என்கிறார் எங்கள் சின்னமனூரைச் சேர்ந்த திரு.சோமசுந்தரம் அவர்கள்.

1950-களில் தேனி மற்றும் சுற்று வட்டாரத்தில் உயர்நிலைப் பள்ளிக்கூடங்கள் மிகவும் குறைவு. எங்கள் ஊர் மற்றும் சுற்றுவட்ட கிராமங்கள் அனைத்திலிருந்தும் ஒன்பதாம் வகுப்புக்கு உத்தமபாளையம்தான் போக வேண்டும்.

இந்தப் பள்ளிக்குக் கிராமங்களிலிருந்து மாணவர்கள் நடந்தேதான் செல்வார்கள். கொஞ்சம் வசதி உள்ளவர்கள் மிதிவண்டியில் செல்வார்கள். இப்படி உயர்நிலை வகுப்புப் படித்தபின் பல்கலைக்கழகப் புகுமுகத் திட்டம் என்ற பி.யூ.சி படிக்க வேண்டும். அதன் பின்புதான் பட்டப்படிப்பு செல்ல முடியும்.

அவ்வாறு படிக்க மதுரை, திருச்சி அல்லது பாளையங்கோட்டைக்குத்தான் கல்லூரி சென்று படிக்க வேண்டி இருந்தது. இந்தக் குறை பல ஏழை மாணவர்களின் கல்வியூற்றைத் திறக்கவிடாத கருங்கற்பாறை போன்று அடைத்துக்கொண்டிருந்தது. அதன் காரணமாக 1954, 1955 காலகட்டங்களில் மாணவர்கள் இந்தப் பள்ளியையே கல்லூரியாக விரிவாக்கம் செய்ய வேண்டுமென்று போராட்டம் நடத்தினார்கள். மாணவர்களின் இந்த ஆர்வமும், போராட்டமும் நன்மைகள் செய்வதில் தயங்காத ஹாஜி கருத்த ராவுத்தர் அவர்களை டாக்டர் ஏ.எல்.லட்சுமணசாமி முதலியார் மூலமாக இங்கே கல்லூரி அமைக்க நடவடிக்கை எடுக்க வைத்தது. உறுதுணையாக இருந்தவர் அச்சமயம் மதுரைப் பல்கலைக்கழக ஆட்சிக்குழுவில் இருந்த பி.டி.ராஜன்.

அதன் பயனாய் 1956-ல் ஹாஜி கருத்த ராவுத்தர் ஹவுதியா கல்லூரி 58 ஏக்கர் 81 சென்ட் பரப்பளவில் நிறுவப்பட்டது. கல்லூரிப் பணிகளுக்காக இரண்டு லட்சம் ரூபாய் ரொக்கமும் அளித்தார். அன்றைய முதலமைச்சர் காமராஜர் தலைமையில், அப்பொழுது கம்பம் சட்டமன்ற உறுப்பினராக இருந்த பி.டி. ராஜன், கல்வித்துறை இயக்குனர் நெது.சுந்தரவடிவேலு ஆகியோர்

முன்னிலையில் கல்லூரி துவக்கப்பட்டது ஆரம்ப காலங்களில் அறிவியல், கணிதம், ஆங்கிலம் இவற்றில் முனைவர் பட்டம் பெற்றவர்களையே கல்லூரி முதல்வராக அமர்த்தினார்கள். முதன்முதலில் தமிழ்த்துறையிலிருந்து கல்லூரி முதல்வராக நியமிக்கப்பட்டவர் அப்துல் கபூர். அந்த முடிவை எடுத்த கல்லூரி நிர்வாகம் பாராட்டுதலுக்குரியது.

அப்துல் கபூர் அவர்கள் தக்கலை பள்ளியில் மலையாளத்தை முதன்மைப்பாடமாகப் படித்தவர். இடைநிலைக்கல்வி படிக்கும்போது அவருக்குத் தமிழ் அறிமுகமானது. தமிழின் மீது ஆர்வம் உண்டானதால் அண்ணாமலை பல்கலைக்கழகத்தில் தமிழ் இளங்கலை படித்தார். கல்லூரியில் முதல் மாணவராக வந்தார். அண்ணா, பாரதிதாசன் போன்றோருடன் தமிழால் தொடர்பு கொண்டிருந்தார். 1947இலிருந்து 1952 வரை வாணியம்பாடி கல்லூரியில் தமிழ்த்துறை தலைவராக இருந்தார். 1956ல் உத்தமபாளையம் ஹாஜி கருத்த ராவுத்தர் கல்லூரியில் தமிழ்த்துறைத் தலைவராக இருந்தவர் பின்பு கல்லூரி முதவராகப் பொறுப்பேற்றுக்கொண்டார். ஹாஜி கருத்த ராவுத்தர் கல்லூரி தமிழ்ப் பேராசிரியரைக் கல்லூரி முதலவராகப் பணியமர்த்திய பின்புதான் மற்ற கல்லூரிகளிலும் பின்பற்றினார்கள். சி.இலக்குவனார், வ.சுப.மாணிக்கம் போன்றவர்கள் இதன் பின்புதான் முதல்வராகப் பணியாற்றினார்கள். அந்த வகையிலும் ஹாஜி கருத்த ராவுத்தர் முன்மாதிரியாகச் செயல்பட்டவர்.

இந்தக் கல்லூரியில் படித்த இலக்கியவாதிகள், அரசியல்வாதிகள் பலர். முன்னாள் முதல்வர் ஓ.பன்னீர்செல்வம், கம்பம் ராமகிருஷ்ணன் போன்றவர்கள் இக்கல்லாரியின் மாணவர்களே.

> **'பனிக்கட்டி என்பது**
> **தண்ணீரின் சோம்பேறித்தனம்'**

என்று நீருக்கும் ஒரு கொட்டு வைத்த கவிஞரை விரிவுரையாளராகக் கொண்டிருந்த பெருமையை உடையது இக்கல்லூரி. அந்தக் கவிஞர் போடிநாயக்கனூரைச் சேர்ந்தவர்.

உருவகக் கவியும் யுனெஸ்கோ விருதும்

வறண்ட பூமிக்கு
விளைச்சல் வரட்டுமே
ஆற்றைத் திருப்பிவிடு
அவர்களுக்கும் தாகமுண்டு

வறியவர்களும், எளியவர்களும் பாட்டுடைமை ஆகாமல் வறண்டுகிடக்க, கவிதை ஆற்றை அவர்களை நோக்கித் திருப்பியவர் அவர். தொட்டில் பழக்கமாக வந்தது கவிதை அவருக்கு.

ஆடி மாதம் தேனி பள்ளத்தாக்கு வழியாக தென்மேற்குப் பருவக்காற்று உள்ளே புகுந்து நல்ல மழையைப் பொழியும். பெரியாறு பெருக்கெடுத்து ஓடும். விதைப்பு நேரம் லட்சுமி அம்மாள் பாடினால் மற்ற பெண்கள் குலவையிடுவார்கள். அவர் நடவு நேரத்திலும், களை பறிக்கும் போதும் பாடினால் அலுப்புத் தெரியாமல் பெண்களும், ஆண்களும் பாடியபடி வயலில் வேலையைத் தொடர்வார்கள். அந்த அம்மாள் பாடும்

அவர துவர மொச்ச
அஞ்சுவகை ஆமணக்கு
எள்ளு சிறுபயறு
ஏத்த மணிப்பயறு

கடல சிறுபயறு
காராமணிப் பயறு
வாங்கிவந்த பயறுகள
வாளியில ஊறப்போட்டு
கொண்டுவந்த பயறுகள
கொடத்துல ஊறப்போட்டு

போன்ற நாட்டுப்பாடல்களைக் கேட்டபடி வளர்ந்த அவர் மைந்தனும் அந்தச் சந்தங்களையும், எளிமையையும் இதயத்தால் பற்றி, காகிதத்தில் எழுத ஆரம்பித்தார். தொட்டில் சேலையிலிருந்து ஒரு தூரிகை எழுந்து கவி வரையத் தொடங்கியது. அத்தூரிகை போடிநாயக்கனூர் மீனாட்சிபுரத்தில் நாச்சிமுத்து - லட்சுமி அம்மாளுக்குப் பிறந்த மதனகாமராசன் என்ற நா.காமராசன்..

கவிஞர் நா.காமராசனுக்குச் சிறு வயது முதலே முதல்வர்கள் தொடர்பு ஏற்பட்டுவிட்டது. எப்படியென்றால், கவிஞர் எட்டாம் வகுப்பு மாணவராக இருந்தபோது சிப்பாய்க் கலகத்தின் நூறாவது ஆண்டு விழாவுக்கு மாநிலம் தழுவிய பேச்சுப்போட்டி வைத்தார்கள். இவரும் கலந்து கொண்டார். அதில் இவர் முதல் பரிசு என்றதும் ஊர் மக்களே கொண்டாடினார்கள். சும்மாயில்லை. யானைமேல் அமர வைத்து ஊர்வலமாக வந்தார்கள். இவருக்குப் பரிசு வழங்கியது அன்றைய முதலமைச்சர் பெருந்தலைவர் காமராஜர். அன்றைய கல்வி அமைச்சராக இருந்த சி.சுப்பிரமணியம் இவரைப் பாராட்டியுள்ளார்.

நா.காமராசன் வாழ்வில் இரண்டு பெண்கள் அவரது வெற்றிக்கு உந்து சக்திகள். ஒருவர் அவர் அம்மா. இன்னொருவர் அவர் மனைவி லோகமணி காமராஜன்.

நா.காமராசன், குடும்பத்தில் ஒரே பிள்ளை. அதுவும் பல வருடங்களுக்குப்பின் பிறந்தவர். அதனால் அவர் மொழிப்போரில் ஆரம்பத்தில் ஈடுபட்டபோதே அவர் அம்மாவிடம் அனுமதி கேட்டார். பத்து வருடங்கள் குழந்தை இல்லையே என்று பெற்ற புதல்வன் "அம்மா, உயிரோடு வந்தால் வருவேன். இல்லை தீக்குளித்துப் போனாலும் போய்விடுவேன்" என்று சொன்னால், அந்தப் பெற்ற வயிறு என்ன பாடுபட்டிருக்குமோ? இருந்தும் அந்த அம்மையார் "தமிழுக்காக நீ போகிறாய். உன் பெயர் விளங்க வெற்றியோடு வா" என்றே அனுப்பியிருக்கிறார்.

இவர் மதுரை தியாகராயர் கல்லூரியில் எம்.ஏ படிக்கும் மாணவராக இருந்தபோது இந்தி தேசிய மொழியாக்கப்படும்

என்று அரசாணை வருகிறது. அப்பொழுது இவருடன் சக மாணவராக இருந்தவர் முன்னாள் சபாநாயகர் காளிமுத்து. இவர்கள் மாணவர் தி.மு.க வில் இருந்தவர்கள்.

இந்தியா குடியரசான 1950-ல் இந்தி மொழியில் எந்த நல்ல ஆக்கங்களும் இல்லை. தமிழ், வங்காளம் போன்ற மொழிகளோ இலக்கியத்திலும், பழமையிலும் முன்னிருந்தவை. அவற்றையெல்லாம் புறந்தள்ளிவிட்டு, 15 ஆண்டு காலம் இந்தியைப் பண்டிதர்கள் கொண்டு வளர்த்து நாடு முழுவதும் திணிப்பதைப் பச்சையப்பன் கல்லூரி, அண்ணாமலைப் பல்கலைக்கழகம், தியாகராஜா கல்லூரி ஆகிய அனைத்துக் கல்லூரி மாணவர்களும் எதிர்த்தனர். ஜனவரி 26, 1965-ல் இந்தி புழக்கத்துக்கு வரும் என்று அரசாணை சொல்லவும் தமிழ்நாடு இந்தி எதிர்ப்புப் பேரவை ஜனவரி 25-ல் நாடு முழுவதும் போராட்டம் நடத்துவதாக அறிவித்தது. மாணவர்களில் நா.காமராசன், காளிமுத்து இருவரும் போராட்டம் நடத்தத் தயாராகிவிட்டனர் என்றதை அறிந்த காவல்துறை அவர்களை முதல் நாளே கைது செய்ய அரசிடம் ஆணை பெற்றுக் காத்திருந்தது.

இவர்கள் எம்.ஏ படிக்கும்போது தியாகராஜா கல்லூரியிலும், பாத்திமா கல்லூரியிலும் சேர்த்தே வகுப்புகள் நடந்தனவாம். நா.காமராசன், தமிழ்க் கவிஞரும் ஆய்வாளருமான இரா.மீனாட்சி, கவிஞர் இன்குலாப், காளிமுத்து ஆகியோரும், இன்னும் சிலரும் நண்பர்கள். ஒன்றாகப் படிப்பார்கள். இரா.மீனாட்சி இவர்கள் குழுவுக்குத் தலைமை. அவர் சொல்வதைத்தான் மற்றவர்கள் எல்லாம் செய்வார்கள். அப்படி முடிவு செய்யும் திறமை அவரிடம் இருந்துள்ளது. மொழிப்போர் நடந்தபோதும், வைகைப் பாலத்தில் உட்கார்ந்து பேசித்தான் முடிவு செய்தார்கள்.

நா.காமராசன், காளிமுத்து இருவரும் பெண் வேடமிட்டு கல்லூரியை விட்டு வெளியேறினார்கள். இவர்களைப் பாதுகாத்து வைத்தது இவர்களின் தோழர் கவிஞர் இன்குலாப். மறுநாள் காங்கிரஸ் அனுப்பிய அத்தனை காவலர்களையும் ஏமாற்றி, கல்லூரியின் பின்பக்கமாக வந்து சொன்ன நேரத்தில் போராட்டத்தைத் துவங்கினார்கள். இவர்கள் சொன்னதே அரசாணையை எரிப்போம் என்பதே. அதேபோல் காளிமுத்து அரசாணை நகலைப் பிடித்திருக்க, நா.காமராசன் கொளுத்தினார். காவல்துறை கைகால்களைச் சங்கிலியால் பிணைத்து இவர்களைக் கைது செய்து, சிறையில் வைத்தார்கள். காளிமுத்தோடு நா.காமராசன் தீக்குச்சி

கொளுத்திய புகைப்படம் தமிழ்நாடு மற்றும் இந்திய நாடெங்கும் நாளிதழ்களில் வெளிவந்து தமிழர்கள் உறக்கம் கலைத்தது.

இவரின் தலையாய தொண்டு என்பதை இரண்டு விதங்களில் சொல்லலாம். ஒன்று இவர் ஒரு மொழிப்போர் தியாகி. மற்றொன்று மரபின் படிகளில் நின்று புதுக்கவிதையின் தாழ் திறந்துவிட்டவர்.

தாமரை, கணையாழி, கண்ணதாசன் நடத்திய கண்ணதாசன் இதழ் அனைத்திற்கும் நா.காமராசன் கவிதைகள் எழுதி அனுப்பிக்கொண்டே போயிருந்தார். கண்ணதாசன், தி.க.சி ஆகியோர் இவருடைய கவிதைகளைப் பாராட்டியும், வெளியிட்டும் ஊக்கமளித்தவர்கள். இவருடைய கவிதைகளை ஊக்கப்படுத்தியதில் தாமரை, கண்ணதாசன், கடிதம், எழுத்து, முரசொலி, குறள்நெறி ஆகிய இலக்கிய ஏடுகள் பெரும்பங்கு வகிக்கின்றன.

1967ல் மதுரை தியாகராஜர் கல்லூரியில் பணியில் இருந்தவர் 1969ல் உத்தமபாளையம் வந்துவிட்டார். ஹாஜி கருத்த ராவுத்தர் கல்லூரியில் தமிழ்த்துறையில் அவர் பணியாற்றிய அந்தக் காலம் தான் 'கறுப்பு மலர்கள்' மொட்டவிழ்ந்தன. அம்மாபட்டியில் அவர் வீடு. அங்கிருந்து அவர் உத்தமபாளையத்திற்குப் பேருந்தில் செல்வதைத் தவிர்த்துப் பல நேரங்களில் குளக்கரை வழியாக நடந்து செல்வது வழக்கம். அப்படி நடக்கும்போதும், குளக்கரையில் அமர்ந்தும் பல கவிதைகள் எழுதியுள்ளார்.

உத்தமபாளையம் கல்லூரிக்குப் பட்டிமன்றங்கள், கவிதை அரங்கங்கள், இலக்கிய மன்றங்களுக்கு கலைஞர், அறிஞர் அண்ணா, பேராசிரியர் அன்பழகன், அறிவழகன் ஆகியோரை அழைத்துப் பங்கேற்க வைத்துள்ளார். கவிஞர் கண்ணதாசனை கவியரங்கத்துக்கு அழைத்து வந்த சமயம் நிகழ்ச்சி முடிய நள்ளிரவு பன்னிரண்டு, ஒன்று ஆகிவிட்டது. கண்ணதாசன் தன்னுடைய அறைக்குப்போக நா.காமராசனுடன் வண்டியில் கிளம்பிவிட்டார். அம்மாபட்டியில் கண்ணதாசனைக் காணவேண்டுமென்று அவ்வளவு நேரமும் தூங்காமல் மக்கள் காத்திருந்தார்கள். இதை நா.காமராசன் சொல்லியதும், வழியில் வண்டியை நிறுத்தச் சொல்லி இறங்கி மக்களை, நா.காமராசன் வீட்டினரைச் சில நிமிடங்கள் சந்தித்துவிட்டுக் கிளம்பினாராம்.

உருவகத்தை இவர் தண்ணீர்போல் பயன்படுத்தினார். ஆம். இவர் எந்தக் கருத்தைக் கலனாகச் செய்தாரோ அந்த வடிவத்தைக் கொண்டு அழகேற்றின உவமைகள். இவரது

ஆசிரியர்கள் அனைவரும் பெரும் புலவர்கள். தியாகராஜர் கல்லூரியில் அவ்வை துரைசாமிப்பிள்ளை இவரது பேராசிரியராக இருந்தவர். தமிழண்ணல் என்றொரு ஆசிரியர் இருந்தார். தமிழ் மரபுச்சொற்கள், பழ மொழிகள் போன்றவற்றில் கொட்டிக் கிடக்கும் உருவகங்களைப் பற்றிப் பாடப் பகுதி என்றில்லாமல், தனிப்பட்ட முறையில் நா.காமராசனுக்கு சொல்லிக் கொடுத்தார். தனது கவிதை மொழியின் வளர்ச்சியில் அவருக்கும் பங்குண்டு என்றும், தனக்கு உருவகங்கள்மீது காதல் ஏற்படுவதற்கு ஒரே காரணம் கேரளக்கவி வயலார் ராமவர்மாதான் என்றும் சொல்லியிருக்கிறார். ராமவர்மா போல உருவகங்களைக் கையாளுவதிலும், அவற்றை உருவாக்குவதிலும் தனித்துவம் கொண்டவர்கள் என்று இந்தியாவிலேயே யாருமில்லை. கம்யூனிசக் கருத்துக்களை ராமவர்மா மாபெரும் உருவகமாகச் சொன்னதை நினைத்து அந்த அழகியலைத் தானும் மிகுதியாக எடுத்தாண்டு ஒப்புவமையில்லாமல் எழுதியவர் கவிஞர்.நா.காமராசன்.

நிழல் என்றொரு கவிதை

மண்ணை ஈரம் செய்யாத சேறே
வேனில் நாளில்
தலைதப்பி ஓடிவரும்
வழிப்போக்கர்கள் தங்குகின்ற
வாடகையில்லாத வீடே
சாலையில் வெயில் திருடிக்கொண்டிருக்கும்
சரியான பகல் திருடன் நீதான்

இப்படி வழிப்போக்கனுக்கு நிழல்தான் வீடு என்று போகிற போக்கில் உண்மையை வீசிவிட்டுப்போகிற கவிஞராக இருந்தார்.

'கறுப்பு மலர்கள்' என்ற முதல் கவிதை நூலே இவரைப் புதுக்கவிதையின் உச்சத்திற்குக் கொண்டு சென்றது. யாரும் சொல்லாததைச் சொல்ல வந்த மானுடக் கவிதைகள் என்பதாலேயே காலம் கடந்தும் நிற்கிறது. பல கல்லூரிகளில் பாடமாகவும், ஆட்சியர் தேர்வுக்குப் பாடமாகவும் உள்ளது இந்நூல். இந்தியா மட்டுமல்ல, இலங்கை, மலேசிய பல்கலைக் கழகங்களும் பாடமாக்கிய பெருமை கறுப்பு மலர்களுக்கு உண்டு. யுனெஸ்கோ விருதையும் அள்ளி வந்தது. தமிழ் தமிழ் என்று மூச்சு விட்ட கவிஞனின் தலைமேல் மகுடத்தை அணிவித்தது மானுடம்.

மூங்கையொரு பாட்டிசைக்க
முடவனதை எழுதிவைக்க
முடவன் கை எழுதியதை
முழுக்குருடர் படித்ததுண்டோ?

மூங்கையின் பாட்டானோம்
முடவன்கை எழுத்தானோம்
முழுக்குருடர் படிக்கின்றார்

தாய்ப்பெண்ணோ முல்லைப்பூ
தனிமலடி தாழம்பூ
வாய்ப்பந்தல் போடுகின்ற நாங்கள்
காகிதப் பூக்கள்

இந்தக் கவிதை சந்திப்பிழை என்ற தலைப்பில் கருப்பு மலர்கள் தொகுப்பில் வெளிவந்து பலரையும் திரும்பிப் பார்க்க வைத்த கவிதை. திருநங்கைகளைக் கிண்டலடிப்பவர்கள் தங்களைத் தாங்களே திருப்பிப் பார்த்துக்கொள்ள வைத்த கவிதையும் கூட. அன்றெல்லாம் திருநங்கை என்ற பெயர்கூட அவர்களுக்கு அளிக்கப்படவில்லை.

அழகின் சிகரங்களை மட்டுமே எழுத வரவில்லை. நீக்ரோக்களை, பளியர்களை, பிச்சைக்காரனின் பாடலை, சேரிக்கிரமத்தையும் எழுதினார். நடைபாதைகளுக்குத் தனது நூலைக் காணிக்கையாக்கினார். நூலை வெளியிடுவதற்கு இரண்டாயிரம் ரூபாய் தேவைப்பட்டுள்ளது. இவரிடம் இல்லை. லோகமணி காமராசன் நகைகளை வைத்துப் பணம் திரட்டியுள்ளார். 1971ல் தமிழ்ப்புத்தகாலயம் கண.முத்தையா நூலை வெளியிட்டார். “கண. முத்தையாவைப்போல நேர்மையானவரைக் காண்பது அரிது. அவர் அவ்வப்போது எங்களுக்குப் பணத்தை மணி ஆர்டர் மூலம் அனுப்புவார்” என்று நெகிழ்ந்து சொன்னார் லோகமணி அம்மாள்.

இவர் எழுதி வந்த காலத்தில் புதுக்கவிதையைத் தமிழுக்கு அறிமுகம் செய்துவைத்தார்களே தவிர தமிழில் அதன் வடிவமைப்பு இப்படித்தான் என்று கட்டமைப்பில் இல்லை. அதனை உறுதிபட நிலைநிறுத்தப் பாடுபட்டவர்களில் இவர் பங்கு பெரிது.

“நீ சிரிக்கும்போது குறும்பு காட்டும் சிங்கப்பல்
கவிதை பருவைப்போல் என் கண்களை மயக்கும்”

இப்படியான வரிகளில் மயங்கி “தேவதேவி தேவதேவி” என்று அக்காலக் கல்லூரி மாணவர்களைப் பித்துப்பிடித்து அலைய வைத்தது இவரது ‘சகாராவைத் தாண்டாத ஒட்டகங்கள்’ நூல்.

கம்யூனிஸக் கருத்துக்களே இவர் பாடல்களில் பெரும்பாலும் காணப்படுகிறது. கம்யூனிச சிந்தனை உடையவர்தான் என்கிறார் லோகமணி காமராசன்.

தேன் நிலவில் தீ மூட்டிச்
சாண் வயிற்றைத்
தாலாட்டும்
வானம்பாடிகளே!
நாள்தோறும் ஊர்மாறும்
நாடோடிக் கவிதைகளே!
கால்போன திசையெல்லாம்
உங்களுக்கு
தாய்பூமி நிழல் கொடுக்கும்!

வாழ்க்கையைப் புரிந்துகொள்ள
வழக்காடிக்கொண்டிருக்கும்
சம்பவங்கள் நாங்கள்
புரிந்ததையே வாழ்க்கையென்று
வழி நடந்து
புகழ் வளர்க்கும்
சரித்திரங்கள் நீங்கள்

தனக்கென்று ஒன்றையும் சேர்த்துவைத்துக்கொள்ளாத நாடோடிகளைக் கண்டு நாம் வாழ்வது என்ன பெரிய வாழ்க்கை? என்று தன்னையே கேட்டுக்கொள்ளும் ஞானம் இருந்தது அவருக்கு. இது ஏதோ சும்மா போகிற போக்கில் எழுதியதில்லை. இவர் லம்பாடிகளின் கூடாரத்தில் ஒரு வாரம் தங்கியிருந்து அவர்களின் வாழ்க்கை முறையைத் தானும் வாழ்ந்து பார்த்தாராம். கவிஞன் என்றும் நாடோடிதானே? அந்த அனுபவமே 'தாஜ்மகாலும் ரொட்டித்துண்டும்' நூலில் கவிதையாய் வந்தது. இவருடைய மொழிப்பற்றும், நாட்டுப்பற்றும்தான் அரசியலில் இருக்கவைத்தது எனலாம்.

அறிஞர் அண்ணா தன்னுடைய கவிதை நூலைக் காணாமலே சென்றுவிட்டார் என்று வருந்தியுள்ளார் கவிஞர். தன்னுடைய முன்னுரையிலும் அதையே குறிப்பிடுகிறார். அது மட்டுமல்ல, சூரியகாந்தி நூலில் காஞ்சி என்ற தலைப்பில் எழுதிய கவிதையினை நீக்கிவிடச் சொல்லி அவரிடம் சொல்லியிருக்கிறார்கள் சிலர். அதனையும் அவர் மறுத்து அந்தக் கவிதையைக் கட்டாயம் அதில் சேர்ப்பேன் என்று சேர்த்திருக்கிறார்.

அறிஞர் அண்ணா, கலைஞர் கருணாநிதி, எம்.ஜி.ஆர் ஆகிய மூன்று பேருமே இவருடைய நாட்டுப்பற்றாலும், கவிதைகளாலும் இவர்மேல் ஈர்ப்பும், பெருமதிப்பும், நட்பும் கொண்டிருந்தவர்கள். முதல் உலகத் தமிழ் மாநாடு அன்று இவரின் திருமணம். அண்ணாவும், கலைஞரும், எம்.ஜி.ஆரும் வர முடியவில்லையென்று

வருந்தினார்கள். சேலம் மாவட்டத்தைச் சேர்ந்த விவசாய அமைச்சராக இருந்த முத்துசாமியை இவர் திருமணத்திற்கு அனுப்பி வைத்தார்கள். தமிழறிஞர் இலக்குவனார் தலைமையில் திருமணம் நடந்தது.

மொழிப்போரில் ஈடுபட்டவர்களுக்குக் கலைஞர் அரசில் வேலை கொடுக்கப்பட்டது. அதன்படி நா.காமராசனும் தமிழ்நாடு அரசு தலைமைச் செயலகத்தில் மொழிபெயர்ப்புத் துறையில் அதிகாரியானார். கலைஞர் இவர் மீது பெரும் மதிப்பும் அன்பும் வைத்திருந்தார். இவருக்குக் கலைஞர் மீதும், எம்ஜிஆர் மீதும் தி.மு.க என்ற ஆதிவேரிலிருந்து கிளைத்த நட்பும், அன்பும் என்றுமே இருந்து வந்தது. அதன் காரணமாகவே எம்ஜிஆர் இவரைக் கட்சியில் சேர அழைத்தபோது தன்னுடைய அரசு வேலையையும் விட்டுவிட்டுச் சென்றுள்ளார். எம்ஜிஆர் கதர் வாரியத் துணைத்தலைவராக இவருக்குப் பதவி தந்தார்.

எம்.ஜி.ஆரின் நூலகத்தில் ஏராளமான புத்தகங்கள் உள்ளன. நேரு, தாகூர் எழுதிய புத்தகங்களோடு “கறுப்பு மலர்கள்' புத்தகத்தையும் வைத்திருந்தார். புத்தகத்தை முழுவதும் படித்துவிட்டுத் தன்னுடைய திரைப்படத்தில் இவர் பாடல் இடம்பெறவேண்டுமென்று மிகவும் விரும்பியவர் எம்ஜிஆர். எல்லாக் கவிஞர்கள் எழுதும் பாடல்களையும் அவர் பார்த்து, சில திருத்தங்கள் செய்வார் என்று கூறுவார்கள். ஆனால் இவருடைய பாடலை எந்தத் திருத்தமும் செய்யாமல் மெட்டமைக்கும்படி எம்.எஸ்.விஸ்வநாதனிடம் எம்ஜிஆர் கேட்டுக்கொண்டார். அதுதான் ஊருக்கு உழைப்பவன் திரைப்படத்தில் இடம்பெற்ற கருத்தாலும், இசையாலும் மனம் கவரும் ‘இரவுப்பாடகன் ஒருவன் வந்தான்' என்ற பாடல். ‘போய்வா நதியலையே' என்ற பாடலில் புதுக்கவிதை புகுந்து புறப்பட்டு பின்னால் வந்த கவிஞர்களுக்குக் காலாற நடக்கக் கம்பளம் விரித்தது.

எம்.எஸ்.விசுவநாதனின் இசையில் நா.காமராசன் அறிமுகமானாலும் இவரது பாடல்கள் பெரும்பாலும் இளையராஜாவின் இசையில் மிகவும் பரவலாக மக்களைச் சென்றடைந்தன. இளையராஜாவின் இசைக்காலம் 1975 இல் இருந்து மலரத் துவங்கியதும் பெரும்பாலான கமலஹாசன், ரஜினி படங்களில் இவரது பாடல்கள் வெளிவந்தன. எஸ்.பி. பாலசுப்ரமணியம், கே. ஜே. ஏசுதாஸ் குரல்களில் இவருடைய பல பாடல்கள் இன்றும் தவறாது கேட்கும் வரிசையில் இருப்பவை. ரஜினி படங்களில், இளையராஜா, ஏசுதாஸ், நா.காமராசன் கூட்டணியில் இனிமையான பாடல்கள் உருவாகின.

நல்லவனுக்கு நல்லவன் திரைப்படத்தில் ஒரு பாடல் வேண்டியிருந்தது. சூழல் என்னவென்று சொன்னார்கள். இளையராஜா உடனே நா.காமராசன்தான் எழுதவேண்டும் என்று சொல்லிவிட்டார். காரணம் என்னவென்றால் அப்போதுதான் நா.காமராசரின் மகள் தைப்பவைக்குத் திருமணம் நடந்து முடிந்திருந்தது. பாடல் தேவைப்பட்டதும், மகளைப் பிரியும் தந்தையின் துன்பம்தான். ரஜினிகாந்த் மகிழ்ச்சியானார். கேசட்டில் பாடலுக்கான சந்தங்களைப் பதிவு செய்து அம்மாபட்டிக்கு அனுப்பி வைத்தார் இளையராஜா. அதற்குக் காமராசன் எழுதி ரஜினிகாந்த் நடித்த அந்தப்பாடல் இன்றளவும் கேட்கப்படும் மாபெரும் வெற்றியடைந்த பாடலான 'சிட்டுக்கு செல்லச் சிட்டுக்கு ஓரு சிறகு முளைத்தது' என்ற பாடல்தான். 1990-கள் வரையிலும் முப்பதுக்கும் மேற்பட்ட படங்களுக்குப் பாடல்கள் எழுதிய நா. காமராசன் கலைமாமணி விருதுடன், சிறந்த பாடலாசிரியர் விருது, பாரதிதாசன் விருதுகளையும் பெற்றுள்ளார். பஞ்சவர்ணம் என்ற படத்திற்கு வசனமும் எழுதியுள்ளார். கவியரசு, சோசலிசக்கவிஞர், புதுக்கவிதையின் முன்னோடி, புதுக்கவிதை ஆசான் போன்ற பட்டங்களையும் பெற்றுள்ளார்

நா.காமராசன் சிறந்த பேச்சாளர். எம்ஜிஆர் காலத்துக்குப்பிறகு சில ஆண்டுகளில் கவிஞர் கலைஞரிடமே திரும்பினார். கலைஞரின் கவியரங்கங்கள் அனைத்திலும் அப்துல் ரகுமான், ஈரோடு தமிழன்பன், நா.காமராசன் பங்கேற்றார்கள். கட்டுரைகள் எழுதுவதிலும் வல்லவர். முரசொலிக்கு மட்டும் ஐந்நூறு கட்டுரைகளுக்குமேல் எழுதியிருக்கிறார். பத்திரிகை நடத்தும் ஆசையில் 'சோதனை' என்றொரு பத்திரிக்கை ஆரம்பித்து இரண்டு இதழ்கள் மட்டும் வெளிவந்திருக்கின்றன. அதற்குமேல் நேரம் இன்மையால் தொடராமல் கை விடப்பட்டது.

பிற கவிஞர்களுடன், எழுத்தாளர்களுடன் இவருக்கு இணக்கமும், நட்பும் இருந்து வந்தது. கவிஞர் மு.மேத்தா இவரைப்பற்றிச் சொல்லும்போது "அண்ணன் புதுக்கவிதைக்கு ஒரு சபையை அமைத்தார். நாங்கள் அதில் நின்று மாலைகள் வாங்கினோம்" என்று இவர் புதுக்கவிதைக்கு அமைத்துக்கொடுத்த பாதையை மிகப் பெருமையாகச் சொல்லி மகிழ்ந்தார். இவர் கோடம்பாக்கம் வீட்டில் இருந்தபோது எழுத்தாளர் சுஜாதா தேடி வந்து பார்த்து இவர் கவிதைகளை வியந்து பேசிப்போவாராம்.

இப்படி மொழிப்போர் தியாகியாக, கவிஞராக, பேச்சாளராக, இருந்த கவிஞர் நா.காமராசன் தன்னைப் பேணுவதில்

அக்கறை கொண்டவரில்லை. ஒரு கலையோ, கலைஞனோ உருவாக வேண்டுமானால் உடன் இருப்பவர்களின் தியாகமும் பேசப்படவேண்டியதே. கவிஞர் நா.காமராசன் எழுத்து எழுத்து என்றே இருந்தவர். அவர் குடும்பத்தை எண்ணி ஒரு போதும் நேரம் ஒதுக்கியதில்லை. பாரதிக்குச் செல்லம்மா போலக் கவிஞருக்கு லோகமணி அம்மாள். நா.காமராசன் எப்பொழுதும் குழந்தை மனம் கொண்டவர். குடும்ப பாரத்தை முழுதும் தாங்கிக் கொண்டவர் லோகமணி அம்மாள். காமராசன் எத்தனை பேர் தன்னுடன் வீட்டில் பேசிக்கொண்டிருந்தாலும் எழுதத் தோன்றினால் அந்த இடத்திலேயே எழுதக்கூடியவர். தனியாக இருக்க வேண்டும், அமைதி வேண்டும் என்றெல்லாம் அவர் எண்ணியதில்லை. அவர் சொல்லும் வேகத்துக்கு ஈடு கொடுத்து லோகமணி அம்மாள் எழுதிக் கொடுப்பார்.

அதே போல மற்றொரு முக்கியமான நபர் கவிஞரின் மைத்துனர்-லோகமணி அம்மாளின் தம்பி விவேகானந்தன். அவர் முப்பத்தைந்து வருடங்கள் கவிஞரின் கூடவே இருந்து அவர் சொல்லச் சொல்லக் கவிதைகளை, கட்டுரைகளை எழுதுவது, தொகுப்பது என்று வலது கையாகவே செயல்பட்டிருக்கிறார். காமராசன் சொன்னதை விவேகானந்தன் பதினைந்து பக்கங்கள் எழுதினால் அதனை ஐந்து பக்கங்களாகச் சுருக்கி விடுவார் கவிஞர் காமராசன். அந்த அளவுக்குத் திருத்தம் செய்தே வெளியிடக் கொடுப்பார். விவேகானந்தன் அம்மாபட்டியில் வசிக்கிறார். அம்மாபட்டி மக்கள், தங்களிடம் கவிஞர் அன்பு கொண்டு பேசியதை இன்றும் நினைத்து நெகிழ்கிறார்கள். இம்மக்களை அவரும் தன்னுடைய கட்டுரை நூலில் பதிவு செய்தார். லோகமணி அம்மாள் போடி மீனாட்சிபுரத்தில் மாமியாருடன் இருந்த அதே வீட்டில் வசிக்கிறார். மகள் தைப்பாவை. மகன் திலீபன்.

கவிஞர் காமராசன் கவிதைகளை ஆய்வு செய்து முதுநிலை முனைவர் பட்டங்கள் வாங்கிய மாணவர்கள் நிறைய உள்ளனர். தேனி மாவட்டத்தில் பிறந்து தன்னுடைய கவிதைகளால் உலகம் முழுதும் பேசப்பட்ட ஒரு கவிஞர் இன்னும் அங்கீகாரம் பெறப்பட வேண்டியவர்.

அம்மாபட்டியில் கவிஞர் இருந்த வீட்டுக்குப் பக்கத்தில் ஓவியர் ஒருவர் இருந்தார். அவர் ஓவியரானதற்கு ஒரு தேச பக்தர் சிறை சென்றதே காரணம். அந்த தேச பக்தர் தேவாரத்தைச் சேர்ந்தவர்.

பாரதி நாராயணசாமி

சிலருக்கு அடையாளங்கள்
சிலருக்கு ஆதாரங்கள்
சிலருக்கோ வழித்துணை
சிலருக்கு மட்டும்
வரலாறு உண்டு
அவர்கள் அடைமொழியில்

பாரதி ஏன் இன்றும் பேசப்படுகிறார் என்றால், அவர் சொன்ன சொற்களெல்லாம், கவிகளெல்லாம் உளிகளாக இறங்கி ஒவ்வொருவர் மனதிலும் சுதந்திரத்தின் சிலையை வடித்ததால்தான். அந்த சுதந்திர தேவதையை அவரவர் மனதிலிருந்து எழுப்பிக்கொண்டார்கள் அன்று. சுயநலத்தை பலிபீடத்தில் இட்டார்கள். தம் உயிரையே காணிக்கையாக்கினார்கள்.

அவ்வாறு பாரதியின்பால் பற்றுக்கொண்டு மகாகவியின் பெயரில் பாரதி என்று ஒரு பத்திரிக்கை நடத்தியவர் நாராயணசாமி. அதன் காரணமாகவே பாரதி நாராயணசாமி என்று அறியப்படுகிறார்.

1894-ல் தேவாரத்தில் ராமசாமி செட்டியார்-காமாட்சியம்மாள் ஆகியோருக்கு மகனாகப் பிறந்தவர் நாராயணசாமி. கம்பம் உயர்நிலைப்பள்ளியில் எஸ்.எஸ்.எல்.சி முடித்தார். தொடர்ந்து மதுரை அமெரிக்கன் கல்லூரியில் சேர்ந்து பட்டப்படிப்பில்

சேர்ந்தார். நாடெங்கும் விடுதலைக்கான கிளர்ச்சிகளும், போராட்டங்களும் நடந்துகொண்டிருந்தது. அதன் தாக்கத்தில் பட்டப்படிப்பைப் பாதியில் நிறுத்திவிட்டு தேசிய காங்கிரசில் சேர்ந்தார்.

1919ஆம் ஆண்டு ஜாலியன் வாலாபாக் படுகொலை நாட்டையே உலுக்கியது. அதனைக் கண்டித்துக் கூட்டங்கள் பல நடத்தி, இளைஞர்களைக் கிளர்ந்தெழச் செய்யும் பேச்சுக்களால் இவர் மாவட்டமெங்கும் பெயர் பெற்றவர். ஒரு போராட்டமோ, கண்டனமோ, மறியாலோ எதுவாயினும் இவர் பின்னால் வரத் தயாராக இருந்தனர் இளைஞர்களும், பொதுமக்களும்.

இன்றெல்லாம் தேசியக்கொடியை விளையாட்டுப் பொருள்போல் அகற்றிவிட்டுத் தங்கள் மேலாண்மையைக் காட்ட முயல்கிறார்கள். அந்த தேசியக்கொடியைப் பயன்படுத்தக்கூடாது என்று வெள்ளை அரசு சட்டம் போட்டபோது அதற்காக நடந்த போராட்டங்களை நம் தலைமுறையினருக்குச் சரியாகக் கொண்டு சேர்க்கவில்லை என்பதே காரணம். அதிலொன்று நாக்பூர் கொடியேற்றும் போராட்டம்.

1923ல் நாக்பூரில் பல ஆயிரக்கணக்கான மக்கள் கலந்து கொண்ட ஊர்வலம் ஒன்று நடைபெற்றது. அதில் இந்திய தேசியக் கொடியும் காங்கிரசு கொடியும் பயன்படுத்தப்பட்டன. மக்கள் தங்கள் வீடுகளிலும் கொடிகளைப் பறக்கவிட்டனர். இதனை விரும்பாத காலனிய ஆட்சியாளர்கள், தேசியக் கொடியைப் பறக்கவிடுவதற்குத் தடை விதித்தனர். இதற்குப் பதிலடியாக ஏப்ரல் 6 முதல் 13 வரை ஜாலியன்வாலாபாக் படுகொலையை நினைவு கூரும் வகையில் தேசிய கொடி வாரம் விடுதலை இயக்கத்தினரால் கடைபிடிக்கப்பட்டது. ஏப்ரல் 13ம் தேதி அவர்கள் நடத்த எண்ணியிருந்த கொடி ஊர்வலம் ஆட்சியாளர்களால் தடை செய்யப்பட்டது. தடையை மீறி ஜம்னாலால் பஜாஜ் தலைமையில் நூற்றுக்கணக்கான விடுதலை இயக்கத்தினர் கொடி ஊர்வலத்தை நடத்தினர். ஊர்வலம் நாக்பூர் அரசு அதிகாரிகள் குடியிருப்பை அடைந்த போது காவல்துறையினர் அவர்கள் மீது தடியடி நடத்தி ஊர்வலத்தைக் கலைத்தனர். பஜாஜ் உட்பட பலர் கைது செய்யப்பட்டுச் சிறையில் அடைக்கப்பட்டனர்.

அடுத்த சில வாரங்களில் நாக்பூர் விடுதலை இயக்கத்தினருக்கு ஆதரவாக இந்தியாவின் பல பகுதிகளிலிருந்து விடுதலை

இயக்கத்தினர் நாக்பூருக்கு வந்து கொடி ஊர்வலங்களை நடத்தினர். அவர்களும் கைதுச் செய்யப்பட்டு சிறையிலடைக்கப்பட்டனர். பிற ஊர்களிலும் கொடி ஊர்வலங்கள் நடத்தப்பட்டன.

இந்தப் போராட்டத்திற்குத் தென் தமிழகத்திலிருந்து ஆயிரக்கணக்கானவர்கள் சென்றார்கள். தேவாரம் பகுதியிலிருந்தும் பெரியகுளம் வட்டத்தின் பல பகுதிகளில் இருந்தும் மக்களைத் திரட்டி அதற்குப் பாரதி நாராயணசாமி அனுப்பி வைத்தார். "அங்க அடிச்சா இங்க வலிக்கும்" என்பதை ஒவ்வொரு விடுதலை வீரரும் உணர்ந்திருந்த காலம் அது.

காந்தியடிகளின் சொற்களை செயலாக்கிக் காட்டும் வேகமுடையவர் பாரதி நாராயணசாமி. 1925ல் மகாத்மா மதுரையில் காங்கிரஸ் பிரமுகர் ஜோசப் வீட்டில் தங்கியிருந்தார். அப்போது தேவாரம் பகுதியில் திரட்டிய நிதியைப் பாரதி நாராயணசாமி மதுரை சென்று ஐம்பது தொண்டர்களுடன் காந்தியைச் சந்தித்துக் கொடுத்துவிட்டு வந்தார்.

1929-ம் ஆண்டு முகவை பட்டாபிராமய்யா தலைமையில் காமயகவுண்டன்பட்டியில் தொண்டர்கள் மாநாடு நடந்தது. அதற்கு ஒரு தொண்டர் படையையே திரட்டி பெரியகுளம் வட்டம் முழுவதும் மாநாடு பற்றிய செய்தியை அறிவித்து மாநாட்டைச் சிறப்பாக நடத்தினார். கோம்பை கள்ளுக்கடை மறியல் செய்ய இவர்தான் காரணம் என்று சர்க்கிள் இன்ஸ்பெக்டர் வைத்தியநாதய்யர் இவரைக் கைது செய்து கோர்ட்டில் ஒப்படைத்தார். இவருக்கு ஓராண்டு சிறைத்தண்டனை விதிக்கப்பட்டு வேலூர் சிறைச்சாலைக்கு அனுப்பி வைக்கப்பட்டார். அங்கே இராஜாஜி, டாக்டர் ராஜன், புலுசு சாம்பமூர்த்தி, சத்தியமூர்த்தி ஆகியோர் இருந்தனர். அவர்களுடன் ஏற்பட்ட உறவு விடுதலைப்போரில் இன்னும் தீவிரமாகப் பாரதி நாராயணசாமியை ஈடுபட வைத்தது.

காந்தியடிகளை எந்த விதத்திலாவது தங்கள் ஊருக்கு வரவழைக்க வேண்டுமென்று முயற்சி செய்தவர்களில் முக்கியமானவர்கள் இரண்டு பேர். ஒருவர் போடிநாயக்கனூரைச் சேர்ந்த நித்தியானந்தசாமி. இன்னொருவர் பாரதி நாராயணசாமி. நித்தியானந்தசாமி அழைப்பை ஏற்று போடிநாயக்கனூருக்குச் செல்ல மகாத்மா பயணத்திட்டம் ஒத்துழைக்கவில்லை. போடிநாயக்கனூர் மலை முடுக்கில் இருந்ததால் அங்கே சென்று திரும்ப தாமதம் ஆகும். அதனால் முடியாது என்று மறுத்தனர் மகாத்மா காந்தியுடன் வந்த குழுவினர்.

அதே நேரம் இவரை எப்படி வரவழைக்கலாம் என்று மனதுக்குள் கணக்குப்போட்டு மகாத்மாவின் பயணக் குழுவினருடன் இருந்த டாக்டர் தி.சே.சௌ.ராஜனை அணுகினர். "எங்கள் ஊருக்கு மகாத்மா வந்தால் எங்கள் ஒரு தாலுக்காவில் மட்டும் அரிசன நிதியாக ஐயாயிரம் ரூபாய் வசூல் செய்து தருகிறேன்" என்று சொன்னார். தக்கர் அவர்களைக் கண்டு பேசி ஒரு நாள் சுற்றுப்பயணத்தில் ஐயாயிரம் ரூபாய் நிதி தருவதாக உறுதி அளித்துப் பேசுங்கள் என்று ராஜனும் சொல்லிவிட்டார். விடாக்கண்டனாக பாரதி நாராயணசாமி மகாத்மா கேரளா பயணத்தில் இருந்ததால் அங்கேயே சென்று ஒப்புதல் வாங்கிவிட்டார். மதுரையில் மழை வந்ததன் காரணமாக பயணத்திட்டம் பத்துநாள் அதிகமாகியது. அதனால் தேவாரம் பகுதி பயணமும் இரண்டு நாள்கள் ஆனது. அரை மணி நேரமாவது மகாத்மா தேவாரம் வர வேண்டும் என்று கேட்ட பாரதி நாயணசாமிக்கு அரை நாளுக்கு மேல் தேவாரத்தில் மகாத்மா இருக்க நேர்ந்ததை வரமாக எண்ணினார். தேவாரம் ஏலம் மணக்கும் ஊர். அங்கே பாரதி நாராயணசாமிக்குப் பெரும் புகழும், மரியாதையும், மக்கள் செல்வாக்கும் இருந்ததால் தேவாரம் ராஜா என்று தக்கர் அவர்களால் அழைக்கப்பட்டவர். தமிழ்நாட்டின் பல பகுதிகளுக்குச் சுற்றுப்பயணம் செய்து களைத்துப்போயிருந்த மகாத்மாவுக்கு கம்பம் பள்ளத்தாக்குப் பயணம் புத்துணர்ச்சியைத் தந்தது. இந்தப் பகுதிகளில் இரண்டு நாள் பயணத்துக்கு மகாத்மாவுக்கு ஏற்பாடு செய்யப்பட்டிருந்தது. சேரிகள் இருக்கும் பகுதிகளுக்கும், அரிசன இயக்கம் இருந்தால் அதனை ஊக்கப்படுத்துவதற்கும் என்றே மகாத்மா பயணங்களை மேற்கொண்டார். ஆனால் இந்தப்பகுதியில் அப்படி இயக்கம் எதுவும் இல்லை. காந்தியடிகள் வந்து பேசுவதன் மூலமாக இனி ஏற்படலாம் என்று எண்ணியிருந்தார். 1934ஆம் ஆண்டு திண்டுக்கல்லிலிருந்து வத்தலகுண்டு, பெரியகுளம், தேனி, சின்னமனூர், கம்பம், தேவாரம் என்று மகாத்மாவின் சுற்றுப்பயணம் அமைக்கப்பட்டது. தேவாரம் வந்த மகாத்மாவுக்கு மக்கள் அளித்த வரவேற்பு சொல்லி மாளாது. அங்கே மகாத்மாவுக்கு வரவேற்புப் பத்திரமும், நிதியும் வழங்கப்பட்டது. இதற்கு முழு மூச்சுடன் உழைத்தவர் பாரதி நாராயணசாமி. 1942இல் வெள்ளையனே வெளியேறு இயக்கத்தில் ஈடுபட்டு மீண்டும் ஒரு வருடம் சிறை சென்றார். இப்படி விடுதலை இயக்கம் என்றில்லாமல் கல்விச் சாலைகள் பல ஏற்படுத்தியவர். பாரதி பத்திரிக்கையின் ஆசிரியர்.

வாழ்நாள் முழுமையும் திருமணம் செய்துகொள்ளாமல் நாட்டுக்காக உழைப்பதையே பிறவிப்பயன் என்று கொண்டிருந்தவர் பாரதி நாராயணசாமி. அவர் நாட்டு விடுதலைக்குப்பின் 1957ல் பெரியகுளம் தொகுதி பாராளுமன்ற உறுப்பினராக ஒருமனதோடு போட்டியின்றித் தேர்ந்தெடுக்கப்பட்டார். அந்தக் காலகட்டங்களில் நலிவுற்றோர், ஊனமுற்றோருக்கு உதவிகள் பெற்றுத் தருவதில் தன் பங்கினை முழுமையுடன் செய்தார்.

பாரதி நாராயணசாமிக்குத் தமிழ் மீது நாட்டம் அதிகம். 1933இல் சென்னையில் நடைபெற்ற தமிழ் அன்பர் மாநாட்டில் கலந்துகொண்டபோது கல்வி இயக்குநராக இருந்த நெ.து. சுந்தரவடிவேலுவைக் கண்டு அறிமுகமானார். பாரதி நாராயணசாமி சாதி மீது மதிப்பு, ஈடுபாடு கொண்டவரல்ல என்றாலும், சுந்தரவடிவேலு என்ன சாதி என்று அறிந்துகொள்ளப் பலவாறு கேள்விகள் கேட்டுப்பார்த்தார். ஆனால் சுந்தரவடிவேலு அவர்கள் தானும் சாதிக்கு அப்பாற்பட்டவர் என்று தன்னுடைய பதில்களிலேயே தெளிவுபடுத்தினார். அதில் மனம் மகிழ்ச்சி கொண்டார் பாரதி நாராயணசாமி. அதன்பிறகு இருவருக்கும் களங்கமில்லாத நட்பு ஏற்பட்டது. கடிதத் தொடர்பில் இருந்தார்கள். பாரதி இதழுக்கு சுந்தர வடிவேலுவிடமிருந்து கட்டுரைகள் கேட்டார் நாராயணசாமி. “பாரதப் புதல்வனின் புலம்பல்”, “ஜப்பானில் நவயுகம்” ஆகிய கட்டுரைகளையும், “முதன்மையாளர்” என்ற சிறுகதையையும் எழுதி அனுப்பினார் சுந்தரவடிவேலு. அவை பாரதி இதழில் குறித்த நேரத்தில் வெளிவந்தன.

சுந்தரவடிவேலு ஒரு சமத்துவவாதி என்று அறிந்துகொண்ட பாரதி நாராயணசாமி சும்மாயிருக்கவில்லை. அவர் இளைஞர்களை ஏதோ ஒரு விதத்தில் பண்படுத்திக்கொண்டிருக்கவே முயல்வர். தான் சுந்தரவடிவேலுவுக்குச் செய்ய வேண்டியது ஒன்று உள்ளது என்று எண்ணினார். அவருக்குத் திருமணம் செய்து வைப்பதே அது. அவருக்குத் தன்னுடைய உறவினர், செல்வந்தர் ஒருவரின் பெண் பத்தாம் வகுப்பு வரை படித்திருப்பதாகவும், அவர்கள் வீட்டில் கலப்புத் திருமணத்திற்கு ஆதரவு தருவார்கள் என்றும் சுந்தரவடிவேலுவிடம் சொல்லிப் பெண் பார்க்க அழைத்தார். தன்னுடைய வாழ்க்கைக்கு ஏற்பாடு செய்யும் திருமணம் ஒத்து வராது என்று சுந்தரவடிவேலு அதனைப் பக்குவமாக எடுத்துச்சொல்லி நிராகரித்தார். அதன் காரணமாக அவர்களுக்குள் எந்த மன பேதமும் உண்டாகவில்லை. நட்பு மேலும் இறுகியது. பாரதி

நாராயணசாமி காந்தியவாதி என்றாலும், வெளியிடங்களில் காபி, தேநீர் அருந்துவதற்கு முரண்டு பிடிப்பதில்லை. இதை நெது.சுந்தரவடிவேலு தன்னுடைய நினைவு அலைகள் நூலில் பதிவு செய்துள்ளார்.

வேலூர் சிறையில் இவர் இருந்தபோது ஜி.ராமச்சந்திரன் இவருடன் பழக்கமானார். அவர் ஒரு வேண்டுகோள் வைத்தார் இவரிடம். அந்த வேண்டுகோளுக்காக இவர் கல்கத்தாவுக்கு ஓர் இளைஞரை அனுப்பினார். அந்த இளைஞர் அம்மாபட்டியைச் சேர்ந்தவர்.

இரவீந்திரநாத் தாகூரின் மாணவர்

பார்வை விட்டங்களைத் தாண்டியும்
பதியும் காட்சிக்குள்
அகப்படுவதில்லை
அதே கண்கள்

மாறா என்ற திரைப்படத்தில் மக்கள் குடியிருக்கும் சுவர்களிலெல்லாம் ஓவியம் வரைந்து வைத்த கதாநாயகனை நீங்கள் மறந்திருக்க முடியாது. அப்படி ஓவியங்கள் தீட்டுவதை வருமானத்துக்காக இல்லாமல் கலைக்காக மட்டுமே 1950களில் செய்தவர் அம்மாபட்டியில் பிறந்தார் என்றால் உங்களால் அடையாளம் காண முடியுமா?

பாரதி நாராயணசாமியைப்பற்றிச் சொன்னேன் அல்லவா?. பாரதி நாராயணசாமி சிறையில் இருந்தபோது அவருடன் இருந்த ஜி.ராமச்சந்திரன் சாந்திநிகேதனைப் பற்றி அவரிடம் கூறினார். சாந்திநிகேதனில் பயின்ற இந்த ஜி.ராமச்சந்திரனே பின்னாளில் காந்தி கிராமத்தை நிறுவியவர். சாந்திநிகேதனில் பணியாற்றிய நந்தலால் போஸ் போன்ற ஆசிரியர்களின் பெருமைகளைக் கூறி அங்கு நல்ல மாணவர்களை அனுப்பிவைக்கச் சொன்னார் ராமச்சந்திரன்.

பாரதி நாராயணசாமியின் மனதில் சிற்றிளைஞர் ஒருவர் துறுதுறுவென்று எதையாவது செய்துகொண்டும், படிப்பில்

கெட்டிக்காரராகவும், அங்கங்கு வரைந்துகொண்டும், சுவர்களிலெல்லாம் வண்ணம் தீட்டியும், பறவைகளோடு பேசிக்கொண்டும் இருக்கும் பிம்பம் நிழலாடியது. அந்த இளைஞன் சில காலமாக பாரதி நாராயணசாமியுடன் நெருக்கமானவர். அவரைத்தான் அனுப்ப வேண்டும் என்று எண்ணிக்கொண்டவர் சிறையிலிருந்து வெளிவந்ததும் அவ்விளைஞரை அழைத்து நந்தலால் போஸ் பற்றி ஜி.ராமச்சந்திரன் சொன்னதையெல்லாம் கூறி சாந்திநிகேதனுக்கு அனுப்பி வைத்தார்.

அந்த இளைஞர் தேனி மாவட்டம் உத்தமபாளையத்தின் அருகிலுள்ள அம்மாபட்டியில் 1915-ம் ஆண்டு பிறந்த "பெருமாள் ஐயா" என்றும், "பெருமாள்தா" என்றும் அன்புடன் அழைக்கப்படும் அ.பெருமாள். உத்தமபாளையத்தில் பள்ளிக் கல்வி பயிலும்போதே ஓவியக் கலையில் ஈடுபாடு கொண்டிருந்தார். இவருடன் பிறந்தவர்கள் இரண்டு தம்பிகளும், ஒரு தங்கையும். இவர் வீட்டுக்கு மூத்த பிள்ளை. இயற்கையை அதன் வழியில் உணர்வதும், கூர்ந்து நோக்குவதுமே ஓவியக்கலைக்கு முக்கியமான தேவையாகும். அந்தக் கூர்மதி பெருமாளிடம் அதிகமாகவே இருந்தது.

இவர் சாந்தி நிகேதன் சென்றபோது பல்கலைக் கழகம் விடுமுறை என்பதால் பெருமாள் அங்கேயே தங்கியிருந்து விடுமுறைக்குப் பின் சாந்திநிகேதனில் உள்ள கலாபவனில் மாணவராகச் சேர்ந்தார்.

கலா பவன் என்பது உலக அளவில் புகழ்பெற்ற நுண்கலைகள் கற்றுத்தரும் பிரிவு. பன்னாட்டு மாணவர்கள் நுண்கலைகளைக் கற்றுக்கொள்ள சாந்திநிகேதனுக்கு வந்து தங்கிப் படித்தனர். புகழ்பெற்ற ஓவியரான அபேந்திரநாத் தாகூர், இதன் தலைவராக இருந்தார்.

மேற்கு வங்க மாநிலத்தில் பிர்பும் மாவட்டத்தில் அமைந்துள்ளது சாந்தி நிகேதன். இதை நிறுவிய இரவீந்திரநாத் தாகூர் பள்ளி செல்வதை வேப்பங்காய் தின்பதுபோல எண்ணி இருந்தவர். அவருக்குத் தெரியும் குழந்தைகள் மனம். அதனால் இங்கே போதிப்பதைவிடவும் இதுதான் அறிவு என்று சுட்டுவதே கல்வியாக இருந்தது. கலைகளுக்கு இங்கே அடையா நெடுங்கதவங்கள் வா வா என்று அழைத்தபடியே இருந்தன. இங்கே கல்விக்குக் கட்டணங்கள் வாங்குவதில்லை. இயற்கையைப் பாதுகாத்தல், பெண்களுக்குச் சுதந்திரம் அளித்தல், மதசார்பின்மையை வளர்த்தல் ஆகியவையே முதன்மையாக இருந்தன. இரவீந்திரநாத் தாகூர்

தீண்டாமையை ஒழிப்பதை மாணவர்கள் மத்தியில் புகுத்தினார். அறிவியல் சிந்தனைகளை வளர்ப்பதும், நுண்கலைகளில் தேர்ச்சியடைய வைப்பதும் இவர்கள் பணியாக இருந்தது. இரவீந்திரநாத் தாகூர் தனக்கு கிடைத்த நோபல் பரிசுத் தொகையை மாணவர்களின் கல்விக்காகச் செலவிட்டார்.

இந்தியக் கல்வி நிலையங்களிலே கலைக்குத் தனியிடம் கொடுத்துச் சிறப்பான கலைப்பயிற்சிக்கு வழிவகை செய்தது சாந்தி நிகேதன் மட்டுமே. ஜப்பானிய, சீன ஓவியர்கள் அங்கே வந்து பாடம் நடத்தினார்கள். மேற்கத்திய ஓவியப் பாணிக்கு மாற்றாகக் கீழைத்தேயக் கலைமரபை முன்னெடுக்க முயன்றது சாந்தி நிகேதன்.

அருணாச்சலம் பெருமாள் 1933ல் மாணவராக சாந்திநிகேதனுக்குச் சென்றார். முதல் ஆசிரியர் விநாயக் சிவராம் மாசோஜி. இவர் காந்தியுடன் தண்டி உப்பு சத்தியகிரகத்திற்கு உடன் சென்றவர். அங்கு நள்ளிரவில் காந்தி கைது செய்ப்பட்டதை ஓவியமாக்கியர். அந்த ஓவியம் தற்போது மதுரை காந்தி அருங்காட்சியகத்தில் இருக்கிறது. விநாயக் சிவராமை அடுத்து பெருமாளின் ஆசிரியராக அமைந்தவர் பினோட் பிஹாரி முகர்ஜி. கலாபவனில் முதல் இரண்டு வருடங்கள் பிஹாரியிடம் ஓவியம் கற்றார். பினோட்டுக்கு ஒரு கண்ணில் பார்வை இல்லாமலிருந்தது. இன்னொரு கண்ணின் பார்வையைத் தடிமனான கண்ணாடிகொண்டு தக்கவைத்தபடி அவர் வரைந்தார். அவருடன் இருந்த காலங்கள் பெருமாளுக்குப் பெரும் பயிற்சி தரக்கூடியதாக இருந்தது. இயற்கையை ஆராயவும், அவரைப்போல கடினமாக உழைக்கவும் ஆர்வத்தை உண்டாக்கியது. பினோட் ஓவியங்கள் வரைவதில் சீன முறையைப் பயன்படுத்தினார். இரவில் ஹரிக்கேன் விளக்கு வெளிச்சத்தில் அவர் வெளிக்கொணரும் கலையை, பின்னாளில் பெருமாள் கைக்கொண்டார். அது பெருமாள் தன்னுடைய குருவின் மீது கொண்ட பக்தியால் இயல்பாக ஏற்பட்டதாக இருக்கலாம். பினோட் பெருமாளைத் தன்னோடே எப்போதும் வைத்துக்கொண்டார். இதனால் பெருமாள் பினோட்டுக்கு நல்ல துணையாக இருந்துள்ளார். பனாரசுக்கு பினோட் ஒரு மாத காலம் படிக்கச் சென்ற போதும் பெருமாள் அவருடனேயே இருந்தார். இதனால் கற்றலின் பரிமாணங்கள் பெருமாளுக்கு இன்னும் ஒரு படி அதிகம் கிடைத்தது என்றே சொல்லவேண்டும்.

1936ல் பினோட் ஜப்பான் சென்றார். பெருமாளின் வாழ்வில் அடுத்த குருவாக நந்தலால் போஸ் வந்த நேரம் அது. காந்தியடிகளின்

வேண்டுகோளுக்கு இணங்கி நந்தலால் போஸ் 1936-லும் 1937-லும் ஃபைஸ்பூர், ஹரிபுரா ஆகிய நகரங்களில் நடைபெற்ற இந்திய தேசிய காங்கிரசின் மாநாடுகளில் ஓவிய அலங்கார பொறுப்புகளை ஏற்றுக்கொண்டபோது அவரின் மாணவராக அவருடன் பணியாற்றும் வாய்ப்பு பெருமாளுக்குக் கிடைத்தது. அவை ஹரிபுரா போஸ்டர் என்றே சொல்லப்பட்டன. நந்தலால் போஸ் மிக அணுக்கமாகப் பெருமாளை வைத்திருந்தார்.

பினோட், நந்தலால் ஆகிய இருவரின் பாடங்களிலும் அடிப்படையாக ஒரு வேறுபாடு இருந்தது. பினோட் கலையை அதன் இலக்கணங்களோடு இருக்கவேண்டுமென்பவர். நந்தலால் உள்ளுணர்வின் தூண்டுதலால் வரைய வேண்டும் என்று சொல்பவர். உண்மையாகவே ஒருவருக்கு வரையும் ஆர்வம், உள்ளுணர்வின் தூண்டுதல் இல்லாமல் வரைந்தால் அவர் வரைந்த ஓவியத்தின் வாழ்நாள் வீணானது என்பதே அவர் கருத்தாக இருந்தது.

பெருமாள், பினோட் அவர்களிடம் ஓவியத்தின் இலக்கணங்களையும், நந்தலாலிடம் கலை நுண்ணுணர்வையும் கற்றுக்கொண்டார் எனலாம். ஐந்து வருடங்கள் நந்தலால் போஸிடம் மாணவராக இருந்தார் பெருமாள். இது அவரைப் புடம் போட்டு மெருகேற்றிய பொன்னான காலம். நந்தலால் பல இடங்களுக்கும் அழைத்துச்சென்று கலை உருவாக்கத்தைப் பெருமாளுக்குள் உயிரூட்டியவர். பரோடாவிலுள்ள கீர்த்தி மந்திரில் நந்தலால் போஸ் சுவரோவியங்கள் வரைந்தபோது அவருடைய உதவியாளராகச் செயல்பட்டார்.

இவர் ஆங்கிலம், வங்காளம், இந்தி ஆகிய மொழிகளில் தேர்ந்தவரானார். மேலை நாட்டு மொழிகளான பிரெஞ்சு மொழியில் பட்டயப்படிப்பு முடித்து அன்றைய பிரதமர் ஜவஹர்லால் நேருவின் கையால் சான்றிதழ் வாங்கியுள்ளார். ஜெர்மன், ஜப்பானிய மொழி ஆகியவற்றையும் பெருமாள் அறிந்திருந்தார்.

இன்னும் சிறப்பான ஒரு வாய்ப்பும் பெருமாளுக்குக் கிடைத்தது. அது மூன்று மாதங்கள் இரவீந்திரநாத் தாகூரின் அருகிலேயே இருந்து அமெரிக்கக் கண்காட்சிக்கான ஓவியங்களைச் சரிபார்த்தல், அட்டவணையிடுதல் போன்ற பொறுப்புகளில் ஈடுபட்டதே.

சாந்திநிகேதனில் பயிற்சி முடிந்ததும், நந்தலால் பெருமாளை சிம்லாவில் இருந்த ஹார்கோர்ட் பட்லர் உயர்நிலைப்பள்ளியில் வைசிராய் அலுவலர்களின் பிள்ளைகளுக்கு ஓவிய ஆசிரியராக இருக்க அனுப்பினார். அந்தப்பள்ளி டெல்லியில் ஆறு மாதங்களும், சிம்லாவில் ஆறு மாதங்களுமென நடைபெறக்கூடியது. 1938-ல் கோடை காலமான மே, ஜூன், ஜூலை ஆகிய மூன்று மாதங்கள் பெருமாள் வேலைக்குச் சென்றார். அவருடைய இயல்புக்கு அந்த வேலை பிடிக்கவில்லை. தனது குரு நந்தலாலுக்குத் தன்னுடைய விருப்பமின்மையை வெளிப்படுத்திக் கடிதமெழுதினார்.

நந்தலால் வார்தா அருங்காட்சியகத்தில் காப்பாளர் வேலை இருப்பதாகவும், அதில் சேர விருப்பமிருந்தால் செல்லும்படியும் பதில் தந்தார். அந்த அருங்காட்சியகம் ஜெ.சி.குமரப்பாவினால் அமைக்கப்பட்டது. பெருமாள் தன்னுடைய விருப்பதைத் தெரிவித்து, மாதம் முப்பது ரூபாய் சம்பளத்தில் சேர்வதற்குத் தயாரானார். வேலையில் சேரும் முன் தன்னுடைய குரு நந்தலாலை சாந்திநிகேதனில் சந்தித்தார். அப்போது கலாபவனில் ஒரு வேலை காலியாக இருப்பதாகவும், தானே ஜெ.சி.குமரப்பாவுக்குக் கடிதம் எழுதி பெருமாள் அங்கே வர முடியாததைத் தெரிவித்துவிடுவதாகவும், பெருமாள் சாந்திநிகேதனிலேயே ஆசிரியராகப் பணி ஏற்கலாம் என்றும் நந்தலால் சொல்லிவிட்டார்.

அதன்படியே பெருமாள் கலாபவன் ஆசியர்களில் ஒருவரானார். நூலகத்திற்கும் அருங்காட்சியகத்திற்கும் காப்பாளர் பொறுப்பேற்றுக்கொண்டார். பினோட் பிஹாரியின் வகுப்புகளுக்கு உதவியாகவும் இவர் இருந்தார். யூஜிசியினால் இவர் பணியமர்த்தப்படவில்லை. நந்தலால் அவர்களால் நேரடியாக ஆசிரியரானவர். எந்த அரசியலுக்கும், காழ்ப்புணர்வுக்கும் பெருமாள் ஆளானதில்லை. காரணம் இவர் பிஹாரி, நந்தலால் இருவருக்கும் மாணவராக இருந்ததே.

தன்னுடைய பணியை நிறைவு செய்யும் வரையிலும் எந்தக் கட்டுகளுக்குள்ளும் அவர் சிக்கவில்லை. ஏன், இறுதி வரையும்கூட. தன்னை முன்னிறுத்திக்கொள்வதற்குப் பெரியதாக மெனக்கெடவில்லை. அதற்கு இவரின் காந்தீய சிந்தனைகளே காரணம். நகர்ப்புறத்தில் தன்னுடைய படைப்புகளைக் காட்சிப்படுத்துவதைவிடவும், பழங்குடி கிராமங்களில், தான் கலையைக் கண்டெடுத்த அதே இடங்களில் வாழ்ந்த அதே மனிதர்களிடம் கொண்டு செல்லவே விரும்பினார்.

ஆனால் சாந்திநிகேதன் நடத்திய பல கண்காட்சிகளில் பெருமாளின் ஓவியங்கள் காட்சிப்படுத்தப்பட்டன. இரவீந்திரநாத் தாகூர் தன்னுடைய நாட்டிய நாடகம் ஒன்றை மெட்ராஸ் ஸ்கூல் ஆப் ஆர்ட்ஸில் நிகழ்த்தினார். நாடக நிகழ்வுகள் நடைபெறும்போது கலாபவனில் வரையப்பட்ட ஓவியங்களை எடுத்து வருவது வழக்கம். சென்னை அரங்கில் காட்சிப்படுத்தப்பட்ட பெருமாளால் வரையப்பட்ட ஜல்லிக்கட்டு ஓவியம் திருவந்திபுரம் அருங்காட்சியகத்திற்காக ஜேம்ஸ்.எஸ்.கசின்ஸ் வாங்கிச் சென்றார். தன்னுடைய வாழ்வை கலை அழகின் வழியாக வாழ்வின் உண்மையைத் தேடுவதற்கே செலவிட்டார் பெருமாள். தனக்கென்று ஒரு கொள்கையை வைத்துக்கொள்ளவில்லை. இரவீந்திரநாத் தாகூரின் கொள்கைகளை முழுக்க ஏற்றுக்கொண்டு இயற்கையோடு வாழ்ந்தவர்.

மேற்கத்திய பாணியைவிட இவர் கிழக்கத்திய பாணியையே ஓவியங்களில் பயன்படுத்தினார். நம்முடைய கலை, வடிவங்களுள் நின்றுவிடாமல், விரிந்து விரிந்து செல்லக்கூடியது. அந்த விரிவடையும் எல்லையற்ற வெளியே பெருமாளுக்குத் தேவைப்பட்டது. இயற்கை நமக்கு என்னென்ன கலை வடிவங்கள் வேண்டுமோ கொடுத்துக்கொண்டே இருக்கிறது. அந்தக் கலையின் முறைகளை ஒருவரின் தனிப்பட்ட வாழ்வுமுறை தீர்மானிக்கிறது. ஒவ்வொருவரின் தேர்வும் அதன்படியே அமைகிறது. ஒரு ஓவியனின் வாழ்க்கைக்கும், அவன் வரைகின்ற ஓவியத்திற்கும் ஆழமான தொடர்பு உள்ளதென்று பெருமாள் நம்பினார். ஒருவர் மெய்யியலை, ஒருவர் அலங்காரத்தை, ஒருவர் மீமெய்யியலை என்று தேர்வு செய்துகொள்வதும் அதன் காரணமாகவே. பெருமாள் இவை எல்லாவற்றிலும் அன்றாடங்களின் அழகியலையே தேடினார். இவருடைய ஓவியங்களில் விலங்குகளும், பறவைகளும் உயிர்கொண்டு வாழ்ந்தன. இது அவருக்குத் தனி முத்திரையை அளித்தது.

நந்தலால் போஸ் எழுதிய ‘சில்ப கதா’ என்ற நூலை இவர் தமிழில் மொழிபெயர்த்துள்ளார். அதில் வரும் “ஓவியக்கலையை உல்லாசப் பணக்காரர்களுக்கு மட்டும்தான் உரியது என்று தன்னுடைய தினசரி வாழ்விலிருந்து ஒதுக்கி வைக்கின்றனர். அழகும், பண்புமே ஓவியத்தை உணரவைக்க வல்லது. மேற்கு வங்கத்தைச் சேர்ந்த ஏழைச் சாந்தால் ஒருவன் தன்னுடைய மண்ணாலான குடிசை வீட்டைத் துடைத்து, மெழுகி, கிழிந்த துணிகளைக்கூட ஒழுங்குபடுத்தும் அழகில் கலை இருக்கிறது” இவ்வரிகளை பெருமாள் தன்னுடைய ஆன்மாவிலேயே பொருத்திப் பார்த்திருக்கிறார் என்றே சொல்லவேண்டும்.

புராணங்களை இவர் ஓவியங்களில் காண முடியவில்லை. அதில் நந்தலாலிடமிருந்து பெருமாள் வேறுபடுகிறார். நாட்டு விடுதலைக்கு முன்பு வரிகளாலும், அடக்குமுறைகளாலும் கொடுமைகளுக்கு ஆளான சாந்தால் பழங்குடி மக்களின் மண் சுவர்களை அலங்கரிக்கும் ஓவியங்களை வரைந்த முன்னோடி இவர். அக்கிராமத்தில் இவர் பெயரைச் சொல்லியபடி அந்த ஓவியங்கள் இருக்கின்றன. இதனால் அவருக்கு நிரந்தர பெயரோ, பொருளோ கிடைக்கப்போவதில்லை என்று உணர்ந்தாலும், ஓவியம் என்ற கலையை மனத் திருப்திக்காக மட்டுமே செய்துள்ளார். அவருடைய சாந்தால் பழங்குடியினரின் சுவர் ஓவியங்களில் முக்கியமானது தாகூரின் நாடகமான 'காலர் ஜாத்ரா' என்ற ஓவியம். அதன் மையக் கருத்து, சூத்திரர்களே பிராம்மண, வைசிய, சத்திரியர்களை விடவும் மேலானவர்கள் என்பதே.

சுதந்திர இந்தியாவின் பாராளுமன்ற உறுப்பினர்கள் அரசியலமைப்பு நூலின் முதல் பிரதியில் இந்தியாவின் கலையும், பண்பாடும் ஓவியத்தில் விளக்கப்படவேண்டும் என்று விரும்பினார்கள். காங்கிரஸ் அரசு நந்தலால் அவர்களே இதைச் செய்ய வேண்டும் என விரும்பியது. நந்தலால் தன்னுடன் தேர்ந்துகொண்ட குழுவில் முக்கியமாக இருந்தவர் பெருமாள்.

பெருமாள் இயற்கையிடமிருந்து நிறங்களை, ஒளியை, அசைவை என்று அனைத்தையும் எடுத்துக்கொண்டு வரைந்தார். நாற்பதுகளில் இவர் செதுக்கிய கோனார்க் யானை சிற்பம் இன்றும் இவர் பெயரைச் சொல்லியபடி சாந்திநிகேதனில் இருக்கிறது.

கலாபவன் ஜப்பானுடன் நீண்டகாலத் தொடர்பு வைத்திருந்தது. இங்கிருந்து பெருமாளின் மாணவர் கிருபால் சிங் போன்று பல மாணவர்கள் ஜப்பானுக்கு ஓவியப் பயிற்சிக்காகச் சென்றுள்ளார்கள். 1970இல் கியோட்டோ பல்கலைக்கழகத்தில் மேடம் ஃபூகூ அகினோ தனது ஆராய்ச்சி உதவிக்கு வருமாறு பெருமாளுக்கு அழைப்பு விடுத்தார். அதன் பொருட்டு பெருமாள் ஜப்பானில் ஒரு வருடம், மூன்று மாதங்கள் தங்கியிருந்தார். அங்கு இருந்த நாட்களில் ஜப்பானிய ஓவியக்கலையை வரைந்து பார்ப்பதில் ஆர்வம் கொண்டார். பல ஓவியங்களும் வரைந்தார். அவற்றைச் சாந்தி நிகேதனின் முன்னாள் மாணவரான சந்தீப் குமார் தாகூர் காட்சிப்படுத்தினார். அது பெரும் வெற்றியும் அடைந்தது. இன்னொரு காட்சி டோக்கியோவில் நடைபெற்றது.

ஜப்பானில் பெருமாள் இந்திய ஓவியக் கலை பற்றிப் பன்முறை உரைகள் பேசியிருக்கிறார். அங்கே இருந்தவரை பெருமாள் ஓர் இந்தியத் தூதுவர் போன்றே நடந்துகொண்டார். இந்தியத் திரைப்படங்களை பல விழாக்களிலும் திரையிட்டுக் காட்டியுள்ளார். நீண்ட நாட்கள் ஜப்பானில் தங்கியிருந்தது அவர்களின் கலாச்சார மரபு பற்றியும், ஜப்பானிய ஓவிய மரபு பற்றியும் அறிந்துகொள்ள உதவியது. அதனைத் தனது ஓவியங்களில் பொருத்தியும் பார்த்துள்ளார்.

1976வரை சாந்திநிகேதனில் பணியாற்றிய அவர், அக்காலகட்டத்தில், தேச அளவிலும் உலக அளவிலும் பல்வேறு கலைஞர்கள், கலை விமர்சகர்கள், கலை வரலாற்றாசிரியர்கள் ஆகியோருடன் உறவாடும் வாய்ப்பைப் பெற்றிருந்தார்.

தன்னுடைய குழந்தைப் பருவத்திலிருந்தே பறவைகளைக் கவனிப்பதில் ஆர்வமுள்ளவர் பெருமாள். பினோட் இவரை மாணவராக இருந்தபோது பக்கத்தில் இருக்கும் கோழிப்பண்ணைக்குச் சென்று கவனித்து வரச் சொல்வாராம். இவர் கோழிகளை வரைவதில் தேர்ந்தவர் என்று வங்காளத்தில் ‘முர்கி மாஸ்டர்’ என்றே அழைத்தார்கள். ஜப்பானில் இருந்து இவர் திரும்பும்போது ஜப்பானிய பறவைகள் குறித்த நூல் ஒன்றையும், பறவைகளின் ஒலிகளுள்ள கிராமபோன் ஒன்றையும் வாங்கி வந்துள்ளார். அதை கேட்கக் கேட்க பறவைகளை உற்று நோக்கும் ஆர்வம் இன்னும் அதிகமாகியுள்ளது. பறவை மனிதர் என்று சொல்லப்படும் சலீம் அலி சாந்தி நிகேதனுக்கு வந்தபோது இந்த கிராமபோனைக் கொடுத்து அவரைக் கேட்கச் சொல்லியுள்ளார். அவர் கேட்டு மெய்மறந்து பாராட்டியுள்ளார். இருவருக்கும் நட்பு ஏற்பட்டது. அதன் பின் பாம்பே நேச்சுரல் ஹிஸ்டரி சொசைட்டியின் உறுப்பினராகினார். சுசீலா மேத்தாவின் அறிமுகத்திற்குப்பின் பாரத்பூர் பறவைகள் சரணாலயம் பற்றி அறிந்து அங்கே சென்றார். தான் சாந்திநிகேதனில் கவனித்த ஒவ்வொரு பறவையையும் பதிவு செய்ய ஆரம்பித்தார். அவர் மதுரை வந்தபின்னும் தன்னைச் சுற்றியுள்ள மரங்கள், பறவைகள் அனைத்தையும் பதிவு செய்து வைத்தார்.

ஏறக்குறைய ஐம்பதாண்டுகளுக்கு முன்பு புரொஜெக்டர் வைத்துத் தன்னுடைய கிராமத்தில் குழந்தைகளை எல்லாம் அழைத்துப் படங்களைக் காட்டுவாராம். தான் ஏழு வயதில் பார்த்ததை என்னோடு பகிர்ந்துகொண்டார்கள் அம்மாபட்டியைச்

சேர்ந்த நா.காமராசரின் மைத்துனர் விவேகானந்தனும், ஓவியர் பெருமாளின் தம்பி மகன் விஸ்வநாதனும். லோகமணி காமராசன் மற்றும் விவேகானந்தன் ஆகியோருக்கும் இவர் பெரிய தந்தை. அவர்களும் குழந்தைகளாக இருந்தபோது பட்டுப்போன மரங்கள், பழைய இடிந்த சுவர்கள் ஆகியவற்றில் பெருமாள் வரைவதைச் சுற்றி நின்று பார்த்ததைச் சொன்னார்கள். மிகச் சிறிய கிராமத்தில் ஒரு பெரும் கலைஞனின் கனவு குழந்தைகளால் மட்டுமே ரசிக்கப்பட்டுள்ளது. தவிர வேறு யாருக்கும் அவரது அருமை தெரிந்திருக்கவில்லை என்றுதான் தோன்றுகிறது.

ஏன் சொல்கிறேனென்றால் எந்த ஒன்றையும் அவர் பெயர் சொல்லும்படி பதிவு செய்ததாகத் தெரியவில்லை.

பெருமாள் மாணவர், ஆசிரியர், அருங்காட்சியகப் பொறுப்பாளர், நூலகர் என்று மிக நீண்ட காலம் கலை ஈடுபாட்டில் இருந்தவர். ஆனால் இவரது பங்களிப்புக்கு உரிய வகையில், வங்கக் கலை உலகில் இவர் அத்தனை பரிச்சயம் உள்ளவராக இல்லை. அதையே பெருமாள் விரும்பினார் என்றும் சொல்லலாம். அவர் பெயர், புகழ் இதிலிருந்து தள்ளி நிற்கவே விரும்பினார்.

ஓவியம் தீட்டுவதும் ஒரு யோகக்கலையே. தான் ஆக்கிவைக்கப்போகும் காட்சிகளில், உருவங்களில் மூழ்கி மூழ்கித் தன்னை இழக்கும் ஒரு சாதனைதான் அது. தன்னை, தன் ஆணவத்தை இழந்து கலையின் முன் தன்னை ஒப்புவித்துவிட்டு மனதைக் காற்றைப்போல இலகுவாக்கிக்கொள்ளும் சாதனை அது. அத்தகைய சாதனையாளர்கள் தான் வரைவதை எப்படிக் கட்டிக்காப்பது என்றெல்லாம் கவலை கொள்வதில்லை. தான் வரைந்த ஓவியத்தின் பிம்பத்தை ஒரே ஒரு மனிதனின் கண்கள் கவர்ந்து சென்றாலும், அந்த ஓவியம் பரிணாமம் பெறும் என்றே நம்புவான். அத்தகைய மனம் கொண்டவர்தான் பெருமாளும்.

தனது ஆசிரியரும் இந்தியாவின் பெருமைக்குரிய ஓவியருமான நந்தலால் போஸ் ஆற்றிய உரை மற்றும் அவரது கட்டுரைகளைப் பெருமாள் மொழியாக்கம் செய்திருக்கிறார். பெருமாள் ஐயா ஜப்பானியத் தேநீர்க் கலை பற்றிய ஒரு நூலையும், சீன - ஜப்பானிய ஓவியக் கலைத் தத்துவத்தைப் பற்றிய ஒரு நூலையும் தமிழில் பெயர்த்தார். தாகூரின் நாடகம் ஒன்றையும் தமிழில் மொழிபெயர்த்திருக்கிறார். சீன -ஜப்பானிய ஓவியங்களிலும் சிற்பங்களிலும் காணப்படும் டிராகனை 'யாளி' என்றே அவர் தமிழ்ப்படுத்துகிறார்.

பனிக்கூழ் மேல் ஒய்யாரமாக அமர்ந்திருக்கும் ஒரு செர்ரி பழம், பனிக்கூழ் உருக உருக தானாகக் கீழிறங்கும். அதுபோன்ற ஒரு நிலையற்ற வாழ்வைத்தான் நாம் வாழ்ந்துகொண்டிருக்கிறோம். அதில் பிறருக்காகச் செலவு செய்த நேரங்கள் மட்டுமே பனிக்கூழ் சுற்றியிருந்த காகிதமாக மிஞ்சுகிறது. இதை நன்கு உணர்ந்தவர் பெருமாள். அவர் திருமணம் செய்துகொள்ளவே எண்ணவில்லை. அவர் தன்னுடைய கிராமத்துக் குழந்தைகள் பலரையும் பள்ளிகூடக் கட்டணம் கட்டிப் படிக்க வைத்தார். ஆண், பெண் குழந்தைகள் கல்வியில் முன்னேற வேண்டும் என்று விரும்பினார். பல ஓவியர்களை இவர் சத்தமில்லாமல் வளர்த்து விட்டிருக்கிறார். தன்னுடைய ஆசிரியப்பணியில் கிடைத்த மாத ஊதியம், ஓய்வூதியம் ஆகிய அனைத்தையும் குழந்தைகள் படிக்கவென்றே செலவு செய்தார்.

தன்னுடைய கடைசி இருபதாண்டுகளை அவர் மதுரையில் கழித்தார். தன்னுடைய தங்கை மகள்கள், அவர்கள் பிள்ளைகள் படிப்புச் செலவையும் ஏற்றார். தங்கையின் மக்கள் அல்லி, மல்லி, குமுதா என்ற மூவர். அல்லியும், மல்லியும் மருத்துவர்கள். இருநூறு ஓவியங்களுக்கும் மேல் மதுரை அரவிந்த் கண் மருத்துவமனைக்கு இவர் இலவசமாக வழங்கியுள்ளார். அவர்கள் இதனைப் பெரும் புதையல் போன்று காத்து வருகிறார்கள். 2015இல் அவருடைய நூற்றாண்டு விழவைக்க கொண்டாடினார்கள். அதில் ஓவியர்கள் பலரும் கலந்துகொண்டு அவரை நினைவுகூர்ந்தார்கள். இவரைப் பற்றி ஓவியரும், கவிஞருமான இந்திரன் அவர்கள் *“Taking His Art To Tribals: Art and Life of A.Perumal of Shantiniketan”* என்று ஆங்கிலத்தில் ஒரு நூல் வெளியிட்டிருக்கிறார்.

தாயின் கருவறைக்குப்பின் பெருமாள் தனக்காக உருவாக்கிக்கொண்ட கருவறையாகக் கருணையும், கலைகளும் இருந்தன. அதில் உருவாகி வெளிவந்த பெருமாள் ஓவியராக இருந்தார். சிற்பியாக இருந்தார். அதையெல்லாம் தாண்டி மனிதர்களை நேசித்திடும், கைகொடுத்துத் தூக்கிவிடும் உள்ளத்துடன் கனிவோடு கடைசி வரை இருந்ததே அவரின் சிறப்பு. ஓவியம் ஓர் உலகப் பொதுமொழி. அம்மொழியை வாசிக்கவும், நேசிக்கவும் கற்றுக்கொண்டபின் வெறும் கூப்பாட்டு வாழ்விலிருந்து விலகிவிட்டார் பெருமாள் என்றுதான் எண்ணத் தோன்றுகிறது.

கூப்பாடுகள் இல்லாத இடம் ஒன்றும் உண்டு. கண்களுக்கு விருந்தாகும் இடம் அது. கலைஞர்கள் தேடும் இடம் அது.

மேகமலை

முக்காடு போட்டு மறைக்கின்றன
மேகங்கள்

கதவுகள் திறந்து குதிக்கின்றன
சிற்றருவிகள்

வழியெங்கும் சிதறிக்கிடக்கின்றன
கொண்டை ஊசிகள்

மலர்களைப் பொறுக்கியபடியே
மாயக்காரியை அடைகிறேன்

கானல் மேகங்களோவென
நீல ஏரியை விரித்திருக்கிறாள்

அதன் வைர மணிப்பரப்பின்
தலைகீழ் மரங்களில்
கூடுகட்டுகிறது மனம்

எங்கள் ஊரிலிருந்து 29 கிலோமீட்டரில் இருக்கிற பச்சை கூமாச்சி மலை என்றழைக்கப்படுகிற மேகமலை என்னை அழைத்துக்கொண்டு இருந்தது. சென்றேன். சின்னமனூரிலிருந்து 8 கிலோமீட்டரில் தென் பழனி. இங்கு முருகன் கோயிலும் சோதனைச் சாவடியும் உண்டு. செல்லும் வழியில் எந்த நேரமும் விலங்குகள் எதிர்ப்படலாம் என்றார்கள். மேகமலை

மேகமலை

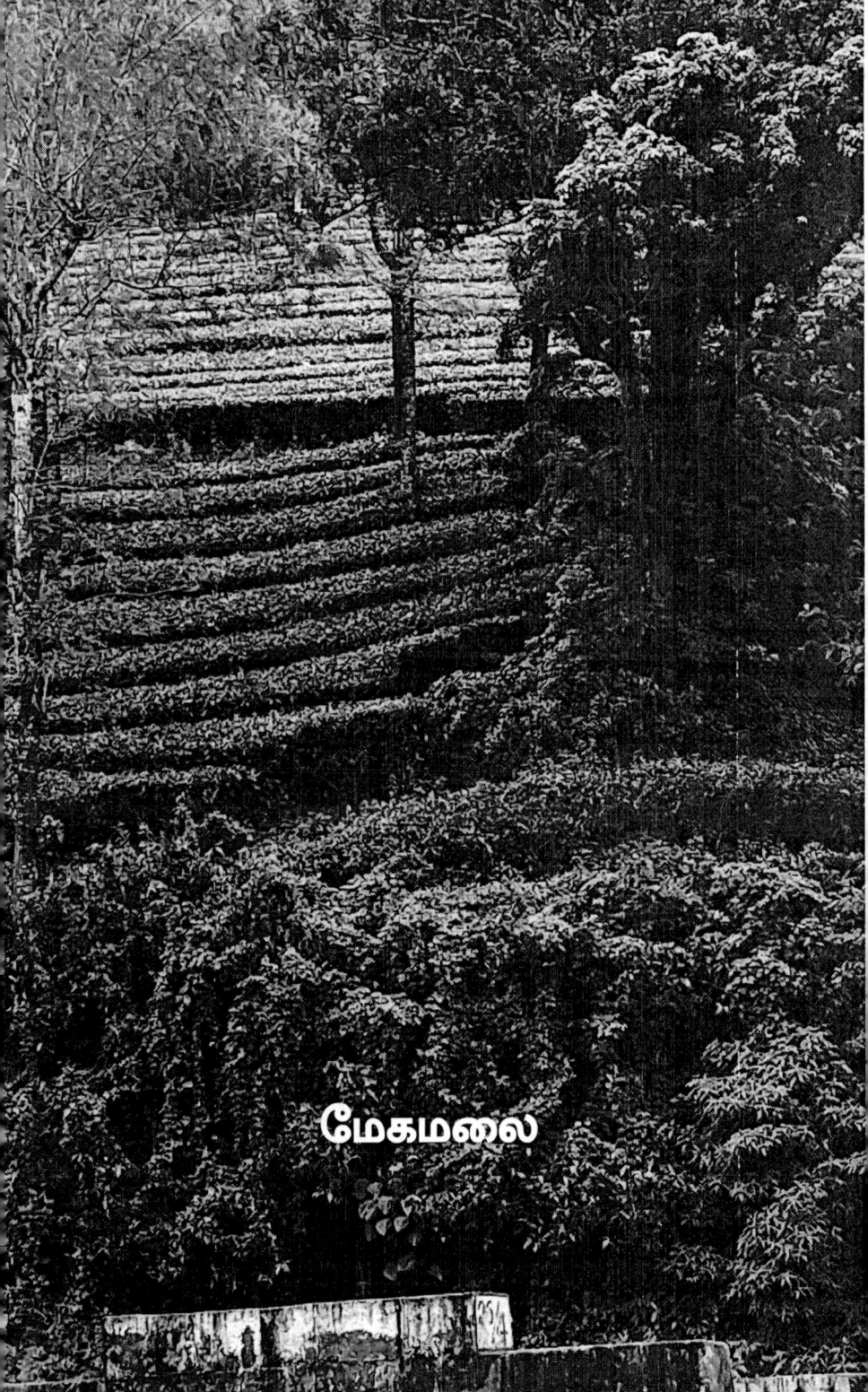

வன விலங்குகளின் சரணாலயமாக இருக்கிறது. யானைகள் இங்கு அதிகம். சில நேரங்களில் பேருந்தைக் கவிழ்த்திவிடும் என்றும், இருட்டுவதற்கு முன் மலையிலிருந்து கீழே இறங்கி விட வேண்டும் என்றும் சொன்னார்கள்.

பதினெட்டு கொண்டை ஊசி வளைவுகள். வளைவுகள் ஒவ்வொன்றுக்கும் ஒரு மலரின் பெயர். உயரம் ஏற ஏற குளிர் காற்று வருட ஆரம்பிக்கிறது. சிற்றருவிகள் ஆங்காங்கே மலையின் கதவுகளைத் திறந்து எட்டிப்பார்க்கின்றன. ஞாயிற்றுக்கிழமையை அர்த்தமுள்ளதாக்கும் குழந்தைகளின் கூச்சலோடு அவை குதிக்கின்றன. மேகங்களிடையே வாழும் தேவதைகளாக மலர்ந்துள்ளன மலர்கள். ஒரு நீல மலரைப் பறிக்க எண்ணுகையில் மேகத்தைக் கிள்ளுவதுபோலத்தான் இருக்கிறது.

கடல் மட்டத்தில் இருந்து சுமார் 1,500 மீட்டர் உயரத்தில் அமைந்துள்ள சாய்வான நிலப்பகுதியில் தேயிலைத்தோட்டங்கள் இருக்கின்றன. அதனைச் சுற்றியும் வனப்பகுதிகள். சாலையிலிருந்து எட்டிப்பார்த்தால் ஆயிரம் கிலோமீட்டர்களுக்குக் கீழே கம்பம் பள்ளத்தாக்கு தெரிகிறது. தலை கிர்ரென்றுதான் இருக்கும். ஆனால், அதில் ஒற்றையடிப்பாதைகள் மக்கள் நடந்து செல்வதற்கான வழித்தடங்களை நம்முடைய கண் முன்னால் காட்டி வா வா என்கின்றன. அழகழகான காட்டு மலர்கள். வித விதமான பறவைகள். இது போக நாம் செல்லும் வாகனத்தை வழி மறிக்கும் செம்முக மந்திகளும், சிங்கவால் குரங்குகளும் என்று மேகமலையின் இண்டு இடுக்குகள் கூட மனதைத் தூக்கிச் செல்லக் காத்திருக்கின்றன.

மேகமலைப்பகுதியில் பட்டாம்பூச்சிகள், சிறுத்தைப்புலி, புலி, காட்டுப்பன்றி, தமிழ்நாட்டின் மாநில விலங்கான மலை ஆடு (வரையாடு-நீலகிரி தார்), முள்ளம்பன்றி, பறக்கும் அணில், புள்ளி மான், நத்தைக் கரடி, குரைக்கும் மான், மென்மையான தோலுடைய நீர்நாய், சிங்கவால் மக்காவ் குரங்குகள், சாம்பார் வகை மான்கள், நீலகிரி லாங்கூர் குரங்குகள், சாதாரண லாங்கூர் குரங்குள், போன்னட் மக்காவ் குரங்குகள், பழுப்பு நிற காட்டுக் கோழிகள் மற்றும் பல வகை விலங்குகள் உள்ளன. இருபது கிலோமீட்டர் வரை தோட்டங்கள், வனப்பகுதியைத் தாண்டினால் ஹைவேவிஸ். இது ஒரு பேரூராட்சி. இங்கு ஹைவேவிஸ், கிளவுட் லேண்ட், மணலாறு என்ற மூன்று பிரிவுகள் இருக்கின்றன

ஹைவேவிஸ் தேயிலைத்தோட்டத் தொழிலாளர்களின் குடியிருப்புப் பகுதியாக இருக்கிறது. ஆங்கிலேயர் ஆட்சிக்காலத்தில் இங்குள்ள தேயிலைத் தோட்டங்களில் பறிக்கப்படும் தேயிலைகளை பக்குவப்படுத்தும் தொழிற்சாலை அமைக்கப்பட்டிருந்தது. ஹைவேவிஸில் மேலணை, கீழணை என்று இரண்டு அணைகளும் தூவானம், மணலாறு, வெள்ளியாறு, இரவங்கலாறு ஆகிய மேலும் நான்கு அணைகளும் உள்ளன. இந்த அணைகளில் உள்ள நீர் வெளியே செல்ல வழியில்லாதபடி பள்ளத்தாக்கில் இருக்கின்றன. அதனால் மலையைக் குடைந்து குழாய்களின் வழியாக ஓர் அணையிலிருந்து அடுத்த அணைக்கு நீரைக் கொண்டு செல்கிறார்கள்.

ஹைவேவிஸில் இருந்து இரண்டு கிலோ மீட்டர் தூரத்தில் 'தூவானம்' அணை இருக்கிறது. மின்சார வாரியத்தின் கட்டுப்பாட்டில் உள்ள இந்த நீர்த் தேக்கம் மலையின் முகட்டில் இருக்கிறது. மலை உச்சியிலிருந்து வெளியேறுகிறது நீர். கீழே பள்ளத்திலிருந்து மேல் நோக்கி வருகிறது காற்று. நீரும் காற்றும் சந்தித்துத் திரளும் மேகம் தூவானமாக அட்சதை தூவுகிறது மலைக்கு. அதனால் இந்த இடத்துக்குத் தூவானம் என்றே பெயர் வந்துவிட்டது.

இதனைக் கடந்து சென்றால் இரைச்சல் பாறை நீர்வீழ்ச்சி உள்ளது. பாறையில் நீர் விழும் ஓசையாலேயே பெயர் பெற்றது. மலைகளில் இருந்து வரும் நீர் பல மூலிகைச் செடிகளின் வழி தவழ்ந்து வருவதால் அதற்கு அற்புதமான சக்திகள் உண்டு. இங்குள்ள பெண்கள் தங்களுக்கு வயிற்று வலி, தலை வலி, தலைச்சுற்றல் எது வந்தாலும் இந்த நீரைப் பருகினால் சரியாகிவிடும் என்று சொல்கிறார்கள்.

இரைச்சல் பாறையில் இருந்து வழியும் நீர்தான் அருவியாக கொட்டுகிறது. இதுதான் சுருளியாறாகச் சென்று வைகை நதியில் கலக்கிறது. மற்றொரு பகுதியில் விழும் அருவி நீர் தேக்கடி நீர்த்தேக்கத்துக்குப் போகிறது. இந்த நீரை ஒருங்கிணைத்து சிறிய அளவில் சுருளியாறு மின்சாரத் திட்டம் செயல்படுகிறது. மஹாராஜா மெட்டு என்ற இடத்தில் இருந்து கம்பம் பள்ளத்தாக்கின் முழு அழகையும் ரசிக்கலாம். இங்கிருந்து முல்லைப் பெரியாறு நீர்த் தேக்கத்தையும், கண்ணகி கோவிலையும் பார்க்க முடியும். தேயிலை, ஏலம், மிளகு, காபபி உள்ளிட்ட பணப்பயிர்கள் பயிரிடப்பட்டு ஆண்டு தோறும் விளைச்சல் கிடைத்து வருகிறது.

ஏழு எஸ்டேட்டுகளில் தொடக்கப்பள்ளிகளும், ஒரு எஸ்டேட்டில் மேல்நிலைப் பள்ளியும் இருக்கின்றன. இங்கு முதன்முதலில் ஆசிரியப் பணிக்கு வந்தவர் சக்தியாயி என்ற ஆசிரியை. அவருடன் இன்னொரு ஆசிரியையுமாகச் சேர்ந்து சின்னமனூரில் இருந்து வந்திருக்கிறார்கள். அதன் பின்புதான் குழந்தைகள் அதிகமாகப் படிக்கவும் பள்ளிக்கூடங்கள் மேலும் வரவும் செய்தன. ஆசிரியை சக்தியாயி தற்பொழுது இல்லை. அவரின் மகன், மகள் ஆகியோரும் ஆசிரியர்களே. பேத்தி மெரின் ப்ரின்ஸி டயட்டீசியனாக இருக்கிறார்.

மழைக்காலம் என்பதால் அட்டைப்பூச்சிகள் இருக்குமென்று வீட்டில் எச்சரித்தாலும், பசுமை வா வா என்றது. வெறும் கால்களால் சுனை நீரை அளைந்தபோது பறக்கும் உடலியானேன். தேயிலைத் தோட்டங்களையும் அங்கிருந்த குடியிருப்பையும் பார்த்தபடி நடந்தபோதுதான் அவரின் சிரித்த முகம் அவரிடம் பேசத் தூண்டியது. அவர் அந்தத் தேயிலைத் தோட்டத்தில் 1957இல் வேலை பார்க்க ஆரம்பித்து 2000இல் மேற்பார்வையாளராக இருந்து ஓய்வு பெற்றவர். பெயர் ஜேக்கப். தோட்டத் தொழிலாளர்களுக்காக பொங்கல், கிறிஸ்துமஸ் விழாக்களுக்கு நாடகங்கள் எழுதி இருக்கிறார். இப்பொழுது போலெல்லாம் தொலைக்காட்சி அன்று இல்லை. இவர் நாடகங்களை எழுதி இயக்கி இருக்கிறார். மதுரையிலிருந்து நடிப்பதற்கு ஆட்களை அழைத்து வருவாராம். இவர் எழுதிய நாடகங்களில் கடமை, நல்வாழ்வு எது ஆகிய நாடகங்கள் மக்கள் அனைவராலும் பாராட்டப்பெற்றவை.

இவர் நாட்டுப்புறப் பாடல்களையும் மிக அழகாகத் தானே எழுதி, பாடக்கூடியவர். ஒரு முறை திருச்சி வானொலி நிலைய இயக்குனர் திரு டி.அருளப்பன் இந்தப் பகுதிக்கு மலையைப் பற்றிய செய்திகளுக்காக வந்தார். ஜேக்கப் அவர்களிடம் காட்டைப் பற்றிப் பாடுமாறு கேட்டார். இவரின் பாடலைக் கேட்டு, டேப் ரெகார்டரில் பதிவு செய்து கொண்டு போனார். 1979 டிசம்பர் 14 அன்று முதன்முதல் இவர் குரல் காற்றலையில் மிதந்து வந்தது

மேகமலை மணலாறு பற்றி இவர் பாடிய பாடல்

"சின்னமனூர் சாலைகளாம்
சீரான வளைவுகளாம்
மலைமேல் ஏறிப்பார்த்தால் எங்கள்
மணலாறு தோட்டங்களாம்

ஹைவேவிஸ் மலைப்பகுதி
அருமையான அணைத்திட்டம்
மணலாறு அணையைத்தான் தன்னானே
மக்களெல்லாம் பாக்கவேணும் தில்லேலே

மணலாறு மலைமேல்
மையமாக நின்றுகொண்டு
கம்பம் பகுதிதான் தன்னானே - பார்த்தா
கண்கொள்ளாக் காட்சிகளாம் தில்லேலே

ஏலம் கடைசிக்காடு
எட்டாம் நம்பர் மட்டக்காடு*
(*அணைக்குப் பக்கத்தில் இருக்கும் காடு)
கொழுந்தெடுக்கப் போகும் பொண்ணே தன்னானே - நான்
கூப்பிட்டதும் கேட்கலையோ தில்லேலே

கூப்பிட்ட சத்தமெல்லாம்
குயிலு சத்தம் என்றிருந்தேன்
மன்னவர் சத்தமின்னா தன்னானே - நான்
மலை கடந்து வந்திடுவேன் தில்லேலே

கார விறகெடுத்து
கழுத்தொடியப் போற பொண்ணே
குத்துக்கல்லு மேலிருந்து தன்னானே - நான்
கூப்பிட்டதும் கேட்கலையோ தில்லேலே

ஏத்தமடி மேகமலை
இறக்கமடி ஹைவேவிஸ்
தூரமடி மணலாறு தன்னானே - நீயும்
தொடர்ந்து வாடி நடந்து பாப்போம் தில்லேலே"

இவ்வாறு இவர் பாடிய பாடல் வானொலியில் ஒலிபரப்பாகியது. இவர் பாடும்போது தன்னானே என்று இவர் மனைவி பின்பாட்டுப் பாடுவாராம். ஐந்து பிள்ளைகளை வளர்க்க வேண்டுமென்பதால் பாரதிராஜா போன்றோர்கள் அழைத்தாலும் இவர் திரைத்துறை செல்ல விரும்பவில்லை.

இவர் முதன்முதலில் எஸ்டேட் தொழிலாளர்களுக்குப் பொங்கல் பண்டிகைக்கு விளையாட்டுப் போட்டிகள் வைத்துப் பரிசுகள் வழங்கியுள்ளார். அதன் பிறகு மூன்றாம் ஆண்டிலிருந்து நிர்வாகமே ஏற்று நடத்தியுள்ளது. கோயமுத்தூர் சின்னப்பன் மற்றும் இருவரோடு இவர் சேர்ந்து எழுதி இயக்கிய நல்வாழ்வு எது என்ற நாடகம் மக்களிடையே இவரை இயக்குனர் திலகம் என்று பெயரெடுக்க வைத்தது.

தேயிலைத் தோட்டத்தில் வேலை செய்ய வந்தவர்கள் தமிழகத்தின் பல்வேறு பகுதியைச் சேர்ந்தவர்கள். பஞ்சம் பிழைக்க வந்தவர்களாகவே பலரும் இருந்துள்ளார்கள். பூர்வ குடிகள் என்று சொல்லப்படும் மலைக்குறவர், பளியர் போன்றோர் இன்னும் மலைப்பகுதியில்தான் வசிக்கிறார்கள். இங்கே தொழிலாளர் குடியிருப்பு மட்டுமே உள்ளன. ஓய்வு பெற்றுவிட்டால் தங்கள் சொந்த ஊருக்குச் செல்ல வேண்டும். அல்லது பிள்ளைகள் யாராவது இங்கேயே வேலை பார்த்தால் அவர்களோடு தங்கிக்கொள்கிறார்கள். இங்கிருக்கும் மக்கள் தங்கள் பிள்ளைகளை எவ்வளவு தூரமாக வேண்டுமானாலும் அனுப்பிப் படிக்கவைக்கவே விரும்புகிறார்கள். பல இளைய தலைமுறையினர் வெளி மாவட்டங்களிலும், வெளிநாடுகளிலும் இருக்கிறார்கள். இதன் காரணமாக எஸ்டேட் வேலைக்கு ஜார்கண்ட் போன்ற பகுதிகளிலிருந்து ஆட்கள் அழைத்து வரப்படுகிறார்கள்.

நிலம் எப்பொழுதும் சும்மாயிருப்பதில்லை. இந்தக்காடும், மலையும், மேகங்களும் அகத்தைத் திறந்துவைக்க அழைப்பு விடுத்துக்கொண்டே இருக்கின்றன.

அங்கொரு மலைமகளுக்கு அவள் தந்தை காட்டுவழி விறகெடுக்கப் போகையில், காட்டு ஆரஞ்சுப் பழம் பறித்துத் தந்தார். அதன் தொலியை அழுத்தி உரிக்கையில் சாரல் போல் தெரிந்தது பழச்சாறு. அக்குழந்தை "அப்பா ஆரஞ்சுப் பழத்தில மழை எப்படி ஒளிஞ்சிருக்கு" என்று கேட்டாள். "மகளே நீ என்ன கேட்ட?" என்று சொல்லி விட்டு சும்மாடு, கத்தி எல்லாம் கீழே போட்டுவிட்டு அந்தக் காட்டுவழியில் மகளைத் தலைக்கு மேலே தூக்கிக் கணக்கற்ற முத்தமிட்டார் தந்தை. "நீ கவிதை சொல்லிவிட்டாய் "உனக்கு எழுத்துகளை காட்டவேண்டியது என் கடமை" என்றார்

அன்றிலிருந்து அத்தந்தையின் நாட்குறிப்புகள் மகளின் கவிதைக் கேள்விகளால் நிரப்பப்பட்டன. அவள் வாய்மொழியாகச் சொல்வதெல்லாம் தந்தை எழுதிப் பத்திரப்படுத்தினார்.

மலைமகள் தன்னுடைய ஏழு வயதிலிருந்து கவிதை எழுதுகிறார். தொடக்கக் கல்வியை மணலாறு எஸ்டேட் பள்ளியில் படித்தார். அதன் பின்பு ராயப்பன்பட்டியில் விடுதியில் தங்கிப் படித்தார். அவரைக் கவிக்கடவுள் என்று எழுத்தாளர் சாரு நிவேதிதா பாராட்டியுள்ளார். அவர்தான் கவிஞர் தேன்மொழிதாஸ்.

இவர் ஜேக்கப் அவர்களின் அண்ணன் பேத்தி. தேன்மொழிதாஸ் இந்த வீட்டில்தான் இருந்தார்கள் என்று மிக மகிழ்ச்சியுடன், பெருமையுடன் காட்டினார், தேன்மொழிதாசின் தம்பி எடிசன்.

தேன்மொழிதாசுக்கு மருத்துவத்துறையைத் தேர்வு செய்து கொடுத்தார் இவர் தந்தை. அதில் பட்டம் பெற்றாலும், இவருக்குக் கவிதையிலேயே மனம் முழுதும் இருக்கிறது. இவர் பள்ளி நாட்களிலேயே நாடகங்கள், கவிதைகள் எழுதிப் பரிசுகள் வாங்குவர் என்று பாவை பொறியியல் கல்லூரி முதல்வர் இம்மானுவேல் அவர்கள் சொல்கிறார். இம்மானுவேல் தேன்மொழிதாஸ் அவர்களின் உறவினர். மேகமலையைச் சேர்ந்தவர்.

தன்னுடைய கவிதை எப்படிப்பட்டது என்று அவர் வரிகள்

"ஒடுக்குமுறையில் இருந்து தான் எரிமலையாக விளைந்தேன் ஆயினும்
எனக்கு இழைக்கப்பட்ட துரோகத்தில் இருந்து தர்மத்தை
நான் எதிர்கண்ட மரணங்களில் இருந்து அன்பின் ஆழத்தை
எல்லா உயிர்களிடமிருந்தும் வாழ்விற்கான பாடத்தை
இயற்கையிடமிருந்து நுண்ணறிவை கனவுகளிலும் கற்பனைகளிலும்
இருந்து பல தரிசனங்களையும் பெற்றேன்
பஞ்சபூதங்களிலிருந்தும் மாயைகளிலிருந்தும் பிரபஞ்ச சக்தியை அறிந்து
அநீதிகளில் இருந்து உலகநீதிக்கான கொள்கையை எனக்குள் உருவாக்கி
பசிகளிலிருந்து விடுபட்டு தியானத்தைப் பழக்கினேன்
உள்ளே ஒலியாகவும் ஒளியாகவும் தகிக்கும் உடல்களை மொழியால் இயக்கி
கவிதைலிருந்து எனது உலகை படைத்துக் கொண்டேன்
எனது நெறி தசைகொண்டே துடித்திடினும்
அது அகத்தில் மௌனமாயிருந்து எழுத்தில் பிரசன்னமாகிறது
இயற்கையே எனது தொழுகை
இயற்கையோடு இயற்கையாக வியாபித்து இருத்தல் எனது நிலை
சொல்லை உயிர்ப்பித்தல் எனது தொழில்
தமிழ் எனது பெரும் பேறு
சமத்துவம் எனது மூலக் கொள்கை
சித்தம் எனது மதம்
ஆன்ம நேயமே எனது மார்க்கம்
கருணையே கடவுள்"

இவர் கவிதைகள் வெறும் பெண்ணியமாகவோ, அரசியலோ சார்ந்ததற்ற தனித்தன்மை கொண்டது. அதன் காரணத்தையும் இவரே சொல்லியிருக்கிறார்.

“1996இல் இருந்து சிறுபத்திரிக்கை வழியாக எனது கவிதைகள் பிரசுரம் பெற்றன. அக்காலத்தில் இருந்தே என் மனச்சிந்தனை நடப்பு காலத்தை பற்றி மாத்திரம் அல்லாமல் எக்காலத்துக்குமான கவிதைகளைப் படைத்தல் பற்றியதாக இருந்தது. இது மட்டுமல்ல உடல்மொழிக் கவிதைகளின் அரசியல் அவற்றை அப்பட்டமாக எழுத மனம் இடம் தரவில்லை என்பது உண்மை. ஒரு ஆபாசத் தன்மையற்று எதையும் படைத்தல் என்பது தான் கலைகளில் ஆகச்சிறந்த நுண்மை. இயற்கை இதைத் தான் போதிக்கிறது. பிரபஞ்சத்தில் “படைப்பு” என்பதை தேடலோடு பயணித்தால் எல்லாம் வெறுமையின் உட்கருவில் தனிமை பிரசவித்த அணுக்களில் இருந்து துவங்குகிறது. அப்படி எனில் வெறுமை வெளியில் மௌனங்களைப் உயிர்ப்பித்தல் படைத்தலாக இருக்கிறது. இதை உணர்ந்து கொண்ட நான் மௌனங்களைப் படைக்கவே போராடினேன். தர்க்கம் எனக்குள்ளேயே தகர்க்கப்பட்டது.

மௌனம் வெளிப்படுத்தும் சலனம், “எல்லா அரசியலையும் எதிர்கொள்ளப் போதுமான ஆயுதம்” இது அகரமுதல்வனுக்கு இவர் அளித்த நேர்காணலில் கூறியது.

இவருடைய முதல் கவிதைத் தொகுதியான இசையில்லாத இலையில்லை (2001) தேவமகள் அறக்கட்டளை விருது, சிற்பி இலக்கிய விருது, திருப்பூர், தமிழ்நாடு கலை இலக்கியப் பெருமன்ற விருது, கவித்தூவி விருது போன்ற விருதுகளைப் பெற்றுள்ளது.

இவரைத் திரைத்துறைக்கு அழைத்துச் சென்றவர் இயக்குனர் இமயம் பாரதிராஜா அவர்கள். பாரதிராஜாவின் கண்களால் கைது செய் படத்தில் ஏ.ஆர்.ரஹ்மான் இசையில் இவர் எழுதிய தீக்குருவியை பாடல் தீ என்ற சொல்லுக்கான பொருளை அவர் பயன்படுத்திய விதத்தால், அதன் தமிழால் அனைவர் நெஞ்சையும் வியக்க வைத்தது. பாரதிராஜாவின் ஈரநிலம் என்னும் திரைப்படத்தில் பாடல்களும் உரையாடலும் எழுதி, உதவி இயக்குநராகவும் பணியாற்றி உள்ளார். பாடலாசிரியராகவும், வசனகர்த்தாவாகவும், இணை இயக்குநராகவும் தமிழ்த் திரை உலகில் பணியாற்றுகிறார். இவர் வசனம் எழுதிய முதல் திரைப்படமான ஈரநிலம் என்ற திரைப்படத்திற்குத் தமிழ்நாடு அரசு சிறந்த வசனகர்த்தாவுக்கான விருதினை 2003ஆம் ஆண்டு இவருக்கு வழங்கியது.

வாழ்வென்பது
ஒன்றுமில்லையென யோசித்தபடி
நடக்கையில்தான்
வாங்கினேன்
மயிற் பீலி

இறந்திருக்கிறதே
ஒரு மயில்
வாழ்ந்ததற்குச் சாட்சியாய்
இறகுகளை
விட்டுவிட்டு' - (இசையில்லாத இலையில்லை)

ஆம். இறப்பைப் பொய்யாக்கும் அந்த மயிலிறகுக்காகவே கலை உலகம் படைக்கப்பட்டிருக்கிறது

மனிதர்கள் இன்னும் சிதைக்காத ஒரு மலை. இங்கே எப்போதாவது வரும் பேருந்து தவிர சுற்றுலாப்பயணிகள் வாகனங்களே வரக் காணலாம். மேலும், ஒரே ஒரு தேநீர்க்கடை தவிர வேறு கடைகள் எதுவும் இல்லாததால், சுற்றுப்புறம் இன்னும்கூடத் தூய்மையாக இருக்கிறது. தனியார் நிறுவனம் இங்குள்ள தேயிலைதோட்டங்களை 99 ஆண்டுகளுக்கு ஒப்பந்தம் செய்துள்ளது. அதன் பின்னர் அது நமது அரசிடமே வரும். அதன் பின்பும் இவ்விடங்கள் தனியாரிடம் செல்லாமல் வனங்களும், மலைகளும் அழகு கெடாமல் பாதுகாக்கப்பட வேண்டும் என்பதே இங்குள்ள மக்களின் ஆவலாக இருக்கிறது.

இந்த மலைப்பகுதியிலிருந்து பெரும்பாலான மாணவர்கள் படிக்கச் செல்வது இராயப்பன்பட்டிக்கு. இராயப்பன்பட்டி பள்ளிகளுக்கும், பனிமயமாதா ஆலயத்திற்கும் புகழ்பெற்ற ஊர்.

மணியோசை

உன் பாத்திரம் நிறையவேண்டும்
படித்துவிடு
அப்புறம் பார்த்துக்கொள்ளலாம்
மீதிப்புரட்சியை

எங்கள் ஊர் சுற்றுவட்டாரத்தில் உயர்நிலைப்பள்ளி என்றால் ஆரம்பத்தில் கிருஷ்ணய்யர் பள்ளிதான். பெண்களுக்குக் கணக்கு வேலாயி அம்மாள் உயர்நிலைப்பள்ளி இருந்தது. பெரும்பாலான கிராமங்களில் இருந்து இங்கு வந்து படித்தவர்கள் அதிகம். வெளியூர்களிலிருந்து இந்தப்பள்ளியில் படிக்க வருவார்கள். அந்தப் பள்ளியிலும் சரியாகப் பிள்ளைகள் படிக்கவில்லை என்றால் பெற்றோருக்கு உடனடியாகத் தோன்றும் ஒரு பள்ளி இராயப்பன்பட்டி பள்ளி.

"இந்த வாட்டி நீ பெயிலானேன்னு வச்சுக்க ஒன்னய ராயப்பன்பட்டி ஆஸ்டலிலே சேர்த்துவிட்ருவேன்" என்று சொல்லி மிரட்டுவது பரவலாகவே இருந்தது. எதனால் அப்படிப் பயமுறுத்த வேண்டும்? அவ்வளவு பயம் தரும் பள்ளியா அது? இல்லவே இல்லை.

அப்போதெல்லாம் விடுதியில் தங்கிப் படிப்பது என்றால் கல்லூரிக்கு மட்டும்தான். பள்ளிக்கூடங்களுக்கு நடந்தோ, மிதிவண்டியிலோ சென்று படிக்கும் அளவில்தான் இருந்தார்கள்.

மாணவர்களுக்கான விடுதியுடன் பள்ளி நடத்தியது இராயப்பன்பட்டி பள்ளிதான். பெண்களுக்குத் தனி மேல் நிலைப்பள்ளியும், ஆண்களுக்குத் தனி மேல்நிலைப்பள்ளியும் உண்டு. இங்கே கட்டணம் எதுவும் இல்லாமல் சிறந்த கல்வியை வழங்கினார்கள். கிறித்தவத் தொண்டு நிறுவனங்களின் சேவையால் இந்த ஊர் புகழ்பெற்றது என்றால் மிகையில்லை.

இப்பள்ளியின் கல்விப்பணி பற்றிய இன்னொரு பரிமாணத்தை முதன்முதலாக நான் அறிந்துகொண்டது இருபத்தைந்து வருடங்களுக்கு முன்பு.

அப்போது என் தோழி ஒருவரின் தம்பிக்காகத் தோழியுடன் இராயப்பன்பட்டி ஆலோசியஸ் பள்ளிக்குச் சென்றிருந்தேன். நான் பள்ளி உள்ளே செல்லவில்லை. விளையாட்டு மைதானத்தில் மாணவர்கள் விளையாடுவதைப் பார்த்தபடி நின்றிருந்தேன். அங்கே ஓரிரு ஆசிரியர்கள் இருந்தார்கள். அய்யா என்று ஒரு குரல் கேட்டது. திரும்பிப் பார்த்தால், வயதான பெண்மணி ஒருவர் அங்கிருந்த ஆசிரியர் ஒருவரின் அருகில் சிறு பையன் ஒருவனுடன் நின்றிருந்தார். நான் கவனிக்க ஆரம்பித்தேன். அந்த அம்மாள் பையனுக்குப் பாட்டியாகவே இருக்க வேண்டும்.

“அய்யா, இவன் படிக்கலைன்னா நீங்கதான் பார்த்துக்கணும்யா. அவன் அப்பன் ஒரு குடிகாரன். வீட்ல எல்லாரும் கூலி வேலக்கி போயி வயித்தக் கழுவுறோம். இவன் ஒருத்தன் படிச்சு வந்துதான் எங்க கண்ண தெறக்கணும்” அந்த அம்மாள் கெஞ்சிக்கொண்டிருந்தார்.

ஆசிரியர் பையனைப் பக்கத்தில் அழைத்துத் தோளில் கைவைத்துத் தட்டிக்கொடுத்தவாறே சொன்னார், “அம்மா நீங்க இந்த வயசுல எதுக்கு வந்தீங்க? உங்க பேரன் படிப்புலாம் பரவாயில்லை. ஆனால் அடிக்கடி லீவு போடுறான். வகுப்புக்கு லேட்டாவே வாரான். அதுக்குதான் கூப்பிட்டு விட்டோம்.”

“அய்யா பஸ்சுக்கு காசு இருக்காதுய்யா. காலையில சாப்பிடாமதான் பள்ளியோடம் அனுப்புறோம். நீங்கதான் சாமி மனசு வைக்கணும்”

ஆசிரியர் முகத்தில் வருத்தமும், சிந்தையும் இருந்தது.

“அம்மா! நான் ஒரு வழி சொல்றேன். ஆபீஸ் ரூம் வாங்க”

அவர்கள் அலுவலக அறைக்குச் சென்றார்கள்.

நான் தோழியுடன் கிளம்பும்போது அந்த அம்மாளும் பேருந்து நிறுத்தத்தில் காத்திருந்தார். நான் நெருங்கிச் சென்று

நின்றுகொண்டேன். சிரித்தேன். அம்மாள் வெள்ளந்தியாகச் சிரித்தார். இங்கு மக்கள் ஒரு வார்த்தை ஆறுதலாகச் சொல்லிவிட்டால் மனதோடு ஒட்டிக்கொள்வார்கள். அவரிடம் எந்த ஊர், பக்கத்தில் பள்ளிகள் இல்லையா என்றெல்லாம் கேட்டுக்கொண்டேன்.

"இருக்கும்மா. இங்கதே ஒன்னாப்புல இருந்து படிக்கிறயான். தூக்கத்துலயே பஸ்சுல ஏறுவான். இப்ப அவன் அப்பன் வேலைக்குப்போகச் சொல்லி அடிக்கிறான் இவன. இங்கயே ஆஸ்டலுள சேர்த்துவிடலாம்னாலும் அவன் அம்மாவை விட்டு இருக்க மாட்டுறான்."

"சார் என்ன சொல்றார்?"

"எம் மகள வரச் சொல்லிருக்காக. இவன் படிப்பை யாரோ வெளிநாட்டுல இருக்கவுக பார்த்துக்குவாகலாம். அதுக்கு எழுதி குடுக்கணுமா. ஏந்தாயி ஏசு கட்சில சேத்துருவங்களா?"

அந்த அம்மாளின் கேள்வி எனக்குப் புரியவில்லை. நாங்கள் வீட்டுக்கு வந்த பிறகு இதைப்பற்றி விசாரித்த போது படிக்க வாய்ப்பு இல்லாத மாணவர்களைத் தத்தெடுத்துப் படிக்கவைக்க வெளிநாடுகளில் பலர் ஆர்வத்துடன் ஈடுபடுகிறார்கள் என்றும், அவர்கள் மூலம் படித்துப் பல பேர் நல்ல நிலைக்கு வந்திருக்கிறார்கள் என்றும் தெரிய வந்தது. தத்தெடுப்பது என்றால் வாரிசாக இல்லை. படிப்பை, அந்த மாணவர்களின் தேவையை மட்டும் ஏற்றுக்கொள்வது. இங்கிலாந்தோ, அமெரிக்காவோ வேறு நாடுகளில் இருப்பவர்களில் சிலர் தாங்கள் சம்பாதிக்கும் ஒரு பகுதியை இப்படிக் கொடை அளிப்பதில் நிறைவு அடைகிறார்கள் என்றும், அவர்களும் ஒன்றும் பெரிய பணக்காரர்களாக இருந்துவிடுவதில்லை என்றும் அறிந்துகொண்டேன். இதில் பலரும் பயப்படுவது கிறித்துவ மதத்துக்கு மாறச் சொல்வார்களோ என்றுதான். அப்படி எதுவும் அவர்கள் மாற்றுவதில்லை. படிக்க ஆர்வமிருந்தால் போதும் எவ்வளவு வேண்டுமானாலும் படிக்கலாம். இன்று கிறித்தவப் பள்ளியல்லாத பல பள்ளிகளில் நம் நாட்டவரும் கூட இதேபோல படிக்க உதவி செய்து கொண்டிருக்கிறார்கள் என்பது மன நிறைவை அளிக்கக் கூடியது.

இராயப்பன்பட்டி ஓர் அழகான கிராமம். பதினைந்தாம் நூற்றாண்டுகளில் மத்திய தமிழ்நாட்டில் வாழ்ந்து வந்த உடையார் சமூக மக்கள் பதினெட்டாம் நூற்றாண்டுகளில் முஸ்லிம்கள் படையெடுத்தபோது காவேரியின் தென் பக்கமாக நகர்ந்து குறிப்பிட்ட உடையார் கூட்டம் கோம்பையில் குடியேறியது.

அதில் இராயப்ப உடையார் என்ற குழுத்தலைவரின் பேரில் விவசாயத்திற்கு ஏற்ற இடத்தில் சில குடும்பங்கள் மட்டும் குடியேறினார்கள். அந்த ஊருக்கு இராயப்பன்பட்டி என்றே பெயர் வைத்தார்கள்.

1902ஆம் ஆண்டு தூய பனிமய மாதா ஆலயம் பிரான்சிலிருந்து வந்த பாதிரியார்களால் கட்டப்பட்டது. 1854இல் திருச்சி மறை மாவட்டம் பஞ்சம்பட்டி பங்கைச் சேர்ந்த ஃபாதர் லூயிஸ் அடிகள் சிறிய தேவாலயம் ஒன்றைக் கட்டி, அதில் புனித பனிமயமாதா சிலையை அமைத்தார். 1881இல் அனுமந்தன்பட்டி தனிப்பங்கானது. அதில் தேனி, சின்னமனூர், சிந்தலச்சேரி, உத்தமபாளையம், இராயப்பன்பட்டி ஆகியவை அனுமந்தன்பட்டி பங்கைச் சேர்ந்தன. அனுமந்தன்பட்டி பங்குத்தந்தையாக இருந்த பீட்டர் சேக்ரதான் செய்த பெரும் முயற்சியால், இராயப்பன்பட்டி பனிமய மாதா ஆலயம் பெரிய அளவில் உருவானது. 1924ல் செல்வநாதர் என்பவரால் 140 அடி உயர கோபுரம் கட்டப்பட்டது. ஆலயம் கம்பீரமாக எழுந்ததும், ஆலய மணியும் பெரிதாக இருக்க வேண்டும் என எண்ணினார்கள். அதற்காக பிரான்சின் தலைநகர் பாரீசில் இருந்து 1925ல் 760கிலோ எடையில் ஓர் ஆலய மணி சவரியப்ப உடையரால் வாங்கப்பட்டது. இந்த மணி ஒவ்வொரு ஞாயிற்றுக்கிழமை அதிகாலை நான்கு மணிக்கும், திருவிழா காலங்களிலும் மட்டுமே ஒலிக்கும். இதன் ஒலி பத்து கிலோ மீட்டர் சுற்றளவிற்குக் கேட்கக்கூடியது. ஈஸ்டர் பண்டிகையின்போது பாஸ்கு திருவிழா விமரிசையாக நடைபெறும். அதில் சாதி, மதம் இல்லாமல் சுற்று வட்டார மக்கள் அனைவரும் கலந்துகொள்வார்கள்.

1907 ஆம் ஆண்டு புனித ஆலோசியஸ் மேல்நிலைப்பள்ளி இச்சபையினரால் கட்டப்பட்டது. கேரளாவில் தேயிலைத் தோட்டங்களில் வேலை செய்கின்ற தமிழர்கள் பெரும்பான்மையினர் தங்கள் குழந்தைகளை இந்தப் பள்ளியிலேயே படிக்க வைத்தனர். பெண்கள் மேல்நிலைப்பள்ளியும், ஆசிரியர் பயிற்சிப்பள்ளியும் இருக்கின்ற இராயப்பன்பட்டியில், 'படித்தவர்கள்' ஏறத்தாழ நூறு சதம்.

நெல், கொடிக்காய்கள் அனைத்தும் விவசாயம் செய்யப்படும் இதற்கு அருகில் ஆனைமலையான்பட்டியில் ஒரு திராட்சை ஆய்வு மையம் உள்ளது. இந்த திராட்சை இன்று நேற்று வந்த கனியா? இதை எங்கள் ஊரில் இன்னொரு பெயரில் அழைப்பார்கள்.

கொடி முந்திரி

நொதிக்கிறதா
நொதிக்க வைக்கிறதா
மன்னியும் மகளிரே!

திராட்சைக் கண்கள் என்று
தெரியாமலே சொல்லிவிட்ட
அந்தக் கவிஞர்களை

முந்திரி என்றதும் பலர் பாயசத்தில் இருக்கும் பருப்பை எண்ணிக்கொள்கிறார்கள். அது செடி முந்திரி. இதுவும் பாயசத்தில் இருக்கும். ஆனால் கொடியில் கிடைப்பது. இந்தக் கொடி முந்திரி இந்தியாவிலேயே எங்கள் பகுதியில் அதிகம் விளையக்கூடியது.

முழுது முந்திரிகை பழ சோலை தேன்
ஒழுகி நின்று அசும்பும் சந்தன
தொழுது குன்றம் துளும்ப சென்று எய்தினான்
பழுது இல் வாய்மொழி போனவன் என்பவே

- சீவக சிந்தாமணி

முந்திரிகை என்று சீவக சிந்தாமணி சொல்லும் திராட்சை அது. கொடி முந்திரி என்றுதான் எங்கள் பகுதியில் சொல்வோம்.

திராட்சையை 6000 வருடங்களுக்கு முன்பே மக்கள் அறிந்திருக்கிறார்கள். பண்டைய ரோமானிய, கிரேக்க, எகிப்து நாடுகளின் சடங்குகளில் எல்லாம் முக்கியமான பானமாக திராட்சைச் சாறு பயன்பட்டிருக்கிறது.

பைபிள், கடவுளுடைய மக்களை அடிக்கடி திராட்சைச் செடியாக வர்ணிக்கிறது.

'இந்தத் திராட்சைச் செடியை விசாரித்தருளும் [அல்லது கவனித்துக் கொள்ளும்]'—சங்கீதம் 80:8-15.

யெகோவா, இஸ்ரவேல் நாட்டை திராட்சைச் செடிக்கு ஒப்பிட்டுள்ளார்.

தமது சீடர்களோடு இருந்த கடைசி இரவன்று, 'நான் மெய்யான திராட்சைச் செடி, என் பிதா திராட்சைத் தோட்டக்காரர்' என்று இயேசு கூறினார். (யோவான் 15:1)

இவ்வளவு சிறப்பு வாய்ந்த கனி தமிழகத்தில் எப்படி அறிமுகமாகியிருக்கும்? எல்லாம் ரோமானியர்கள் வணிகத் தொடர்பில் இருந்ததால் பழகியிருக்கலாம். இந்தத் திராட்சையைப் பழங்களின் ராணி என்று சொல்வதற்கு ஏற்றாற்போல நிறைய தட்பவெப்ப வசதிகளை எதிர்பார்க்கும். வெயில் வேண்டும். ஆனால் காய்ந்துபோகும் அளவு கொளுத்தக்கூடாது. மழை வேண்டும். அதிலும் ஊசித் தூறல் மட்டும் போதும். சன்னமாகக் குளிர் இருப்பதுபோல பனி வேண்டும். இந்த மூன்றும் இருந்தால் நம்முடைய பழ ராணி அமோகமாக விளைச்சல் தருவார்கள். இப்படிப்பட்ட காலநிலை, எங்கள் பகுதியில் ஆண்டு முழுதும் இருக்கக்கூடியது. சிறந்த மண் வளமும் இருப்பதால் இந்தியாவில் எந்த மாநிலங்களிலும் இல்லாத வகையில் தேனி மாவட்டத்தில் மூன்று போகம் - ஆண்டு முழுதும் திராட்சை பயிரிடப்பட்டு மகசூல் செய்யப்படுகிறது. தமிழகத்தில் 2800 ஹெக்டேரில் கோவை, திண்டுக்கல், தேனி, திருநெல்வேலி மாவட்டங்களில் திராட்சை விவசாயம் செய்யப்பட்டாலும் தேனி மாவட்டத்தில் மட்டும் 2,300 ஹெக்டேரில் திராட்சை விவசாயம் செய்யப்படுகிறது. நீர்த்தட்டுப்பாடு இல்லாமல் இருப்பதற்கு சண்முக நதி அணை பெரிதும் உதவுகிறது.

சண்முகா நதி அணை எம்.ஜி.ஆர் காலத்தில் கட்டப்பட்டது. அதிலிருந்து கிடைக்கும் நீர் ஆண்டில் ஒன்பது மாதங்களும் வறட்சியில்லாமல் கிடைக்கிறது. இயற்கை அழகு நிறைந்த

மேகமலையின் அடிவாரத்தில் மலையில் இருந்து சுமார் நான்கு கிலோமீட்டர் தொலைவில் உள்ள இந்த அணை தேனி மாவட்டத்தின் பூசாரிக்கவுண்டன்பட்டி, சுக்கங்கால்பட்டி, அப்பிபட்டி, வெள்ளையம்மாள் புரம், ஓடைப்பட்டி, சீப்பாலக்கோட்டை போன்ற ஊர்களின் பாசனத் தேவையை நிறைவு செய்கிறது. அதன் காரணமாக விளைச்சலுக்கு இந்தப் பகுதிகளெல்லாம் எப்போதும் தயாராக இருக்கின்றன.

கம்பம், கூடலூர், சுருளிப்பட்டி, அணைப்பட்டி, காமயகவுண்டன்பட்டி, நாராயணத்தேவன்பட்டி, குள்ளப்ப கவுண்டன்பட்டி, ராயப்பன்பட்டி, ஆகிய இடங்களில் பாரம்பரிய முறையில் கறுப்பு பன்னீர் திராட்சை சாகுபடி செய்யப்படுகிறது. திராட்சையில், தாமிரம், இரும்பு, மாங்கனீசு போன்ற கனிமங்கள் அடங்கியுள்ளன. வைட்டமின் சி, கே, ஏ ஆகியவை உள்ளன. கொழுப்பு குறைவு. நீர்ச்சத்து அதிகம். பசி இல்லாதவர்கள், உறக்கம் வராதவர்கள் கொடி முந்திரியை உண்ணலாம். இரத்தக்குழாய்களில் உள்ள கொழுப்பைக் கரைத்து, சர்க்கரை நோய் மற்றும் கால்கள் மரத்துப்போதல் போன்ற பிரச்சனையை குணமாக்க, புற்றுநோய் செல்களை அழித்து, புதிய ஆரோக்கியமான செல்கள் அதிக அளவில் உற்பத்தி செய்யக் கறுப்பு திராட்சையின் விதை மிகவும் உதவுகிறது. எனவே திராட்சைப் பழத்துடன் விதைகளைச் சேர்த்து உண்பது நல்ல பலனைத் தரும். பாரம்பரிய கறுப்பு திராட்சைக்கு புவிசார் குறியீடு பெறுவதற்கும் முயற்சிகள் செய்து கொண்டிருக்கிறார்கள் என்று காமயகவுண்டன்பட்டியைச் சேர்ந்த திராட்சை விவசாயி மகேந்திரன் சொன்னார்.

சமீபத்தில் சின்னமனூர் சென்றபோது எங்கள் ஊரிலேயே திராட்சைப் பயிர் சாகுபடி செய்வதைப் பார்க்க முடிந்தது. எங்கள் ஊரில் முன்பெல்லாம் திராட்சை விவசாயம் செய்ய மாட்டார்கள். நெல்லுக்குத்தான் அதிக முக்கியத்துவம் கொடுப்பார்கள். தென்னந்தோப்புகள் இருக்கும்.

இது என்ன வகை என்று கேட்டபோது தாம்சன் பச்சை விதையில்லா திராட்சை ரகம் என்றார்கள். பச்சை திராட்சை என்றால் தீபாவும் பள்ளி நாட்களும்தான். தீபா குடும்பத்தினருக்கு ஓடைப்பட்டியில் நிறைய நிலங்கள், திராட்சைத் தோட்டங்கள் இருந்தன. அவளுக்கு ஓடைப்பட்டியை வர்ணிப்பதில் அலாதி இன்பம். உலகத்திலேயே சிறந்த தையல் கடைக்காரர் ஓடைப்பட்டியில்தான் இருக்கிறார் என்பாள். அவள் போட்டுக்கொண்டு வரும்

சட்டையில் கைப்பகுதியும், கழுத்து வடிவமைப்பும் நாங்கள் யாரும் பார்த்திருக்காத மாதிரியே இருக்கும். அவளுடைய அம்மாதான் தோட்டத்தைப் பார்க்க அடிக்கடி ஓடைப்பட்டி போவார்கள். கோடை விடுமுறைக்குப்பின் பள்ளி திறக்கும் ஜூன், ஜூலையில் அவர்கள் குச்சி நடவேண்டும் என்று கிளம்பிப்போவார்கள். அவள் "நீர் கட்ட போறோம், கவாத்து செய்ய போறோம்" என்று சொல்லி அடிக்கடி ஓடைப்பட்டி போவாள். 'அதெல்லாம் எப்படி செய்வாங்க?' என்றால் கண்களை உருட்டியபடி ஒவ்வொன்றாகச் சொன்னது இது

"ஒன்றுக்கு ஒன்று என்ற கணக்கில் பச்சை திராட்சைக்கு குழி வெட்டுவர்கள். அதில் இயற்கை உரம் போட்டு நிரப்பிவிடுவார்கள். நன்றாக வேர் விட்ட திராட்சைக் குச்சிகளை நடுவார்கள். நடவு செய்து வளரும் செடியை ஒரே தண்டாக பந்தல் உயரத்திற்கு கொண்டு வந்து பின்பு நுனியைக் கிள்ளிவிடவேண்டும். பின்பு வளரும் பக்கக் கிளைகள் எதிர் எதிர் திசையில் வளரவிட்டு. நுனிகளைக் கிள்ளி, கிளைகளை பந்தல் மழுவதும் படரச் செய்வார்கள். கறுப்பு திராட்சை என்றால் நான்கு மொட்டு நிலையில் கவாத்து செய்யவேண்டும். கவாத்து என்பது பக்கக் கிளைகளை வெட்டி ஒழுங்குபடுத்தும் முறை. தாம்சன் விதையில்லா இரகங்களுக்கு இரண்டு மொட்டு நிலையில் செய்யவேண்டும். கணுக்களில் உள்ள மொட்டுகளைக் கவனித்து கவாத்து செய்தால் நல்லது. வளராத கொடிகளை ஒன்று அல்லது இரண்டு மொட்டுகள் விட்டு கவாத்து செய்தால் அது இன்னும் வளரும்."

ஆனைமலையன்பட்டியில் திராட்சை ஆராய்ச்சி நிலையம் செயல்பட்டு வருகிறது. கோவை வேளாண் பல்கலைக்கழக கட்டுப்பாட்டில் செயல்படும் இந்த நிலையம், திராட்சை விவசாயிகளுக்கு நவீன தொழில்நுட்பங்கள் மற்றும் புதிய ரகங்களை அறிமுகம் செய்வது உள்ளிட்ட பணிகளைச் செய்து வருகின்றது. ஆனைமலையன்பட்டி திராட்சை ஆராய்ச்சி நிலையத்திற்குத் தேசிய வேளாண் ஆராய்ச்சி மையம் அங்கீகாரம் வழங்கியுள்ளது. பெரியகுளம் தோட்டக்கலை ஆராய்ச்சி நிலையத்தின் கீழ் செயல்பட அறிவுறுத்தப்பட்டுள்ளது.

மஞ்சரி மெடிக்கா என்னும் புதிய வகை திராட்சையை கம்பம் அருகே உள்ள சுருளிப்பட்டியைச் சேர்ந்த விவசாயி ஒருவர் இந்த ஆராய்ச்சி நிறுவனத்தின் ஆலோசனைப்படி வெற்றிகரமாக சாகுபடி செய்துள்ளார். இந்த வகை திராட்சை ஹெக்டேருக்கு

12 முதல் 15 டன் மகசூல் தருவதாகவும், இதில் வரும் கழிவுகளை வீணாக்காமல் பழச்சாறுக்கு பிறகு, எஞ்சிய தோல் மற்றும் விதைகள் பிரிக்கப்பட்டு ஐஸ்கிரீம், தயிர் போன்ற பால் பொருட்களை வளப்படுத்தவும், மிட்டாய், கேக் உள்ளிட்டவற்றைத் தயாரிப்பதற்கும் பயன்படுத்தப்படுவதாகச் சொல்கிறார்கள்.

திராட்சையைப் பற்றிச் சொல்லும்போது எண்பத்தொன்பதில் எங்கள் மாவட்டத்தைச் சுற்றி வந்த ஒரு தொற்று நோயைப் பற்றியும் சொல்லியாக வேண்டும். 'திராட்சைக்கும் தொற்று நோய்க்கும் என்னம்மா சம்பந்தம்' என்று கேட்கிறீர்களா? அந்தத் தொற்று நோய் வந்தபோது மருத்துவர்கள் தவறாமல் பரிந்துரைத்த பழம் திராட்சை.

நோய்க்கும், நாய்க்கும் ஒரே இடம்

அச்சப்பட்டு ஆவதென்ன?

அதுவே போகுமா
இல்லை
அடுத்த அடி தேவையா

நின்று பார்த்தால்
நிலைமை புரியும்

நோய்க்கொரு மருந்துண்டு
நாய்க்கும் அன்புண்டு

“ஏம்த்தா, நீயும் வைத்தியத்துக்குத்தான் நிக்கிறியா?”

“ஆமாம். என்னெண்டு சொல்றது, இந்த மாதிரி ஊர புடிச்சு திடீர்னு ஆட்டுற நோய? வீடு முச்சூடும் இதான் பாத்துக்க”

“பஸ்ஸு வந்தா சொல்றியாத்தா. நான் சித்த அங்ஙனக்குள்ள குத்த வைக்கிறேன். காலெல்லாம் நோவு”

“செரி. நாங்கூப்புடுறேன்”

இந்த மாதிரி ஒருவர் இருவர் அல்ல மாவட்டத்தின் பல பகுதிகளிலும் பேச்சுக்கள் ஒரே நோயைப் பற்றி. அந்த 1989ல், எங்கு பார்த்தாலும் மஞ்சளாகத் தெரிந்தது.

தெரியாமல் என்ன செய்யும்? காமாலைக் கண்ணல்லவா? நீரின் வழியாகத் தொற்று ஏற்பட்டதாக எல்லாரும் பேசிக்கொண்டார்கள். சிறியவர் முதல் பெரியவர் வரை மஞ்சள் காமாலைக்குக் கூட்டம் கூட்டமாக வைத்தியம் செய்ய முண்டியடித்தார்கள்.

அவர்கள் எல்லாம் சென்றது கோம்பையின் மூலிகை வைத்தியம் செய்யும் இடம். இந்தக் கோம்பை எங்கே இருக்கிறது? உத்தமபாளையத்திலிருந்து 6 கிமீ தொலைவில் பண்ணைபுரத்திற்கும் முன்பாக உள்ளது. திருமலைராயப்பெருமாள் கோயில் பற்றிச் சொன்னேன் அல்லவா? அதே கோம்பைதான்.

அங்கேயும், மற்ற இடங்களிலும் புற்றீசல் போலப் பல வைத்தியர்கள் திடீரெனத் தோன்றியதும் உண்டு. ஆனால் வாடிக்கையாகப் பார்க்கும் இடத்தில் மக்கள் வெள்ளமாகக் குவிந்தார்கள். அதிகாலையில் வெறும் வயிற்றோடு செல்ல வேண்டும். முதல் நாளா? இரண்டாம் நாளா? என்று கேட்டு அவர்களைத் தனி வரிசையில் நிற்க வைப்பார்கள். அதிகாலை ஐந்து மணி முதல் மருந்து கொடுப்பார்கள் அங்கே. மூன்று நாட்களுக்கு மருந்து உண்ண வேண்டும்

பலர் வீட்டிலேயே கீழாநெல்லியை அரைத்து ஆட்டுப்பாலில் கலக்கிக் குடித்தார்கள். நோய் முற்றி இறந்தவர்களும் இருக்கவே செய்தார்கள். அரசு மருத்துவமனையில் மாத்திரைகள் தட்டுப்பாடு இல்லாமல் வழங்கப்பட்டன. அன்றைய பிரிக்கப்படாத மதுரை மாவட்டத்தின் பீதியைக் கிளப்பிய நோய்ப் பரவலிலிருந்து மக்களைக் காத்தது கோம்பை மூலிகை வைத்தியமே. இன்றும் அது பாரம்பரியமாகத் தொடர்ந்து நடக்கிறது. தமிழகத்தின் பல பகுதிகளிலிருந்தும், கேரளாவிலிருந்தும் கோம்பைக்கு வந்துகொண்டுதான் இருக்கிறார்கள்.

மலையடிவாரத்து ஊர்கள் “கோம்பை” எனப்படுகின்றன. சிற்றூர் எனப் பொருள்படும் “கோம்பு” என்ற கன்னடச் சொல்லின் அடிப்படையில் இச்சொல் தோன்றியிருக்கிறது. மேலும் கோம்பை என்ற சொல் முடக்கு, மலையடிவாரம், தென்னை என்று பொருள் குறிக்கிறது. பன்றிமலை, மேற்குமலை, கழுகுமலை என்னும் மூன்று மலைகளிடையே முடங்கிக் கிடந்ததால் இந்த ஊருக்கு இப்பெயர் வந்திருக்கலாம்.

நான் அந்த நாட்களில் கண்களை மீண்டும் மீண்டும் கண்ணாடியில் பார்த்துக்கொண்டேன். வெண்மையாகவே

இருந்தது. தொடர்ந்து பார்க்கப் பார்க்க மஞ்சளாகத் தெரிய ஆரம்பித்தது. கண்ணாடிக்குக் காமாலைபோல. பள்ளிக்கு விடுப்பு எடுத்து வீட்டிலேயே அதிகாலை கீழாநெல்லியை அரைத்து ஆட்டுப்பாலில் குடித்துவிட்டு, உப்பு இல்லாமல் உணவு உண்டு மூன்றே நாட்களில் பள்ளிக்குச் சென்றுவிட்டேன்.

"பப்ளிமாஸ் மாதிரி கொழு கொழுன்னு, பளபளன்னு இருக்கா. மூணு நாளா மஞ்சள் காமாலைன்னு லீவு போட்ருக்கா பாருங்க அங்கை" என்று அருணா டீச்சர் பக்கத்து வகுப்பு டீச்சரிடம் சொல்லிக்கொண்டிருந்தது என்னைப் பற்றித்தான்.

நோய் வராமலே வந்ததாக உணர்ந்து, ஒரு நாளைக்கு கால் கிலோ கறுப்பு திராட்சையை ஒன்று விடாமல் தின்று தீர்க்கும் அளவுக்கு மஞ்சள் காமாலை பயம் எனக்கு வந்ததற்கு நான் என்ன செய்வது?

"என்னவோ இதுக்கு மட்டும்தான் பயப்படுவியா?" என்று எகத்தாளமாக என்னைப் பார்த்துப் புசுபுசுவென மூச்சு விடும் அந்த நாய் இருக்கிறதே, அதைப் பார்த்ததும் இந்தக் கோம்பையின் இன்னுமொரு அடையாளத்தைச் சொல்லத் தோன்றுகிறது.

பழங்குடி மக்களின் வேட்டைத் துணைவன். இயற்கையின் பரிணாமத்துடன் இன்றும் இருப்பவன். காட்டுப்பன்றியும், மிளாவும், மானும் இவன் இலக்குகள் என்றால் மிகையில்லை. பருமனால் பயங்காட்ட மாட்டான். வலிமையில் பின்வாங்கவும் மாட்டான். இந்த ஊருக்கே பெயர் தரும் நன்றியுள்ளவன். அவன்தான் கோம்பை நாய்.

தமிழக இனங்களில் மிகப் பழமையான நாய் கோம்பை நாய் வகைதான். கோம்பை மேற்கு, கிழக்கு இரு பகுதிகளிலும் மலைகளால் சூழப்பட்ட ஊர். அதனால் மலை வாழ் விலங்குகளிடம் இருந்து தற்காத்துக்கொள்ளும் வலிமையுடன் இந்த நாட்டு நாய்கள் உள்ளன. நூற்றாண்டுகளாக எங்களோடு பயணித்து வரும் நட்பினம்.

"சொன்றி ஞமலி தந்த மனவுச்சூல் உடும்பின்
வறைகால் யாத்தது வயின்தொறும் பெறுகுவிர்"
- பெரும்பாணாற்றுப்படை

கான் உறை வாழ்க்கைக் கதநாய், வேட்டுவன்
மான்தசை சொரிந்த வட்டியும் - புறநானூறு 33

கணைக்கால் பந்தர் தொடர்நாய் யாத்த துன்னரும் கடி நகர்
- பெரும்பாணாற்றுப்படை

இரவரல் மாலையனே, வருதோறும்
காவலர் கடுகினும், கத நாய் குரைப்பினும்
- குறிஞ்சிப்பாட்டு

சூர் உகிர் ஞமலி கொடும் தாள் ஏற்றை
ஏழகத் தகரோடு உகளும் முன்றில்

- பட்டினப்பாலை

என்று பெரும்பாணாற்றுப்படை, குறிஞ்சிப்பாட்டு, புறநானூறு, பட்டினப்பாலை போன்றனவும், இன்னும் பிறவும் குறிப்பிடும் வேட்டை நாய்களைப்போல இதுவும் முக்கியமானது என்று சொல்லலாம். குறிஞ்சி நிலத்தில் வாழ்ந்த வேட்டுவ மக்களால் அதிகம் பயன்படுத்தத்தட்ட நாய் இந்த வகை நாயே. அன்றைய ஜமீன்தார்கள் பெரிதும் வேட்டைக்கு இந்த வகை நாயைப் பயன்படுத்தியதால், இந்த நாயை வீடுகளில் காவலுக்குப் பரவலாக வைத்துக்கொள்ள ஆரம்பித்தார்கள்.

கோரைப்பற்கள் குத்திக் கிழித்தால் அவ்வளவுதான் இரண்டு கிலோ கறியாவது போய்விடும். அந்த மூர்க்கம் எப்படி நாட்டு நாய்களுக்கு வந்திருக்கும். இவை மலைப்பகுதியில் ஆநிரை-பசுக்களை மேய்ப்பவர்களுடன் காவலுக்குச் செல்லும்போது செந்நாயுடன் இணைந்ததால் ஏற்பட்டது என்கிறார்கள்.

இவை அதிகம் செவலை நிறத்துடனும், கருவாயுடனும் காணப்படும். இந்த நாய்கள், இரண்டு அடி முதல் இரண்டேகால் அடி உயரத்துடனும் நல்ல திரண்ட தசைகளுடனும் வலுவான தாடை எலும்புகளுடனும் நீளம் குறைவாகவும் இருக்கும். அழகுக்கு வளர்க்கும் நாய்களுக்குக் காவலுக்கு இன்னொரு பெரிய நாய் வளர்க்க வேண்டும். நாட்டு நாய்களோ நன்றிக்கும், வலிமைக்கும் உரியவை. இந்தக் கோம்பை நாய்கள் திப்பு சுல்தானின் போருக்கு உதவியாகவும் அனுப்பப்பட்டுள்ளன. முதல் முறை நிகழ்ந்த போரில் ஆங்கிலேயப் படையின் அழிவுக்கு இந்த நாய்களும் காரணமாக இருந்தன என்பார்கள். மருதுபாண்டியரின் கோட்டைக் காவலுக்கு இருந்த கோம்பை நாய்கள் இறுதிவரை ஆங்கிலேயரை உள்ளே அனுமதிக்கவில்லையாம்.

இந்தியாவின் பாரம்பரிய நாய் இனங்களுக்குப் பயிற்சி அளித்து அவற்றை மத்திய ரிசர்வ் போலீஸ் படையில் சேர்ப்பது

என முடிவு செய்யப்பட்டது. இப்பொழுது கோம்பை நாய் இனத்தைச் சேர்ந்த 2 குட்டிகள் சேர்க்கப்பட்டுள்ளன.

எங்கள் மாவட்டத்தின் காவல் சின்னமாய் இருக்கும் கோம்பை நாய் மீது இத்தனை மதிப்பு நான் வைத்திருந்தாலும், நாய்கள் என்று சொன்னாலே எங்காவது ஓடி ஒளிந்துகொள்வது மட்டுமல்ல உயரம், நீளம் எல்லாம் தாண்டி சர்க்கஸ் காட்டவும் செய்வேனோ என்னவோ? எங்கள் வட்டாரத்தில் இருக்கும் கழைக்கூத்தாடிகளுக்குத் தெரியாமல் இருந்தால் சரி. ஆமாம், இந்தக் கழைக்கூத்தாடிகள் எங்கே போய் விட்டார்கள்?

சின்னமனூர் பேமஸ் சர்க்கஸ்

மிதக்கும் நிலம்
தவழும் வானம்

மூங்கில் கழியின் முனையில்
சுழல்கிறதோர் உலகம்

அந்தர தேசத்து
ஆட்சியாளர்கள் அவர்கள்

ஆசைப்பட்டுக் கட்டுண்ட
அடிமைகள் நாம்

பள்ளியில் அன்று எல்லா வகுப்பு மாணவர்களையும் வரிசையாக நிற்கச் சொன்னார்கள். நான் ஆறாம் வகுப்புப் படித்துக்கொண்டிருந்தேன். நாங்கள் போகப்போகும் இடம் குறித்து வாயெல்லாம் பல்லாக கச்சா முச்சாவென்று பேச்சு. வகுப்பு ஆசிரியர்கள் கண்டும் காணாததுபோல இருந்தார்கள். இந்த உற்சாகத்தோடு இருந்தால்தானே செல்லும் இடத்துக்குச் சிறப்பு. அதே வரிசையில் சின்னமனூர் வ.உ.சி. ஐ.டி.ஐ எதிரில் இருந்த திடலுக்கு அழைத்துப் போனார்கள். அங்கே ஏற்கனவே குருக்கள் பள்ளி, மற்ற நகராட்சிப் பள்ளி மாணவர்கள் வந்து அமர்ந்திருந்தார்கள்.

பத்மநாப ஆசாரி
உரிமையாளர் – சின்னமனூர் பேமஸ் சர்க்கஸ்

எதற்குச் சிரித்தோம் என்றில்லாமல் சொல்லுக்குச் சொல் சிரித்த நாட்கள் அவை. மேலும் சிரிக்க வைக்கத் திடலின் நடுவே இரண்டு குள்ளர்கள் உருண்டையாக சிவந்து புடைத்த மூக்குகளோடு கோமாளிகளாக வந்தார்கள்.

"நல்லாப் பாருங்க என் கையில ஒரு முட்டை இருக்கு. இதிலிருந்து கோழிக்குஞ்சு வர வைக்கப்போறேன்" என்று சொல்லியபடி ஒரு முட்டையைக் காட்டினார். நாங்களும் காத்திருந்தோம். அவர் திடலில் ஓர் இடத்தில மணலைத் தோண்டி முட்டையைப் புதைத்து வைத்து மேலே உட்கார்ந்துகொண்டார். எல்லாரும் சிரித்தோம்.

"மூச்! அடைகாக்க வேணாமா?" என்றதும் கூட்டமே கொல்லென்று சிரித்தது. சின்னமனூர் சர்க்கஸ் ஆரம்பமானது.

கால் சராய் அணிந்த பெண்களை இங்குதான் பார்க்க முடியும். ஊர் முழுக்க பாவாடை சட்டை, பாவாடை தாவணி, சேலை கட்டிய பெண்கள் மட்டுமே. அப்போது சுடிதார் கூடக் கிடையாது. அதனால் அந்தப் பெண்கள் தலைகீழாகத் தொங்குவதைப் பார்க்கையில் அவர்களெல்லாம் வேறு உலகத்தில் இருந்து வந்தவர்கள் போலத் தோன்றும்.

இரண்டு கரடிகளை நடக்க வைத்து எங்கள் கூட்டத்திற்குள் கொண்டு வந்து அலற வைத்தார்கள். அவை வந்து போன பின் இன்னொரு முறை அவைகளை நடக்க வைக்க வேண்டும் என்று கூட்டம் ஆர்ப்பரித்தது. இப்படியே புலிகளை வைத்தும், வளையங்களில் புகுந்தும் வித்தைகள் காட்டப்பட்டன.

பள்ளிக்குத் திரும்பிய பிறகும் அதைப்பற்றியே பேசிக்கொண்டு இருந்தோம். ராஜேஸ்வரி டீச்சர் வகுப்புக்கு வந்த பிறகும் பேச்சு தொடர்ந்தது. அவருக்குப் புரிந்துபோனது. இந்த மனக் கிளர்ச்சி மீதி நாளுக்கும் தொடரும் என்று. அதனால் பாடம் எதுவும் நடத்தாமல் சர்க்கஸ் எப்படி உலகில் ஆரம்பமானது, அது எப்படியெல்லாம் வளர்ந்தது என்று எங்களுக்குப் பிடித்தையே சொல்ல, நாங்களும் ஆ'வென்று கேட்டோம். சர்க்கஸ் கலைக்குச் சில ஆயிரம் ஆண்டுகளுக்கும் மேலான வரலாறு உண்டு.

கி.மு. 600-ல், 3 லட்சத்து 50 ஆயிரம் பேர் பார்வையிட்ட பிரமாண்ட சர்க்கஸ் நிகழ்ச்சியை மாக்சிமஸ் சர்க்கஸ் நிறுவனம் நடத்தி உள்ளது. இதில் வேடிக்கைக் கலைகள் இல்லை. போட்டி மற்றும் வீர விளையாட்டுக்களே நடத்தப்பட்டன. மூர்க்கமான இந்தக்

காமாட்சி அம்மாள்
சின்னமனூர் பேமஸ் சர்க்கஸ்

கலைஞர்கள் க்ளாடியேட்டர்கள் என்று அழைக்கப்பட்டார்கள். கைதிகளையும், ஒதுக்கப்பட்டவர்களையும் மைதானத்தின் நடுவில் விட்டு, சிங்கம், புலி போன்ற விலங்குகளுடன் போராடவிடும் நிகழ்வுகளும் அப்போது நிகழ்ந்தது. கொலோசியம் அரங்கம் இதுபோன்ற விளையாட்டுகளுக்குப் பெயர்பெற்றது. இப்படி வீர பராக்கிரமத்தையும், மூர்க்கத்தனத்தையும் நடத்தும் அரங்குகளே சர்க்கஸ் அரங்கு அல்லது ரிங்குகள் எனப்பட்டன.

சர்க்கசில் விலங்குகளைப் பழக்கப்படுத்தியவர் ஜான்பூல் என்ற அமெரிக்க சர்க்கஸ் கலைஞர் ஆவார். அவர் 1785-ல், கோமாளிகளையும் அறிமுகம் செய்தார். ஓரிடத்தில் சர்க்கஸ் நடத்துவதை விட்டுவிட்டு மக்கள் கூடும் இடங்களில் எல்லாம் சர்க்கஸ் நடத்தத் தொடங்கினார்கள். சர்க்கஸ் நிறுவனங்களும் பெருகியது. சர்க்கஸ் வளர்ந்தது. மக்களைக் கவர்வதற்காகப் புதுப்புது உத்திகளையும், வித்தைகளையும் சர்க்கசில் சேர்க்க ஆரம்பித்தார்கள். சிங்கம், கரடி, புலி, யானை, கிளி, புறா என பறவைகளும், விலங்குகளும் சர்க்கசில் சாகசம் காட்டின. பார் கம்பிகளில் கழைக்கூத்தாடிகள் பறந்து மகிழ்வித்தார்கள்.

நம்முடைய தொல்குடித் தமிழ் மக்கள் இந்தக் கலையை அறிந்திருந்தார்களா? ஆம். இந்தக் கூத்துக் கலை சங்க காலத்தில் தமிழர்களின் வாழ்வியலில் ஒரு பங்காகவே இருந்துள்ளது.

கயிற்றில் நடக்கும் இதே கழைக்கூத்து நற்றிணை 95 ம் பாடலில்

> **கழை பாடு இரங்க, பல் இயம் கறங்க,**
> **ஆடு மகள் நடந்த கொடும் புரி நோன் கயிற்று,**
> **அதவத் தீம் கனி அன்ன செம் முகத்**
> **துய்த் தலை மந்தி வன் பறழ் தூங்க,**
> **கழைக் கண் இரும் பொறை ஏறி விசைத்து எழுந்து**
> **குறக் குறுமாக்கள் தாளம் கொட்டும்**

இவ்வாறு வருகிறது.

ஆடு மகள் நடந்த கொடும் புரி நோன் கயிற்று- மூங்கில் கழிகளுக்கு இடையே முறுக்கிக் கட்டப்பட்ட கயிற்றின் மேல் நடக்கும் ஆடல் மகள் என்கிறது பாடல்.

அது மட்டுமா? அத்திப்பழம் போன்ற சிவந்த முகமுடைய செம் மந்தியின் குட்டி அந்தக் கயிற்றைப் பற்றித் தொங்கியதாம். அதைப் பார்த்து குறிஞ்சி நிலக் குற மக்களின் பிள்ளைகள் பெரிய பாறையின் மேல் இருக்கும் மூங்கிலின் மேல் ஏறி நின்று தாளம் கொட்டினார்கள் என்கிறது பாடல்.

இதே காட்சியை நாங்கள் தொண்ணூறுகள் வரை எங்கள் ஊரிலும் பார்த்திருக்கிறோம். சின்னமனூர் பூக்கடை முக்கு, தேரடி முக்கு, கண்ணாடி முக்கு இந்த இடங்களில் மூங்கில் கழிகளை நட்டு, அதன் இரு முனைகளுக்கு இடையே கயிற்றைக் கட்டி அதன் மேல் மங்கையர் அல்லது குழந்தைகள் கையில் ஒரு மூங்கில் கோலினை வைத்தபடி ஒரு முனையிலிருந்து மறு முனைக்கு நடப்பார்கள். அவர்கள் நடக்கும்போது பறை கொட்டப்படும். வளையங்களில் பெண்கள் புகுந்து வருவதும், குரங்கு பறை முழக்கத்திற்கு ஏற்றபடி கூத்தாடியின் கையிலிருக்கும் குச்சியைத் தாண்டுவதும், குரங்கு இரண்டு கால்களில் நடந்து கூட்டத்தைச் சுற்றி வருவதும் நாங்கள் பார்த்தது. அவர்களுக்குச் சுற்றி நின்று வேடிக்கை பார்த்தவர்கள் சில்லறைகளைக் கொடுத்துப் போவார்கள். சின்னமனூர், கம்பம் பள்ளத்தாக்குப் பகுதிகளில் இத்தகைய கழைக்கூத்தாடிகள் பலர் குழுக்களாகவே இருந்தனர். கம்பம் பள்ளத்தாக்கில் இருந்த கழைக்கூத்தாடிகளை யாராலும் மறந்திருக்க முடியாது.

இதே கூத்துக் கலை கூடாரத்துக்கு உள்ளே அமர்ந்து நுழைவுச் சீட்டுடன் பார்க்கும் அளவுக்கு வளர்ச்சி கண்டது. சர்க்கஸ் நிகழ்ச்சிகள் திரைப்படங்களிலும் காட்டப்பட்டன. எம்ஜிஆர் இதில் மிகுந்த ஈடுபாடு கொண்டவர். அவர் கழைக்கூத்துக் கலைஞனாக நடிக்க ஆசைப்பட்டு நடித்தவர். எங்கள் பள்ளியிலிருந்து அழைத்துச் சென்று காண்பித்த சர்க்கஸுக்கு "சின்னமனூர் பேமஸ் சர்க்கஸ்" என்று பெயர். சின்னமனூரின் மறக்க முடியாத, மறுக்க முடியாத அடையாளங்களில் ஒன்று இது.

சர்க்கஸ்காரர்கள் குறும்பாகவே பேசக்கூடியவர்கள். அவர்கள் பேச்சைக்கேட்டுப் பின்னாலேயே அவர்கள் தங்குமிடம் வரை போவார்கள் குழந்தைகள். சில நேரம் குழந்தைகளைக் காணவில்லை என்று தேடி சர்க்கஸ் நடக்கும் இடத்தில் கண்டுபிடித்திருக்கிறார்கள். அப்படி சின்னமனூர் சர்க்கஸ் மேல் கொண்ட தீராத ஆசையில் வீட்டை விட்டு வந்த ஒரு குழந்தையாலேயே இந்த சர்க்கஸ் நிறுவனம் லட்சக்கணக்கான மக்களின் மனத்தைக் கொள்ளை கொள்ளும் அளவுக்கு வளர்ந்தது.

சின்னமனூரைச் சேர்ந்த அனந்தமுத்து ஆசாரி நான்கைந்து நண்பர்களுடன் சேர்ந்து தெருவில் சில வித்தைகளைக் கழைக்கூத்தாக நடத்தினர். அவரின் கலையைப் பலரும் விரும்பவே, அவர் நண்பர்கள் உதவியுடன் சிறு அளவில் சர்க்கஸ் ஒன்றை

அமைத்தார். அது சின்னமனூர் மற்றும் சுற்றுப்புறங்களில் நல்ல பெயர் வாங்கியது. அனந்தமுத்து ஆசாரியின் மூத்த மகன் தங்கமுத்து. தனது மகனுக்கு இந்தக் கலையைக் கற்றுக்கொடுத்தார் அனந்தமுத்து ஆசாரி. தங்கமுத்து மிகப்பெரும் அளவில் சர்க்கஸ் நிறுவனத்தை முன்னெடுத்தார். பார் விளையாட்டில் தமிழக அளவில் புகழ் பெற்றவர்.

காமாட்சி சின்னமனூரைச் சேர்ந்தவர். சிறு குழந்தையாக இருந்தபோதே சின்னமனூர் சர்க்கஸ் மீது இருந்த அதிகப்படியான ஆர்வத்தால் எந்த நேரமும் அங்கேயே இருக்க ஆரம்பித்தார். பள்ளிக்கூடம் போகாமல் அவர் சர்க்கஸ் கூடாரத்திலேயே இருப்பதும், அவர்கள் பழக்க வழக்கங்களைக் கற்றுக்கொள்வதுமாக இருந்த காமாட்சி அம்மாளை அவர்கள் பெற்றோர் கண்டித்தார்கள். ஒரு நாள், இரு நாள் சர்க்கஸ் பக்கம் போகாமல் இருப்பதே முடியாது என்னும் நிலை காமாட்சிக்குப் புரிய, நிரந்தரமாக சின்னமனூர் சர்க்கஸிலேயே தங்கிவிட முடிவு செய்துவிட்டார். அப்போது இவர் பள்ளிக் குழந்தை. கொலு பொம்மை போன்ற அழகுடையவர். இப்படி ஒரு பெண் குழந்தையை விட்டுவிட அனந்தமுத்து ஆசாரி குடும்பத்தினருக்கும் மனமில்லை. தங்கள் மூத்த மகனான தங்கமுத்துவுக்கே காமாட்சியை மணம் செய்துவைத்துத் தங்களோடேயே வைத்துக்கொண்டார்கள். காமாட்சி சர்க்கஸ் கலையை மிக நேர்த்தியாகக் கற்றுக்கொண்டார். தங்கமுத்து, காமாட்சி இருவரும் சர்க்கஸ் கலையைப் புதிய உச்சத்திற்குக் கொண்டு வந்தார்கள் என்றே சொல்ல வேண்டும்.

இந்த நிலையில்தான் தங்கமுத்து ஆசாரி பார் விளையாட்டில் ஏற்பட்ட விபத்தால் மரணமடைந்தார். காமாட்சி மிக இளைய பருவத்தில் இருந்ததால் அவரைக் காப்பாற்ற வேண்டும் என்ற கவலை குடும்பத்தினருக்கு இருந்தது. காமாட்சியின் அழகும், திறமையும், அவரை ஆக்கிரமித்திருந்த சர்க்கஸ் கலையும் இனி எவரிடமும் காண முடியாத ஒன்று என எண்ணிய அக்குடும்பத்தினர் காமாட்சிக்குத் தங்கமுத்துவின் தம்பியான பத்மநாபனையே மணம் முடித்து வைத்துவிட்டார்கள்.

பத்மநாபன் உடல் வலிமையில் எவருக்கும் சவால் விடக்கூடியவர். பெரிய பாட்டில்களை இரண்டு கைகளில் சுற்றியபடியே ஒன்றின் மேல் ஒன்றாக ஆறு பாட்டில்கள் வரை நிறுத்தி வைப்பார். கைகள் ஒரு முறைகூட நழுவியதில்லை. யாரும் தூக்க முடியாத அளவு இரண்டு பெரிய கற்களைப் பலர் சேர்ந்து தூக்கி பத்மநாபன்

மேல் அடுக்குவார்கள். அதற்குமேல் ஒரு பாறையை வைத்து அந்தப் பாறையை உடைப்பார்கள். உடைத்து முடித்தபின் அந்தக் கனத்த கற்களைப் பத்மநாப ஆசாரி ஒரே கையால் தள்ளிவிட்டு அசராமல் எழுந்து வருவார். அந்தக் கற்கள் வைத்திருந்த வளையங்கள் சின்னமனூரில் இவர்களுடைய வீடு இருக்கும் ஓடைக்காரத்தெருவில் இவர்களுடைய குலதெய்வமான பத்மநாப சுவாமி கோயிலில் இன்றும் இருக்கின்றன.

திரைப்படத்தில் கிராபிக்ஸ் வைத்து எடுக்கப்பட வேண்டிய காட்சிகளை நேரில் நிகழ்த்திக் காட்டியிருக்கிறார். இவர்கள் சர்க்கஸ் ஆரம்பிக்கும் முன் ஒலிபெருக்கியில் ஊர் முழுக்க ஓர் அறிவிப்பு செய்வார்கள். "யார் வேண்டுமானாலும் அம்பாசிடர் கார் கொண்டு வரலாம். அந்தக் காரை இயக்கிக்கொண்டிருக்கும்போதே பத்மநாப ஆசாரி நிறுத்திக் காட்டுவார்" என்று அந்த அறிவிப்பு முழங்கும். அன்றெல்லாம் கார்கள் மிகச் சொற்பம். பெரிய வசதியான ஆள்கள் மட்டுமே வைத்திருப்பார்கள். அவர்கள் ஆர்வத்துடன் தங்கள் காரோடு செல்வார்கள். பத்மநாப ஆசாரி வித்தை செய்யத் தயாரானதும், ஓட்டுனரிடம் காரை இயக்கச் சொல்வார்கள். காரிலிருந்து ஒரு கயிறால் பத்மநாப ஆசாரியின் இடுப்பில் முடிச்சுப் போட்டிருப்பார்கள். ஓட்டுநர் இயக்கும் காரை ஓர் அங்குலம் கூட நகர விடாமல் நிற்கவைத்துக் காட்டுவர் பத்மநாப ஆசாரி. கூட்டம் கைதட்டி ஆரவாரிக்கும். இவர் வாங்கிய பதக்கங்கள் எண்ணற்றவை. தங்கமுத்து ஆசாரியின் தம்பி ராஜா ஆசாரி கத்தி வீசுவதில் வல்லவர்.

அப்போது தொலைக்காட்சி இல்லாததால் மக்களுக்குக் கண்டு களிக்கக்கூடிய நிகழ்வாக சர்க்கஸ் இருந்தது. இவர்கள் சர்க்கஸ் மூன்று மணி நேரம் நடக்கும். இரண்டு குள்ளர்கள் கோமாளிகளாக இருந்தார்கள். சங்கிலி செட்டியார் குளத்தில்தான் (திடல்) நடத்துவார்கள். யானைகளை சிறு ஆசனத்தில் இரண்டு கால்களில் நிற்க வைப்பார்கள். புலிகளோடு காமாட்சியம்மாள் வித்தை காட்டுவார்கள். பத்மநாப ஆசாரி, காமாட்சியம்மாள் இருவரும் தங்கள் பிள்ளைகளை, குழந்தைகளில் இருந்தே இந்தக் கலைக்குப் பழக்கப்படுத்தினார்கள். இவர்களின் பெண்கள் ஒன்பது பேரும் ஒற்றைச் சக்கரம் உள்ள மிதி வண்டியில் அமர்ந்தபடி ஒருவருக்கொருவர் கை கோர்த்தும், விலக்கியும் சுற்றி வருவது அற்புதமாக இருக்கும். ஒருவர் மாற்றி ஒருவர் பார் கம்பியில் தாவித்தாவி ஏறி நிற்பார்கள். இந்த பார் விளையாட்டில் இவர்களை மிஞ்ச யாரும் இல்லை என்ற அளவில் இருந்தார்கள்.

காமாட்சியம்மாளின் திறமை அளவிட முடியாதது. அந்த அம்மாள் மூன்று பெரிய உரல்களைத் தன்னுடைய மார்பில் தங்குவார்கள். அந்த உரல்களுக்கு மேல் ஒரு பலகை இடப்பட்டு அதன் மேல் யானை ஏறி நிற்கும். கொஞ்சமும் அசையாமல் இந்த வித்தையைச் செய்யக்கூடியவர். சிறிதாய் கூண்டு இருக்கும் அதற்குள் சிறிய குழிக்குள் காமாட்சியம்மாள் உட்கார்ந்திருப்பார். சாம்பிராணி போடுவார்கள். அதன் அருகிலேயே நான்கு குழிகள் இருக்கும். எதில் சென்று மறைவார்கள் என்பது தெரியாது. பார்த்துக்கொண்டிருக்கும்போதே காணாமல் போய்விடுவார்கள். அதோடு சர்க்கஸ் முடியும்.

ஊர் ஊராகச் சென்று சர்க்கஸ் நடத்துவார்கள். ஒலிபெருக்கியின் மூலமும், துண்டுப் பிரசுரம் மூலமும் ஊர் மக்களுக்கு விளம்பரப்படுத்துவார்கள். ஓர் ஊரில் பத்து நாட்கள் முதல் இரண்டு வாரங்கள் வரை கூடாரம் அமைத்து சர்க்கஸ் நடத்துவார்கள். பள்ளி மாணவர்களுக்கு என்று தனியாக இரண்டு நாட்கள் ஒதுக்கி வைத்துவிடுவார்கள். மாணவர்களுக்குக் காட்டப்படும் வித்தைகளில் வேடிக்கையானவைகளே அதிகம் இருக்கும். ஒரு சக்கர சைக்கிளை ஒட்டி கோமாளி விழுந்து, சிரிக்க வைப்பார். இரண்டு கோமாளிகள் சேர்ந்து கொண்டு ஒருவரை ஒருவர் ஏமாற்றிச் சிரிக்க வைப்பார்கள். வளையங்களில் விலங்குகள் புகுந்து வருவது, நடனமாடுபவர்கள் குதிரை மீது இருந்தபடி பார் கம்பியில் ஏறித் தலைகீழாகத் தொங்குவது என்று அந்த ஆண்டு முழுதும் மாணவர்கள் சொல்லிச் சொல்லி மாய்ந்துபோகும்படி சர்க்கஸ் நடைபெறும்.

தம்பி பாலசுப்பிரமணி கரடியின் வாய்க்குள் தலையை விட்டு எடுப்பார். இந்தச் சின்னமனூர் பேமஸ் சர்க்கஸ் கம்பெனி தமிழ்நாடு முழுவதும் போகாத இடங்களே இல்லை. 1990-களுக்கு முன்பெல்லாம் புலி, சிங்கம், கரடி போன்ற விலங்குகளை சர்க்கஸில் மட்டுமே காண முடியும். அதனால் மக்கள் குடும்பம் குடும்பமாக வந்து பார்ப்பார்கள். 5 புலிகள், இரண்டு கரடிகள், இரண்டு யானைகள் இவர்கள் சர்க்கஸில் இருந்தன. குட்டிகளாக இருக்கும்போதே அவற்றை வளர்த்தார்கள். யானைகளைக் கவனிக்க நான்கு பேரும், கரடிகளைக் கவனிக்க நான்கு பேரும், புலிகளைக் கவனிக்கப் பத்துப் பேரும் வேலைக்கு இருந்திருக்கிறார்கள். விலங்குகளை எப்படி வளர்த்தாலும், அவற்றின் மொழி புரிந்து அடக்கத் தெரிந்தவர்கள் கூடவே இருக்க வேண்டும் என்றும் சொன்னார்கள். விளம்பரத்திற்கு ஒரு வேன், ஒரு லாரி வைத்திருந்தார்கள். இந்த சர்க்கஸ் கம்பெனியின்

வருவாயும் மிகப் பெரும் அளவில் இருந்துள்ளது. நிர்வாகம் செய்வது முழுக்க முழுக்கக் காமாட்சிதான். சர்க்கஸ் கூடாரம் மட்டும் அரை ஏக்கருக்கு, ஆயிரம் பேர் உட்காரும் அளவுக்கு இருக்கும்.

சர்க்கஸ் கலைஞர்களுடன் புகைப்படம் எடுத்தும், அவர்களைப் பாராட்டியும் உற்சாகப்படுத்துவார்கள் அன்றைய கலைஞர்களும், தலைவர்களும். காமராஜர், அண்ணா, எம்ஜிஆர், கருணாநிதி, ஜெயலலிதா என்று அத்தனை முதலைச்சர்களும் சர்க்கஸில் ஈடுபாடு கொண்டு உற்சாகப்படுத்தியவர்கள். ராமநாதபுரத்தில் சர்க்கஸ் நடத்தியபோது எம்.ஆர்.ராதா இவர்களைச் சந்தித்துப் பாராட்டியிருக்கிறார். தேவர், ராம.நாராயணன் ஆகியோர் விலங்குகளை வைத்துத் திரைப்படங்கள் எடுத்ததற்கு சர்க்கஸ் பார்த்து அதில் மனதைப் பறிகொடுத்ததே காரணம்.

சென்னையில் இவர்கள் சர்க்கஸ் நடத்தும்போதெல்லாம் சாண்டோ சின்னப்பத்தேவர் சர்க்கஸ் பார்த்துப் பழகியதால் காமாட்சியிடம் நல்ல நட்பு இருந்தது. காமாட்சி தன்னுடைய அண்ணன் மகன் கண்ணனை எடுத்து வளர்த்து சர்க்கஸ் கலையைக் கற்றுக்கொடுத்துத் தன் மகள் ஜெயபாரதியைத் திருமணம் முடித்து வைத்தார். திருமணத்தை சாண்டோ சின்னப்பத்தேவர் தானே திருத்தணியில் நடத்திவைத்தார். ஜெயபாரதி சர்க்கஸில் கொண்டிருந்த இடத்தை இதுவரை யாரும் அடைந்ததில்லை. மெல்லிய கம்பியில் குடை பிடித்துக்கொண்டே நடப்பது, ஹை வீல் சைக்கிள் என்ற உயரமான சைக்கிளை கம்பியின் மேல் ஓட்டுவது என்று சிக்கலான வித்தைகளைச் சிறப்பாகச் செய்யக்கூடியவர். கண்ணனும் சைக்கிள் மாஸ்டர்தான். காமாட்சி தனது சொந்தங்களை, பிள்ளைகளை வைத்தே சர்க்கஸை நடத்தினார்.

சாண்டோ சின்னப்பத்தேவர் தயாரித்த ரஜினிகாந்த் படத்தில் வரும் ஐந்து புலிகள் இவர்கள் வளர்த்ததே. கர்ணன் இயக்கத்தில் ஜம்பு படத்திலும் இந்தப் புலிகள் இடம்பெற்றன. இந்தப் புலிகளைப் பழக்கி நடிக்க வைத்ததில் மகிழ்ந்த சின்னப்ப தேவர் இரண்டு யானைகளைப் பரிசாக வழங்கினார். நல்ல நேரம் திரைப்படத்தில் வரும் குட்டி யானையை தேவரே இவர்கள் சர்க்கஸுக்கு அனுப்பி வைத்தார். அப்போது இவர்கள் சர்க்கஸ் போடிநாயக்கனூரில் நடந்துகொண்டிருந்தது. அது பெண் யானை. தெய்வா என்று பெயர் வைத்தார்கள். இன்னொரு ஆண் யானை அவர் கொடுத்தது கணேஷ் என்று அழைக்கப்பட்டது. இந்த இரண்டு யானைகளும் பல திரைப்படங்களில் நடித்தன.

தேவர் தான் தயாரித்த “மா” என்ற இந்திப்படத்தில் நடிக்க சின்னமனூர் பேமஸ் சர்க்கஸ் யானையைப் பயன்படுத்தினர். காமாட்சி அம்மாளும் மகிழ்ச்சியோடு யானையை அனுப்பினார்கள். அந்தப் படத்தில் பழம்பெரும் இந்தி நடிகர் தர்மேந்திரா நடித்தார். அதே படம் மறு ஆக்கம் செய்யப்பட்டு, சூப்பர் ஸ்டார் ரஜினிகாந்த், ஸ்ரீப்ரியா நடிக்க அன்னை ஓர் ஆலயம் ஆனது. அந்தத் திரைப்படத்திலும், காஞ்சி காமாட்சி என்ற திரைப்படத்திலும் இந்த யானை நடித்தது.

இந்த சர்க்கஸில் இருந்து வித்தைகள் கற்று வெளியே சென்றவர்களும் புகழ் பெற்றிருக்கிறார்கள். அதில் சின்னமனூர் சந்திரா ஒருவர். இன்றும் பலரால் நினைக்கப்படுபவர். காமாட்சி தத்தெடுத்து வளர்த்த பல பிள்ளைகளில் இவரும் ஒருவர். இவர் ஒரு நேபாளி. காமாட்சியோ, அவர்கள் வாரிசுகளோ வளர்ப்புப் பிள்ளைகள் என்பதை வெளியில் சொன்னதே இல்லையாம். சந்திரா பற்றி நான் விசாரித்தபோது மிகுந்த தயக்கத்துடனேயே அவரைப்பற்றி பாப்பா தேவி இதைச் சொன்னார். சந்திரா காதல் திருமணம் செய்து வேறு சர்க்கஸுக்கு சென்று விட்டார் என்றும், இப்போது அவர் இருக்கும் இடம் தெரியவில்லை என்றும் சொன்னார். எழுத்தாளர், நாடகவியலாளர் ச.முருகபூபதி. அவரின் சிறு வயதில் இதயத்தில் ஏறிய இந்த சர்க்கஸ் கலையின், சின்னமனூர் சந்திராவின் மீதான கிறக்கம் அவர் எழுத்துக்களில், நாடகங்களில் சிறுகதைகளில் சொல்லப்பட்டுக்கொண்டே இருக்கிறது. இந்த சர்க்கஸ் கலை விவசாய மக்களின் உடற் திறனாலேயே வந்தது எனும் அவர், நாய், சேவல், கழுதை போன்ற விலங்குகளே முதலில் சர்க்கஸில் பயன்படுத்தப்பட்டது என்றும், பின்னரே யானை, கரடி, சிங்கம் போன்ற விலங்குகள் மக்களைக் கவர பயன்படுத்தப்பட்டதாகவும் கூறுகிறார். சின்னமனூர் சர்க்கஸ்காரி என்றொரு நூலும் எழுதி இருக்கிறார்.

விலங்குகளைப் பயன்படுத்தத் தற்போது தடை இருக்கிறது. அதனால் இவர்கள் சென்னை வண்டலூர் விலங்கியல் பூங்காவிற்குத் தங்களிடம் இருந்த விலங்குகளைக் கொடுத்து விட்டார்கள். விலங்குகள் இல்லாதது, தவிரவும் தொலைக்காட்சிகளில் மூழ்கியது போன்ற காரணங்களால் சர்க்கஸ் பார்ப்பவர்கள் வருகையும் குறைந்துள்ளது. இந்த சர்க்கஸ் கலை பெரும் அளவில் வளர்ச்சி கண்டு தற்போது மிக நலிந்த நிலையில் இருக்கிறது.

காமாட்சியம்மாள், பத்மநாப ஆசாரி இருவரும் இப்பொழுது இல்லை. இவர்களின் பெண் பிள்ளைகள் உத்தமபாளையம்,

ஸ்ரீவில்லிபுத்தூர், திருப்பூரில் இருக்கிறார்கள். மூத்த மகன் சந்திரன். அவரும் சர்க்கஸ் கலையில் தேர்ந்தவர். விலங்குகளுக்குக் கற்றுக்கொடுப்பதில், சர்க்கஸ் நிர்வாகத்தில் காமாட்சிக்கு உறுதுணையாக இருந்தவர். சந்திரன் மனைவி பாப்பா தேவி. இந்த சர்க்கஸ் நலிவடைந்தபின் அதனைத் தாங்க முடியாமல் இதய நோயில் சந்திரன் மறைந்ததாகப் பாப்பா தேவி சொன்னார். அவரது மகன்கள் ஆனந்தன், தங்கமுத்து. ஆனந்தன் தொலைக்காட்சி நெடுந்தொடர்களில் நடிக்கிறார். திரைத்துறையில் தன்னுடைய திறமையை நிலை நாட்டும் முயற்சியில் இருக்கிறார். சின்னமனூர் பேமஸ் சர்க்கஸ் என்ற ஒரு பெரும் அடையாளம் இன்று இருந்த இடம் தெரியாமல் பலரின் கனவுகளில், மனதில் வாழ்ந்துகொண்டிருக்கிறது. இதற்கு உரிமையாளர் இரண்டாவது மகன் ராமு. அவர் இன்றும் கத்தி வீசும் கலையில் ஈடுபாட்டுடன் பிற சர்க்கஸ் நிறுவனங்களில் வேலை செய்கிறார். ராஜா ஆசாரியின் மகன் கண்ணன். அவர் சின்னமனூரில் வண்டிகளுக்கான டிங்கரிங் பட்டறை வைத்திருக்கிறார். இவரின் சிறிய தாயார்தான் காமாட்சியம்மாள். இவருக்கு இரண்டு பெண்கள் இருவரையும் பட்டப்படிப்பு படிக்க வைத்திருக்கிறார். மேற்கொண்டும் படிக்க வைத்துக்கொண்டிருக்கிறார்.

"சினிமா கலைஞர்களைவிட அதிகம் மதிக்கப்பட வேண்டியவர்கள் சர்க்கஸ் கலைஞர்கள்தாம்" என்று கூறியவர் சர்க்கஸ் மீது ஆர்வமும், மதிப்பும் கொண்ட எம்ஜிஆர் அவர்கள். நாட்டுப்புறக் கலைகள், நாடகங்கள் இவற்றோடு சர்க்கஸ் கலையும் நாம் அழியாமல் காப்பாற்றப்பட வேண்டியதே.

இந்தச் சின்னமனூர் சர்க்கஸ் நம்மிடம், முருகபூபதியிடம் மட்டும் அல்ல ஒரு கலைமாமணியின் நினைவிலும் இருந்து கொண்டிருக்கிறது. அன்று பள்ளி மாணவனாக அவர் இருந்தபோது, அவர் மனதை ஆக்கிரமித்த கலைகளில் ஒன்று சர்க்கஸ். கத்தியை வைத்து வித்தைகள் செய்யும் சின்னமனூர் சர்க்கஸில் இருந்த ராஜா ஆசாரி குறித்து நினைவு கூர்ந்தார். அந்தக் கலைமாமணி யார் தெரியுமா?

கலைமாமணியின் நினைவுகளில்

ஒட்டு ஈரப்பசை இல்லாத
உலர் திராட்சை
சுடு நெய்யில் விரிகிறது

ஒரு சொல்லில் விடுபடும்
நினைவுத் திறப்புபோல

பதின்பருவங்கள் என்பவை பச்சையத் திறப்புகள். காற்றோடும், ஊற்றோடும் கனலாடும் ஒளியோடும் தழுவித் தழுவி விண்ணை முட்டப் பார்க்கும் இளவிழா. கண்டு கேட்டு உண்டு உயிர்க்கும் காட்சிகளில் கலையின் மொட்டும் அவிழலாம். கலகக்காரனும் பிறக்கலாம்.

சின்னமனூர் குருக்கள் பள்ளியின் திடலில், கி.வா.ஜா பட்டிமன்றத்தில் பேசுகிறார். பல பட்டிமன்றப் பேச்சாளர்கள், கிருஷ்ணய்யர் உயர்நிலைப்பள்ளி ஆசிரியர்கள், கருத்த ராவுத்தர் கல்லூரிப் பேராசிரியர்கள் கம்பராமாயணத்தை விவரித்து உரை செய்கிறார்கள். பெரும் கூட்டத்தில் சிறுவர்களுக்கு இடமில்லை. அதனாலென்ன? இருக்கவே இருக்கின்றன மரங்கள். கிளை கிளையாக மாணவர்கள், அதிலொருவர் பின்னாளில் கலைமாமணியானார். கலைமாமணி எனும் சிற்பம் ஒன்றைச் செதுக்கிய முதல் உளி சின்னமனூர்.

தெள்ளத் தெளிவான பேச்சு வளம் கொண்டவர் அவர். கன்னிப்பருவத்திலே என்ற திரைப்படத்தில் நாயகனாக அறிமுகமானவர். அச்சமில்லை அச்சமில்லை போன்ற திரைக்காவியங்களில் நம் மனதை ஈர்த்தவர். அவர்தான் கலைமாமணி நடிகர் ராஜேஷ்.

அவர் தன்னுடைய பள்ளிப்பருவத்தை என்றும் மறக்கமுடியாத அளவுக்குச் சின்னமனூரில் கழித்தவர்.

காமராஜர் முதல்வராக இருந்தபோதும் சின்னமனூரில் சிறு தெருக்களில், மக்களின் வீடுகளில் எளிமையாக நின்று பேசுவதைப் பார்த்ததை நினைவு கூரும் அவர், தேர்தல் நேரத்தில் நடந்த சுவையான அரசியல் நாகரீகமுள்ள மேடைப் பேச்சுகளையும் சொன்னார்.

1966இல் அறிஞர் அண்ணா சின்னமனூரில் கட்சிக் கூட்டம் நடத்த அனுமதி கேட்டிருக்கிறார். அப்பொழுது மத்தியிலும், மாநிலத்திலும் காங்கிரசு ஆட்சி. அண்ணாவுக்குக் கூட்டம் நடத்த அனுமதி கிடைக்கவில்லை. கீழப்பூலானந்தபுரத்தில் கூட்டம் ஏற்பாடு செய்கிறார்கள். அண்ணாவின் பேச்சைக் கேட்கக் கொஞ்ச நஞ்சமா கூட்டம் வரும்? அடங்காத கூட்டம் சேர்ந்துவிட்டது.

இந்தி எதிர்ப்பினால் எதிரெதிராக இருந்த கட்சிகள் ஒன்று சேர்ந்தன. சுதந்திராக் கட்சி, மார்க்சிஸ்ட் கம்யூனிஸ்ட் கட்சிகளோடு அண்ணாவின் தி.மு.க கூட்டணி அமைத்தது. இவர்கள் இதற்குமுன் ஒருவரை ஒருவர் மேடையில் கிண்டல் செய்துகொண்டவர்கள்.

இதனைக் காமராஜர் அவர்கள் முக்காலிக் கூட்டணி என்று சொல்லியிருக்கிறார். அதற்கு அறிஞர் அண்ணா அவர்கள் கீழப்பூலானந்தபுரம் மேடையில் பதிலளித்திருக்கிறார்.

"முக்காலி என்பது மங்களகரமானது. மணவிழாவில் மாலைகளும், தாலியும் இருக்கும் தாம்பாளத்தை முக்காலியின் மீதுதான் வைப்பார்கள். மணமகனும், மணமகளும் முக்காலியின் மீதுதான் அமரவைக்கப்படுவார்கள். முக்காலியின் மீது அமர்ந்துதான் மணமகன் தாலி கட்டுவான். ஆகையால் காமராஜர் எங்களை வாழ்த்தியிருக்கிறார். நாங்களும் வெற்றியடைவோம்" என்றாராம். சொல்வளமும், அரசியல் ஈடுபாடும் அன்றைய இளைஞர்களுக்கு எளிதாக வந்ததில் விந்தை இல்லை அல்லவா?

அந்த 1967 தேர்தலில் பெரும்பான்மை இடங்களில் வென்று முதன்முறையாக அண்ணாதுரை தமிழ்நாட்டின் முதல்வரானார்.

ராஜேஷ் அவர்கள் சின்னமனூர் புகழகிரி திரை அரங்கில் சிவாஜி, எம்ஜிஆர் படங்களை விடாமல் பார்த்துவிடுவாராம். கம்பம் கிரெசென்ட் திரை அரங்கில் பாசமலர் ஐம்பது நாட்கள் ஓடியது. அதனைக் கொண்டாட நடிகர் திலகம் வந்தார். அவர் வருகிறார் என்றதும் மக்கள் பெரியகுளம் முதல் கம்பம் வரை சாலைகளில் இரு பக்கமும் திரண்டு நின்றார்கள். அந்த அளவுக்கு சிவாஜி கணேசனுக்கு ரசிகர்கள் இருந்தார்கள் இங்கே. இன்றும் இருக்கிறார்கள். எம்.ஜி.ஆர் பற்றிச் சொல்லவே வேண்டாம். அவருக்கு வெற்றி தேடித் தருவதில் இந்த மாவட்டம் பெயரெடுத்தது அல்லவா? அவருடைய நாடோடி மன்னனுக்கு விழா எடுத்தபோது காவலர்கள் அமர்த்தப்பட்டனர். அத்தனை கூட்டம். இதையெல்லாம் பார்த்துப்பார்த்து வளர்ந்தவர் ராஜேஷ் அவர்கள். தானும் நடிகர் ஆக வேண்டும் என்று உள்ளம் குரல் கொடுக்க ஆரம்பித்தது. முதலில் நாடகங்களில் நடித்தார். படிப்படியாக முன்னேறி திரைத்துறையில் கால் பதித்து எல்லோராலும் பேசப்படுகிற ராஜேஷ் அவர்களுக்கு முல்லை ஆறும், பெரிய வாய்க்காலும், சொற்பொழிவுகளும், கட்சிக்கூட்டங்களும் என்று பல வகையில் நினைவில் நின்றுள்ளது தேனி வட்டாரம். இன்றும் சின்னமனூரைப் பேசினால் அதே குழந்தைப்பருவத்திற்குச் சென்று விடும் அவர் இங்கு நடக்கும் கபடிப் போட்டிகளைப் பற்றி நிறையவே சொன்னார். கபடிப் போட்டிகளில் இங்கிருந்து வெளி மாவட்டங்களில் சென்று பதக்கங்கள் வாங்கி வருவார்களாம். உடலைப் பேணுவதில் அன்று மிகுந்த அக்கறை எடுத்துக்கொண்டார்கள் என்றும் சொன்னார். கலைஞர்களுக்கு முதல் தேவை உடலைப் பாதுகாப்பதும், உணவுக்கட்டுப்பாடும் என்று சொல்லும் இவர் இன்றும் இளைஞராக இருக்கிறார்.

அவர் பார்த்த இன்னொரு வீர விளையாட்டும் நாம் அறிந்ததே. அந்த விளையாட்டைக் கருத்த ராவுத்தர் நடத்த, ஜமீன்தார்கள் கலந்து கொண்டார்கள்.

சல்லிக்கட்டும், மாட்டுவண்டிப் பந்தயமும்

இரு வேறு
காளைகள் பேசும்
வீர மொழி
சல்லிக்கட்டு

ஒத்த இரு
காளைகளின்
ஒன்றுபட்ட மொழி
வண்டிப்பந்தயம்

உலகின் மிகப் பழங்குடியினத் தமிழர்களின் வீர விளையாட்டு ஏறு தழுவுதல். விலங்குகளைப் பழக்கும் முறைகளை அறிந்த பூர்வ குடிகளே பரிணாமத்தின் அடுத்தடுத்த கட்டத்தை நோக்கி நகர்ந்தார்கள். ஆசியாக் கண்டமும், ஐரோப்பியக் கண்டமும் விலங்குகளை வளர்ப்பதிலும், பழக்கப்படுத்துவதிலும் முன்னேறியவர்கள். அதனால் வலிமையான விலங்குகளை உருவாக்கும் செயலை அவர்கள் அறமாகவே வழி வழியாகச் செய்துகொண்டிருந்தார்கள். அதிலும் முல்லை நிலத் தமிழர்கள் தங்கள் வளர்ப்பு மாடுகளின் வலிமையை அறிந்தவனையே, அதற்கு ஈடாக வலிமையை நிலைநாட்டக் கூடியவனையே

சிறந்த தலைவனாக ஏற்றுக்கொண்டார்கள். அதன் வழியாகவே முல்லை நில மகளிர் ஏறுதழுவும் ஆண்மகனை மணக்கும் முறையும் வந்தது.

காளையைத் தழுவாத ஆடவனை, ஆய மகள் மறு பிறப்பிலும் தழுவ நினைக்க மாட்டாள் என்கிறது கலித்தொகை. இத்தகைய ஏறுதழுவுதலே பின்னாளில் சல்லிக்கட்டு என்று அழைக்கப்படலாயிற்று.

சல்லி என்பது விழாவின் போது மாட்டின் கழுத்தில் கட்டப்படுகிற வளையத்தினைக் குறிக்கும். புளியங் கம்பினால் வளையம் செய்து காளையின் கழுத்தில் அணியும் வழக்கம் தற்போதும் வழக்கத்தில் உள்ளது. அதோடு, 50 ஆண்டுகளுக்கு முன்பு புழக்கத்தில் இருந்த 'சல்லிக் காசு' என்னும் இந்திய நாணயங்களைத் துணியில் வைத்து மாட்டின் கொம்புகளில் கட்டிவிடும் பழக்கம் இருந்தது. மாட்டை அணையும் வீரருக்கு அந்தப் பணமுடிப்பு சொந்தமாகும். இந்தப் பழக்கம் பிற்காலத்தில் 'சல்லிக்கட்டு' என்று மாறியது. பேச்சுவழக்கில் அது திரிந்து 'ஜல்லிக்கட்டு' ஆனது என்றும் கூறப்படுகிறது.

இத்தகைய சல்லிக்கட்டுகள் கம்பம் பள்ளத்தாக்கு எங்கும் ஊர் ஊருக்கு நடத்தப்பட்டன. பொங்கல் விழாவோடு சேர்ந்து இந்த சல்லிக்கட்டுப் போட்டியும் சிறப்பாக நடைபெறும். சின்னமனூரில் அப்போதெல்லாம் கண்ணாடிக் கடை முக்கில் வாடிவாசல் அமைத்து சல்லிக்கட்டு நடத்துவார்கள். சாமிகுளம், கருங்கட்டங்குளம், நடுத்தெரு போன்ற பல தெருக்களிலிருந்து இளைஞர்கள் கலந்து கொள்வார்கள். வேறு ஊர்களிலிருந்து வருபவர்களும் உண்டு. வேடிக்கை பார்ப்பவர்களுக்குக் காளைகளின் திண்டுமுண்டான ஓட்டத்தால் பயத்தில் அடிபடுவதும் உண்டு. எரசக்கநாயக்கனூரில் வளர்க்கப்பட்ட காளைகள் சல்லிக்கட்டுக்குப் பல ஊர்களுக்கும் அழைத்துச் செல்லப்பட்டன. பரிசுகளும் வாங்கின. அய்யம்பட்டி, கூடலூர், பெரியகுளம், கம்பம் என்று பல ஊர்களிலும் சல்லிக்கட்டு நடந்தது; நடத்தப்பட்டு வருகிறது.

உத்தமபாளையம் நகரில் ஹாஜி கருத்த ராவுத்தர் சல்லிக்கட்டுப்போட்டி நடத்தியுள்ளார். கி.பி.1908-09ஆம் வருடங்களில் அவர் நடத்திய சல்லிக்கட்டுக்கு எரசை ஜமீன்தார் *"திரு மறு மார்பன் போல் திறல் சான்ற காரியும்"* என்று கலித்தொகை கூறுவதுபோன்ற தன்னுடைய காரிக்காளையை

அழைத்து வந்துள்ளார். கோம்பை ஜமீன்தாரின் கருமயிலை என்ற காளையும், கல்கவுண்டர் வீட்டுக் காளையுடன் கூடவே ஆட்டுக்கிடாவும் வந்துள்ளன.

இன்னாருடைய காளையை அடக்கினால் இந்தப் பரிசு கிடைக்கும் என்று தமுக்கடிக்கப்பட்டுப் பல இளைஞர்கள் அதற்கு முயற்சி செய்து வென்றும் உள்ளார்கள்.

“பத்து நாளைக்கு முன் பேரி முழங்குது
பச்சை மூங்கில் பாரம் வந்து நிறைகுது”

“அடிக்கடி வானம் அதிர்வெடி முழங்கவே
அதைக் கண்டு போகிற மாடும் கலங்கவே
இடம் கிடையாமல் சனங்கள் நெருங்கவே
இன்பமாய் வாத்தியம் பம்பித் துலங்கவே”

என்று நகரம் விழாக்கோலம் பூண்ட தன்மையை விவரிக்கிறார் அந்தோணிமுத்துப்புலவர்.

சல்லிக்கட்டுக்குக் காளையை அவிழ்த்துவிடும் இடம்தான் வாடிவாசல். அவிழ்த்து விடப்படும் மாட்டுக்கும், அதைப் பிடிக்கக் காத்திருக்கும் வீரனுக்கும் இடையிலுள்ள சிறு தடுப்புதான் வாடிவாசல். காளைகள் சீறி வருவது இந்த வாசல் வழியாகவே. அந்தக் காளைகளுக்கு யார் மீதும் கோபம், வெறுப்பு கிடையாது. தன்னைச் சீண்டுபவர்களை உதறிவிட்டுப் பாய்வது அதன் இயல்பு. ஆனால் சீண்டுவது மனிதக் காளைகளின் வீரத்தையும், சீண்டலுக்கு மீறிப் பாய்ந்து தாக்குவது மாக்காளைகளின் திறத்தையும் நிரூபிப்பதாகிறது. இதனால் உள்ளத்தில் வலிமை கொண்ட இளைஞர்கள் ஒரு புறம் உருவாகிறார்கள். உடலில் தினவு கொண்ட காளைகள் வளர்ப்புக்குக் கிடைக்கின்றன. இந்தத் தொன்றுதொட்டு வரும் நிகழ்வு தற்பொழுது சின்னமனூரில் தடையின் காரணமாக நடைபெறவில்லை என்றாலும், முன்னர் பொங்கல் என்றாலே களைகட்டியதை மறக்க இயலாது.

சல்லிக்கட்டு, மஞ்சுவிரட்டு, எருதுக்கட்டு, கைப்புறா பந்தயம் என்று பலவிதங்களில் நடத்துவார்கள்.

மஞ்சுவிரட்டில் மாட்டைப் பிடித்து அடக்குவார்கள். திமிலை ஒருவன் பிடித்து எல்லையை அடையும் வரை அவன் திமிலை விடவில்லை என்றால் அவன் வெற்றி பெற்றதாகக் கூறுவார்கள். அவனை மாடு எல்லைக்கு உள்ளேயே விலக்கி விட்டால், அந்த மாட்டுக்குரியவர் வெற்றி பெற்றவராவார்.

தமிழகத்துக்கே சல்லிக்கட்டின் நுணுக்கங்களைத் தன்னுடைய எழுத்தால் அழியா ஓவியமாக்கித் தந்திருக்கும் சி.சு.செல்லப்பா (சின்னமனூர் சுப்பிரமணி செல்லப்பா) எங்கள் சின்னமனூரில் பிறந்தவர். அவருடைய வாடிவாசல் திரைப்படமாக வெளிவர இருப்பது அவரது வாழ்நாளுக்குப் பின்னர் கிடைத்த வெகுமதி என்றாலும் அவருக்கான இடம் இன்று வரை காத்திருந்தது என்றே சொல்லத் தோன்றுகிறது.

தமிழர் பாரம்பரியம் உணர்ந்த, சல்லிக்கட்டுக்காகப் போராடிய இளைஞர்களைத்தான் நாம் மறக்க முடியுமா? உலக அளவில் திரும்பிப் பார்க்க வைத்த கடற்கரைப் போராட்டம் அல்லவா அது?

பொங்கல் விழாவோடு சேர்ந்தும், வேறு விழாக்களை முன்னிட்டும் சின்னமனூர், தேவாரம், கோட்டூர், பண்ணைபுரம் மற்றும் தேனி மாவட்டத்தின் பல பகுதிகளில் மாட்டுவண்டிப் பந்தயம் (ரேக்ளா பந்தயம்) நடத்தப்படுவதுண்டு. நல்ல உழவு மாடுகளால் மட்டுமே போட்டியில் வெல்ல முடியும் என்பது இங்குள்ள விவசாயிகளுக்குத் தெரியும்.

முன்பு சின்னமனூரில் பந்தயம் நடைபெறும் நாட்களில் பள்ளிகளில் மாணவர்களை விரைந்து அனுப்பிவிடுவார்கள். சின்னமனூரிலிருந்து மேகமலை செல்லும் சாலையில் தென்பழநி வரை இந்தப் பந்தயம் நடைபெறும்

பல சுற்றுக்கள் நடப்பதும் உண்டு. வண்டி மாடுகளின் கால் குளம்புகள் சாலையில் படுகின்றனவா இல்லையா என்பதே கண்களுக்குத் தெரியாது அத்தனை வேகமாகத் தாவிச் செல்வதைக் காணலாம். ஆயிரக் கணக்கில் மக்கள் கூடிக் கைதட்டி ஆரவாரம் செய்வார்கள். எஜமான் திரைப்படத்தில் சூப்பர் ஸ்டார் போட்டியிடுவது உங்கள் நினைவுக்கு வரலாம். அதுபோல சந்து பொந்துகளெல்லாம் அனுப்ப மாட்டார்கள். சாலைகளைப் பந்தயத்துக்கு ஏற்றவாறு வாகனங்களை ஒதுக்கி வைப்பார்கள்.

கோழியர் கோக் களிறு “கச்சியில் ஒரு காலும், இலங்கையில் ஒரு காலு”மாக இருந்ததாக முத்தொள்ளாயிரம் குறிப்பிடுகிறதே, அந்தக் களிறுகளின் இன்னொரு வடிவோ இந்தக் காளைகள் என்று எண்ணத் தோன்றும்.

இந்தப் பந்தயத்தில், தோற்றாலும், வென்றாலும் தளையில் இருந்து விலகாத அந்த இரண்டு மாடுகளும் இல்லறத்தின்

நல்லிணையை ஒத்திருப்பதில் நம் கண்களும், மனமும் நிறையவே செய்கின்றன.

ஒரு முறை இந்தப் பந்தயத்தைத் தெற்குரத வீதியில் இருக்கும் என் தோழியின் வீட்டு மாடியிலிருந்து பார்த்துக்கொண்டிருந்தோம். அசுரப் பாய்ச்சலில் ஓடுகின்றன மாடுகள். மாட்டு வண்டி ஓட்டுபவர் அவ்வளவு வேகத்திலும் வெற்றிலையை வாகாக நரம்பு கிள்ளி வாயில் அதக்கிக் கொண்டார். வெற்றிலைக் கொடிக்காலுக்குப் பெயர் பெற்ற ஊரில் இதெல்லாம் சாதாரணம் என்பதுபோல அடுத்த வண்டிக்காரர் வெற்றிலைச்செல்லத்தை எடுத்துக்கொண்டிருந்தார். மூக்கைத் தாண்டி, சீனியம்மாக்கா வெற்றிலை போட்டால் தன்னுடைய நாக்கு சிவந்திருப்பதைக் கடைக்கண் குவித்துக் கண்டு பெருமைப்பட்டுக்கொள்வார். தான் வெற்றிலையிட்டதால் சிவந்த நாவைக் காண இப்படியும் அப்படியும் உருளும் அழகுக் கண்கள் இன்னும் இருக்கின்றனவா?

கொடியே வெத்தலக் கொடியே

அகத்தியை
முக்காடு போட்டுக்கொண்ட
பூவா ராணி

"அங்காளி பங்காளிங்க கூடி மாமன் மச்சான்காரவுகளுக்கு முறை செய்யப் போறீக. நல்ல கெவுளி வெத்தலையா வாங்கி வச்சுட்டுப் போங்கடா. இல்லன்னா சத்தம் கித்தம் வந்துரப்போகுது" பாட்டிகள் அன்று முறை செய்வதில் கண்ணும் கருதுமாகச் சொல்வது. வெற்றிலை இல்லாத சீரா? வெற்றிலை பாக்கு மாற்றிவிட்டால் ஒரு திருமணமே முடிந்ததுபோல அன்று.

கவுளி என்பது வெற்றிலை வாங்கும் ஓர் அளவீடு. நூறு வெற்றிலைகள் கொண்டது ஒரு கவுளி. 104 கவுளி கொண்டது ஒரு கோட்டை. கவுளி என்று பெயர் வந்ததற்கும் ஒரு காரணம் சொல்வார்கள். வெற்றிலை மென்றவர்களுக்குத் தெரிந்திருக்கும். வெற்றிலை மென்ற நாக்கு தடிப்பாகப் புரளும்போது 'ச்ச்' என்று ஒலி ஏற்படும். அந்த ஒலிக்குறிப்பே வெற்றிலையின் எண்ணிக்கையை அளந்து கட்டுவதற்கும் பெயராகிவிட்டது. கவுளி என்றால் பல்லி. பல்லி சொல்லுக்குப் பலன் பார்ப்பவர்கள் இருந்தார்கள். கவுளி சொல்லுச்சு என்பார்கள். "ஈசானி மூலையில லேசான பல்லிச் சத்தம் ஏதோ" நடக்குமின்னு உதயகுமார் பாடலே

பாடிவிட்டார். பல்லி என்ன சொல்லும் என்று கேட்கிறீர்களா? 'ச்ச்ச்' என்று சொல்லுமே? அதே. அதற்குமேல் அதற்குப் பேசத் தெரியாது. பல்லி ஒரு நாளைக்கு நூறு முறை ஒலி எழுப்பும். பல்லியின் சத்தமும் வெற்றிலை மெல்லும்போது இடையில் வரும் சத்தமும் ஒன்றுபோல இருந்தது. இதைக் கவனித்த மக்கள் வெற்றிலையை நூறு நூறாக எண்ணிக் கட்டுவதற்கு அளவீடாகக் கவுளி என்ற சொல்லையே பயன்படுத்தினார்கள்.

நம்முடைய இலக்கியங்கள் சொல்லாத வெற்றிலையா? சிலப்பதிகாரத்தில் மாதரியின் வீட்டில் தங்கியிருந்தபோது கண்ணகி கோவலனுக்கு வெற்றிலை மடித்துக் கொடுக்கிறாள். நம்மாழ்வார் பாசுரம் வெற்றிலையைக் கண்ணன் என்கிறது. கம்பராமாயணம் காட்சிப்படலம் "அருந்தும் மேல் அடகு ஆர் இட அருந்தும்" என சீதையின் வருத்தத்தைப் பதிவு செய்கிறது. சீதையே சிக்கிக்கிட்டு இருக்கும்போது இராமனுக்கு யார் வெற்றிலை தருவாங்க என்று கவலைப்பட்டாராம். கலிங்கத்துப்பரணியோ பேய்களுக்கு உணவு செரிக்க தாம்பூலம் தின்றதாகப் பாடுகிறது. எண்பேராயத்தில் வெற்றிலை பாக்குச் சுமக்கவே ஒருவர் இருந்திருக்கிறார்.

நம் தமிழர்களிடையே எந்த முக்கியமான வைபவமாக இருந்தாலும் வெற்றிலைக்கு அதிக முக்கியத்துவம் கொடுக்கப்படுகிறது. வெற்றிலை என்றால் கும்பகோணம் தான் என்கிற அளவிற்கு கும்பகோணம், வெற்றிலைக்குப் பெயர் பெற்றதே. இருப்பினும் இந்த வெற்றிலை தேனி மாவட்டத்தில் பெரியகுளம், சின்னமனூர் பகுதியிலும் அதிகமாகப் பயிர் செய்யப்படுகிறது. வெற்றிலை பயிர் செய்ய விதை என்று எதுவும் இல்லை. பூ பூத்தால் அல்லவா விதை வருவதற்கு. இதுதான் பூவாத, காயாத வெற்று இலையாயிற்றே. காம்புகளை வெட்டிப் பதியம் போட்டுத்தான் பயிர் செய்கிறார்கள். முதலில் அகத்தி விதையை விதைத்துச் செடி வளர்ப்பார்கள். 60 நாட்கள் கழித்துச் செடி சுமார் அரை அடி உயரம் வரை வளர்ந்த பின், வெற்றிலைக் கொடி பதியம் போட்டு ஒவ்வொரு அகத்திச் செடிக்கும் ஒரு அடி இடைவெளியில் இயற்கை உரம் இட்டு நடவு செய்வர்கள். கொடி நன்கு வளர்ந்து அகத்தி மரத்தின் மீது படரும்வரை, வெற்றிலைக் கொடிக்காலைச் சுற்றித் தென்னங்கீற்றால் பந்தல் போடுவார்கள். இதனால் அதிக வெப்பம், காற்றிலிருந்து வெற்றிலை தடுக்கப்படும். அகத்தியை ஏன் பயன்படுத்துகிறார்கள் என்றால் இலையுதிர் காலத்திலும் அகத்தி முழுதும் இலையை

உதிர்ப்பதில்லை. அதனால் கொடிக்குத் தேவையான நிழல் எப்போதும் கிடைக்கும். இதோடு ஊடு பயிராக கொடிக்கால் கிழங்கும் பயிர் செய்வார்கள்.

வெற்றிலையைப் பயிர் செய்யும் நிலப்பகுதியைக் கொடிக்கால் என்று அழைக்கின்றனர். தேனி மாவட்டத்தில் வெற்றிலையை ஒரு குறிப்பிட்ட சமூகத்தைச் சேர்ந்தவர்கள் மட்டும் பயிர் செய்கிறார்கள். இவர்கள் கொடிக்கால் பிள்ளைமார் என்று அழைக்கப்படுகிறார்கள். வெற்றிலையில் கருகருவென்று கரும்பச்சை நிறத்திலிருப்பது ஆண் வெற்றிலை என்றும் இளம்பச்சை நிறத்திலிருப்பது பெண் வெற்றிலை என்றும் இரண்டு வகையாகப் பிரிக்கிறார்கள்.

இவ்வாறு பார்த்துப்பார்த்துப் பயிர் செய்யப்படும் வெற்றிலை சின்னமனூரில் வேளாளர் கொடிக்கால் விவசாயிகள் சங்கத்தின் மூலம் வெற்றிலைச் சந்தையில் விற்பனை செய்யப்படுகிறது. பெருமாள் கோயில் சாலையில் இருக்கும் வெற்றிலை மண்டியில் கொடிக்காலில் கிள்ளப்பட்ட மொத்த வெற்றிலையும் கொண்டு சேர்க்கப்படுகிறது. அங்கே சக்கை, நார் என்று தரம் பிரிக்கப்பட்டு வெளிநாடுகளுக்கும், வெளி மாநிலங்களுக்கும் அனுப்பப்படுகிறது சின்னமனுர் வெற்றிலை.

இந்த வெற்றிலைக்குப் பல மருத்துவ குணங்கள் இருப்பதால் சித்த மருத்துவத்தில் இது பல வகைகளில் பயன்படுத்தப்படுகிறது. வயிற்றுக் கோளாறு நீக்க, கோழை இளக, ஜீரண சக்தி அதிகரிக்க வெற்றிலை பயன்படுகிறது. பாம்பின் நஞ்சைக் கூட முறிக்கும் சக்தி கொண்டது வெற்றிலை என்பதால் இதை நாக இலை என்றும் சொல்கிறார்கள். தொன்மத் தமிழர்கள் தாம்பூலத்தை மருந்தாகவே கருதினர். வெற்றிலை, காரம் மிகுந்தது. அதில் உள்ள ஏழு நரம்புகளும், ரத்தம், நரம்பு, எலும்பு, தசை, சீழ், கொழுப்பு, முடி ஆகிய ஏழு தாதுக்களை மேம்படுத்த வல்லது என்கிறார்கள் மருத்துவர்கள்.

தாம்பூலம் உரிமைக்கு அடையாளமாகவும் பார்க்கப்பட்டது. கோயில் விழாக்களில் மரியாதை செய்யும் விதமாக ஒருவருக்கு வழங்கப்படும் வெற்றிலைபாக்கு தாம்பூலத்திற்கு காளாஞ்சி என்று பெயர். காளாஞ்சி என்பது தாம்பூலம் துப்பும் கலசம் என்கிறது சென்னை அகராதி. இது பின்னாளில் மரியாதைக்கான தாம்பூலத்தைக் குறிக்கத் துவங்கி இருக்கலாம். நல்ல நாட்கள் மட்டுமா, இறப்பு வீடுகளில் இறந்தவர்கள் வாயில் தாம்பூலம்

வைத்துக் காட்டும் பழக்கமும் உண்டு. அந்தந்தப் பகுதிகளில் வழி வழி முறைக்கு ஏற்றவாறு வெற்றிலையின் பயன்பாடு இருந்துகொண்டே இருக்கிறது.

மேற்குத்தொடர்ச்சி மலையில் வாழும் பளியர் இன மக்கள், திருமணத்தின்போது மணமக்கள், மாலை வேளையில் மேளம் முழக்கிக் குழல் ஊதியவாறு புதிய ஆடைகளுடன் ஆற்றுக்கு அழைத்துச் செல்லப்படுவார்கள். அங்கு இருவரும் புத்தாடைகளை உடுத்திக்கொண்டு மாப்பிள்ளையும் பெண்ணும் சேர்த்து நான்கு வெற்றிலைகளை நீரில் விடுவார்கள். ஆற்று நீரில் வெற்றிலைகள் இணைந்து சென்றால் இருவரும் பிரியாது வாழ்வார்கள் என்றும், பிரிந்து சென்றால் வாழ்க்கையிலும் பிரிந்து செல்வார்கள் என்றும் நம்புகின்றனர்.

மேற்குத்தொடர்ச்சி மலையில் உள்ள புலையர்களிடம் ஒரு விநோதப் பழக்கம் உள்ளது. புலையர்களுக்கிடையே காதல் செய்து ஓடிப்போய் விட்டு அதன் பின்னர் ஊர் திரும்பிய பின்னர் ஊரில் கூட்டம் போட்டு அவர்களில் ஆண், பெண் விருப்பம் கேட்டு ஊரில் தங்க வைப்பார்கள். அதன் பின்னர் ஊர்ப் பெரியவர்கள் பேசி பெண்ணுக்கோ மாப்பிள்ளைக்கோ பிடித்த ஆள் மேல் வெற்றிலை போட்டு எச்சிலைத் துப்பிவிட்டால் மணம் செய்து கொள்ளலாம். முறையாக திருமணம் செய்பவர்கள் மாப்பிள்ளை வீட்டார் பெண் வீட்டுக்குச் சென்று பெண் கேட்ட பின்பு, மந்தையில் சாக்கு விரித்து தட்டில் வெற்றிலை, பொட்டு, சந்தனம் வைத்து பெண்ணை மந்தைக்குக் கூட்டி வருவார்கள். மாப்பிள்ளையையும் மந்தைக்கு அழைத்து வருவர். பெண்ணுக்கு சாந்து பொட்டு கொடுப்பார்கள். வீட்டுக்கு வீடு வெற்றிலை பாக்கு வைப்பார்கள். அதன் பின்னர் திருமணம் நடக்கும்.

“நீடு கொடி இலையினர் கோடு சுடு நூற்றினர்” என்று மதுரைக் காஞ்சி, வெற்றிலை விற்பவர்களைப்பற்றிக் குறிப்பிடுகிறது. மதுரையில் விற்றவர்கள் அன்றைய மதுரை மாவட்டத்தில் அடங்கியிருந்த எங்கள் சின்னமனூரிலிருந்தும் போயிருக்கலாம். ஏனென்றால் சின்னமனூரின் வெற்றிலை மண்டி புகழ் பெற்றது. சின்னமனுரின் விவசாயிகளில் முக்கால்வாசிப்பேர் வெற்றிலை விவசாயம் செய்தவர்கள்/ செய்பவர்கள். அதேபோல மேல்மங்கலம், மார்க்கையன்கோட்டை, வேம்பரளி, குன்னூர் மற்றும் சுற்றுப்பகுதிகளில் பல ஏக்கர்களில் வெற்றிலை சாகுபடி செய்பவர்கள்.

வெற்றிலை சாகுபடி செய்ய தொடக்க வேளாண்மை கூட்டுறவு சங்கங்களில் கடனுதவி வழங்கப்படுகிறது. வறட்சி, மழை போன்ற இயற்கை பாதிப்புகளால் ஏற்படும் இழப்புகளின்போது குறிப்பிட்ட சதவீதம் தள்ளுபடியும் செய்யப்படுகிறது.

இப்பொழுது வெற்றிலை விவசாயம் முன்பு இருந்ததில் பத்தில் ஒரு பங்கு இருக்கிறது. வெற்றிலைக்குப் போதுமான விலை கிடைப்பதில்லை. லட்சக்கணக்கில் முதலீடு செய்தும், போதிய வருவாய் கிடைப்பதில்லை. அது மட்டுமா? இந்த இருபத்தோராம் நூற்றாண்டில் தாம்பூலப்பைகளில் பரிசுப்பொருள்களை வைக்கும் அளவுக்கு வெற்றிலை வைப்பதை யாரும் பெரிதாக எடுத்துக்கொள்வதில்லை. குழந்தைகளுக்கு நெகிழி வெற்றிலையை வைத்துத்தானே பாடத்தைக் கற்றுத் தருகிறோம்? இதனாலேயே எங்கள் பகுதி விவசாயிகள் வாழை, நெல், திராட்சை விவசாயத்துக்கு மாறியிருக்கிறார்கள். செலவுகளைக் கட்டுப்படுத்தி வெற்றிலையைப் பயிர் செய்து மீண்டும் வெற்றியின் இலையாக மீட்பார்கள் நம் இளையோர் என்று நம்புவோம்.

சின்னமனூரில் இப்போதும் கொடிக்காலில் வெற்றிலைதான் பயிர் செய்கிறார்கள். கொஞ்சமும் மரபிலிருந்து திரும்பாத மக்களாக இவர்கள் இருப்பதாலேயே இன்றும் எங்கள் பகுதியில் வெற்றிலை வழக்கில் இருந்துகொண்டு பெயர் பெற்றுள்ளது.

ஆனால் ஒன்று. வெற்றிலை போட்டு எந்த இடம் என்று பாராமல் பொது இடங்களில் எச்சில் துப்புவது யாராலும் சகிக்க முடியாத ஒரு பழக்கம். அது இன்று இல்லை என்பதில் நாம் மகிழ்ச்சியடையலாம். காந்தியடிகள் காசிக்குப்போகும் தொடர் வண்டியில் மூன்றாம் வகுப்பில் பயணம் செய்தபோது மக்கள் சுற்றுப்புறம் பற்றியோ, உடன் இருப்பவர்கள் பற்றியோ கொஞ்சம்கூடச் சிந்திக்காமல் வெற்றிலை, புகையிலை போட்டு எச்சில் துப்பியதைத் தன்னுடைய நூலில் குறிப்பிடுகிறார். அவர் சின்னமனூருக்கும் வந்திருக்கிறார்.

தேசப்பிதாவும் தேனி மண்ணும்

தொண்டனை விற்காத
தலைவன்
நம்பிக்கை இழக்காத
தொண்டன்
இவர்களிடையில் பயணிக்கிறது
நாட்டின் வெற்றி

காந்தி ஒரு மந்திரச் சொல் அவர் மீது பக்தி கொண்டவர்கள் நாடெங்கும் லட்சோபலட்சம் பேர்கள் இருந்தனர். அவரும் நடை பயணம் செய்யாத இடமே இல்லை எனும் அளவுக்கு இந்தியா முழுதும் பயணித்தவர். அவரிடம் அரிசன நிதி கொடுக்கவும், அவர் நடத்தும் போராட்டங்களுக்குத் தொண்டர்களை அனுப்பவும், தங்கள் பகுதிகளில் போராட்டம் நடத்தவும் தொண்டர்கள் படை படையாய்த் திரண்டிருந்த காலம். இந்தத் தேனி மட்டும் அதற்கு விதிவிலக்காகுமா? ஏனென்றால் ஆங்கிலேயருக்கு எதிராக அப்பாச்சி கவுண்டர்தான் முதலில் கலகம் செய்ததாக காலின் மெக்கன்சி தனது நாட்குறிப்பில் எழுதியிருக்கிறார். அப்படியிருக்க காந்திஜி வருகிறார் என்றால் இங்கே தொண்டர்கள் திரள்வது இயல்பேயல்லவா? விடுதலைப்போருக்காக வீடு, வாசல், குடும்பம் அனைத்தும் இழந்த பல தியாகிகளை நாம் அறிந்திருக்கவில்லை. நாடெங்கும் திரண்ட வீரர்கள்

படையில் பலர் அறியப்படாதவர்கள். தங்கள் தியாகத்தை மறைத்துக்கொண்டவர்கள். இந்தத் தேனி மண்ணில் அந்நியத் துணியை எரித்தவர்கள் பலர். உப்புசத்தியாகிரகத்துக்குச் சென்றவர்கள் பலர்.

காந்தியடிகளைத் தேவாரம், பெரியகுளம், கம்பம் போன்ற இடங்களில் கூட்டம் நடத்தவும், அரிசன ஆலய நுழைவுக்காகவும் அழைத்து வந்தவர்களில் முக்கியமானவர் பாரதி நாராயணசாமி என்று முன்பே பார்த்தோம். அப்பொழுதெல்லாம் பள்ளி, கல்லூரிப் படிப்பைத் தியாகம் செய்துவிட்டு வந்த மாணவர்கள் எண்ணற்றவர்கள்.

காமயகவுண்டன்பட்டி இளைஞர் சக்திவடிவேலர் அமெரிக்கன் கல்லூரியில் படிக்கும்போதே காந்தியடிகளின்மீது கொண்ட மதிப்பால் படிப்பை விட்டு 'சைமன் குழுவே, வெளியேறு' என்று கலெக்டர் அலுவலகம் முன்பு ஆர்ப்பாட்டம் செய்தார். பின்னர் அவர் பல போராட்டங்களில் ஈடுபட்டு, 1937இல் சென்னை மாகாணப் பொதுத் தேர்தலில் காங்கிரஸ் கட்சி வேட்பாளராக நின்று எம்.எல்.ஏவும் ஆனார். ஆனால் விடுதலைப் போருக்காகப் பதவியைத் துறந்தார். 1957இல் பாராளுமன்ற விவசாய விஞ்ஞான கமிட்டியில் இருந்தவர். நேருவுடன் நெருங்கிய நட்பும் இருந்துள்ளது. நேருவின் வீட்டுக்கு அடிக்கடி சென்று வருவாராம்.

இவர் காந்தியடிகளின் மறைவுக்குப்பின் அவர் அஸ்தியை சுருளி தீர்த்தத்தில் கரைத்து, அங்கு ஒரு நினைவு மண்டபமும் எழுப்பியுள்ளார். அது மட்டுமா? தன்னுடைய ஊர் காமயகவுண்டன்பட்டியில் 1982இல் காந்தி ஆலயமும் கட்டியுள்ளார். தமிழகத்திலேயே கன்னியாகுமரியை அடுத்து காந்திக்குக் கோயில் கட்டியவர் இவர். அன்றைய ஜனாதிபதி ஆர்.வெங்கட்ராமன் திறந்து வைத்தார். அதற்கு உறுதுணையாக எஸ்.பரமசிவம், கே.பி.பாண்டியராஜ், போன்ற பதினெட்டு தியாகிகள் இருந்துள்ளனர். சக்திவடிவேலர் மறைவுக்குப் பின்னும் இன்றுவரை காந்தியடிகளின் உருவப்படத்தினைச் சப்பரத்தில் வைத்து வாராவாரம் ஊர்வலமாக எடுத்துச்சென்று வழிபாடு செய்கின்றனர்.

1942 ஆகஸ்ட் 7, 8 ஆகிய தேதிகளில் பம்பாயில் நடைபெற்ற காங்கிரஸ் மகாநாட்டில் மகாத்மா காந்தி தலைமையில் "வெள்ளையனே வெளியேறு" எனும் தீர்மானம் நிறைவேறியது.

அந்தத் தீர்மானம் நிறைவேறிய அன்றிரவே மகாத்மா உட்பட எல்லா காங்கிரஸ் தலைவர்களும் கைது செய்யப்பட்டனர். காந்திஜி எங்கு கொண்டு செல்லப்பட்டார் என்பதைக்கூட அரசாங்கம் தெரிவிக்கவில்லை. உள்ளூர் காங்கிரஸ் தலைவர்கள் முதல், பம்பாய் காங்கிரசுக்கு உடல்நிலை காரணமாக வராமல் பாட்னாவில் ஓய்விலிருந்த பாபு ராஜேந்திர பிரசாத், கஸ்தூரிபாய் காந்தி, மகாதேவ தேசாய் வரை அனைவரும் சிறையில்.

பெரியகுளத்தையடுத்த சவளப்பட்டி எனும் கிராமத்தில் எளிய குடும்பத்தில் பிறந்த இராம சதாசிவம் என்ற மாணவர் விவசாயப் படிப்பில் முதன்மையாகத் தேர்வானவர். ஆரம்பப் பள்ளி ஆசிரியராக இருந்த இவருக்குச் சிபாரிசுக் கடிதம் கொடுத்து பாரதி நாராயணசாமி தஞ்சை மாவட்டம் திருவையாறில் அரசர் கல்லூரியில் தமிழ் வித்வான் பட்டம் பெறுவதற்காக அனுப்பினார். இவரும் கல்லூரி விடுதியில் தங்கிப் படித்தபோதுதான் காங்கிரஸ் தலைவர்கள் மீதான இந்த நடவடிக்கை மேற்கொள்ளப்பட்டது.

நாடு முழுவதும் கொந்தளிப்பு. மக்கள் என்ன செய்வது என்பது தெரியாமல் அவரவர்க்குத் தோன்றிய முறைகளில் எல்லாம் எதிர்ப்பைக் காட்டினர். திருவையாறு அரசர் கல்லூரி மாணவர்களும் ஆகஸ்ட் 10ஆம் தேதி உண்ணாவிரதப் போராட்டத்தைக் கல்லூரி வளாகத்திற்குள் நடத்தினர். அதனை சோமசேகர சர்மா தலைமை வகித்து நடத்தினார். அன்று இரவு உண்ணாவிரதப் பந்தல் எரிந்து சாம்பலாயிற்று. போலீஸ் விசாரணை நடந்தது. 12ஆம் தேதி திருவையாறு புஷ்ய மண்டபத் துறையில் ஒரு மாபெரும் கூட்டம் நடைபெற்றது. மாணவர்கள் பெருமளவில் கலந்துகொண்ட இந்தக் கூட்டத்தில் சிதம்பரம் பிள்ளை என்பவரும், அப்போதைய செண்ட்ரல் ஸ்கூல் - ஸ்ரீநிவாசராவ் மேல்நிலைப் பள்ளி- ஓய்வு பெற்ற ஆசிரியர் ஒருவரும் பேசினர். 13ஆம் தேதி திருவையாற்றில் கடையடைப்பு நடந்தது. காலை எட்டு மணிக்கே அரசர் கல்லூரி மாணவர்கள் தெருவுக்கு வந்து கோயிலின் தெற்கு வாயிலில் ஆட்கொண்டார் சந்நிதி அருகில் கூடினர். கடைகளை மூடும்படி கேட்டுக்கொண்டனர். அப்போது போலீஸ் தலையிட்டு மாணவர்களைத் தடிகொண்டு தாக்கினர். கூட்டம் சிதறி ஓட இதில் பொதுமக்களும் சேர்ந்து கொண்டனர். போலீஸ் மீது கல் வீசப்பட்டது. தபால் அலுவலக பெயர்ப்பலகை உடைக்கப்பட்டது, தபால் பெட்டி தகர்க்கப்பட்டது, தந்திக் கம்பிகள் அறுக்கப்பட்டன. சிதறி ஓடிய கூட்டம் முன்சீப் கோர்ட், பதிவு அலுவலகம் ஆகியவற்றைச்

கூறையாடித் தீயிட்டுக் கொளுத்தியது. இந்தக் கலவரம் பிற்பகல் வரை தொடர்ந்தது. மாலை தஞ்சாவூரிலிருந்து மலபார் ரிசர்வ் படை வந்தது. நூற்றுக்கணக்கானோர் கைதாகினர். மாணவர்கள் பலர் கைது செய்யப்பட்டனர். ராம சதாசிவம் உட்பட எஸ். டி.சுந்தரம், கு.ராஜவேலு ஆகியோரும் கைதாகினர்.

இறுதியில் 44 பேர் மீது பல்வேறு கிரிமினல் குற்றங்கள் சாட்டப்பட்டு தஞ்சை சிறப்பு நீதிமன்றத்தில் வழக்கு நடந்தது. அதில் ராம சதாசிவம் ஒரு வருடம் சிறை தண்டனை பெற்றார்.

கே.டி.கே.தங்கமணி மதுரை திருமங்கலத்தில் பிறந்தவர் என்றாலும், தேனியில் ஆலை ஒன்றை அமைத்து அதில் வரும் லாபத்தில் ஒரு பங்கை ஏழை எளிவர்களுக்கு வழங்கி வந்தவர். இவர் 1934இல் மகாத்மா தேனி வருகிறார் என்றதும், அரிசன நல நிதி மற்றும் போராட்ட நிதிக்காக தனது அண்ணன் மனைவியிடம் நூறு பவுன் நகைகளை வாங்கி, காந்தியிடம் கொடுத்தவர்.

இவர் விடுதலைப்போரில், தொழிலாளர்களுக்காகப் போராடுவதிலும் சிறை சென்றவர். 1946ஆம் ஆண்டு மும்பையில் தொழிலாளர்கள், பொதுமக்கள் என லட்சக்கணக்கானவர்களைத் திரட்டி ஆங்கில அரசை வெளியேற்றுவோம் என்று பேரணி நடத்தினார். ஆங்கில அரசு துப்பாக்கிச்சூடு நடத்தியது. ஐம்பதுக்கும் மேற்பட்டோர் பலியானார்கள். தங்கமணி சிறையிலடைக்கப்பட்டு நாட்டின் விடுதலைக்குப் பின்னரே விடுவிக்கப்பட்டார்.

இலக்கியத்திலும் மிகுந்த ஆர்வம் கொண்டவர். மணிமேகலைக் காப்பியத்தின் மீது இவருக்கு இருந்த ஈடுபாட்டால் "மணிமேகலையைப் பற்றி" என்று ஒரு நூல் எழுதியுள்ளார்.

பெரியகுளம் வடகரையில் 1907ஆம் ஆண்டு பிறந்த திருமலை காந்தியடிகள் உப்புசத்தியாகிரகம் செய்யப்போவதை அறிந்ததும் தேசியக் கொடியோடு வந்தே மாதரம் என்று வேதாரண்யத்துக்கு நடந்தவர். சிறை சென்றவர். பெரியகுளம் சந்தைப்பேட்டைப் பகுதியில் கள்ளுக்கடை மறியல் செய்தவர். போராட்டங்களுக்காகவும், தொண்டர்களுக்கு உதவவும் தன்னுடைய நாற்பது ஏக்கர் நிலத்தையும் இழந்தவர்.

காந்தி வந்து தங்கியதையே தன்னுடைய பிறவிப்பயனாக எண்ணியவர் பெரியகுளத்தைச் சேர்ந்த 1894இல் பிறந்த பி.ஏ.ராமசாமி. இவரைச் சேர்மன் ராமசாமி என்றே அழைத்தனர். இவரை

விடுதலைப்போருக்கு ஆற்றுப்படுத்தியது பாரதி நாராயணசாமி. அன்று தீவிர அரசியலில், விடுதலைப்போரில் இருந்த மக்களை ஒன்று சேர்த்த சி.சங்கையா, எஸ்.எம்.பொன்னையா, சொக்கலிங்கம், தேனி என்.ஆர்.தியாகராஜன், பாளையம் சின்னச்சாமி ஆகியோர் நட்பும் இவருக்கு கிடைத்ததால், 1934இல் காந்தியடிகள் பெரியகுளம் வந்தபோது இவர் வீட்டில் தங்குவதற்கு வாய்ப்பை ஏற்படுத்திக்கொண்டு அவருக்குப் பணிவிடைகள் செய்தார். இன்றும் இவர் வீட்டைக் காந்தி தங்கிய வீடு என்றே சொல்கிறார்கள். இவர் வீட்டில் மகாத்மா தங்கியிருந்தபோது அவரைப் பார்க்கவும், பணிவிடை செய்யவும் காத்திருந்தவர்கள் பலர். அரிசன நிதி திரட்டித் தந்தவர்கள் பலர்.

அனுமந்தம்பட்டி அ.சு.கிருஷ்ணசாமி காந்தியடிகள் தொடங்கிய ஒத்துழையாமை இயக்கத்திற்கு மதுரை மாவட்ட மக்கள் அனைவரும் ஒன்று சேர வேண்டும் என்று ஊர் ஊராகக் கால்நடையாகச் சென்று மக்களைச் சந்தித்தவர். இவரது பேச்சால் மக்கள் கவரப்பட்டு ஆங்கிலேயருக்கு எதிராகப் போராடத் திரண்டதால், இவர் மதுரை மாவட்டத்தில் இரண்டு மாதங்களுக்குப் பிரச்சாரம் செய்யக்கூடாது என்று இவருக்கு வாய்பூட்டுச்சட்டம் போட்டது ஆங்கில அரசு. தமிழகத்தில் வாய்ப்பூட்டுச் சட்டம் போடப்பட்டவர்களில் பசும்பொன் முத்துராமலிங்கத்தேவர் போன்று அ.சு.கிருஷ்ணசாமியும் ஒருவர்.

1921இல் சின்னமனூரில் காங்கிரஸ் மாநாடு நடந்தது. அதில் அ.சு. கிருஷ்ணசாமி டாக்டர்.பி.வரதராஜுலு தலைமையில் வீறுகொண்ட உரையாற்றித் தொண்டர்களையெல்லாம் எழுச்சி கொள்ளச் செய்தார். அதே ஆண்டு நாகபுரி கொடி போராட்டத்திற்குப் பல நூறு பேர்களைத் திரட்டினார். 1930இல் பல இடங்களில் நடந்த கள்ளுக்கடை மறியலுக்கு முக்கியக் காரணமாக இருந்தவர்களில் இவரும் ஒருவர். கோம்பை கள்ளுக்கடை மறியலின்போது போலீசார் கைது செய்து ஓராண்டு சிறையில் அடைத்தனர். இவ்வாறு காந்தியடிகளின் ஒரு சொல்லுக்கு, காற்றாகப் பறந்து வேலை செய்தவர். இவர் நல்ல கவிஞர். பேச்சாளர். எழுத்தாளர். இவரைத் தென்னாட்டு காந்தி என்றே மக்கள் அழைத்தனர்.

கம்பம் தியாகி டி.சையது முகமது காந்தியடிகள் மதுரை வந்தபோது பீர் முகமது பாவலருடன் சென்று காந்தியடிகளைச் சந்தித்து, அவரைக் கம்பம் நகருக்கு அழைத்து வந்தார். கம்பம் கோட்டை மைதானத்தில் பெரிய மேடை அமைக்கப்பட்டு

பொதுக்கூட்டம் நடத்தப்பட்டது. அந்தக் கூட்டத்திற்கு சையது முகமது தலைமை தாங்கினார். பீர் முகமது பாவலர் காந்தியடிகளின் உரையைத் தமிழில் மொழி பெயர்த்துக் கூறினார். கள்ளுக்கடை மறியல் செய்தார்கள். கள் இறக்கும் தொழிலாளர்கள் நலத்திற்காக காந்திஜி பால் பண்ணை என்று ஒரு பால் பண்ணையை நிறுவி, தொழிலாளர்கள் வாழ்வுக்கும் வழி செய்தார். காந்தியடிகள் வந்து சென்றதன் நினைவாகக் கம்பம் நகரில் சிலை வைத்துள்ளார்கள்.

கம்பம் நகர் செல்லவேண்டும் என்றால் சின்னமனூரைத் தாண்டாமல் முடியுமா? ஆம். சின்னமனூருக்கும் காந்தியடிகள் வந்தார். 14.10.1958இல் அவருக்குச் சிலை ஒன்று சின்னமனூரில் என்.ஆர்.தியாகராஜன் தலைமையில், முதலைமைச்சர் காமராஜர் அவர்களால் திறந்துவைக்கப்பட்டது. காந்தியின் உருவச் சிலையையும், மண்டபத்தையும் நிறுவப் பணம் கொடுத்து, இடமும் கொடுத்தவர்கள் கர்ணம் சிதம்பரம்பிள்ளையின் பேரன்களான பி.எஸ்.துரைராமசிதம்பரம் மற்றும் சிவசிதம்பர சூரியநாராயணன் அவர்கள். குருவையாபிள்ளை வீடு என்று இவர்கள் குடும்பத்தைச் சொல்லுவார்கள். இவர்கள் ஏற்படுத்தியதே சின்னமனூரின் கணக்கு வேலாயி அம்மாள் அமராவதி அம்மாள் மேல் நிலைப் பள்ளி.

பெண்கள் மட்டும் என்ன சாதாரணமாக இருந்துவிட்டார்களா? பலர் தங்கள் உடைமைகளைப் போராட்டத்திற்காக இழந்தனர். தேனி மாவட்டம் கோவிந்த நகரத்தைச் சேர்ந்த ரெங்கம்மாள் என்ற பெண்மணி தியாகி குருசாமியின் மனைவி. அவர் தலைமறைவாக இருக்கும் சுதந்திரப்போராட்டத் தொண்டர்களுக்கு உணவு கொடுப்பதையே தொண்டாகச் செய்தவர். பின்னர் காந்தியடிகளின் அறிக்கையின்படி நேரடியாக மதுரை வைத்தியநாத அய்யருடன் இணைந்து தனி நபர் சத்தியாகிரகத்தில் கலந்துகொண்டார். அனைவரையும் கைது செய்தார்கள். ரெங்கம்மாளைக் கைது செய்யவில்லை. மைனர் பெண் என்று காவலர்கள் சொல்லிவிட்டனர். தன்னையும் கைது செய்யுமாறு போராடலானார். இது லண்டன் பாராளுமன்றத்திலும் எதிரொலித்தது. மைனர் பெண்ணைப் போராட்டத்தில் ஈடுபடுத்தியதாகக் காந்தியடிகள்மீது ஆங்கில அரசு குற்றம் சுமத்தியது. பின்னர் ரெங்கம்மாளின் பள்ளிச் சான்றிதழைக் காட்டி அவர் மேஜர் என்று விளக்கமளிக்க, ரெங்கம்மாள் சிறை சென்றார்.

பாரதி நாராயணசாமியுடன் இணைந்து காந்தியடிகளைத் தேவாரத்திற்கு அழைத்து வந்தவர்களில் முக்கியமானவர் பி.எஸ். வேலுச்சாமி கவுடர். பர்தோலி என்ற ஊரில் விடுதலைப்போராட்ட வீரர்கள் அதிகம்பேர் வசித்தார்கள். அதேபோல தேவாரமும் முழுக்க முழுக்கத் தியாக வீரர்களால் நிரம்பியிருந்ததால் தேவாரத்திற்குத் தென் பர்தோலி என்றே காந்தியடிகள் பெயரிட்டார்.

நாட்டுக்காகச் சிறை செல்வதை நோன்பாகவே கொண்டிருந்தவர்கள் வாழ்ந்த மண் இது. தியாகிகளுக்காக அரசாங்கத்தில் கொடுக்கப்பட்ட ஐந்து ஏக்கர் நிலத்தை வாங்கி அதை வைத்துக்கொள்வதையும் விரும்பாத எண்ணற்ற தியாகிகள் இருந்தனர் இம்மண்ணில். தாம் பெற்ற நிலத்தை ஏழை, எளிய மக்களுக்கு வீடுகள் கட்டத் தானமாக வழங்கியவர்கள் பலர். பூமி தான இயக்கத்திற்கு வழங்கியவர்கள் பலர். தங்கள் தியாகத்தை விலைபேச விரும்பாதவர்கள் அவர்கள்.

கம்பம் நகரில் வாழ்ந்து சுதந்திரத்தின் வேரில் பாவால் நீரூற்றி வளர்த்தவர் கம்பம் நகரில் 1888இல் மியாஜான் - பீவி இருவருக்கும் பிறந்த பாவலர் பீர் முகமது.

புலவர் பிச்சை இப்ராஹிம் அவர்களிடம் தமிழ் கற்றுத் தேர்ந்தார். படிப்பிலும், விளையாட்டிலும் சிறந்து விளங்கிய இவர் ஆங்கில அரசில் சப் இன்ஸ்பெக்டர் பணியில் சேர்ந்தார். மதுரையில் வேலையில் இருந்த போது களவு போன மீனாட்சியம்மன் கோயில் நகைகளைக் கண்டுபிடித்துக் கொடுத்தார். ஆனால் அவரிடம் சமூகம் குறித்த பார்வை வேறு விதமாகவும் இருந்தது. அவர் பணியில் இருந்தபோது ஒரு குறிப்பிட்ட இனத்தினர் தினமும் வந்து கையெழுத்துப்போடுவதைக் கவனித்தார். என்னவென்று ஆராய்ந்தபோது, கள்ளர் இனத்தைச் சேர்ந்தவர்களைக் குற்றப் பரம்பரையினர் என்று சொல்லி அந்த நடைமுறை வந்துள்ளதாக அறிந்து அதற்காக ஆர்.டி.ஓ விடம் வாதாடவும் செய்தவர்.

சுதந்திரப் போராட்டத்தின் மீது கொண்ட ஈடுபாட்டால் தன்னுடைய வேலையை உதறிவிட்டுக் காங்கிரசில் தம்மை இணைத்துக்கொண்டார். கள்ளுக்கடை மறியலில் ஈடுபட்டதால் 1930- ம் ஆண்டு கைது செய்யப்பட்டு பெல்லாரி மாவட்டம் அலிப்பூர் சிறையில் ஓராண்டு தண்டனையை அனுபவித்தார்.

அதன் பின்பு அவர் கிருஷ்ணா அர்ஜுனா என்ற திரைப்படத்தை இயக்கினார். பாமஞ்சரி, காந்தி மாளிகை, முத்தண்ணா ஆகிய மூன்று நூல்களை எழுதினர்.

பாமஞ்சரியில் நெஞ்சம் புண்படவோ என்ற பாடலில்

"சென்றதை எண்ணினால் ஒன்றும் வராது
செத்தவர் மீண்டு திரும்புவதேது"

என்ற வரிகள் பாரதியின் சென்றதினி மீளாது மூடரே என்ற குரலிலேயே ஒலிப்பதைக் காணலாம்.

"இருவிழி நீர்விட்டு ஏங்கினேன் சீர்கெட்டு
இரக்கம் வைப்பீரே"

என்று உருகும் இவர் பாடல் சைவக் குரவர்களின் மெய்யுருக்கமாகும். நாடகப் பாடல்களையும் மிக அற்புதமாகப் பாடியுள்ளார் இப் பாமஞ்சரியில். தொன்மங்களை அழகாகப் பயன்படுத்துகிறார்.

"துரோபதையைக் கண்டு தொல்லைப்படுத்தி
துஷ்டனான கீசகன் தொலையவில்லையா - என்
சொல்லினாலே சாப முன்னைத் தொடராதா"

என்று காதலை வேண்டும் ஒருவனிடம் தலைவி உரைப்பதாகப் பாடுகிறார்.

நாடகத்தில் கள்ளன் கடவுளரிடம் வேண்டுதல் செய்கிறான். எப்படியெல்லாம் தெரியுமா? ஐயா பழனிமலை வேலா என்று முதலில் வேலவனை அழைக்கிறான் கள்ளன். அடுத்து பெருமாளையும், மதுரை வீரனையும் வேண்டுகிறான். மதுரை வீரனுக்கு சாராயம் படைப்பதாகவும் சொல்கிறான். சாராயம் படைத்து மதுரை வீரனை வணங்கும் வழக்கம் தெரிய வருகிறது. அத்தோடு சொக்கனையும், காளியையும், அங்காள ஈஸ்வரியையும், மதுரை மொட்டைக்கோபுர முனியாண்டியையும் அவன் வணங்குவதாகப் பாடுகிறார். அவர் காலத்திய சமூகத்தில் இருந்த வழக்கங்கள் தெரிய வருகின்றன.

விடுதலை தாகம் கொண்ட பாவலர் தேசபக்திப் பாடல்களையும் இந்நூலில் பாடியுள்ளார்.

"பெற்றோர்க்குப் பிள்ளைகள் செய்யுந் தொண்டுக்கு
பின்னந் தானுண்டோ
கற்றோர்க்குத் தன்குலம் தேசம் இரண்டும்
கண்ணில் மேலன்றோ"

"பிணத்தினைப் போல வாழ்வது தீது
பேதமைத் தூக்கத்தை நீக்கியிப்போது

பேசுங் கிலாபத்தும் தேசியமும் துணை பேணி
எல்லோரும் வாழ்கவே"

என்றும்

லஜபதிராய் போதிப்பதே ஞானோபதேசம்
ஞானோபதேசம் தானே சுதேசம் - சுய
ராஜ்ஜியமாக நன் மீட்சியுண்டாக இந்
நாள் வந்திட்ட தென்பதுவே நமது உத்தேசம்
அமிர்தசரஸ் படுகொலையின் அநியாயம் கண்டு
அநியாயம் கண்டு ஆத்திரம் கொண்டு நம்
ஆண்மையைக் காட்ட நற்கேண்மை பாராட்ட - இவர்
ஆய்ந்து சொல்லும் முடிவுரையால் அனுகூலமுண்டு

என்று அமிரசரஸ் படுகொலைக்கு கொதித்தெழவும் சொல்கிறார்.

காந்தியடிகள் பாதம் ஏந்துவதே சுபோதம்
சாந்த குணத்தின் குன்று

என்று காந்தியடிகளின் பின்னால் செல்ல, மக்களை அழைத்து இவர் பாடிய பாடல்கள் அன்று பலரையும் விடுதலைப்போருக்கு அறைகூவி அழைத்தன. இத்தகைய பாமஞ்சரி நூலைப் படித்துப் பார்த்த உடுமலை முத்துசாமிக் கவிராயர் "இது பாமஞ்சரி அல்ல, நாமஞ்சரி" எனப் புகழ்ந்தார்.

1934இல் கம்பம் நகருக்கு வந்த காந்தியடிகள் இவரின் வீரச் செயல்பாடுகளை வெகுவாகப் பாராட்டினார். பாவலர் காந்தியடிகளிடம் மூன்றாயிரம் ரூபாய் திலகர் பேரில் யுத்த நிதியாக வழங்கினார். 1935-ல் தமிழ்நாட்டில் பஞ்சம் ஏற்பட்டபோது நிலச்சுவான்தார்களிடம் தானியங்களை வசூல் செய்து ஏழைக்களஞ்சியம் ஒன்றைத் தொடங்கினர். இராஜாஜி இந்நற்செயலைக் கண்டு மகிழ்ந்து "ஏழைக்களஞ்சியத்தின் கலைக்களஞ்சியம் பாவலர்" என்று பாராட்டினார். தனி நபர் சத்தியாகிரகத்தில் கலந்துகொண்டு ஆறு மாதங்கள் சிறைத்தண்டனை பெற்றார். பாவலர் பீர் முகமது பாடிய வீரமிகு பாடல்கள் இன்றும் கம்பம் பகுதியில் பாடப்படுகின்றன. அவர் பெயரில் கம்பத்தில் பாவலர் படிப்பகம் இயங்கி வருகிறது.

காந்தியடிகளின் பின்னால் இந்த நாடே இருந்தது. அவரின் ஒரு சொல்லுக்கு உயிரைத் தர முன்வந்தது. தலைவன் எவ்வழியோ, தொண்டனும் அவ்வழியே அல்லவா? மேலே குறிப்பிட்ட தியாகிகள் பானை சோற்றுக்குப் பதமெனக்

குறிப்பிடப்பட்டவர்கள். பெயர்களை, அவர்கள் தியாகத்தைச் சொல்ல வேண்டுமென்றால் தனி நூலாகவே எழுதலாம். தென் தமிழகத்தின் தியாக வரலாற்றில் மறுக்க முடியாத இடம் தேனி மாவட்ட வீரர்களுக்கு என்றும் உண்டு.

பீர் முகம்மது பாவலர் வெள்ளையருக்கு எதிராக வீறு கொண்ட வீரர் என்றால் இன்னொரு பாவலர் ஆட்சி மாற்றத்துக்கே காரணமானார்.

ஏடெழுதாக் காவியங்கள்

சமாதானக்கொடி காட்டினாலும்
போர் செய்யத் தயங்குவதில்லை
வீரனின் குருதியில்
வெள்ளை அணுக்கள்

சின்னமனூரின் நகராட்சி நடுநிலைப்பள்ளியை ஒட்டிக் கருப்பையா பழக்கடையும் அதன் மூலையில் பிச்சை பிள்ளை தையல் கடையும் இருக்கும். எங்கள் வீட்டில் என்ன உடை தைக்க வேண்டுமானாலும் அவர் கடைக்குத்தான் அனுப்புவார்கள். அந்தத் தையல் கடைக்கு அருகில் உள்ள இடத்தில் அரிவாள் சுத்தியல் படம்போட்ட சிவப்புக்கொடி கட்டப்பட்டிருக்கும். ஒரு சிலை வைக்கப்பட்டு சிவப்புத்துண்டும் அணிவித்திருப்பார்கள். அங்கும், பிச்சைபிள்ளை கடையிலும் எப்போதும் சூடான, கிண்டலான விவாதங்கள் நடக்கும். பல வருடங்களுக்குப் பிறகே அந்தச் சிலை தோழர் ப.ஜீவானந்தம் என்பதும், என் தந்தைகூட கம்யூனிஸ்ட் கட்சியில் இருந்தவர் என்பதும் எனக்குத் தெரியும். அங்கே பல பாடல்கள் திரைப்பட மெட்டில் வரிகளை மாற்றிப் பாடுவார்கள். கேட்க நன்றாக இருக்கும். அதே பாடல் வானொலியில் வரவே வராதா என்று கேட்டபோதுதான் தெரிந்தது, அவையெல்லாம் பாவலர் வரதராஜன் அவர்கள் மேடைகளில் பாடிய பாடல்களென்று.

அதே பாவலரின் பல பாடல்கள் திரையிசையில் வந்து இன்றும் பட்டிதொட்டியெல்லாம் பாடப்படுவதற்கு அவரின் அற்புதமான தமிழ்ச் சந்தங்களே காரணமெனலாம்.

பாவலர் வரதராஜன் ஓர் எளிமையான ஆனால் பெரும் திறமையான கலைஞன். அவருக்குள் கம்யூனிசச் சிந்தனையின் மேல், கட்சியில் சேராத காலத்திலேயே ஈர்ப்பு வந்துவிட்டது. எவருக்கும் கொள்கை என்றும், சமூகம் என்றும் எழுச்சி வரும்போது முதலில் கவரப்படுவது கம்யூனிசக் கொள்கைகளாலேயே. கலைஞரே ஒரு முறை சொல்லியிருக்கிறார், "நான் அண்ணாவைச் சந்திக்காமல் இருந்திருந்தால் கம்யூனிசத்திற்குச் சென்றிருப்பேன்" என்று. அதுபோல இவருக்கும் பொதுவுடைமையின் தாக்கம் தீவிரமாக இருந்தது.

பாவலர் தேனி மாவட்டத்தின் அழகு மிகுந்த பண்ணைப்புரத்தில் பிறந்தவர். இவர் தந்தை டேனியல் ராமசாமி, தாயார் சின்னத்தாயம்மாள். பத்மா, கமலா இவர் தங்கைகள். பாஸ்கரன், ராசய்யா என்ற இளையராஜா, அமர்சிங் என்ற கங்கை அமரன் ஆகியோர் இவரது சகோதரர்கள். பாஸ்கரனும், கங்கை அமரனுமே பின்னாளில் பாவலர் பிரதர்ஸ் திரைப்பட நிறுவனத்தின் தயாரிப்பாளர்கள் ஆனவர்கள்.

வரதராஜன் பண்ணைப்புரத்தில் தொடக்கக் கல்வியையும், உத்தமபாளையத்தில் உயர்நிலைப் பள்ளிப்படிப்பையும் படித்தார். பேருந்து அதிகம் இல்லாததும், பணம் இல்லாததும் அவரை நடந்தே செல்ல வைத்தது. இவர் பள்ளி நாட்களிலேயே விடுதியில் இருந்த மூட்டைப்பூச்சி கடிக்கு,

> மூட்டைக்கடி பொறுக்க மாட்டேன் அய்யா
> அரகர சிவசிவ பழைய பரமசிவமே
> குஞ்சு மூட்டை வந்து
> கொஞ்சிக் குலாவுது
> கிழட்டு மூட்டை வந்து
> வெடுக்குன்னு புடுங்குது

என்று பாட்டெழுதிவிட்டார். கம்யூனிஸ்ட் கட்சியின் உறுப்பினரும், இசை அமைப்பாளருமான எம்.பி.சீனிவாசன் அவர்கள் உத்தமபாளையத்தில் தங்கிக் கலை நிகழ்ச்சிகள் நடத்தினார். அப்போது பாவலர் அவருடன் இருந்து உதவிகள் செய்தார். அவர் பழக்கத்தின் மூலம் அவருக்கும், கம்யூனிஸ்ட் கட்சிக்கும் தொடர்பு உண்டானது.

பள்ளிப்படிப்பு முடிந்ததும் வேலை தேடினார். கிடைக்கவில்லை. பாவலரின் தந்தை வேலை செய்த தேயிலைத் தோட்டத்தில் இவரும் வேலை செய்ய ஆரம்பித்தார். தோட்ட நிர்வாகம் தொழிலாளர்களின் அடிப்படைத் தேவைகள் எதையும் செய்து தராத நிலையில் அங்கே போராட்டம் வெடித்தது. அந்தப் போராட்டத்திற்குக் கம்யூனிஸ்ட் கட்சியின் தலைவர்கள் மற்றும் தொழிற்சங்கம் தலைமை தாங்கியது. இப்படித் தொழிலாளர்களுக்காகக் குரல் கொடுத்த அமைப்பின் மீதான ஈர்ப்பு அதிகமானது. அதன்பின் பல போராட்டங்களுக்கு இவரும் உடன் சென்றார். பாடல்கள் எழுதினார். போராட்ட மேடைகளில் பாடவும் செய்தார். முழுமையான கம்யூனிஸ்டாக மாறியிருந்த பாவலரை, இசைக் கலைஞனை அன்றைய மதுரை மாவட்ட கம்யூனிஸ்ட் தலைவர் தோழர் மாயாண்டி பாரதி கவனித்தபடியே இருந்தார். பாவலர் பாடல்களால் திறக்கப்போகும் கதவுகள் எண்ணிலி என்று அவர் உணர்ந்தார். பாவலரை மக்கள் கலைஞனாக மாற்றிவைக்க தேவிகுளம் பீர்மேடு இடைத்தேர்தல் வந்தது.

1957இல் இந்தியாவில் முதன் முதலில் காங்கிரஸ் அரசுக்கு எதிராகக் கேரளத்தில் கம்யூனிஸ்ட் பெரும்பான்மையான வாக்கு வித்தியாசத்தில் வெற்றிபெற்றது. நேருவால் ஏற்றுக்கொள்ள முடியவில்லை. தேவிகுளம் தொகுதியில் தேர்தல் செல்லாது என்று சொல்லி மறு தேர்தலை அறிவித்தார். அந்தக் காலகட்டத்தில் பாவலர் இசைக்குழு எதுவும் இல்லாமல் மைக்குடன் ஒரு ஜீப்பில் தேவிகுளம் தொகுதியின் எஸ்டேட் எஸ்டேட்டாகச் சென்று கம்யூனிஸ்ட் கட்சிக்காகப் பாடினார்.

ஜனசக்தி பத்திரிகையில், பாவலர் கட்சிக்கு வேலை செய்வது செய்தியாக வரவும், அதைப் படித்துவிட்டு, படிக்கப் பணம் இல்லாமல் வைகை அணையில் வேலை செய்துகொண்டிருந்த இளையராஜா, அண்ணன் பாஸ்கருடன் மூணாறில் இருக்கும் கம்யூனிஸ்ட் கட்சி அலுவலகம் போனார்கள். மூணாறில் காங்கிரஸ், கம்யூனிஸ்ட் கட்சிகளின் இந்தியத் தலைவர்கள் முகாமிட்டிருந்தார்கள். கம்யூனிஸ்ட் கட்சியின் வேட்பாளர், கேரள கம்யூனிஸ்ட் கட்சியின் முக்கிய தலைவர்களில் ஒருவரான தோழர் பி.டி.பொன்னூசின் துணைவியார் தோழர் ரோசம்மா பொன்னூஸ். இரண்டு கட்சிகளும் அதுவரை சமநிலையில் இருந்ததால் இந்த ஒரு தொகுதியே வெற்றியை நிர்ணயிப்பதாக இருந்தது. கம்யூனிஸ்ட் கட்சியில் S.A.டாங்கே, ஜோதிபாசு, S.ராஜேஸ்வரன், A.K.கோபாலன், P.ராமமூர்த்தி, ப.ஜீவானந்தம்

போன்ற பெரிய தலைவர்களும், காங்கிரசில் காமராஜர், கக்கன் போன்ற தலைவர்களும் தேர்தல் சுற்றுப்பயணத்தில் வேலை செய்தார்கள்.

ஒரு நாள் காலை பத்து மணிக்குக் கம்யூனிஸ்ட் அலுவலகத்தில் சுற்றுவட்ட எஸ்டேட்டுகளின் வட்டாரத்துத் தலைவர்களும், தொண்டர்களும் கூடியிருந்தனர். தேர்தல் செயலாளர் ஜீவானந்தம், ராமமூர்த்தி, ஏ.கே.கோபாலன் போன்ற ஒவ்வொரு தலைவர்களின் நிகழ்ச்சி நிரலையும் சொல்லிக்கொண்டே வர, அங்கிருந்த எஸ்டேட் தலைவர்கள், தொண்டர்கள் அனைவரும் 'பாவலர் கையில் மைக் கொடுத்து அனுப்புங்கள். தொகுதியை நாங்கள் வெற்றிபெற்றுத் தருகிறோம்' என்று சொல்லிவிட்டார்கள். தேர்தல் செயலாளரும், 'கண்டிப்பாகப் பாவலர் பாடுவார். தலைவர்கள் பேசிய பின்பு பாடட்டும்' என்று சொல்லிவிட்டார். காரணம் பாவலர் முன்பே பாடிவிட்டால் கூட்டம் கலைந்துவிடும் என்பதுதான்.

பாவலர் ஒரு ஜீப்பில் மைக்குடன் செல்ல, உடன் தம்பிகள் பாஸ்கரும், இளையராஜாவும், மாயாண்டி பாரதியும் சென்றார்கள். தேயிலைத் தோட்டங்களின் மேட்டுப்பகுதியில் ஜீப்பை நிறுத்தி பாவலர் பாட ஆரம்பித்தார் என்றால், அங்கே இலை கிள்ளும் பெண்கள், ஆண்கள் அனைவரும் கூடையை வைத்துவிட்டு அவரைச் சுற்றி நின்று பாடச் சொல்லிக் கேட்டுக்கொண்டே இருப்பார்களாம். அந்த இடைத்தேர்தலில் கம்யூனிஸ்ட் கட்சி வெற்றி பெற்று, ஈ.எம்.எஸ்.நம்பூதிரிபாட் கேரளத்தின் மந்திரி சபையை அமைத்தார். வெற்றி விழா மூணார் ரேஸ் கோர்ஸ் மைதானத்தில் நடந்தது. அந்த விழாவில் ஈ.எம்.எஸ்.நம்பூதிரிபாட் தனக்குத் தோழர்கள் வைத்திருந்த ஆளுயர மாலையை, பாவலரை மேடைக்கு வரச்சொல்லி அவருக்கு அணிவித்து, 'இந்த வெற்றி பாவலர் வரதராஜன் அவர்களையே சாரும்' என்று சொல்லிப் பெருமைப்படுத்தினார்.

அந்த வெற்றிக்குப் பாவலர் பாடியது,

சிக்கிகிட்டு முழிக்குதம்மா
வெட்கம் கெட்ட காளை ரெண்டு
முட்டி உடைந்த காளை கண்ணம்மா இது
மூக்கு உடைந்த காளை கண்ணம்மா

என்ற பாடல். காரணம், காங்கிரஸ் கட்சியின் சின்னம் இரட்டைக்காளை. அந்த இடைத்தேர்தலில் கம்யூனிஸ்ட் கட்சி வெற்றிபெற்றது. அதன் காரணமாக கேரளாவில் கம்யூனிஸ்ட்

ஆட்சி அமைந்தது. அதற்குப் பிறகுதான் பாவலர் வரதராசன், தோழர் ஐ.மாயாண்டி பாரதியின் ஆலோசனை அடிப்படையில் தனது சகோதரர்களை இணைத்து இசைக்குழு அமைத்து தனது இசைப்பயணத்தை ஆரம்பித்தார். திண்டுக்கல் அலெக்ஸாண்டர் தபேலாவும், மதுரை சங்கரதாஸ் ஆர்மோனியமும் வாசித்தார்கள்.

தமிழ்நாடு, பாண்டிச்சேரி, கேரளா எங்கும் பாவலர் பேச்சும் பாட்டும் களைகட்டியது. 1959இல் மாயவரத்தில் நடந்த விவசாய சங்க மாநாட்டில் பாவலர் அரசியலைப் பேசினார். இளையராஜா பாடினார். கூட்டம் மூன்று மணி நேரம் நடந்தது.

தனது குழுவுக்கு ஆர்மோனியம், தபேலா கூட இல்லாமல் இருந்தார் பாவலர். கோவையில் தொழிலாளர்களுக்காக ஒரு மாநாடு கூடியது. அங்கே பாவலர் இசைக்கருவிகள் வாங்கத் தொழிலாளர்கள் உதவ வேண்டுமெனக் கோரிக்கை வைக்கப்பட்டது. அத்தனை தொழிலாளர்களும் ஒன்று கூடிப் பண உதவி செய்ய தபேலா, ஆர்மோனியம் மற்றும் பிற இசைக்கருவிகள் வாங்கப்பட்டன. அந்த ஆர்மோனியம் இன்றும் இளையராஜாவால் மெருகூட்டப்பட்டு, இளையராஜாவை மெருகூட்டிக் கொண்டிருக்கிறது.

1967ஆம் ஆண்டு தி.மு.க.வின் தலைமையிலான வானவில் கூட்டணியின் வெற்றிக்கு பாவலரின் குரலும் முக்கியமான காரணம். திருச்சியில் பிறந்து, தமிழ்நாடு முழுதும் பரவி இந்தியாவால் கவனிக்கப்பட்ட ஒரு ஆளுமை தோழர் எம்.கல்யாணசுந்தரம். அவர் எங்கள் சின்னமனூர் சங்கிலி செட்டியார் திடலில் கூட்டணிக்காகப் பரப்புரை செய்தார். பாவலர் சகோதர்கள் பாடினார்கள்.

1965ஆம் ஆண்டு இந்தி எதிர்ப்புப் போராட்டம் நடந்தது. அண்ணாமலை பல்கலையில் நடந்த துப்பாக்கிச்சூட்டில் ராஜேந்திரன் என்ற மாணவன் இறந்தான். அவன் ஒரு போலீஸ்காரரின் மகன். அவன் பட்டம் பெற்று வருவான் என்று காத்திருந்த தாய் கதறி அழுவதைப் பாட்டெழுதிப் பாடும் போது பாவலர் அழுவார். பார்வையாளர்கள் கண் பனிக்க விம்முவார்கள். “பக்தவத்சலத்திற்கு ஓட்டுப் போடுவீர்களா? என்று தொண்டை கம்மியபடி கேட்பார். தொண்டை அடைக்க, கண்களை ஒரு கையால் துடைத்துக்கொண்டு மறு கையால் இல்லை என்று காட்டுவார்கள் மக்கள். முதலமைச்சர் பக்தவத்சலம் தோற்றார்.

வரதராஜன் அவர்களுக்குப் பாவலர் என்ற பட்டம் பெருந்துறையில் இருந்து வரும் சங்க நாதம் பத்திரிகையின் ஆசிரியர் தோழர் கு.சேதுராமன் அவர்களால் வழங்கப்பட்டது.

தோழர் ஜீவானந்தம் அவர்களுக்குக் கலைஞர்கள் மீதும், கலை மீதும் எப்பொழுதும் மதிப்பும், அன்பும் இருந்தது. பட்டுக்கோட்டையரிடமும், பாவலரிடமும் நெருக்கமாக இருந்தவர். அவர் தமிழ்நாட்டில் முற்போக்குக் கலையை வளர்க்க வேண்டும் என்பதற்காகத் தமிழக கம்யூனிஸ்ட் இயக்கத்தில் கலை இலக்கியப் பெரு மன்றம் என்ற அமைப்பைத் துவங்கி வைத்தார். அதன் முதல் மாநாடு கோவையில் நடந்தது. அந்த மன்றத்தின் மாநிலக்குழு உறுப்பினர்களாக ஜெயகாந்தன், நா.வானமாமலை, தொ.மு.சி.ரகுநாதன் இவர்களோடு பாவலர் வரதராஜனும் இருந்தார்.

புரட்சி என்று வந்துவிட்டால் பாரதியைத் தொடாத கலைஞன் உண்டோ? பாவலரும் பாரதியின் மீது பக்தியும் நாட்டமும் கொண்டவர். அவர் மெட்டமைத்து மேடைகளில் பாடிய பாரதி பாடலாகிய "வெள்ளிப்பனிமலையின் மீதுலாவுவோம்" என்ற பாடல் கப்பலோட்டிய தமிழன் திரைப்படத்தில் அதே ராகத்தோடு பயன்படுத்திக்கொள்ளப்பட்டது. இவர் பெயர் மட்டும் சொல்லப்படவில்லை.

ஒருமுறை நாட்டுப்புறப் பாடல்களை மெட்டமைத்துத் திருச்சி அகில இந்திய வானொலி நிலையத்துக்கு வாய்ப்புக்கேட்டு அனுப்பினார். ஒலிபரப்பத் தகுதியில்லை என்று பதில் வந்தது. பின்னர் ஒரு நாள் அதே இசையில் அதே பாடல்கள் ஒலிபரப்பாயின. இதனால் திருச்சி பாராளுமன்ற உறுப்பினராக இருந்த தோழர் உமாநாத் அவர்களிடம் இதனைப் புகார் செய்தார். உமாநாத் பாராளுமன்றத்தில் இது குறித்துக் கேள்வி எழுப்பினர். ஆனால் ஒலிபரப்புத்துறை அமைச்சர் பாவலருக்கு முன்னரே அந்தப் பாடல்கள் வேறு ஒருவரால் கொடுக்கப்பட்டன என்றார். பாவலருக்காகக் கட்சி அதற்குமேல் எதுவும் கேட்டுவிடவில்லை.

பாவலருக்கு அவர் குடும்பம் முழுதுமே ஒத்துழைப்புக் கொடுத்தது. தாயார் சின்னத்தாயம்மாள் பாவலர் கடன் பட்ட நேரத்தில், மேடைக் கச்சேரியில் பெண் குரல் தேவைப்பட்டபோது என்று ஒவ்வொன்றிலும் ஆலோசனைகள் சொல்லி வழிப்படுத்தியவர். பாவலர், சீனியம்மாளைக் கட்சியில் ஈடுபடுவதற்கு முன்பே காதல் திருமணம் செய்துகொண்டவர். சீனியம்மாள் தன்னுடைய

மகன்களை மேடையேற்றி நடிக்க வைக்க உறுதுணையாக இருந்தவர். பாவலரின் தம்பிகள் அவரைக் குருவாகவே ஏற்று நடந்துகொண்டவர்கள்.

சீனியம்மாளைக் கண்டாலும், நினைத்தாலும் பாடல் ஊற்றாகச் சுரக்குமாம். அப்படி அவர் எழுதி மெட்டமைத்த பாடல்கள் உலகமெங்கும் இளையராஜாவுக்கும், எஸ்பிபி'க்கும் புகழ் வாங்கித் தந்தவை. இதய கோயில் திரைப்படத்தில் இடம்பெற்ற வானுயர்ந்த சோலையிலே என்ற பாடலும், கேளடி கண்மணி திரைப்படத்தின் மண்ணில் இந்த காதலின்றி பாடலும் அவற்றில் முக்கியமானவை.

இது தவிர கரகாட்டத்திற்கு ஒளியேற்றிய ஒத்த ரூபா தாரேன் என்ற பாடலும் இவர் மெட்டமைத்ததே. இந்த ஒத்த ரூபாய் தாரேன் பாடல் வ.சுப்பையா கம்யூனிஸ்ட் வேட்பாளராகப் போட்டியிட்ட பாண்டிச்சேரி தேர்தலில் அவருக்காகப் பாவலர் இசைக்குழுவால் பாடப்பட்டது. கம்பம் பள்ளத்தாக்கில் காமன் பண்டிகைக்குப் பாடப்படும்.

<blockquote>
மஞ்சளையும் பூசி
மரிக்கொழுந்தையும் சூடி
நீ முன்னாலே போடி
நான் பின்னாலே வரேன்
</blockquote>

என்ற பாடல் மெட்டிலேயே அமைத்துப் பாடினார் பாவலர்.

<blockquote>
ஒத்த ரூபா வேண்டாம்,
ஒனப்பூத்தட்டும் வேண்டாம்,
நீங்க ஊரை அழிக்கிற கூட்டம்,
உங்கள ஒழிச்சுக் கட்டப்போறோம்.
</blockquote>

அந்தப் பாடலில் ஆண் குரலில் பாவலர் வரதராசன் பாட, பெண் குரலில் பாடியவர் இளையராஜா.

பாவலர் நாடகம் எழுதுவதில் வல்லவர். நடிக்கவும், இயக்கவும் செய்தவர். அவர் பண்ணைப்புரத்தில் தன்னுடைய சொந்தச் செலவில் நாடகம் நடத்தினார். அப்போது அவர் கட்சியில் சேரவில்லை என்றாலும், நாடக படுதாவில் சுத்தியல், அரிவாள், நட்சத்திர சின்னங்களை வரைந்தார். கட்சிக்கு வந்த பிறகு பாட்டாளியின் குரல், நீதி போன்ற நாடகங்களையும், தியாகி மணவாளன் நாடகத்தையும் நடத்தினார். நடத்தி என்ன செய்ய? கடன் சிக்கல்களால் நிலத்தை விற்றார்.

> "பள்ளிப் படிப்பறிந்தேன்
> பல தொழிலும் நான் புரிந்தேன்
> பொதுவுடைமைக் கட்சிக்காகப்
> பொன்பொருளை நான் இழந்தேன்
> ஆடு வித்தேன்; மாடு வித்தேன்;
> அழகான வீடு வித்தேன்;
> ஆத்தா, அப்பன் தேடித்தந்த
> அசோக வனத் தோட்டம் வித்தேன்"

என்பது பாட்டல்ல. ஒரு தியாகியின் வாக்கு மூலம்.

பாவலரும், ஜெயகாந்தனும் கம்யூனிஸ்ட் கட்சியில் இருந்தவர்கள். அவர்கள் கலைஞர்கள் என்பதால் ஒருவருக்கொருவர் ஈடுபாடு ஏற்பட்டது. ஜெயகாந்தன் பாவலர் வரதராஜன் பாடல்கள் என்ற நூலுக்கு எழுதிய முன்னுரையில் அக்கினிக் குஞ்சு என்றே பாவலரைப் போற்றுகிறார்.

"சமூக விரோதிகளை, நிலத்திமிங்கலங்களை, கறுப்புப் பணக்காரர்களை, சந்தைப் பேய்களை விரட்ட வந்த பூசாரி.

கலைஞனுக்கு வாழ்க்கை எவ்வளவு நீளமானது என்பது கணக்கல்ல. அது எவ்வளவு கூர்மையாய் இலக்கை நோக்கி வேகமாய்க் குறி தவறாமல் சென்று தாக்கி அழிந்தது அல்லது அழித்தது என்பதுதான் சிறப்பு. அத்தகைய சிறப்புக்கு முற்றிலும் பொருந்தி நெருப்பாய்ச் சுடர் விட்டு நின்றவர் "தோழர் வரதராஜன்"- ஜெ.கே.

ஒரு நாள் பண்ணைபுரத்தில் பாவலர் வீட்டுக்குக் காவலர்கள் வந்தார்கள். கைது செய்வதாகச் சொன்னார்கள். கைது ஆணை எதுவும் இல்லை. மேலிட உத்தரவுக்கு அடிபணிந்து கைது செய்தார்கள். தம்பிகள் இசை வாய்ப்புக்காகச் சென்னையில் இருந்த நேரம். வத்தலகுண்டு சிறையில் பாவலர் இருக்கும் செய்தி தம்பிகளுக்குப் போனது. கட்சியில் உதவி கேட்டார்கள் தம்பிகள். ஆனால் யாரும் ஜாமீன் கொடுக்க முன்வரவில்லை. அதன் பின்பு தம்பிகள் கடன் வாங்கிக் கொடுத்த நூறு ரூபாயைப் பிணைத்தொகையாகக் கட்டி அவரை வெளியே கொண்டுவந்தார்கள். மனம் உடைந்த நிலையில் இருந்தார் பாவலர். தி.மு.க வில் இணைந்தார். அதிலும் ஈடுபாடு இல்லை அவருக்கு. பின்னவர்க்கும் சுடர் தரும் அணையா நெருப்பு, 04.12.1974இல் மண்ணைவிட்டு நழுவி மக்களின் மனதில் குடிகொண்டது.

பணம் சம்பாதிக்கவோ, அல்லது பெயரெடுக்கவோ அரசியலுக்கு வந்தவரில்லை பாவலர். அவரின் உடலில் இருந்த சிவப்பணுக்கள்கூட செங்கொடியின் பிம்பமாகவே அவரிடம் இருந்தன. அத்தகைய மகா கலைஞனை, உண்மையான போராளியை வறுமையைவிடவும், அவரைக் கைவிட்ட தோழர்களே வாட்டியிருப்பார்கள் என்பதை நம்மால் உணர முடிகிறது.

இன்னொரு மக்கள் கவிஞரின் கவிதை இவரின் துன்பத்தை வினாவாக்கியது போன்றே நம் முன் வைக்கப்பட்டுள்ளது.

உங்களுக்காக
உங்களைப்பற்றி
ஒரு பாடல் பாடினேன் ...
என் பாடலுக்காக
என் மீது ஒரு
விசாரணை வந்தது.

அதிகாரத்தின் கைகள்
அர்த்த ராத்திரியில் வந்து
என்னை
அழைத்தபோது-

ஓ! என் தோழர்களே!
நீங்கள்
எங்கே சென்றீர்கள்?

இந்தக் குற்றக் கூண்டில் ...
சிறைவாசல் முற்றத்தில் ...
சிந்தனையின் புழுக்க அறையில் ...

ஓ! என் தோழர்களே!
என் பாடலை
பத்திரப்படுத்தினீர்களே -

இப்போது
என்னை
என்ன செய்யப் போகிறீர்கள்?

மிகப் பொருத்தமான இந்தக் கவிதை பாவலருக்காகப் பாடப்பட்டது அல்ல. இப்படிக் கேட்ட கவிஞர் பெரியகுளத்தைச் சேர்ந்தவர்.

கண்ணீர்ப்பூக்களும் கற்பூரபொம்மையும்

குவிக்கும் கைகளுக்குக்
குடை
மிதிக்கும் கால்களுக்கு
முள்
ரசிக்கும் செவிகளுக்கு
ராகம்
வளரும் கவிகளுக்குத்
தோள்

சமீபத்தில் ஒரு பெண், மயக்க மருந்து அவர் உடல் நிலைக்கு ஒவ்வாது என்ற நிலையில் அறுவை சிகிச்சை செய்ய அனுமதிக்கப்பட்டார். வலியை எப்படிப் பொறுத்துக்கொள்வது என்று வருந்தியவர்களிடம் நான் இளையராஜாவின் பாடலைப் பாடிக்கொண்டே வலியைப் பொறுத்துக்கொள்வேன் என்றார். திரும்பத் திரும்ப ஒரே ஒரு பாடலை நிறுத்தாமல் பாடியபடி அறுவை சிகிச்சையைச் செய்துகொண்டார். அவர் பாடிய பாடல் என்ன தெரியுமா?

"கற்பூர பொம்மை ஒன்று கைவீசும் தென்றல் ஒன்று" என்ற பாடல்தான் அது.

என்ன ஒரு அற்புதமான பாடல் இது! தென்றலோடு கரைந்துவிடும் கற்பூரமாக இசையோடு கலந்த பாடல். ஞானியின் இசையும், இசைந்த வரிகளும் மாமருந்தாகி மீட்டெடுத்தது அப்பெண்ணை. இதைவிட அந்தக் கவிஞருக்கு என்ன விருது வேண்டும்?

ஆனால் அவர் சாகித்ய அகாடமி விருது வாங்கியவர். சாகித்ய அகாடமி இந்த விருதால் தனக்கும் பெயர் வாங்கிக்கொண்டது. அந்தக் கவிஞர் "கவிதை என்பது கனவு காண்பதல்ல. கண்ணெதிரே இருப்பவனைக் காண்பது" என்று சொன்னவர். அதனைத் தன்னுடைய வாழ்நாள் அறமாகக் கொண்டு எழுதி வருபவர். கே.எம்.எம்.மேத்தாவின் அண்ணன் புதல்வர். மேத்தா என்ற குடும்பப் பெயரைத் தாங்கிய முகமது மேத்தா என்ற நாடறிந்த கவிஞர் மேத்தா.

கவிஞர் மேத்தாவை நூல்களின் வாயிலாகவும், தொலைக்காட்சியில் கவிதை அரங்கங்கள் வாயிலாகவும், திரை இசைப்பாடல்கள் மூலமாகவும் மட்டுமே பலரைப்போல அறிந்துகொண்டவள் நான். இந்த நூலுக்காக அவரிடம் பேச வேண்டும் என்ற எண்ணம் வந்தபோது பயமும், பெரும் தயக்கமும் உண்டானது. பெரும் ஆளுமைகளோடு பேசும் தகுதி என்ன இருக்கிறது என்னிடம்? என்ற எண்ணமே அது. அந்த எண்ணத்தை மாற்றித் தைரியம் தந்தது சந்தியா நடராஜன். மேத்தா அவர்களைப் பற்றி நான் லோகமணி காமராசன், விவேகானந்தன், கி.சு.கிருஷ்ணசாமி, நீல.பாண்டியன் ஆகியோரிடம் கேட்டபோதெல்லாம் அவர்கள் அனைவரும் சொன்ன பதில்களில் முதன்மையானது, "அவர் ஒரு சிறந்த மனிதர்", "அண்ணன் ரொம்பப் பாசமா பேசக்கூடியவர்", "அவர் பெரும் கவிஞர், ஆனால் மிக எளிமையானவர்", "உன்னதங்களின் உயரம்" போன்ற பதில்களே. அதன்பின் அவரைத் தொலைபேசியில் அழைத்தபோது அழைப்பை உடனே எடுத்தார். இவர்கள் அத்தனை பேரும் சொன்னதை மொத்தமாக உணர்ந்த தருணங்கள் அவரிடம் பேசிய நேரம்.

பெரியகுளம் நகருக்குப் பல சிறப்புகள் உண்டு. அதைத் தனியாக ஒரு தலைப்பில் காணலாம். சிறப்புகளில் சிறப்பு என்றால் கவிஞர் மேத்தா.

இவரது சிறிய தந்தை கே.எம்.எம்.மேத்தா, கொடைக்கானல் நகராட்சித் தலைவராக இருந்தவர். பிறந்தது பெரியகுளத்தில். வசித்தது கொடைக்கானலில். பெரியகுளம் நகராட்சித் தலைவராகவும் இருந்தவர். இவர் பெரியகுளத்தில் நகராட்சித் தலைவராக

இருந்தபோது வந்த வேண்டுகோள்களில் தலையானது சாக்கடைப் பிரச்சனைதான். என்னதான் சோறுண்டு மகிழ்ந்து இருந்தாலும், கழிவு நீருக்கு ஓர் வடிகால் இல்லையென்றால் என்ன வாழ்வு? அதற்கான முயற்சிகளெடுக்க அவருக்கு ஒரு வாய்ப்பு வந்தது. அதுதான் சட்டமன்றத் தேர்தல்.

கே.எம்.எம்.மேத்தா 1967ஆம் ஆண்டு நடைபெற்ற சட்டமன்றத் தேர்தலில் தி.மு.க.சார்பில் பெரியகுளம் தொகுதியில் நின்று வெற்றி பெற்றவர். தொகுதிக்காகத் தன்னுடைய சொந்தப் பணத்தையும் செலவு செய்தவர். அன்றைய காலகட்டத்தில் இவரிடம் இருந்த பணத்திற்கும், செல்வாக்கிற்கும் பெரியகுளம் வடகரை முழுதும் வாங்கியிருக்க முடியும். ஆனால் நாடு, மக்கள் என்றே எண்ணியிருந்தவர். பாதாள சாக்கடைத் திட்டம் கொண்டு வர முழு முயற்சி எடுத்தது கே.எம்.எம்.மேத்தாதான்.

அறிஞர் அண்ணா இவரிடம் இரண்டு வாய்ப்புகள் கொடுத்தார். ஒன்று அமைச்சர் பதவி. இன்னொன்று பெரியகுளம் தொகுதிக்குப் பாதாள சாக்கடை கொண்டு வருவது. மேன்மக்களில் ஒருவர் இவரென்பதால் இரண்டாவதைத் தேர்ந்தெடுத்தார். அந்நியரிடமிருந்து மீண்ட நாட்டை, ஆள்வதற்கு வாய்ப்புக் கிடைத்த முதல் தலைமுறை மக்களாட்சித் தலைவர்களுக்கு ஒரு விருப்பம் இருந்துகொண்டே இருந்தது. தான் மக்கள் தொண்டனாகவே இருந்து மக்களுக்கு மக்களாட்சியைத் தர வேண்டும் என்பதே அது. அதன் வீரியம் தன்னுடைய சுகங்களை, சொத்துக்களை இழக்கத் தயாராக்கியது. கே.எம்.எம்.மேத்தா அத்தகைய மிக உயர்ந்த மனிதர். உண்மைக்கும், நேர்மைக்கும் பெயர் பெற்றவர். அவர் பதவிக்காலத்தில் முன்போ பின்போ எவரும் குறைகள் சொல்லும் அளவு இருந்ததில்லை. அவர் திராவிடராகவே இருந்தார். தமிழராக இருந்தார். மக்களுக்காகத் தொண்டாற்றியவர். மக்களோடு இருந்து தொண்டாற்றியவர்.

அத்தகைய குடும்பத்தில் இருந்து வந்தவர் கவிஞர் மேத்தா என்பதால், இயல்பாகவே மனிதாபிமானமும், பொது மக்களின் வாழ்க்கைச் சிக்கல்களின் மேல் கவனமும் இருந்தது. “அவர் என்னுடைய சிறிய தந்தை என்பதில் நான் மிகவும் பெருமை கொள்கிறேன். அதே நேரத்தில் நான் அவருடைய மகன், அண்ணன் மகன் என்பதில் அவர் கடைசி காலத்தில் பெருமை கொள்ளும்படி எழுதியிருக்கிறேன். பேசியிருக்கிறேன். அவர் பெயரைத்தான் நான் வாங்கினேன். அதே சமயத்தில் அவருக்கு பெயரையும் வாங்கிகொடுத்திருக்கிறேன். புகழ் வாங்கியிருக்கிறேன்” இப்படி மனம் நெகிழ்ந்து சொன்னார் கவிஞர் மேத்தா.

பெரியகுளம் மண்ணில் புரண்ட நாட்களே தன்னுடைய பொன்னான காலமென எண்ணுகிறார் கவிஞர் மேத்தா. இவர் பெரியகுளம் விக்டோரியா நினைவு கழக உயர்நிலைப் பள்ளியில் படித்தவர். பள்ளிக்காலம் இவருடைய இலக்கிய உலகின் நுழைவு வாயிலாகவும், சமூகத்தின் மீதான பார்வையைத் திறந்து வைத்த திறவுகோலாகவும் அமைந்தது.

மாணவர் தேர்தல் நடத்துவது விக்டோரியா பள்ளியில் வழக்கமாக இருந்தது. அதில் மாணவர் தலைவராக இருந்தார். மாணவர் மந்திரி சபை ஒன்று அமைத்தார்கள். மாணவர் தலைவர்தான் முதல்வர். பிற உறுப்பினர்கள் தேர்ந்தெடுக்கப்படுவார்கள். இவரை எதிர்த்துப் போட்டியிட்ட இருளப்பன் என்ற மாணவருக்கும் மாணவர் மந்திரி சபையில் பதவி கொடுத்திருக்கிறார். மந்திரி சபையில் மேத்தா அவர்களின் குடும்ப மருத்துவரின் மகனையும் சேர்த்துக்கொள்ள மேத்தாவின் தந்தை கேட்டுக்கொண்டார். ஆனாலும் இவர் அதை நிறைவேற்றவில்லை. எதிலும் ஒரு நேர்மையைக் கடைப்பிடிக்கும் குணம் இப்படியே ஊறியது என்றும் சொல்லலாம். தனக்குச் சரி என்று தோன்றவில்லை என்றால் எவ்வளவு பெரியவராக இருந்தாலும் சும்மா விட்டுவிட மாட்டார். இது அவர் ஒன்பதாம் வகுப்பில் நடந்த ஒரு நிகழ்வு.

உயர்நிலைப் பள்ளியில் 8ஆம் வகுப்பு படிக்கும்போது 'எழுச்சி முரசு' என்ற கையெழுத்துப் பத்திரிகையை தொடங்கி நடத்தினார். கையெழுத்துப் பத்திரிகை என்றாலும் ஏறத்தாழ ஒரு பத்திரிகை ஆசிரியனுடைய பொறுப்பை வகிக்கிற நிலையில் இருந்தார். கதை, கவிதை, கட்டுரை, திரைப்பட விமர்சனங்கள் எல்லாம் எழுதினார். பெரியகுளம் பகுதிகளில் மைய நூலகங்களில் கையால் பிரதியெடுத்து அவர் நண்பர்கள் கொடுத்துவிடுவார்கள். இந்தக் கையெழுத்துப் பத்திரிகையின் ஆண்டு மலருக்கு வாழ்த்து கேட்டு இவர் அனுப்பிய கடிதத்துக்கு எம்.ஜி.ஆர்., கலைஞர் இன்னும் பல முக்கியப் பிரமுகர்களும், பல இலக்கியவாதிகளும் வாழ்த்து அனுப்பியிருந்தார்கள். அதேபோல பாரதிதாசனிடமும் வாழ்த்துரை கேட்டிருந்தார்.

"நான் எனக்கென்று நிர்ணயித்துக்கொண்ட விதிமுறைகளால் தங்களுக்கு வாழ்த்து அனுப்ப முடியவில்லை" என்று பாரதிதாசன் உதவியாளர் இவருக்குப் பதில் அனுப்பினார்.

அக்கடிதம் அதோடு முடிந்திருந்தால் வருத்தத்துடன் மட்டும் இருந்திருப்பார். 'மாணவராக இருக்கும்போது படிப்பில்

கவனம் செலுத்த வேண்டும், இது மாதிரியான செயல்களை ஊக்குவிப்பதில் தனக்கு உடன்பாடில்லை' என்பதுபோல கடிதம் நீண்டதால் மேத்தாவுக்குப் பெரும் வலியும், கோபமும் உண்டானது. இதற்கு நமது மேத்தா என்ன செய்தார்?

அவர் சொன்னது:

"நான் பாரதிதாசன் மேல் பைத்தியமாக இருந்தவன். நான் கவிஞனாவதற்குப் பாரதிதாசனும் ஒரு காரணம். அவருடைய கவிதைகளைப் படிக்கும்போது அவர் கவிதை ஓட்டத்தோடு நானும் ஒலிம்பிக்கில் ஓடுவது போல கூடவே ஓடிக்கொண்டிருந்தேன். அது என்னுள் இருந்த கவிதை உணர்வை வளர்ப்பதற்குப் பயன்பட்டது. பாரதி, பாரதிதாசன் மேல் மிகுந்த பற்றும், பின்பற்றுதலும் கொண்டவன் நான். நான் அப்போது 9ம் வகுப்பு படித்துக்கொண்டிருக்கிறேன். அப்போதே என்னுடைய கவிதைகள் இதழ்களில் வந்துகொண்டிருந்தன. அதை நான் அவரிடம் தெரிவித்திருக்கிறேன். நான் ஒரு கையெழுத்துப் பத்திரிக்கை நடத்துவதையும் தெரிவித்திருக்கிறேன். கடிதம் எழுத நேரமில்லாமல் அவர் முடியவில்லை என்று சொல்லியிருந்தால் பரவாயில்லை. ஆனால் நீ இதைச் செய்யாதே என்று சொல்ல முடியாது. நேர்மையான கோபம் கொண்டு பாவேந்தரிடம் மோதினேன். 'உங்கள் கவிதைகள் மீது தாகமும், மோகமும் கொண்டவன் நான். உங்கள் கவிதைகளால் வளர்ந்ததாக நான் சொல்லலாம். நீங்கள் கவிதைகளால் என்னை வளர்த்ததாகச் சொல்ல முடியாது. நான் எழுதுகிற கவிதைகளில் ஏதாவது செப்பம் செய்ய வேண்டுமென்றால் சரி' என்று பதில் கடிதம் எழுதினேன். ஆனாலும் நான் இன்றும் பாரதிதாசன் மீது பற்றுக்கொண்டவன்தான்."

இப்படிச் சிறு வயதிலேயே மோதினாலும் அவரை இலக்கியத்தில் தொடர்ந்துகொண்டே இருந்தவர். அவர் இறந்தபோது பெரியகுளத்தில் இளைஞர்களை அழைத்து மரண அஞ்சலி ஊர்வலம் நடத்தினார்.

தமிழ் ஆசிரியர் என்றாலே வித்வான் பாண்டியராசு நினைவு வரும் என்கிறார். இவருடைய எழுச்சி முரசு கையெழுத்துப் பத்திரிகைக்கு ஊக்கமளித்தவர். பொங்கல் மலருக்கு முன்னுரையும் எழுதிக்கொடுத்தவர். இவருடைய முதல் கவிதை, மதுரையிலிருந்து வெளிவந்த ப.நெடுமாறன் அவர்கள் ஆசிரியராக இருந்த குறிஞ்சி என்ற இதழில் வெளிவந்தது. கன்னித் தமிழ்க் கவிஞர் என்ற

அடைமொழியோடு வந்த அந்தக் கவிதை சீனப் படையெடுப்பைப் பற்றியது. அதையும் கூட அவர் 'முதலில் வெளிவந்த' கவிதை என்று வேண்டுமானால் சொல்வார். முதல் கவிதை என்று சொல்லமாட்டார். முதல் கவிதை என்று யார் சொன்னாலும் அதில் தனக்கு உடன்பாடு இல்லையென்றே சொல்கிறார். ஏனென்றால் முதல் கவிதை, 'கவிதை' என்ற ஒழுங்குடன் அத்தனை பேருக்கும் வந்துவிடுவதில்லை.

தன்னுடைய இளவயதில் தனக்குக் கிடைத்த அனுபவங்கள் எல்லா இளைஞர்களுக்கும் கிடைத்துவிடாத வரம் என்றார் மேத்தா அவர்கள். மீனாட்சியம்மன் படித்துறையில் அறிஞர் அண்ணா பேச மேடையேறும்போது மாணவர்களுடன் சென்று அவருக்கு மாலை அணிவித்திருக்கிறார். சுற்றுலா மாளிகையில் தங்கியிருந்த தந்தை பெரியாரை மாணவர்களுடன் சேர்ந்து சந்திக்கச் சென்றார். பெரியாரின் செயலாளர் மேத்தா வந்திருக்கிறார் என்று பெரியாரிடம் அறிமுகப்படுத்தி இருக்கிறார். அப்போது பள்ளி மாணவர்கள்தானே என்றெல்லாம் நினைக்காமல் பெரியார் எழுந்து நின்று 'வாங்கோ வாங்கோ' என்று வரவேற்றிருக்கிறார். அத்தனை பண்பாட்டுடன் பெயருகேற்றபடி பெரியாராக நடந்திருக்கிறார்.

அப்போது தலைவர்களின் பேச்சைக் கேட்பதற்காக ஊர் ஊராய்ச் செல்லக்கூடிய காலம். பிரியாணி கொடுத்து எந்தக் கூட்டமும் நடந்ததில்லை. சொல்லுக்கு அவ்வளவு வலிமை இருந்தது. செயலில் உண்மை இருந்தது.

மேத்தா அறிஞர் அண்ணா, கலைஞர் பேச்சைக் கேட்க ஊர் ஊராக சைக்கிளில் செல்வாராம். மாணவர்களுடன் இவர் பேருந்து நிலையத்தில் நின்று கொண்டிருந்தபோது அன்றைய முதலமைச்சர் காமராஜரின் கார் இவரைக் கடக்கிறது. இவர் கை காட்டி வணக்கம் சொன்னதும், அவரும் புன்னகை செய்து பதில் வணக்கம் சொல்லிய பின்பே சென்றிருக்கிறார்.

மிக எளிமையாக இருந்த தோழர் ஜீவானந்தம் அவர்களைப் பேருந்து நிலையத்தில் கண்டு வணங்கியதையும் நினைவு கூர்கிறார். இவருடைய சிறிய தந்தையார் கே.எம்.எம்.மேத்தா ஒரு விழா ஏற்பாடு செய்திருந்தார். அதில் பேச வந்தவர் மேத்தாவின் கனவு நாயகர், அன்று தி.மு.க வில் இருந்த எம்.ஜி.ஆர். அவருக்கு மாலை அணிவிக்க இவர் உயரம் போதாததால் அவரே தூக்கி மாலையை வாங்கிக்கொண்டாராம்.

மேத்தா மதுரை தியாகராசர் கலைக்கல்லூரியில் படித்தவர். இவர் சம காலத்தில் அங்கே படித்தவர்கள் கவிஞர் நா.காமராசன், முன்னாள் சபாநாயகர் காளிமுத்து, கவிஞர் இன்குலாப் போன்றவர்கள். கல்லூரியில் தமிழ் மன்ற செயலாளராக இருந்தார். பதவிக்காக அல்ல, சில செயல்பாடுகளுக்காகப் போட்டியிட்டு வந்துகொண்டே இருக்கும்போது சமூகத்தின் பிரச்சினைகள் என்ன, அதற்கான தீர்வுகள் என்ன என்பதும், அதிகாரம் இல்லையென்றாலும், அதிகாரத்தில் இருப்பவர்களுக்குச் சுட்டிக் காட்ட வேண்டிய கடமை இருப்பதும் நமக்குப் புரியும் என்கிற இவர் மரபுக்கவிதையில் பெரும் தேர்ச்சி பெற்றவர்.

சென்னை மாநிலக் கல்லூரியில் பேராசிரியராகப் பணி செய்தவர். மரபு என்ற அடிப்படையைக் கற்றுக்கொள்ளுங்கள். எழுது என்று மனதுள் குரல் ஒலித்தால் எழுதுங்கள் என்று சொல்லும் இவர் மாதவி பற்றிப்பாடிய எண்சீர் விருத்தப்பா பற்றிக் கேட்டதும், வந்து விழுந்தன வரிகள்.

காதலரே! கோவலரே! நெஞ்சில் வாழும்
காவியமே! ஓவியமே! அலைகள் வந்து
மோதுகிற கடற்கரையில் பிரிந்து சென்ற
முழுநிலவே! கலைமலர்நான் எழுது கின்றேன்!
வேதனையைத் தீர்ப்பதற்கு முடிய வில்லை
விரல்தடவும் யாழிடத்தும் இசையே யில்லை!
பாதிவழிப் பயணத்தில் கவிழ்ந்து விட்ட
படகானேன்; மறந்துவிட்ட பாடல் ஆனேன்!

இவர் ஒரு வானம்பாடிக் கவிஞராக இருந்தவர். வானமே எல்லை என்று வகுத்துக்கொண்டு, பொதுவுடைமைக் கண்ணோட்டத்துடனும், தமிழ் உணர்வுடனும் நிகழ்ந்த அமைப்பு வானம்பாடி. 1971ம் ஆண்டு கோவை அரசுக் கலைக் கல்லூரியில் பணி செய்தார். அங்கு புவியரசு, சிற்பி, பாலா, தமிழ்நாடன், முல்லை ஆதவன், அக்னிபுத்திரன் இப்படித் தமிழ்நாட்டின் மிகச்சிறந்த கவிஞர்களெல்லாம் கோவையிலே இணைந்து, 'வானம்பாடி' என்ற ஒரு இதழைத் தொடங்கினார்கள். தத்துவவாதிகளுக்கும் இலக்கியவாதிகளுக்கும் ஏற்பட்ட மோதல்கள் மேத்தாவைப் புதிய பாதைக்கு அழைத்துச் சென்றன. மரபுக்கவிதையில் மிகத் தேர்ந்த மேத்தா புதுக்கவிதைக்குள் இறங்கினார். இருந்தும் அவர் மரபுக் கவிதையைத் தாக்குகிற, தகர்க்கிற போக்கையும் எதிர்க்கவே செய்தார். 'மரபுக்கும் புதுமைக்கும் நான் பாலமாக இருப்பேன்'என்று முதன் முதலாக நடந்த வானம்பாடிகள் கூட்டத்திலே அறிவித்தார்.

வானம்பாடியின் முதல் இதழுக்கு இவர் எழுதியது வானம்பாடிக்கு மட்டுமல்ல, இந்த சமூகத்துக்கே அடுத்து வரவேண்டிய செயல்பாடுகளை அறிவுறுத்த எழுதியதாக இன்றும் தோன்றுகிறது.

> வைகறைப் பொழுதுக்கு
> வார்த்தைத் தவமிருக்கும்
> வானம்பாடிகளே - ஓ
> வானம்பாடிகளே
> இந்த
> பூமி உருண்டையைப்
> புரட்டிவிடக்கூடிய
> நெம்புகோல் கவிதையை
> உங்களில்
> யார் பாடப்போகிறீர்கள்?

இவருடைய கண்ணீர்ப்பூக்கள் தொகுதியில் இக்கவிதை இடம்பெற்றுள்ளது. கண்ணீர்ப்பூக்கள் தொகுதி மட்டும் இதுவரை நாற்பது பதிப்புகள் கண்டு சாதனை படைத்துள்ளது. ஊர்வலம், திருவிழாவில் தெருப்பாடகன், என்னுடைய போதிமரங்கள், கனவுக் குதிரைகள் போன்ற 22 கவிதை நூல்களும், ஒரு கட்டுரை நூலும், இரண்டு வரலாற்றுப் புதினங்களும் எழுதியுள்ளார். இவருடைய 'நாயகம் ஒரு காவியம்' நூலே தன்னுடைய 'அவதார புருஷர்' நூல் வரக் காரணம் என்று புகழ்ந்துள்ளார் கவிஞர் வாலி. இவரது "ஊர்வலம்" தமிழக அரசின் முதற்பரிசினைப் பெற்ற கவிதை நூலாகும். இவரது "சோழ நிலா" என்னும் வரலாற்று நாவல் ஆனந்த விகடன் இதழ் நிகழ்த்திய பொன்விழா இலக்கியப் போட்டியில் முதல் பரிசு பெற்றது.

நிழலை வழிப்போக்கனின் வாடகையில்லா வீடு என்று கவிஞர் காமராசன் சொன்னார். இவரோ

> சூரிய நெருப்பு
> சுடுகிற பதத்தில்
> ஒத்தடம் கொடுக்கும்
> நிழல் ஒற்றர்கள்
>
> வெய்யில் தாங்காமல்
> விரைந்து வரும்
> காலுக்குச்
> சிறிது நேரச் செருப்புகள்

என்று செருப்பாகவும், ஒற்றராகவும் உருவகிக்கிறார்.

விஜயானந்தலட்சுமி

கவிஞர் நா.காமராசன் அவர்களை, "புதுக்கவிதையை இந்த இடத்தில் நிலைபெறச் செய்தவர் அண்ணன் காமராசன் அவர்கள். மரபுதான் கவிதை என்ற கதவை உடைத்தவர் நா.காமராசன் அண்ணன்தான். எனக்கு முன்பு தமிழில் புதுக்கவிதையைக் கொண்டு போனது காமராசன். அவருக்கு முன்னவர்கள் புதுக்கவிதையைத் தமிழுக்கு கொண்டு வந்தார்கள்." என்றும் "அவர் ஒரு சபையை அமைத்தார். நாங்கள் மாலைகளை வாங்கிக்கொண்டோம்" என்றும் பெருமிதமாகச் சொல்கிறார். அண்ணன் 'கருப்பு மலர்கள்' மூலம் மகுடம் அணிந்துகொண்டார் என்றாலும் இன்னும் பெரும் உச்சத்துக்கு வந்திருக்க வேண்டும் என்ற தன்னுடைய ஆதங்கத்தையும் வெளிப்படுத்தினார். நா.காமராசனுடன் இவருக்கு இருந்த நட்பை லோகமணி காமராசனும் பெருமையாகச் சொன்னார்.

இவர் சமகாலத்தில் இருந்த அனைத்துக் கவிஞர்களிடமும் நட்பும், நேசமும் பாராட்டியவர்; பாராட்டிக்கொண்டிருப்பவர்.

கவிஞர் மீராவைப்பற்றிச் சொல்லும்போது "கவிஞர் மீரா மூத்த கவிஞர் மட்டுமல்ல. என்னை வார்த்த கவிஞர். இருக்கவேண்டிய கர்வமும் இல்லாமல் இருந்தது. ஆரம்ப காலத்தில் நான் புகழ் பெறுவதற்கு முன்பே என்னைப் பற்றிப் பேசியிருக்கிறார். மீரா போன்ற நல்ல கவிஞர்கள், தான் இருக்கும் இடத்திற்கு மற்றவர்களையும் வரவைக்கவேண்டும் என்று தாங்கிக்கொண்டவர்கள்" என்கிறார். அதே போல தி.க.சி.

தாமரை இதழ் தி.க.சி பொறுப்பில் இருந்தபோது நிறைய வாய்ப்புகள் கொடுத்திருக்கிறார். அஞ்சலட்டையில் கடிதம் எழுதுவார். "கவி நன்றாக இருக்கிறது, எழுதுங்கள்" என்று. மற்ற பத்திரிகைகளில் எல்லாம் சொல்வதும், பிறரிடம் ஒரு நல்ல எழுத்தைப் புகழ்வதும் அவரின் மிக உயர்ந்த பண்பாக இருந்துள்ளது. 'தேசப்பிதாவுக்கு ஒரு தெருப்பாடகனின் அஞ்சலி' கவிதையை மிகவும் புகழ்ந்தார். இளையவர்கள் திறமையை வளர்த்தெடுக்கும் குணம் அப்படி எல்லாருக்கும் வந்துவிடுவதில்லை.

ஆரம்பகால எழுத்தாளர்களுக்கெல்லாம் அவரிடமிருந்து வரும் ஓர் அஞ்சல் அட்டை, அரசாங்க விருதை விடப் பெரிய அங்கீகாரமாக இருக்கும் என்கிறார் தழுதழுத்த அன்போடு கவிஞர் மேத்தா. இதையெல்லாம் கேட்கும்போது அன்று எழுத்தாளர்கள், கவிஞர்களுக்கிடையே இருந்த பிணைப்பு நம்மை வியக்க வைக்கிறது.

இப்படிப் 'பெற்ற அன்பை' திரும்பவும் அசைபோட்டு மனம் குழையும் மேத்தா அவர்களும் சாதாரணமாக இல்லை. அந்தக் காலத்துப் பத்திரிகைகளில் பல கவிஞர்களை அறிமுகப்படுத்தி இருக்கிறார். வெற்றியடைந்தவர்கள் செய்ய வேண்டிய வேலை அதுதான் என்கிறார்.

“அதில் நான் பெருமைப்பட ஒன்றுமில்லை. என்னை இந்தச் சமுதாயம் அறிமுகப்படுத்தியது. அதையே நான் திரும்பிச் செய்கிறேன். சமூகத்தின் மீதான ஈடுபாடு. நான் சுவாசிக்கும் காற்றுக்கு திருப்பி என்ன செய்ய முடியும்?. அன்றைய பாரதியும், பாரதிதாசனும், மகா கவிஞர்களும் அவ்வாறுதான் வந்தவர்கள். இந்த சமூகம் நமக்குக் கொடுத்ததை நாம் திருப்பிக் கொடுக்க வேண்டியது கடமை. சமூகத்தைத் தோளில் தூக்கிச் சுமப்பதும், விமர்சனம் பண்ணுவதும் அதனால்தான். அது ஒரு எழுத்தாளனுக்கு சமூகத்திற்கான கடமை.” என்று இன்னும் அதைச் செய்துகொண்டு இருக்கிறார்.

இவர் கலைஞருடன் மிக நெருங்கிப் பழகியவர். கலைஞரின் கவியரங்கம் எதுவாக இருந்தாலும் இவர் தவறாமல் இருப்பார். “சோழ நிலவே வா! சொக்க வைக்கும் கவிதை தா!” என்று கலைஞர் சொன்னதையும் தன்னுடைய சோழ நிலா புதினம் மலர்ந்ததையும் சொன்னவர், “கலைஞர் இருந்த இடம் மிகப்பெரியது. அவரும் ஓர் இலக்கியப்படைப்பாளி. அவர் நிரம்பவே பாராட்டுவார். அவர் நேசித்த அளவு என் அம்மா நேசித்திருப்பாளா என்று தெரியாது. என்னுடைய கவிதை அந்த அளவுக்கு அவரை நேசிக்க வைத்தது. அவருடைய கவியரங்கத்திற்கு நான் இருக்கவேண்டும் என்று விரும்புபவர். ஒரு முதலைச்சராக இருந்து பிறரைத் தட்டிக்கொடுப்பது சாதாரணமல்ல” என்று கலைஞர் பற்றிய தன்னுடைய அனுபவங்களையும் கூறினார்.

இவருடைய திரை இசைப் பயணமும் மகத்தானதே. எந்த வடிவத்தில் கவிதை கொடுத்தாலும், அங்கே சமுதாயக் கருத்துக்களுக்கு இடம் இருக்க வேண்டும் என்று எண்ணியவர். அதனால்தான் மத நல்லிணக்கம் கொண்டாடும் வரிகளாக

“தாஜ்மகாலின் காதிலே ராம காதை கூறலாம். மாறும் இந்த உலகிலே மதங்கள் ஒன்று சேரலாம்” என அமைத்தார். கூவம் நதியையும் வரிகளில் குளிப்பாட்டினார்.

நானூறு பாடல்களுக்கும் மேலே எழுதியிருக்கும் இவர் பாடல்களில் கவித்துவம் கருக்கொண்டிருக்கும். உருவகத்தை

ராஜராஜ சோழனும், நட்சத்திர ஜன்னலும் காலம் கடந்து காற்றில் இசைத்துக்காட்டுகின்றன. யார் வீட்டில் ரோஜா பூ பூத்ததோ என்று எத்தனை எத்தனை வாய்கள் முணுமுணுக்கின்றன இன்றும். இளையராஜாவுடன் இவருக்கு உண்டான இசை அனுபவத்தைப் பல இடங்களில் இவர் பகிர்ந்துள்ளார். பாடு நிலாவே என்ற பாடலில் நாயகன் சிறையிலிருந்துகொண்டு நிலவைப் பார்ப்பதாக எப்படி வரும் என்று கேட்ட இளையராஜா 'ம்' என்றார். அந்த "ம்" பாடும் நாயகியை நிலவாக்கி பாடும் நிலாவே என்றாக்கியது. இளையராஜா என்றொரு கவிமனதை அவர் புகழாத இடமில்லை.

விளம்பரங்களில் தன்னைத் தொலைக்காதவர். அதற்கு இவர் சொன்னதும், செய்ததும் சான்று.

காரைக்காலில் ஒரு விழாவில் கலந்துகொண்டு பேசினார் மேத்தா. முன்னிரவு நேரம் மேடையை அணுகிய சில இளைஞர்கள் கவிஞரிடம் வேண்டுதல் ஒன்றை வைத்தார்கள். "தங்கள் கவிதைகள் மீது பெரிதும் ஈடுபாடு கொண்டவர்கள் நாங்கள். ஒரு விளம்பர பத்திரிகையை நடத்துகிறோம். அதில் உங்கள் பேட்டி வந்தால் பத்திரிகை பரபரப்பாகப் பேசப்படும். அதனால் நீங்கள் ஒரு பேட்டி தரவேண்டும்" என்று கேட்டுக்கொண்டார்கள். கூட்டத்தில் கடைசியாகப் பேசுகிறேன். பேசி முடித்தவுடன் சென்னை புறப்படுகிறேன். இப்போதும் மேடையிலிருப்பதால் முடியாதே என்று சொல்லியிருக்கிறார் கவிஞர். பரவாயில்லை, கூட்டம் முடிந்ததும் மேடைக்குப் பின்பக்கமாக வந்து பேட்டி எடுத்துக்கொள்கிறோம் என்று சொல்லி அதே போல நேர்காணலை முடித்துவிட்டு இறுதியாக ஒரு கேள்வி கேட்டார்கள்

"எங்கள் பத்திரிகை, விளம்பரங்களை மட்டும் வெளியிடுகின்ற பத்திரிக்கை. எங்கள் ஆசிரியர் குழுவுக்கும், வாசகர்களுக்கும் தாங்கள் கூறுவது என்ன?" என்ற கேள்விக்கு அவர் சொன்ன பதில், "விளம்பரங்களில் உங்களைத் தொலைத்துவிடாதீர்கள். விளம்பரம் இல்லாமலும் தொலைந்துவிடாதீர்கள்" என்பதே அவர் பதில்.

அவரின் ஆற்றொழுக்கான பாடல் அழகும், பேச்சில் இருக்கும் எளிமையும் அவரின் உயர்வை இன்னும் அதிகமாக்கின. சமூகத்தை என்றென்றும் நேசிப்பவராகவும், அநீதியைச் சுட்டிக்காட்டுபவராகவும் இருக்கும் அவர் மொழி இது. "நான்

ஒரு கேமெரா வைத்திருக்கிறேன். நான் போட்டோ எடுத்துக் காட்டினால், 'அடடா இப்படியா நடந்தது?' என்று கேட்பார்கள். அந்தக் கேமெரா என் பேனா. அந்த போட்டோ என் கவிதை. என் கவிதைகள் பல கவிஞர்களை உருவாக்கியது. முதலில் நமக்கு வேண்டியது தன்னம்பிக்கை".

அவர் என்னிடம் பேசப்பேசவே சொன்ன வரிகள் முத்தனாவை

உயரங்கள்

உயரங்கள் அல்ல

உள்ளங்களே உயரங்கள்

ஆம். அவர் சொன்னதுபோன்ற மனத்தால் உயர்ந்த மனிதர் ஒருவர் சின்ன ஓவலாபுரத்தில் பிறந்தவர்.

க. அருணாசலம்

ஆழந்தோண்டி அடிமட்டம் ஆனபின்
அணைத்தேற வேண்டுமானால்
இருக்கட்டும் சுற்றுக்கழிகள்

தூண்களைத் தொற்றாமல்
சாரங்களிலா நிற்கிறது
சரியாத கட்டிடம்?

கொள்கையின் கையில்
கடிவாளம்
ஓரம் போகட்டும்
உங்கள் பணமும் மதமும்

தனக்கென்று ஒரு பாதையை, கருத்தைத் தேர்ந்து கொள்ள எவ்வளவு நாட்கள் வேண்டுமானாலும் ஆகலாம். அதுவரை பல சலனங்கள் வரலாம். ஆனால் இதுதான் என் பாதை என்று தெரிவு செய்தபின் அதில் தொடர்ந்து பயணிப்பவரே தன்னுடைய இலக்குகளை எட்டுகிறார்.

இந்த அடிப்படையிலிருந்து மாறாதவர்களைப் புற உலகில் கோலோச்சும் பணம் ஒன்றும் செய்ய முடிவதில்லை. அவர்கள் சார்ந்திருப்பதல்ல, பிறந்துவிட்டதாலேயே சுமந்துகொண்டிருக்கும் மதமும் ஒன்றும் செய்ய முடிவதில்லை. ஏனென்றால் அவர்கள்

தங்கள் பாதையைத் தேர்ந்தெடுத்த பின்னே எடுக்கும் பிறப்பில் உடலின் ஒவ்வொரு செல்லும் இரட்டைச் சுவருடன் பலமாக அமைந்துவிடுகிறது. அவர்களைப் புறக் காரணிகள் என்ன செய்துவிடும்? அவ்வாறுதான் காந்தியவாதி அருணாச்சலமும் தன்னுடைய இலக்கை விட்டு ஒருபோதும் விலகாதவராக இருந்தார்.

காந்தியவாதி க.அருணாச்சலம் கம்பம் பள்ளத்தாக்கினைச் சேர்ந்த சின்ன ஓவலாபுரம் என்றழைக்கப்படுகிற பூசாரிக்கவுண்டன்பட்டியைச் சேர்ந்தவர். இவர் தந்தை கர்ணம் கந்தசாமிப்பிள்ளை. தாயார் வெள்ளையம்மாள். இவர் பள்ளிப்படிப்பைப் போடிநாயக்கனூரில் முடித்தார். அப்போது இவரைக் கவர்ந்தவர் சுவாமி விவேகானந்தர். அப்பொழுதிலிருந்தே இவருள் தோன்றிய பொறி பிரம்மசரியம்.

1929இல் காந்தியடிகள் பாளையங்கோட்டையில் ஓர் உரை நிகழ்த்தினார். அவரைத் தூரத்திலிருந்து தரிசித்தார் சேவியர் கல்லூரி மாணவர் அருணாச்சலம். எழுத்தாளர் புதுமைப்பித்தன் அருணாசலத்தின் தோழர். அவர் மூலமாகக் காந்தியை நிறைய அறிந்து வைத்திருந்தாரென்றாலும் நேரில் பார்த்ததும் கதர், அரிசனங்கள் மீதான பார்வை திறந்துகொண்டது. இளங்கலை முதலாம் ஆண்டு முடித்து கோடை விடுமுறை. அருணாச்சலம் பெங்களூரு தீன சேவா சங்கம் சென்று தொண்டு செய்வதில் தன்னை ஈடுபடுத்திக்கொண்டார்.

தீன சேவா சங்கத்தில் தலித்துகளிடையே சேவை செய்து வந்த பிரம்மசாரி டி.ராமசந்திரன் என்பவரின் உரை ஒன்றைக் கேட்டார். அந்த உரையில் இவரைக் கவர்ந்த ஒன்று வரிந்தேற்கும் வறுமை. தனக்குச் செல்வம் கிடைக்கும் என்றாலும், தானே விரும்பி வறுமையை ஏற்பது சாதாரணம் இல்லை. அந்த வறுமை ஆசையைத் துறக்கச் செய்துவிடக்கூடியது. கண் முன்னே எத்தனை செல்வங்கள், வசதிகள் இருந்தாலும் துச்சமாகக் கருத வைத்துவிடக்கூடியது. அந்த வறுமை சமூகத்தின் அனைத்துத் தரப்பு மக்களையும் தம்மோடு அரவணைத்துச் செல்லத் தேவையான பண்பினை அளிக்கக்கூடியது. அன்றிலிருந்து தனக்கான பாதையைக் கண்டுகொண்டார் அருணாச்சலம்.

ஒவ்வோர் ஆண்டு நிறைவிலும் கிடைக்கும் விடுமுறையில் அங்கு ராமச்சந்திரனுடன் சேர்ந்து தாழ்த்தப்பட்ட மக்களுக்குப் படிப்பு சொல்லித்தருவது, சுகாதாரமாக வாழ்வது பற்றி எடுத்துரைப்பது என்று தோட்டித்தொழிலும், கூலி வேலையும் செய்பவர்களுக்குச்

சேவை செய்தார். ராமச்சந்திரன் அருணாச்சலத்தின் சேவையைக் கண்டு மகிழ்ந்தார் என்றாலும், அருணாச்சலம் எம்.ஏ பட்டம் வாங்கிவிட்டு அதன்பிறகு தொண்டு செய்வதே நல்லதென்று சொன்னார். அதனை ஏற்று அருணாச்சலமும் படிப்பைத் தொடர்ந்து எம்.ஏ முடித்தார். அதன் பின்னும் அவர் தொடர்ந்து பெங்களூரு சென்று சேவையைத் தொடர்ந்துகொண்டிருந்தார். விடுதலைப்போராட்ட காலம் அல்லவா அது. சுதந்திர உணர்வைத் தூண்டும் வகையில் சிறு சிறு நூல்களை எழுதி பெங்களூரில் அச்சிட்டுத் தலையணை போன்று கட்டி ரகசியமாகத் தமிழகத்துக்குக் கொண்டுவந்து ஒரு பைசா, இரண்டு பைசா விலைக்கு மக்களுக்குக் கொடுத்துப் படிக்க வைத்தார். நாட்ராம்பள்ளி என்ற இடத்தில ராமகிருஷ்ண மடம் நடத்திய சாமுண்டிக்கவுண்டர் இதற்கெல்லாம் உதவி செய்தவர்.

1933இல் அங்கு வந்த காந்தியடிகள் கன்னட, தெலுங்கு பேசும் மக்களிடம் உங்கள் கருத்துக்களைப் புரிய வைத்து மாற்றுவது சிரமம். நீங்கள் தமிழகத்திலேயே தொண்டு செய்யுங்கள் என்று அருணாச்சலத்திடம் அறிவுறுத்தினார். அதனைத் தலைமேற் கொண்டு அருணாச்சலம் திருச்செங்கோடு ஆசிரமம் வந்தார். அங்கே இராஜாஜி முழுமையாக காந்திய சேவையில் ஈடுபட்டிருந்தார். அவர் தென் மாவட்டங்களில் அரிசன சேவையைச் செய்ய வேண்டிய தேவையை அருணாச்சலத்திடம் சொல்லி, மதுரையில் என்.எம்.ஆர். சுப்பாராமன் மற்றும் வைத்தியநாத அய்யர் இருவரையும் சென்று பார்க்கச் சொன்னார்.

வைத்தியநாத ஐயர் பெரிய வக்கீல். அக்காலத்தில் பிராமணர்கள் மற்றவர்களை நடத்தும் விதம் குறித்துத் தமக்கிருந்த விருப்பமின்மையால் வைத்தியநாத ஐயரைச் சந்திக்காமல் இருந்தார். அவர் அத்தகையவர் இல்லை என்று வைத்தியநாதய்யர் நடந்துகொண்டதன் மூலம் போகப்போகத் தெரிந்துகொண்டார் என்றாலும் முதலில் என்.எம்.ஆர்.சுப்பாராமன் அவர்களையே அணுகினார். என்.எம்.ஆர்.சுப்பாராமன் திண்டுக்கல்லில் காச நோய்க்காக மருத்துவம் பார்த்துக்கொண்டிருந்தார். அவரிடம் "நான் பிரம்மசரிய வாழ்வு மேற்கொண்டு மக்கள் சேவை செய்ய விரும்புகிறேன்" என்று அருணாச்சலம் சொன்னார். தலையை மழுங்க மொட்டையடித்திருந்த, பனியன் மட்டுமணிந்த, முழங்கால் வரை வேட்டி கட்டியிருந்த இளைஞனின் சொற்களில் நம்பிக்கை நிரம்பவே இருந்தது கண்டு சுப்பாராமன் ராமாச்சாரியைச் சென்று பார்க்கச் சொன்னார். ராமாச்சாரியும் இவரை அரிசன

சேவையைத் தொடங்கச் சம்மதித்துவிட்டார். எங்கே தங்குவது? மதுரை வைகை ஆற்றின் வடகரையில் பல மண்டபங்கள் இருந்தன. அரிசன மக்களோடு சேர்ந்து இருப்பவர்களைத் தங்கள் மண்டபத்தில் தங்கவைக்க யாரும் விருப்பப்படவில்லை. கூட்டுறவு சங்கத்தில் பணி செய்துகொண்டிருந்த அழகப்ப முதலியார் மண்டபம் ஒன்றுதான் இன்னும் கேட்பதற்கு மிச்சமாக இருந்தது. அவரிடம் சென்று கேட்டார் அருணாச்சலம். அவர் தனக்கு இதில் விருப்பம் என்றாலும், தன்னுடைய தந்தையைக் கேட்க வேண்டும் என்று சொல்லிவிட்டார். அவர் தந்தையைக் கேட்டபோது அவர் ஓர் ஒப்பந்தத்தின் பேரில் சம்மதித்தார். அதாவது இவர் திருவிழாக் காலங்களில் மண்டபத்தைச் சுத்தமாக வெள்ளையடித்துத் தர வேண்டும் என்பதே அது. சரி என்று சொல்லி அங்கேயே தங்கிக்கொண்டு அரிசன சேவையைச் செய்ய ஆரம்பித்தார் அருணாச்சலம்.

கக்கன் நட்பும் அங்கேதான் கிடைத்தது. அரிசனங்கள் மிகக் கொடுமையாக நடத்தப்பட்ட காலம் அது. அங்கே அவர்களோடு தங்கியிருந்து சுகாதாரப்பணியையும், கல்விப்பணியையும் செய்யலானார். பகல் இரவு உணவுக்கு அம்பலக்காரர்கள் வீட்டில் உணவுக்கு ஏற்பாடு செய்வார்கள். அரிசன மக்கள் தங்கள் வீட்டில் உணவுக்கு அழைக்க மாட்டார்கள். அருணாச்சலம் இதுபற்றிக் கக்கனிடம் கேட்டார். ‘அவர்கள் பாவம், விட்டுவிடுங்கள்’ என்று சொல்லிவிட்டார் கக்கன். இருந்தும் விடாமல் அவர்களிடம் ஒருநாள் உணவு வேண்டுமெனக் கேட்டு வாங்கிச் சாப்பிட்டார். பாத்திரங்கள் பாசிபிடித்துப் போயிருந்தன. சுகாதாரத்தை இன்னும் ஒரு படி அதிகமாக முன்னெடுக்க வேண்டுமென்று அருணாச்சலம் முடிவு செய்தார்.

செருப்புப் போட்டு நடப்பதற்கு, மேல் சாதி என்று சொல்லிக்கொள்பவர்கள் அரிசனங்களை அனுமதிப்பதில்லை. அருணாச்சலம் தாழ்த்தப்பட்ட ஒருவனைக் குளித்து சுத்தமான வேட்டியை கால் சரிய அணிந்து செருப்பு போட்டு நடக்கச் சொன்னார். ஒரு சில ஊர்களில் (அங்கே சிறு சிறு கிராமங்கள் அருகருகே இருப்பவை) அனுமதித்து விட்டுவிட்டார்கள். ஓர் ஊரில் அம்பலக்காரர்கள் தெருவில் அவனைப் பிடித்துக் கரும்புள்ளி செம்புள்ளி குத்தி, கழுதை மேல் ஏற்றி அனுப்பிவிட்டார்கள். அசுரன் திரைப்படம் நினைவு வருகிறது இல்லையா? நிகழ்ந்தவைகளின் மறு ஒளிபரப்புதானே கலை? அருணாச்சலம் அந்த நிலையைக் கண்டு பதறிவிட்டார். வைத்தியநாத அய்யரிடம் சென்று நடந்ததைக்

கூறினார். அய்யரும் உடனடியாக அம்பலக்காரர்களிடம் சென்று அவர்கள் செய்ததைக் கண்டித்து அபராதமும் விதித்தார்.

அருணாச்சலம் திருச்செங்கோடு காந்தி ஆசிரமம் மேற்கொண்டிருந்த மதுவிலக்குப் பணியிலும் பங்கு கொண்டார். ராஜாஜி நேரடியாக அதில் ஈடுபட்டிருந்த நேரம் அது. அக்காலத்தில் சேஷாத்திரிபுரத்தில் உருவான தொழிலாளர் மையம், பங்கி குடியிருப்பு, காந்தி பள்ளி ஆகியவை இவரால் ஏற்பட்டவையே.

தமிழகத்தில் விடுதலைப் போராட்ட வீரர்களுடன் தொடர்பு கொள்ள அடிக்கடி இவர் பாத யாத்திரை செல்வது வழக்கம். அவ்வாறு ஒருமுறை சென்றபோது ஜெ.கிருஷ்ணமூர்த்தியின் இயற்கைவளக் கல்வி மையத்தில் சில நாட்கள் தங்கினார். அங்குள்ள கல்வித் திட்டத்தைக் கூர்ந்து கவனித்தார். வார்தாவுக்கு அருகிலுள்ள வினோபாவால் நிறுவப்பட்ட நால்வாடி ஆசிரமத்திலும், காந்தியடிகளின் சபர்மதி ஆசிரமத்திலும் ஒரு மாத காலம் தங்கி நேரடியாகப் பயிற்சி பெற்றார்.

இவ்வாறு அரிசன சேவை செய்துகொண்டிருந்தபோது என்.எம்.ஆர் சுப்பாராமன் பெரியநாயக்கன் பாளையத்தில் திரு.டி.எஸ்.அவினாசிலிங்கம் செட்டியார் ஆரம்பித்த இராமகிருஷ்ண வித்யாலத்தில் கிராமசேவை செய்வதற்காக அனுப்பினார். அங்கே பெரியசாமி தூரன், வெங்கடாசலம் போன்றவர்கள் பணி செய்துகொண்டிருந்தனர். 1936இல் அவர்களுடன் இணைந்து பணி செய்தார்.

அங்கு ஆதாரக் கல்வி பள்ளியும், ஆதாரக் கல்வி பயிற்சிப் பள்ளியும் நடைபெற்று வந்தன. அக்காலத்தில் அருணாச்சலம் காந்தி சேவா சங்கத்தின் உறுப்பினராகவும் இருந்தார். (1941இல் காந்தி அதனைக் கலைத்துவிட்டார்). அப்போது காந்தியடிகளின் பக்கத்தில் இருந்து அவர் வழிமுறைகளைப் பின்பற்றி வாழவும், அவருடன் கலந்து பேசிப்பழகவும் முடிந்தது. அந்த அனுபவம் கோவை ஆதார பள்ளியில் பணி செய்ய மிகவும் பயன்பட்டது. ஆனால் அரசின் விதிமுறைகள் ஆசிரியர் பயிற்சி பட்டம் பெற்ற பின்பே பள்ளியில் வேலை செய்ய அனுமதித்தது. அதனால் சென்னை மெஸ்டன் ஆசிரியர் பயிற்சிப் பள்ளியில் 1939இல் சேர்ந்து எல்.டி பட்டம் பெற்றார். அதன் பின்பு மேற்படிப்புக்காக அயோவா ஸ்டேட் பல்கலைக் கழகத்தில் சேர்ந்து படித்தார். அமெரிக்கக் கல்வித்திட்டமானது செயல்முறைகளால் மேம்படுத்தப்பட்டது.

கல்லூரிக்கு வெளியில் மேற்கொள்ளும் கல்வி தொடர்பான செயல்பாடுகளுக்கும் சிறப்பு மதிப்பெண்கள் வழங்கப்பட்டன.

அப்பல்கலைக்கழகத்தில் இருந்த பேராசிரியர் ஆர்தர் மார்கன் என்பவர் கிராமியக் கல்வித் துறையில் ஆய்வு மேற்கொண்டிருந்தார். அவரது தொடர்பு அருணாச்சலத்திற்கு கிடைத்தது. இந்த ஆர்தர் மார்கன் அவர்களே இந்தியாவில் கிராமிய பல்கலைக் கழகங்களைத் தோற்றுவிக்க வேண்டும் என்று இந்திய அரசுக்கு உணர்த்தியவர்.

ஆசிரியப் பயிற்சியில் தேர்வானபின் 1940 முதல் 1949 வரை கோவை ஆதாரக் கல்வி பயிற்சிப்பள்ளியின் தலைமை ஆசிரியர் பொறுப்பை ஏற்றார். 1950-51 ஓராண்டு ராமகிருஷ்ணா வித்யாலயாவில் ஆசிரியர் பயிற்சிக் கல்லூரிப் பேராசிரியராகவும், 1952 முதல் 1955 வரை அதே கல்லூரியில் முதல்வராகவும் இருந்தார். அன்று வட்டார வாரியத்தின் கீழ் நடைபெற்று வந்த பெரியநாயக்கன்பாளையம் பள்ளியின் தலைவராக வி.சி. வெள்ளியங்கிரி கவுண்டர் இருந்தார். அருணாச்சலம் அந்தப் பள்ளியை ஆதாரக் கல்வி பள்ளியாக நடத்த விரும்பினார். அதற்கு வெள்ளியங்கிரி கவுண்டரும் அனுமதி அளித்தார். டி.ஏ.அங்கப்ப செட்டியார் அறக்கட்டளை கொடுத்த பொருளுதவியின் மூலம் கட்டிடப் பொருள்கள், ஆதாரக் கல்விக்கான உபகரணங்கள் அனைத்தும் வாங்கினார்கள். ஆரம்பத்தில் வேலையோடு கல்வி என்பதைப் பெற்றோர்கள் விரும்பாமல் குழந்தைகளை அனுப்பத் தயங்கினார்கள். ஆனால் இவரது செயல்முறைக் கல்வியால் மாணவர்கள் பெற்ற மதிப்பெண்கள் அடுத்த ஆண்டில் நிறைய மாணவர்களை வர வைத்தது. அவருக்குக் காந்திய சேவை மனதை ஈர்த்துக்கொண்டே இருந்தது. 1956இல் தன்னுடைய பணியை உதறிவிட்டுக் கல்லுப்பட்டி காந்தி நிகேதனுக்கு வந்தார்.

1956ஆம் ஆண்டு வினோபா தமிழ்நாடு வந்தபோது, காஞ்சிபுரத்தில் சர்வோதய மாநாடு நடந்தது. அதனுடன் ஆதாரக் கல்வி மாநாட்டினையும் இணைத்து நடத்தினார். அதனால் மாநாட்டு வரவேற்புக் குழுவில் கல்வித்துறையும் இணைந்துகொண்டது. இரண்டு மாதங்களுக்கு முன்பிருந்தே வரவேற்புக்குழு காரியாலயம் செயல்பட்டது. அருணாச்சலம் வரவேற்புக்குழுச் செயலாளராக இருந்தார். ஜனாதிபதி ராஜேந்திர பிரசாத் போன்ற பெரும் தலைவர்கள் கலந்துகொண்ட மாநாடு அது. சர்வோதயத்தின் மீது முன்னரே இருந்த ஈர்ப்பு

பன்மடங்காகி வினோபாவுடன் பாண்டிச்சேரி பாதயாத்திரையில் கலந்துகொண்டார். அதன் பின் வினோபாவின் பூதான இயக்கத்தில் ஈடுபாடு உண்டாயிற்று. 1957இல் பூதான வாரியம் அமைந்தபோது அதன் முதல் தலைவராக நியமிக்கப்பட்டார். அப்போது முதல்வராக இருந்தவர் பெருந்தலைவர் காமராஜர். அவருடன் நெருக்கத்தில் பணிபுரிந்தவர் இவர். அருணாச்சலம் வகித்த பதவிகள் பலவாகும். சர்வோதய சங்கத்தின் நிர்வாகக்குழு உறுப்பினராகவும், அகில இந்திய நயிதாலிம் சமிதியின் உதவித் தலைவராகவும், தமிழ்நாடு சர்வோதய சங்கத்தின் தலைவராகவும் இருந்தார். அவர் எந்தப் பதவியில் இருந்தாலும் அந்தப் பதவியை/ அவர் இருந்த துறையைப் பல படிகள் உயர்த்தினார்.

மதுரை மற்றும் சென்னைப் பல்கலைக் கழகங்களில் ஆட்சிக்குழு உறுப்பினராகவும், கல்விக்குழு உறுப்பினராகவும், தேர்வாளராகவும், கேள்வித்தாள் வரைவாளராகவும், மதுரை காந்திய சிந்தனைக் கல்லூரி முதல்வராகவும், மதுரைப் பல்கலைக்கழகத்தின் காந்திய சிந்தனைத்துறை கௌரவப் பேராசிரியராகவும் இருந்தார். 1969 இல் காந்தி நூற்றாண்டு விழா தொடங்க இருந்த நேரம் மதுரை காமராசர் பல்கலைக்கழகப் பேரவையில் காந்தியத் தத்துவத் துறை ஒன்றை நிறுவ வேண்டும் என்று அருணாச்சலம் ஒரு தீர்மானத்தை முன்மொழிந்தார். அன்று துணைவேந்தராக இருந்தவர் தெ.பொ.மீனாட்சிசுந்தரனார். அவர் அருணாசலத்தின் இந்தத் தீர்மானத்தைப் பெரிதும் பாராட்டினார். “இந்தியாவிலேயே காந்தியத் தத்துவத் துறை என்றொரு துறையை ஏற்படுத்தும் வாய்ப்பு மதுரைப் பல்கலைக்கழகத்துக்குக் கிடைத்திருப்பது குறித்து நான் பெருமைப்படுகிறன்” என்றும் குறிப்பிட்டார். காந்தியச் சிந்தனைச் சான்றிதழ், பட்டய படிப்புப் பாடத்திட்டங்களை முழுமையாக வரைந்து உருவாக்கினார்.

அருணாச்சலம் ஆண்டுதோறும் காந்தியச் சிந்தனை கற்பிக்கும் ஆசிரியர்களை அழைத்துப் பயிலரங்குகள் நடத்தினர். வெறும் சொற்பொழிவாக இல்லாமல் நடித்தல், குழு விவாதங்கள், களப்பயிற்சிகள், ஆய்வறிக்கைகள் எழுதுதல் போன்றவற்றை எப்படிப் பின்பற்றுவது என்று நடைமுறையில் செய்துகாட்டினார்.

ஒருவர் சிறந்த ஆசிரியராக இருக்க வேண்டுமென்றால் நல்ல எழுத்தாளராக இருக்க வேண்டுமென்று எண்ணினார். அவர் அதற்கு உதாரணமாகத் திகழ்ந்தவர். பல நூல்கள் எழுதியுள்ளார். காந்தியத்தைத் தன்னுள் உணர்ந்தவர் என்பதால்

எதையும் தான் அனுபவித்தே அந்த அனுபவத்தைப் பிறருக்குச் செல்லக்கூடியவர். அதனால் அவர் நூல்கள் வாழ்வுக்கு ஆதாரமான கருத்துக்களால் நிறைந்தவை. அவர் நூல்களில் 'குழந்தையின் சுதந்திரம்', 'பிரம்மச்சரியம்', 'அமரத்துவத்தை நோக்கி', 'பிரயாண நினைவுகள்', 'இயற்கை மருத்துவம்', 'ஏ ஃப்யூ அஸ்பெக்ட்ஸ் ஆஃப் காதி' (A Few Aspects of Khadi) ஆகியவை பலராலும் பாராட்டப்பெற்றவை. காந்திய இதழ்களில் அவரது சிந்தனைக் கட்டுரைகள் நூற்றுக்கணக்கில் பிரசுரமாகியுள்ளன. இதன் காரணமாக அவருக்கு 1974இல் காதி ஆச்சார்யா என்ற விருதும் வழங்கப்பட்டது.

தமிழ்நாடு ஆளுநராக இருந்த பிரபுதாஸ் பட்வாரி இவரது சேவையைப் பாராட்டி சிறந்த கல்வியாளர் என்ற தகுதியில் தமிழக சட்டமன்ற மேல் சபை உறுப்பினராக இவரை நியமித்தார். சட்டமன்ற மேலவைத் தலைவராக இருந்தவர் ம.பொ.சிவஞானம் அவர்கள். தன்னுடைய பணிகளுக்காகக் கிடைத்த ஊதியம், எம் எல் சி ஊதியம், ஓய்வூதியம் ஆகிய அனைத்தையும் சர்வோதயத்துக்காகக் கொடையளித்துவிட்டவர். ஊதியம் எதுவும் வாங்காமலேயே காந்தியப் பணிகளைச் செய்தார்.

1985இல் மதுரையில் நடைபெற்ற சர்வோதய தின அமைதிப்பேரணியின் நிறைவில் காந்தி மியூசியத்தில் இவருக்கு அமைதி காவலர் என்ற விருது வழங்கப்பட்டது. சமுதாய சேவையைத் தொடர்ந்து செய்த அருணாச்சலத்தைப் பாராட்டி மேற்கு வங்க மாநிலத்தின் விஸ்வ உந்நயன சம்சத் என்ற உலக மேம்பாட்டுப் பாராளுமன்றம் 1988ஆம் ஆண்டு மகரிஷி மற்றும் மகாபுருஷர் என்ற விருதை அளித்துக் கௌரவித்தது

அருணாச்சலத்தின் வாழ்வில், வரலாற்றில் இணைந்தே வரவேண்டியவர் அவர் மனைவி மனோன்மணி அம்மையார். இவர் பிரம்மச்சரியத்தை ஏற்றவராயிற்றே? மனைவியா என்று எண்ணலாம். இராமகிருஷ்ண பரமஹம்சர் பற்றி அறிந்திருக்கிறோம் அல்லவா? அதுபோல இல்லறத்தைத் துறவுக்குச் சாதனமாக மாற்றிக்கொண்டவர்கள் அருணாச்சலமும், மனோன்மணியும்.

யார் யாரைச் சந்திக்க வேண்டுமென்று காலம் தீர்மானிக்கிறது. மதுரை அழகர் கோயில் சாலையில் இயங்கிய இரட்சணியபுரம் என்ற கிறித்தவ சேவா நிலையத்தில் மனோன்மணி அம்மையார் பணிபுரிந்து வந்தார். அவர் சென்னையில் பேராசிரியர் வேலையைத்

துறந்து வரிந்து ஏற்கும் வறுமை என்ற கொள்கையோடு பிரம்மசரிய விரதம் மேற்கொண்டு இங்கு சேவை செய்து வந்தவர்.

அருணாச்சலம் பெரியநாயக்கன் பாளையத்தில் காந்தியக் கோட்பாடுகளை அடிப்படையாக வைத்து ஒரு பள்ளியை ஆரம்பித்து நடத்தி வந்தார். அவ்வப்போது அவருடைய சொந்த ஊரான சின்ன ஓவலாபுரம் என்ற பூசாரணாம்பட்டிக்கு வந்து செல்வதுண்டு. அவருடைய தங்கை ஐந்தாம் வகுப்பு முடித்துவிட்டு வீட்டில் இருந்தார். அவரை மேலும் படிக்க வைக்கவேண்டும். ஆனால் வெறும் புத்தகப்படிப்பை மட்டுமே சொல்லித்தரும் பள்ளிக்கூடங்களுக்கு அனுப்பப் கூடாது என்று அருணாச்சலம் முடிவு செய்தார். உடல் உழைப்பும், குருகுல வாசமும் உள்ள ரட்சணியபுரம் பற்றிக் கேள்விப்பட்டிருந்தார். அதனால் அங்கே தங்கையைப் படிக்க வைக்க விரும்பினார். தந்தையிடம் அனுமதி கேட்டார். தேசிய உணர்வுடைய அவர் தந்தை ஒப்புக்கொண்டார். தங்கையை ரட்சணியபுரத்தில் சேர்த்துவிட வந்தபோதுதான் அந்த அம்மையாரைக் கண்டார்.

அருணாச்சலம் தன்னுடைய கருத்துக்களே பெண்ணாக ரட்சணியபுரத்தில் உலவுவதைக் கண்டார். அவர் பெரியகுளத்தைச் சேர்ந்த கிரேஸ் மனோன்மணி. கருத்திணைந்த இருவரும் இல்லற வாழ்வில் நுழைந்தனர். அது அப்படியொன்றும் சாதாரணமாக நடந்துவிடவில்லை. இரண்டு குடும்பத்திலும் மறுப்புச் சொல்லவே செய்தார்கள். அது மட்டுமா? மனோன்மணி அம்மையார் அருணாச்சலத்தைவிட வயதில் மூத்தவர் என்ற வேறுபாடும் இருந்தது. தொண்டு செய்வதைக் குறிக்கோளாகக் கொண்டபின் இவையெல்லாம் என்ன பெரிய தடை? உள்ள உறுதியோடு மணம் செய்துகொண்டனர்

தங்கள் விரதத்தை உறுதியோடு பின்பற்றினர். அதனால் திருமணம் அவர்களுக்கு சேவைக்குரிய உந்துசக்தியாக இருந்தது. மனோன்மணி அம்மையார் கிறித்தவர். அருணாச்சலம் இந்து. அம்மையார் இந்துவாக மாறவில்லை. அருணாச்சலம் ஞானஸ்நானம் செய்துகொள்ளவில்லை. இருவருக்கும் பொதுவான மதமாக சமூக சேவை இருந்தது. அதனால் அவர்கள் இரண்டு மதங்களையும் வேறுபாடில்லாமல் பார்த்தார்கள். காந்தியம், சர்வோதயம், கதர் கிராமத்தொழில், இயற்கை வைத்தியம் எதைப்பற்றியேனும் கட்டுரைகள் எழுதிக் கொண்டிருப்பவர் அருணாச்சலம். ஆங்கிலக்கட்டுரைகளைச் சரி பார்த்துக்கொடுப்பதை மனோன்மணி

அம்மையாரே செய்தார்கள். ஆங்கிலத்தில் அவருக்குப் பெரும் புலமை இருந்தது. தனது கணவரின் கருத்துக்களில் பெருமிதம் கொண்டிருந்தவர் அம்மையார். இறுதிவரை கதர் பொருட்களையும், இயற்கை உணவுகளையும் பயன்படுத்தினார். இந்தச் சமூகத்துக்கு முன்மாதிரியாக வாழ்ந்தவர்கள்.

1975இல் அவசரநிலைப் பிரகடனம் செய்யப்பட்ட காலத்தில் ஜெயப்ரகாஷ் நாராயண் அதனை எதிர்த்து நாடு தழுவிய போராட்டம் நடத்தினார். அருணாச்சலமும் அப்போது சத்தியாகிரகம் செய்து சிறை சென்றார். பஞ்சாப் கலவரத்தின் போது அம்மாநிலத்தில் அமைதி பாதயாத்திரை நடத்தினார். அதே ஆண்டில் அவரது மனைவி மனோன்மணி அம்மையார் காலமானார். அவர் தன் கணவருக்காக இந்து முறைப்படி இறுதிச் சடங்கு நடக்கட்டும் என்று முன்பே கேட்டிருந்தார். ஆனால் அருணாச்சலம் மனைவியின் மீது கொண்ட அன்பால், மதிப்பால் அவரைக் கிறித்தவ முறைப்படியே அடக்கம் செய்துவித்தார்.

இந்தியா முழுக்கவும், இலங்கை, தென் ஆப்பிரிக்கா, ஆஸ்திரேலியா, டென்மார்க் ஆகிய பல நாடுகளுக்கும் காந்தியத்தைப் பரப்பவும், யோகக் கலையை எடுத்துச்சொல்லவும் சென்று வந்தார்.

அவரிடம் இருந்த மற்றொரு சிறப்பு அவர் தொடர்ந்து காந்தியப் பணியைச் செய்யக்கூடிய இளைஞர்களைக் கண்டடைந்து உருவாக்கியதே. அவரால் நெறிப்படுத்தப்பட்டவர்கள் இப்போது தமிழகமெங்கும் காந்தியப் பணியைச் சத்தமில்லாமல் செய்துகொண்டிருக்கிறார்கள்.

இன்று மதுரை காந்தி மியூசியத்தில் இருக்கும் தேவதாஸ் காந்தி அருணாச்சலம் அவர்களோடு அவரது சீடராக, உதவியாளராக இருந்தவர். 1974 லிருந்து 1996 வரை அருணாச்சலத்துடன் இருக்கும் பேறு கிடைத்ததாகச் சொல்கிறார். பணியில் சிறு சிறு தவறுகள் செய்தால் அதற்காக அருணாச்சலம் கண்டித்துச் சொல்லக்கூடியவர். ஒருமுறை கண்டித்தபின் மீண்டும் அவர்களிடம் அதைப்பற்றிப் பேசமாட்டார். சமத்துவமும், மரியாதையும் கொடுத்து அனைவரையும் நடத்தக்கூடியவர் என்றும் நினைவு கூர்கிறார் தேவதாஸ்.

தேவதாஸின் ஊர் லட்சுமிநாயக்கன்பட்டி. உத்தமபாளையம் கல்லூரியில் படித்தவர். தேவதாஸ் என்று பெயர் வைத்தவர் பாரதி நாராயணசாமி. காந்தி என்று பெயர் வைக்கச் சொன்னார்கள்

வீட்டில். ஆனால் 'காந்தி என்று பெயர் வைத்து நீங்கள் அவரை திட்டுவீர்கள். அதனால் தேவதாஸ் என்று பெயர் வைக்கிறேன்' என்று சொல்லிப் பெயர் வைத்துள்ளார். திருச்சியிலிருந்து வேதாரண்யம் வரை பாதயாத்திரை சென்றபோது அருணாச்சலம் பேசியதைக் கேட்டு அவர் வழியில் வந்து சேர்ந்தார். மிகச் சாதாரணமாக எளிமையாக இருந்த அவருக்கு இத்தனை பேர்களும் மரியாதை கொடுக்கிறார்களே? என்று எண்ணினார் தேவதாஸ். முதலில் அருணாச்சலம் பற்றி எதுவும் தெரிந்திருக்கவில்லை. அருணாச்சலமே தேவதாஸை நெருங்கிப் பேசினார். தேவதாசின் ஊரைப்பற்றியும் கேட்டார். லட்சுமிநாயக்கன்பட்டி என்று சொன்னதும், தேவாரத்தில் பாரதி நாராயணசாமியைப்பற்றி விசாரித்தார். அவர் தன்னை நெறிப்படுத்தியவர் என்றும் சொல்லியிருக்கிறார். அவரைச் சரியான முறையில் மக்கள் பயன்படுத்தவில்லை என்றும் வருந்தியுள்ளார்.

தேவதாஸ் உத்தமபாளையத்தில் இளங்கலை கணிதம் முடித்ததும் தஞ்சாவூரில் சர்வோதய பிரசுராலயத்தில் ஒரு வாரம் தங்கியிருந்து காந்தியக் கருத்துக்களைத் தெரிந்துகொண்டார். அதன் பின்பு அருணாச்சலத்தைச் சந்தித்துத் தானும் இவ்வழியிலேயே வரவேண்டும் என்று கேட்டுள்ளார். 'நீ இங்கேயே தங்கிருக்கலாம். ஆனால் உன்னுடைய பணத்தைச் செலவு செய்துதான் இருக்கவேண்டி இருக்கும்' என்றார் அருணாச்சலம். சரி என்று ஏற்றுக்கொண்டு தான் திருமணம் செய்யாமல் இருக்க விரும்புகிறேன் என்று அவர் அம்மாவிடம் சொன்னார். "திருமணம் செய்து சாதிக்க ஒன்றுமில்லை ஆனால், நீ உறுதியாக இருக்க வேண்டும், உடலைக் காப்பாற்றிக்கொள்ள வேண்டுமே" என்றும் வருந்தினார்கள். இருந்தும் காந்தியவாதி அருணாச்சலத்துடன் இருப்பதாகச் சொன்னதும், அனுப்பி வைத்துவிட்டார்கள். வீட்டில் சொல்லிவிட்டு மூன்று மாதங்கள் தன்னுடைய பணத்தைச் செலவு செய்து மதுரையிலேயே இருந்தார். பின்னர் அருணாச்சலம் அங்கேயே வேலை போட்டுக் கொடுத்தார். புத்தக விற்பனைக்கு ஆள் தேவைப்பட்டதால் அந்த வேலையை இவருக்கு வழங்கினார். 1974 முதல் 1987 வரை அருணாசலத்தின் வழிகாட்டுதலின்படி பல இடங்களுக்கும் சென்று காந்தியத்தை, யோகக் கலையை எடுத்துச் சொன்னார். 1987இல் இருந்து அருணாச்சலத்துடன் முழுக்க முழுக்கக் கூடவே இருந்தார். நிர்வாகம், செயல்திறன், எழுத்தாற்றல், சொல்லாற்றல் அனைத்தும் பெற்றிருந்த மகரிஷி அருணாச்சலம் அவர்களுடன் இருந்தது தான் செய்த தவப்பலன் என்றும் சொல்கிறார் தேவதாஸ்.

காந்தியத்தைப் பேசக்கூடியவர்கள் எண்ணற்றவர்கள். காந்தியத்தைப் பாடமாகக் கொண்டவர்கள் எண்ணற்றவர்கள். ஆனால் காந்தீயத்தைப் புரிந்து அதன்படி வாழ்ந்தவர்கள் மிகச் சிலர். அவர்களில் அருணாச்சலம் முதன்மையானவர். பூசாரிக்கவுண்டன்பட்டியில் தனக்குச் சொந்தமாக வந்த பூர்வீக வீட்டைக் கந்தசாமிப்பிள்ளை அறக்கட்டளை என்று தந்தையின் பெயரில் அறக்கட்டளை அமைத்து சர்வோதயா நடத்தக் கொடுத்துவிட்டார் அருணாச்சலம்.

பூசாரிக்கவுண்டன்பட்டியின் பெருமை க.அருணாச்சலம் ஐயா என்று சொன்ன அதே ஊரைச் சேர்ந்த இன்னொருவரும் பெருமைக்குரியவர்தான். அவருடைய நூலுக்குக் கலைஞர் அணிந்துரை எழுதிக் கொடுத்திருக்கிறார்.

சின்ன ஓவலாபுரமும் சிறந்த குடிமகன் விருதும்

மலைகள் சூழ்ந்த ஊருக்குள்
மச்செல்லாம் மண்வாசம்

மண் வாசம் போதுமென்று
மலர்க்கொடிகள் நினைத்திடுமோ?

தானிருக்கும் இடத்துக்கும்
தனைச் சேர்ந்த யாருக்கும்
புகழ் வாங்கித் தருவார்போல்
புதுவாசம் பரப்பாதோ?

“சுதந்திர தினத்தன்று தேசியக் கொடியை ஏற்றும் அளவுக்கு ஒரு நாள் வரவேண்டும் என்பதே என்னுடைய ஆசையாக, லட்சியமாக இருந்தது சிறு வயதில். அந்த அளவு கௌரவம் பெற்றால் இந்த வாழ்வில் பெறுவதற்குரிய சிறப்பு வேறெதுவும் இல்லை” என்று சொல்லும் இவர் எங்கள் ஊரிலிருந்து 21 கிலோமீட்டரில் இருக்கும் தேனி மாவட்டம் சின்ன ஓவலாபுரம் என்ற பூசாரிக்கவுண்டன்பட்டியில் மூ.கி.சுருளி ஜக்கைய கவுண்டர், சின்னத்தாயம்மாள் இருவருக்கும் 25.01.1958இல் பிறந்த கி.சு.கிருஷ்ணசாமி.

இவர் எழுதிய பாடநூல்களைப் படித்த நாற்பது லட்சம் மாணவர்களில் நீங்களும்கூட ஒருவராக இருக்கலாம்.

பள்ளிப்படிப்பை உள்ளூரில் படித்தவர், சென்னை பச்சையப்பன் கல்லூரியில் 1978 முதல் 1982 வரை எம். ஏ வரலாறு, எம்.ஃபில் வரலாறு படித்தார். மாணவர் அமைப்பின் தலைவராக இருந்தவர். 1982 முதல் 1983 செப்டெம்பர் வரை பச்சையப்பன் கல்லூரி வரலாற்றுப் பேராசிரியராக இருந்தார். 1983-ல் ராஜபாளையம் ராஜுக்கள் கல்லூரியில் வரலாற்றுப் பேராசிரியராக இருந்தார். அப்போது இவருக்கு சுதந்திரப் போராட்ட ஆய்வுகள் மீது ஈர்ப்பு வந்தது. அந்தக் காலகட்டத்தில் குற்றாலத்தில் நடைபெறக்கூடிய கவியரங்கங்களுக்கு அடிக்கடி செல்வார். மாணவர் தி.மு.க. காலத்திலேயே கவிஞர் வைரமுத்து, ஈரோடு தமிழன்பன் போன்றோருடன் இயல்பான நட்பு இருந்தது இவருக்கு. கவிஞர் மேத்தாவுடன் இவர் பழக்கத்தைச் சொல்லும்போது மனிதாபிமானத்தின் உயரம் மேத்தா என்று குறிப்பிடுகிறார். பல கவியரங்கங்களில் இவர்கள் கலந்துகொண்டிருக்கிறார்கள். 1983இல் இலங்கைத் தமிழர் போராட்டம் நடந்த நேரம் பல கவியரங்கங்கள், கூட்டங்கள் நடத்தி அதனைப் பெரும் எழுச்சியாகக் கொண்டு சென்றவர்களில் இவரும் ஒருவர். பல கவிதை நூல்கள் எழுதியுள்ளார். முதல் கவிதை நூல் வெளியீட்டிற்கு அத்தனை கவிஞர்களும் வந்திருந்தார்கள். இவர் முக்கியப் பணியாகச் செய்திருப்பது எட்டு ஆண்டுகள் பாடநூல்கள் எழுதியிருப்பது. இது புகழைவிடவும், ஆக்கம் மிகுந்த பணியாக இருந்தது.

பச்சையப்பன் கல்லூரி என்றால் இன்று வெறும் கலாட்டாவும், கரைச்சலுமான இடம் என்றே யாருக்கும் தோன்றும். செய்திகளில் அவ்வப்போது படித்துவிட்டு அந்த முடிவுக்கு வந்திருப்பவர்கள் பலர். ஆனால் அந்தக் கல்லூரிக்கு இருக்கும் வரலாறு அளவிட முடியாதது. அதன் மாணவர்களாக இருந்தவர்கள் அறிஞர் அண்ணா முதல் பலர் ஆட்சி நிர்வாகத்தில் இருந்தவர்கள். விஞ்ஞானிகளாக, இராணுவத் தளபதிகளாக இருந்தவர்கள்; இன்னும் இருக்கிறார்கள். தமிழகத்தில் எந்தப் பல்கலைக்கழகமாக இருந்தாலும் இங்கிருந்த பேராசிரியர்களையே துணைவேந்தர்களாக முதலில் நியமித்தார்கள். இந்தப் பெருமைகளை எல்லாம் இன்று திரும்பவும் நினைவுபடுத்த வேண்டாமா? தான் படித்த, பணி செய்யும் கல்லூரியின் பெருமைகளைத் தொகுக்க முன்னாள் மாணவரான கிருஷ்ணசாமி எண்ணியதோடு நிற்காமல், ஒரு

நூலை எழுதினார். ஆக்ஸ்போர்டு பல்கலைக்கழகம் மட்டுமே அப்பல்கலைக் கழகத்தின் முன்னாள் மாணவர்களைப் பற்றி நூல் வெளியிட்டிருந்த நிலையில், இந்தியாவிலேயே முதன்முறையாக பச்சையப்பன் கல்லூரி மாணவர்களைப் பற்றி இவர் ஒரு நூல் எழுதினார். பச்சையப்பன் கல்லூரியின் 150வது ஆண்டு விழாவின்போது படிப்பில் சிறந்த மாணவர்கள், சிறந்த ஆசிரியர்கள் என்று தொகுக்கப்பட்ட அந்த நூல் வெளியிடப்பட்டது. அதற்குப் பல விருதுகள் வந்து சேர்ந்தன. அனைத்துப் பத்திரிகைகளும் பாராட்டின. இந்த நூலில் ஒவ்வொரு துறையிலும் சிறந்து விளங்கிய மாணவர்களின் பட்டியல் நீள நீள, படிக்கப்படிக்க வியப்பும் நீள்கிறது. இவரது மனைவி புவனேஸ்வரியும் பச்சையப்பன் கல்லூரி முன்னாள் மாணவியே. இந்த நூல் உருவாகிட அவரும் பெருமளவு உதவியுள்ளார்.

அடுத்த நூல் இவரை உலகப் புகழ் பெற வைத்தது. பேராசிரியர் சி.ஜெ.நிர்மல் அடுத்தடுத்த ஐந்து, பத்து ஆண்டுகளுக்கு இந்தப் பாடம் நிலை நிற்கும் என்று சொல்லக்கூடியவர். 2000களில் மனித உரிமைகள் மீறல் குறித்து உலகம் முழுவதும் செய்திகள் வந்த காலகட்டம். மனித உரிமைகள் குறித்து அவர் தன்னுடைய குழுவினரைக் கட்டுரைகள் எழுதி நூலாகத் தொகுத்தார். எட்டு பேர் கட்டுரைகள் எழுதினார்கள். அதில் கி.சு.கிருஷ்ணசாமியும் ஒருவர். இந்த நூல் உலகின் 27 நாடுகளில் உள்ள சட்டப் பல்கலைக்கழகங்களில் பாட நூலக இருக்கிறது. நம்மை அடிமை செய்த இங்கிலாந்திலும் பாடநூலாக இருந்தது என்பதைப் பெருமையுடன் சொன்னார் கிருஷ்ணசாமி.

கலைஞருடன் இருந்தவர். சாலமன் பாப்பையா, ஈரோடு தமிழன்பன், ஞானசுந்தரம் ஆகியோருடன் பட்டிமன்றம், கவியரங்கங்களில் இடம்பெற்றவர். கேரளா முதல் காஷ்மீர் வரை உள்ள பல்கலைக்கழங்களில் உரையாற்றியுள்ளார். சாலமன் பாப்பையா ஒரு முறை இவரிடம் ‘மேடைப்பேச்சு ஒரு போதை. அதற்காக போக வர என்று நாட்களை செலவு செய்வதைவிட எழுத்தில் கவனம் கொள்’ என்று சொல்லியிருக்கிறார். அதன்பிறகு, பேசுவதைக் குறைத்து எழுத்தில் தன்னுடைய கவனத்தைச் செலவிட்டார் கிருஷ்ணசாமி.

இந்திய அரசாங்கத்தில் வனத்துறை மற்றும் சுற்றுச்சூழல் அமைச்சரகத்தில் தேசிய ஆலோசனைக்குழு உறுப்பினராக இருந்தார். ஐ.நா.சபை விதிப்படி இரண்டு ஆண்டுகள் மட்டுமே

இருக்கவேண்டும். இவரை சிறப்பு வரைவின் மூலம் 8 ஆண்டுகள் வரை அனுமதித்திருந்தார்கள். சேது சமுத்திரத் திட்டக் குழுவிலும் இவர் எட்டு ஆண்டுகள் இருந்தார்.

இவர் வாழ்வின் மிகப்பெரும் உயரம் 212 நாடுகள் அங்கம் வகிக்கும் ஐ.நா.சபையின் ஒரு பிரிவான ஐக்கிய நாடுகள் வளர்ச்சித் திட்டம் என்ற *UNDP* யில் இந்திய அரசின் சார்பில் இருந்தது. ஐ.நா சபை வளர்ச்சித் திட்டங்களில் இந்திய அனைத்து மாநில வளர்ச்சிக்கும் 110 கோடி மக்கள் சார்பாக இருந்தவர். உலக வங்கியின் இன்னொரு பிரிவில் இந்திய அரசின் உறுப்பினராகவும் ஆக்கியது நமது அரசாங்கம். உலக நாடுகளின் வளர்ச்சிக்குத் தேவைப்படும் நிதியை வழங்க அனுமதி கொடுக்கும் குழுவில் இவர் உறுப்பினராக இருந்தார். மூன்று பேர்களில் பிரதம மந்திரியின் செயலாளர், நிதி மந்திரியின் செயலாளர் இவர்களோடு கிருஷ்ணசாமியும் ஒருவர். அவர் இந்தப் பதவியில் இருந்தபோது டெல்லியில் நடந்தது இது.

டெல்லியில் ஜவஹர்லால் நேரு பல்கலைக்கழகத்தில் பேராசிரியராக இருந்தவர் திரு.ராமகிருஷ்ணன். மிகப்பெரும் விஞ்ஞானி. அவர் வந்தால் மொத்த சபையே எழுந்து நிற்கும் அளவுக்கு மதிப்பு மிக்கவர். அவர் ஒரு முறை வளர்ச்சி நிதி குறித்துச் சபையில் தன்னுடைய கருத்தை முன் வைத்தார். அதாவது, இமய மலையில் உள்ள தாவரங்களைப் புதிதாக மாற்றியமைக்க வேண்டும். அதற்கு 500 கோடி ரூபாய் ஒதுக்கவேண்டும் என்றார். அப்பொழுது கிருஷ்ணசாமி எழுந்து "இமயமலையின் தாவரங்களில் மூலிகைத்தன்மை இல்லை. நீரைத் தாண்டி மாற்றியமைப்பதும் சுலபமில்லை. அதற்குப் பதிலாக எங்கள் மேற்குத்தொடர்ச்சி மலையிலிருக்கும், உலகின் பல நாடுகளின் மருத்துவத் தேவையைப் பூர்த்தி செய்கிற நீர்ச்சுனைகளும், தாவரங்களும், மண்ணும் சரிந்து போகாமல் காப்பாற்ற அதற்கு நிதி ஒதுக்குங்கள்" என்று கேட்டார். அதன் பின்பு கலைஞர் அவர்களை எல்.கணேசனுடன் சேர்ந்து சென்று சந்தித்து இது குறித்துப் பேசவும் செய்தார்.

உலக நாடுகளின் நீர்வளம், மலை வளம், கடல் வளம், நதி, மலை ஆக்கிரமிப்புகளை அகற்றுவது, உயிரினங்களை அழிவுக்கு உள்ளாகாமல் காப்பது போன்ற பணிகளைச் செய்தார்கள். இதனைப் பாராட்டி 64 நாடுகள் கென்யா நாட்டில் கூடிய ஐ.நா.சபை கூட்டத்தில் *UNDP*, இவர் மற்றும்

இவருடன் பணியாற்றிய மூன்று செயலாளர்களையும் பாராட்டித் தீர்மானம் நிறைவேற்றியது. ஐ.நா.சபை அதை இந்தியாவுக்கு அனுப்பியது. அப்பொழுது பிரதமராக இருந்த மன்மோகன்சிங் இவரைக் கட்டித்தழுவி, 'உன்னால் இந்தியாவுக்கே பெருமை' என்று சொல்லிப் பாராட்டினார். கேபினெட் அமைச்சரை வரச் சொல்லி அதைப் பதிவு செய்யவும் சொன்னார். இந்திய அரசாங்கம் பாராட்டுக் கடிதம் எழுதியது. இந்தியாவின் சிறந்த குடிமகன் விருதும் வழங்கினார்கள்.

மும்பை நகர வெள்ளத்துக்கு, சுனாமிக்கு என்று நிதி ஆதாரங்களைப் பெற்றுத் தர இவர் குழு பேருதவி செய்தது. கடல் நீர் விவசாய நிலங்களில் புகும் போது அந்த நிலத்தின் மண், வளமின்றி மாறிவிடும். அதனால் உப்புத்தன்மையை நீக்க விவசாய, நீர்வள விஞ்ஞானிகளை வரவைத்து மாற்று அமிலம் பயன்படுத்தி நிலத்தை மீட்சி செய்துள்ளார்கள்.

மாநில அளவிலான உயர்கல்வித் திட்டங்களின் மேம்பாட்டிற்கும் மற்றும் மாநிலத் திட்டங்கள், பல்கலைக்கழக மானியக் குழுவின் திட்டங்கள் போன்றவற்றை ஒருங்கிணைக்கவும், தமிழ்நாடு மாநில உயர்கல்வி மன்றம் 1992இல் ஏற்படுத்தப்பட்டது.

தற்போது பல்வேறு கல்வி நிறுவனங்கள் வழங்கும் பட்டப் படிப்புகளுக்கான பாடத்திட்டங்களைத் தலைப்பு வாரியாக ஆய்வு செய்து, இணைக் கல்விக் குழுவின் (Equivalence Committee) முன்பு சமர்ப்பித்து, அதன் தீர்மானங்களை அரசுக்கு அனுப்பும் பணியையும் இம்மன்றம் ஆற்றி வருகிறது.

பேராசிரியர்களுக்கு நவீன தொழில்நுட்பம் தொடர்பான பயிற்சிகளை அளிப்பது, கல்லூரிகளில் மாணவர் சேர்க்கை நடைமுறைகளை ஒழுங்குபடுத்துவது, புதிய கல்லூரிகள், பல்கலைக் கழகங்கள் தொடங்குவதற்கான விதிமுறைகளை உருவாக்குவது போன்ற பணிகளைச் செய்வதற்காக அமைக்கப்பட்டதே இம்மன்றம். மத்திய மனிதவள மேம்பாட்டு அமைச்சகம் அறிமுகம் செய்யும் உயர்கல்வித் திட்டங்கள் மூலம் மாநிலம் நிதி உதவி பெறுவதிலும் இம்மன்றம் பங்கு வகிக்கிறது. கலை, அறிவியல் கல்லூரிகளுக்கான ஒருங்கிணைந்த பாடத்திட்டங்களை உருவாக்குவதும் இம்மன்றத்தின் செயல்பாடுகளில் ஒன்று. இது தவிர கலை, அறிவியல் கல்லூரிகளில் படிக்கும் ஏழை மாணவ, மாணவியர் வெளிநாட்டு உயர்கல்வி நிறுவனங்களில் ஆறு மாதங்கள் படிப்பதற்கு தமிழக அரசு வழிவகை செய்தது.

இதற்காக ஒரு மாணவருக்கு 15 லட்சம் ரூபாய் செலவு செய்து வந்தது. இந்தத் திட்டம் இடையில் சில ஆண்டுகள் முன்பு செயல்படாமல் இருந்தது. பலரும் முழு நேர செயலாளர் ஒருவரை நியமிக்கும்படி கேட்டுக்கொண்டிருந்த நிலையில் ஜூலை 08, 2021 அன்று தமிழ்நாடு மாநில உயர்கல்வி மன்றத்தைத் திருத்தி அமைத்து முதல் அமைச்சர் மு.க.ஸ்டாலின் உத்தரவு பிறப்பித்தார்.

இதன்படி திருத்தியமைக்கப்பட்டுள்ள தமிழ்நாடு மாநில உயர்கல்வி மன்றத் தலைவராக உயர்கல்வித்துறை அமைச்சர் பொன்முடி, உயர்கல்வி மன்றத்தின் துணை தலைவராக பேராசிரியர் அ.ராமசாமி, உறுப்பினர் செயலராக பேராசிரியர் கிருஷ்ணசாமி ஆகியோர் நியமனம் செய்யப்பட்டனர். 'நான் மிக எளிமையானவன்' என்று சொல்லிக்கொள்ளும் இவர் பூசாரிக்கவுண்டன்பட்டி என்ற பெயரை உலக நாடுகளால் உச்சரிக்க வைத்தவர். கிருஷ்ணசாமி தமிழக அரசின் நல்லாசிரியர் விருது வாங்கியவர். இந்தியாவின் சிறந்த குடிமகன் விருதும் பெற்றுள்ள இவரது செயல் திறன் மூலம் எண்ணற்ற மாணவர்கள் பலன் பெறுவார்கள் என்று நம்புவோம்.

செயல் திறன் மிக்கவர்களால் மட்டுமே சாதனைகள் செய்ய முடியும். அதற்கு நம்மை ஆண்ட வெள்ளையர்களிடமிருந்து வந்த ஒரு வெள்ளைப்புறாவின் தன்னலமில்லாத தொண்டு சாட்சியாக நிற்கிறது.

கர்னல் ஜான் பென்னிகுவிக்

பாறையில் உரசி
பழஞ்சிறகு உதிர்க்கும்
கழுகுக்கு
வலி என்பது
வாழக் கிடைத்த
சந்தர்ப்பம்

இத்தாலி நாட்டுக்காரரான கான்ஸ்டன்டைன் ஜோசப் பெஸ்கி மதம் பரப்புவதற்காக வந்தாலும் சதுரகராதியும், தமிழ்ச் சொற்களுக்கு லத்தீன் விளக்கம் கொடுக்கப்பட்ட முதல் தமிழ் அகரமுதலியும், எழுத்துச் சீர்திருத்தங்களும் அவர் கொடையளித்ததால் தமிழர்களால் இன்றும் போற்றப்படுகிறார். அவரே வீரமாமுனிவர்.

தனது தியாகத்தின் காரணமாக நாட்டு மக்களுக்குத் தாயாக மாறிய அன்னை தெரசாவை நாம் அயல் நாட்டவர் என்று சொல்லிவிடுவோமா? பிறப்பு எங்கிருந்தாலும், தன்னுடைய செயலாலேயே ஒருவர் சொந்தமாக எண்ணப்படுவதும், போற்றப்படுவதும் நிகழ்கிறது. அங்கு கருணையே அவர்களின் முகவரி ஆகிறது. அவ்வாறே தமிழர்களின் வாழ்வாதாரம் காக்கப்பட ஓர் ஐரோப்பியர் விடா முயற்சி செய்து அணை கட்டிக்கொடுத்தார் என்றால் அதனைப் போற்றி வணங்குவது நம் இயல்பேயல்லவா?

பென்னிகுவிக் பிறப்பால் இந்தியர்தான். இவர் 1841 ஜனவரி 15இல் புனேயில் பிறந்தார். இங்கிலாந்தில் உள்ள ராயல் இன்ஜினியரிங் கல்லூரியில் பொறியாளர் பட்டம் பெற்றார். தந்தை ஜான் பென்னிகுவிக் ஆங்கில அரசின் இந்திய ராணுவத்தில் பிரிகேடியர் ஜென்ரலாக இருந்தார். தாயார் சாரா. உடன் பிறந்தவர்கள் ஐந்து பேர் லண்டனில் கே.ஜி.இ. படிப்பு முடித்து இந்தியா வந்த பென்னிகுவிக் மாவட்ட உயர் ராணுவப் பொறியாளர் வேலையில் இரண்டு வருடங்கள் சென்னை மாகாணத்தில் இருந்தார். தான் பணி செய்யும் மாநில மொழியை சிவில் மற்றும் இராணுவ அதிகாரிகள் தெரிந்திருப்பது கட்டாயமாக இருந்தது. அதனால் பென்னிகுவிக் தமிழ் கற்று 04.04.1862இல் தமிழில் பேசுவதற்கும், எழுதுவதற்கும் உரிய பட்டயச் சான்றிதழ் படிப்பில் தேர்வானார். அந்தக் காலத்தில்தான் அபிஸீனியாவில் யுத்தம் ஏற்பட்டது. ஆங்கில அரசு 18.12.1866இல் அபிஸீனியாவுக்கு அவரை அனுப்பியது. அங்கு அவருக்குக் கமாண்டர் பதவி கொடுத்தது. பின்னர் கேப்டனாகவும் ஆனார்.

1867இல் இந்தியா திரும்பிய பென்னிகுவிக் பெரியாறு சர்வே திட்ட அதிகாரியானார். முதன்முதலில் மேற்குத் தொடர்ச்சி மலையின் மதிகெட்டான் வனப்பகுதியில் அவர் நுழைந்தபோது அது ஒரு கனவுப் பிரதேசமாக இருந்தது. உயர்ந்த மரங்களும், பறவைகளும், பூக்களும் அவரை அதிசயித்து நிற்க வைத்தன. பெரியாறு ஆர்ப்பரித்து பொங்கி வழிந்து வீணாவதையும் கண்டார். அந்த இடத்தில்தான் அணை கட்ட வேண்டும் என்றும் முடிவு செய்தார். அணைக்கட்டு சர்வே முடிந்து செயல் வடிவம் பெறும் முன்பு, இங்கிலாந்து அரசின் அழைப்பை ஏற்று ராணுவத்தில் பணி புரிய மீண்டும் 1869-ல் லண்டன் சென்றார். 1872- ல் ராணுவ சேவை முடிந்து திரும்பவும் இந்தியா வந்து தென் ஆற்காடு மாவட்டப் பொறியாளராகப் பொறுப்பு ஏற்றுக்கொண்டார்.

பெரியாறு அணைத்திட்டத்தை ஆங்கில அரசு கையிலெடுக்க என்ன காரணம்? மதுரை மாவட்டத்தில் பஞ்சங்களும், பற்றாக்குறையும் தொடர்ந்து ஏற்பட்டு வந்ததால் மக்களை எவ்வாறு காப்பது என்று ஆங்கில அரசு திணறியது. அரசுக்கான வருமானமும் கிடைக்கவில்லை. 1807 ஆம் ஆண்டு மதுரை மாவட்ட ஆட்சியராகப் பொறுப்பில் இருந்த ஜார்ஜ் பேரிஸ் (George Parish) வைகை ஆற்றில் நீரைப் பெருக்குவதற்காக பெரியாற்றுப்பகுதியில் ஆய்வு மேற்கொண்டார். கூடலூர்ப் பகுதி மக்கள் வைகையின் துணை

நதியான சுருளி ஆற்று நீரை அதிகப்படுத்தினால் வைகை நீரைப் பெருக்கலாம் என்று கருத்துத் தெரிவித்தனர்.

இவரே முதலில் ஆய்வில் இறங்கியவர். மேற்குத்தொடர்ச்சி மலைப்பகுதியில் உருவாகும் மலைக்காய்ச்சலில் சாகக் கிடந்தவரை மக்கள் தொங்கும் தொட்டியில் தூக்கி வந்து காப்பற்றினார்கள். இருந்தும் இவர் பெரியாறு நீரைத் தமிழகத்துக்குத் திருப்பும் தமது ஆய்வறிக்கையைத் தயாரித்தார். மதுரை மாவட்டப் பொறியாளரான ஜேம்ஸ் கால்டுவெல்லுக்கு (James Caldwell) பெரியாறு ஆற்றுப்படுகையை ஆய்வு செய்யவும் உத்தரவிட்டார். கால்டுவெல் ஆய்வு செய்து இத்திட்டம் முழுமையாக ஒதுக்கப்பட வேண்டியது என்று அறிக்கை தந்தார். மீண்டும் மீண்டும் பஞ்சங்கள் பாடாய்ப்படுத்தின. அரசுக்கு மதுரை மாவட்ட நீராதாரத்தை அதிகப்படுத்துவதைத் தவிர வேறு வழி இருக்கவில்லை. ஆய்வு செய்யும் பகுதி திருவிதாங்கூர் சமஸ்தானத்தில் இருந்ததால் முழுமையாக ஈடுபடவும் தடையாக இருந்ததால் 24.09.1862இல் திருவிதாங்கூர் சமஸ்தான திவான் மாதவராவிடம் பிரிட்டிஷ் அரசு ஆய்வு செய்ய அனுமதி பெற்றது. 1863இல் இரண்டு பொறியாளர்களை ஆய்வுக்கு அனுப்பியது.

ஆங்கிலேயப் பொறியாளர்களான மேஜர் பேய்ன் (Major Payne) நீண்ட காலம் இப்பகுதியில் தங்கி பெரியாறு நதி மற்றும் ஏரியின் வரைபடம் தயாரித்தார். 1867இல் மேஜர் ரைவ்ஸ் (Major Ryves) பெரியாறு அணைத் திட்டத்திற்கு முழு வடிவம் கொடுத்தார். மேற்கு நோக்கிப் பாயும் பெரியாறு நதியின் குறுக்கே அணை ஒன்று கட்டி ஏரியில் தேங்கும் நீரைக் கிழக்கில் தமிழக எல்லை சந்திக்கும் மலைப்பகுதியில் ஒரு திறந்த வெளி திறப்பு மூலம் திருப்பிவிட திட்டம் தீட்டினார். இவர் அறிக்கையை வாங்கிக்கொண்ட அரசு ஸ்மித் (Smith) என்ற இன்னொரு பொறியாளரிடம் கொடுத்தது. அவர் பெரியாற்றுப் படுகைக்குச் செல்ல முதலில் சாலைகள் அமைத்துக்கொண்டு ஆய்வைத் தொடங்கி அறிக்கை கொடுத்தார். 1872 இல் அவர் கொடுத்த அறிக்கைதான் 175 அடி உயர அணையைக் கட்டி 433 அடி நீளமுள்ள நீர் கொண்டு வரும் சுரங்கப்பாதை அமைப்பதை அறிவுறுத்தியது.

பிரிட்டிஷ் ஆட்சியில் பஞ்சங்களுக்குப் பஞ்சமே இல்லாமல் இருந்தது. அத்தகைய மிகக் கொடிய பஞ்சங்களில் ஒன்று தென்னிந்தியப் பஞ்சம். இந்தப் பஞ்சத்தால் நாற்பது லட்சம் மக்கள் இறந்தார்கள். தஞ்சையில் கஞ்சித்தொட்டி திறந்ததை

யாரும் மறந்திருக்க முடியாது. அதையெல்லாம் தாண்டிய பெரும் பஞ்சம் அன்று ஏற்பட்டது. போடிநாயக்கனூர் ஜமீனில் கஞ்சித்தொட்டி திறக்கப்பட்டது. நிர்வாகம் செயல் இழந்தது. ஆங்கில அரசு அதன் உயர் மட்டத்திற்குப் பதில் சொல்லவேண்டிய நெருக்கடியும் உண்டானதால் அணை கட்டும் பணியில் முழு மூச்சாக இறங்க வேண்டிய கட்டாயமும் ஏற்பட்டது. அணைக்கட்டுத் திட்டப்பகுதி திருவிதாங்கூர் சமஸ்தானத்தில் இருந்ததால் அரசு சட்டபூர்வமான முயற்சி எடுத்து.

அணை கட்டுவதற்காக முல்லைப் பெரியாறு அணை ஒப்பந்தம் 1886-ஆம் ஆண்டு அக்டோபர் 26ல் ஜி.ஓ எண். 796 இன் படி சென்னை ராஜதானி மற்றும் திருவிதாங்கூர் சமஸ்தானத்துக்கு இடையே 999 ஆண்டுகளுக்கு ஒப்பந்தம் கையெழுத்தானது. மேலும் 999 ஆண்டுகளுக்கு ஒப்பந்தத்தைப் புதுப்பித்துக்கொள்ளலாம் என்றும் எழுதப்பட்டது. இந்த ஒப்பந்தத்தில் திருவிதாங்கூர் சமஸ்தானம் சார்பில் திவான் வெங்கட்ராம ராவ், மராமத்து செயலாளர் கருன்லா, தலைமை வக்கீல் பிரின்ஸ், பிரிட்டிஷ் அரசின் சார்பாக ஜான் சைல்டு ஹானிங்டன் கையெழுத்திட்டனர்.

இந்த ஒப்பந்தத்தின்படி பெரியாறு அணை கட்ட உத்தேசித்துள்ள இடத்தைச் சுற்றியுள்ள 8000 ஏக்கர் நிலத்தை ஆங்கிலேய அரசாங்கம் குத்தகைக்குப் பெற்றுக்கொண்டது. இதன்படி ஒரு ஏக்கருக்கு ஐந்து ரூபாய் வீதம் ஓராண்டுக்கு 8000 ஏக்கருக்கு 40 ஆயிரம் ரூபாயை ஆங்கிலேய அரசு திருவிதாங்கூர் சமஸ்தானத்துக்குத் தரவேண்டும். பெரியாறு பகுதியில் மீன் பிடிக்கவும், மரங்களை வெட்டிக்கொள்ளவும், இதன் நிலப்பரப்பில் வசிக்கவும், ஓடும் நீரை முழுவதும் பயன்படுத்திக்கொள்ளவும், வாகனப் போக்குவரத்திற்கு சாலை அமைத்துக்கொள்ளவும் அரசுக்கு உரிமை உண்டு எனவும் ஒப்பந்தம் செய்துகொள்ளப்பட்டது. 999 வருடங்களுக்கு, அதாவது கி.பி 2885 ஆம் ஆண்டு வரை இந்த ஒப்பந்தம் செல்லும். அதன்பின் இந்த ஒப்பந்தம் காலாவதியானதும் மீண்டும் இரண்டு மாநில அரசுகளும் பேச்சு வார்த்தை நடத்தி மீண்டும் 999 வருடங்களுக்குக் குத்தகை நீட்டித்துக்கொள்வதற்கு இந்த உடன்படிக்கை வழிவகை செய்கிறது.

பெரியாறு அணைக்கட்டு மிக முக்கியமானது என்பதால், அரசு 1863 ஆம் ஆண்டு முதலாக ஆய்வு செய்த மேஜர் பேய்ன், மேஜர் ஸ்மித் ஆகியோரோடு ஜான் பென்னிகுவிக்கையும் அவர்களோடு இணைந்து செயல்பட அனுப்பியது. ஒவ்வொருவரிடமும்

தனித்தனியான நுண்ணிய திட்ட அறிக்கைகளைத் தருமாறு கேட்டுக்கொண்டது அரசு. ஆங்கிலேயர்கள் தனிப்பட்ட ஆய்வாளர் ஒருவரின் திட்டத்தை மட்டும் அப்படியே ஏற்றுக்கொள்கிறவர்கள் இல்லை. ஆங்கில அரசு மூன்று பொறியாளர்களின் தொழில் நுட்ப அறிக்கைகளை ஆராய்ந்து, அதில் பென்னிகுவிக் கொடுத்த ஆய்வறிக்கையும், தொழில் நுட்ப அறிக்கையும் சிறப்பானதாக, நடைமுறை சாத்தியக்கூறுகளுடன் இருந்ததால் அதையே ஏற்றுக்கொண்டது.

பெரியாறு அணைக்கட்டுத் திட்டத்தின் முதன்மைப் பொறியாளராக பென்னிகுவிக்கை 1884 ஏப்ரல் 14இல் நியமித்து அணை கட்டும் பொறுப்பை பென்னிகுவிக்கிடம் ஆங்கிலேய அரசு ஒப்படைத்தது. 1855-ம் ஆண்டு அக்டோபர் 11-ம் தேதி அப்போதைய சென்னை மாகாண கவர்னர் கன்னிமாரா பிரபு அணை கட்டுவதற்கான பணிகளைத் தொடங்கி வைத்தார்.

பிரிட்டிஷ் ராணுவத்தின் கட்டுமானத் துறையைச் சேர்ந்தவர்கள் பென்னிகுவிக் தலைமையில் அணை கட்டும் வேலையைத் தொடங்கினார்கள். பென்னிகுவிக்கின் கீழ் டி.எம்.நீல் கேம்பெல், எச்.எஸ்.டெய்லர், டபிள்யூ.பி.லீவின்ஸ்டன், எஸ்.டி.பியர்ஸ் ஆகியோரும் இவர்களுக்கு கீழ் மூன்று நிர்வாகப் பொறியாளர்களும், ஐந்து உதவிப் பொறியாளர்களுமாக பன்னிரண்டு பேர் இருந்தனர். (பெரியாறு அணை வரலாறு எழுத பென்னிகுவிக் மறுத்துவிட்ட போது, அவரின் கீழ் செயற்பொறியாளராக இருந்த ஏ.டி. மெக்கென்சியை எழுதவைத்தார்கள்.) 3500 அடி உயர அடர்ந்த வனப்பகுதியிலிருந்த மரங்களை வெட்டுவதற்கும், பாறைகளை உடைப்பதற்கும் லண்டனிலிருந்து பென்னிகுவிக் புதிய கருவிகளைக் கொண்டு வந்தார். அதன் மூலம் வேலை செய்வது மக்களுக்கு எளிமையாக இருந்தது. மனிதர்கள் அதுவரை நுழையாத இடம் வெளித்தெரிய ஆரம்பித்தது. விஷப்பூச்சிகள், புலி, யானை, பாம்பு, செந்நாய், கரடி போன்ற விலங்குகளிடமிருந்து வேலையாட்களைக் காப்பது பென்னிகுவிக்குக்கு பெரும் வேலையாக இருந்தது. கம்பம் பள்ளத்தாக்கு மக்களும் உயிரைத் துச்சமென நினைத்து அணைக்கட்டு வேலையில் ஈடுபட்டார்கள். அவர்களுக்கு ஒரு நாளைய கூலி ஆறு அணா. திருநெல்வேலி, ராமநாதபுரம் பகுதிகளிலிருந்தும் வேலையாட்கள் வரவழைக்கப்பட்டனர். கட்டுமானப்பொருட்கள் மதுரையிலிருந்து தருவிக்கப்பட்ட கழுதை மற்றும் குதிரைகள் மூலம் கொண்டுசெல்லப்பட்டு. பொருட்களைக் கொண்டு செல்ல இரும்புப் படகு ஒன்றும் தயாரிக்கப்பட்டது.

ஆண்டுக்கு *4445* மி.மீ மழை பொழியும் பகுதி இது. மழைக்காலங்களிலும், திருவிழாக் காலங்களிலும், குடும்ப விழாக்களுக்கும் வேலையாட்கள் சென்றுவிடுவார்கள். இத்தனை தடைகள் இருந்தாலும், பென்னிகுவிக் *144* அடி *6* அங்குல அகலத்தில் பிரம்மாண்டமான முல்லைப்பெரியாறு அணை அடித்தளத்தைக் கட்டி முடித்தார். அணை அடித்தளத்தைக் கட்டுவதற்கு நீர்த்த சுண்ணாம்பு *25* பங்கும், மணல் *30* பங்கும், உடைத்த கருங்கல் *100* பங்கும் கொண்டதாகக் கான்க்ரீட் கலவை, இயந்திரம் மூலம் உருவாக்கப்பட்டது. நடுப்பகுதி சுண்ணாம்பு, சுர்க்கி (செங்கற்பொடி), பாறைக் கற்களால் ஆன கலவையால் கட்டப்பட்டது. கம்பம் பகுதியில் ஆங்கூர் ராவுத்தர் கட்டுமானப் பணிகளை ஒப்பந்த அடிப்படையில் எடுத்துச் செய்தவர். இவர் திருவிதாங்கூர் சமஸ்தான மன்னரிடம் பரிசுகள் பெற்றவர். ஆங்கிலேய அதிகாரிகளிடமும் சுமுகமான உறவு கொண்டிருந்தவர். முதலாளி என்றே அழைக்கப்பட்டவர். இவர் பென்னிகுவிக் அணை கட்டும் பொறுப்பில் இருந்தபோது அவருக்குப் பொருள்கள் வாங்க, கொண்டு செல்ல என்று பெரும் உதவியாக இருந்தவர். இவருடைய வீட்டில் தங்கியும் பென்னிகுவிக் வேலைகளைச் செய்துள்ளார்.

அரும்பாடுபட்டு அணையைக் கட்டி முடிப்பதற்குள் பல தடங்கல்கள் ஏற்பட்டன. *1889* டிசம்பர் மாத இறுதியில் பெய்த பெருமழையும், *1890* ஜூன் *18*ல் பெய்த பெரு மழையால் உண்டான வெள்ளமும் கடின உழைப்பில் கட்டப்பட்ட அணையின் பெரும்பகுதியை அடித்துச் சென்றன. அதன் பின் கொடிய நோய்களான அம்மை, காலரா, பிளேக் போன்ற நோய்களாலும் பல பொறியாளர்களும், தொழிலாளர்களும் உயிரிழந்தனர். பலரைச் சொந்த ஊருக்குக்கூட கொண்டு செல்ல முடியாமல் அங்கேயே புதைத்தனர். இத்தகைய இயற்கைப் பேரிடர்களால் அணையின் அடித்தள வேலைகளுக்காக அரசு ஒதுக்கிய நிதியைவிடவும் ஐந்து மடங்கு கூடுதலாகச் செலவு ஆனது. அணையின் சேதத்தையும், நட்டத்தையும் விளக்கி சென்னை ராஜதானி அரசுக்கு பென்னிகுவிக் கடிதம் அனுப்பினார். பென்னிகுவிக் இராணுவ அதிகாரியாக இருந்தவர். அவர் வெள்ளப் பெருக்கால் ஏற்பட்ட தோல்வியை ஏற்றுக்கொள்ளவில்லை.

அறிவாளி தான் கண்ட அனுபவத்தின் மூலம் புதிய வழிகளைக் கண்டறிகிறான். பென்னிகுவிக்கும் வெள்ளத்தால்

ஒரு முறை அடைந்த நட்டம் மீண்டும் வந்துவிடாதவாறு நீர்த்தேக்கப் பகுதிகளில் நீரின் வேகத்தைத் தணிக்க 185 இடங்களில் துணை தடுப்பு அணைகள் கட்டினார். பெரியாறு அணைக்கட்டு முடிந்ததும் துணை தடுப்பு அணைகள் அனைத்தும் இடிக்கப்பட்டன. பெரியாறு அணைக்கட்டு 1200 அடி நீளத்தில் ஒரே நேர் கோட்டில் கட்டப்பட்டது. எதிர் திசையிலிருந்து வரும் காற்றின் வேகத்தைக் கட்டுப்படுத்த அணையின் சுவர் சரிவாகக் கட்டப்பட்டது. 165 அடி உயரமுள்ள அணையின் மேல்தள அகலம் 12 அடியாகக் குறைக்கப்பட்டது. நீர் தேக்க உயரம் 155 அடியாக உயர்த்தப்பட்டு நீரில் அலைகள் ஏற்படும்போது அணைக்குப் பாதிப்பு ஏற்படக்கூடாது என்பதற்காகவே நீர் மட்ட உயரம் 152 அடியாகக் குறைக்கப்பட்டது.

பெரியாறு அணை கட்டுமானப் பணிகள் நடக்கும்போதே தண்ணீர் செல்வதற்காக இடதுபுறம் தோண்டப்பட்ட கால்வாயை மறித்து பேபி அணையைக் கட்டினார். நிலநடுக்கம் வந்தாலும் அணைக்குப் பாதிப்பு ஏற்படாதவாறு இந்த அணை கட்டப்பட்டுள்ளது. கிழக்கு நோக்கி மலையைக் குடைந்து சுரங்கம் அமைத்து, அதன் வழியாக நீரைக் கொண்டு வந்து வைகை ஆற்றோடு இணைக்கும் நோக்கத்துடன் பெரியாறு அணை கட்டப்பட்டது. மலைப்பகுதியில் 6100 அடி நீளம், 60 அடி ஆழம், 40 அடி அகலத்தில் திறந்த வெளி கால்வாய் வெட்டி 8 அடி அகலம், 2 கிலோமீட்டர் நீளத்திற்கு மலையைக் குடைந்து சுரங்கம் அமைத்து அதன் வழியாகத் தமிழக எல்லையில் கண்ணகி கோட்டத்திற்குக் கீழே போர்பை என்ற தடுப்பணையை வந்தடைந்து, அங்கிருந்து ராட்சச குழாய்கள் மூலம் அணை நீரைக் கம்பம் பகுதிக்குத் திருப்பி உலகையே வியக்க வைத்தார். பொதுவாக அணைகளின் முன் பகுதியில் மதகுகள் அமைக்கப்பட்டு விவசாயத்திற்காகத் நீரைத் திறந்து மூடும் வகையில் அணைகள் கட்டப்படும். ஆனால் பென்னிகுவிக் கட்டிய முல்லைப் பெரியாறு அணையில், முன் மதகுகள் கிடையாது. வெள்ள காலத்தில் மட்டும் நீர் வெளியேற வெளிப்புறம் போக்கிகள் உண்டு.

இந்த அணை 1895 அக்டோபர் 10 மாலை 6 மணிக்கு சென்னை மாகாண கவர்னர் லார்டு வென்லாக் அவர்களால் தேக்கடியிலிருந்து திறந்து வைக்கப்பட்டது. உலகிலேயே முதன்முதலில் ஏரியில் நீரைச் சேமித்து, மலையைக் குடைந்து சேமித்த நீரை அணையின் எதிர்புறம் திருப்பப்பட்ட புதிய தொழில்நுட்பம்

பயன்படுத்தப்பட்டது. பெரியாறு அணைக்கு ஆங்கிலேய அரசு ஒதுக்கிய நிதி ரூ.87,50,000/-. ஆனால் பென்னிகுவிக் தன்னுடைய திறமையினால் 83,53,144/- ரூபாயில் அணைக்கட்டு வேலையை வெற்றிகரமாக முடித்தார். இத்திட்டம் இன்று வரையிலும் யாரும் தாண்டாத பொறியியல் சாதனை.

இந்த அணைகட்டின் மூலம் விவசாயத்தில் இப்பகுதியில் பெரும் புரட்சி உண்டானது. பஞ்சம் என்ற சொல் மாறி, உபரியாக விளைச்சலைத் தரும் பூமியாக இருப்பதற்கு, உயிரைக் கொடுத்து உழைத்த ஆயிரக்கணக்கான தொழிலாளர்களின் தியாகமும், எடுத்த செயலை எந்தத் தடை வந்தாலும் விடாது செய்து முடித்த பென்னிகுவிக்கின் உறுதியும், உழைப்பும், தியாகமும் காரணம். பெரும் தியாகத்தின் வரலாற்றுச் சுவடாக உயர்ந்து நிற்கிறது பென்னிகுவிக் கட்டிய முல்லைப்பெரியாறு அணை. பெரியாறு அணை கட்டும் பணி பற்றிக் கர்னல் பென்னிகுவிக், "வாழ்நாளிலேயே கடுமையான அனுபவம் நிறைந்த வேலை" என்று குறிப்பிடுகிறார்.

வெற்றிகரமாக பெரியாறு அணை கட்டி முடித்த பென்னிகுவிக்கிற்கு சென்னை மாகாணப் பொதுப்பணித்துறை செயலாளராக பதவி உயர்வு கொடுத்து அழகு செய்தது ஆங்கிலேய அரசு. தொடர்ந்து சிறிது காலம் கூப்பர்ஹில் இல் உள்ள இந்திய ராயல் பொறியியல் கல்லூரியின் *(Royl Indian College of Cooper's Hill)* முதல்வராகவும் இருந்தார்.

கிரிக்கெட்டில் ஆல்ரவுண்டர் இவர். இங்கிலாந்தில் மெலபோன் கிரிக்கெட் சங்கத்தில் *(Marylebone Cricket Club)* உறுப்பினராக இருந்தார். 1865இல் சென்னை கிரிக்கெட் சங்கத்தின் செயலாளராக இருந்தபோது நிரந்தரமாக ஒரு கிரிக்கெட் மைதானம் அமைக்க விரும்பினார். சென்னை அரசாங்கத்துக்கு ஒரு கடிதம் எழுதி கிரிக்கெட் மைதானத்துக்கு நிலம் ஒதுக்கும்படி கேட்டுக்கொண்டார். அரசாங்கம் இவருடைய கோரிக்கையை ஏற்று நிலம் ஒதுக்கியது. அந்த நிலத்தைச் சமப்படுத்தி மைதானமாக்கினார். அது தென்னிந்தியாவின் லார்ட்ஸ் கிரிக்கெட் மைதானம் என்று அழைக்கப்படும் சென்னை சேப்பாக்கம் கிரிக்கெட் மைதானம்.

பென்னிகுவிக்குக்கு 1879ஆம் ஆண்டு கிரேஸ் ஜார்ஜியாவுடன் திருமணம் நடந்தது. ஜார்ஜியா பென்னிகுவிக் அணைகட்டும் நேரத்தில் மனம் கலங்கி இருக்கும்போதெல்லாம் உறுதுணையாக இருந்தவர். இவர்களுக்கு ஒரு மகனும், ஐந்து மகள்களும் இருந்தனர்.

தமிழ்நாட்டில் தேனி மாவட்டத்தில் சுருளிப்பட்டி, காமயகவுண்டன்பட்டி, பாலார்பட்டி, கூழையனூர் போன்ற ஊர்களில் பென்னிகுவிக் நினைவைப் போற்றிட ஆண்டு தோறும் கிராமத்துத் தெய்வங்களை வணங்குவது போல் பொங்கல் வைத்து வழிபடும் வழக்கம் கூட உள்ளது. கம்பம் பள்ளத்தாக்குப் பகுதிகளில் குழந்தைகளுக்கும், வணிக, விவசாய நிறுவனங்களுக்கும் இவர் பெயரைச் சூட்டியுள்ளார்கள். மதுரை, தேனி, திண்டுக்கல் மாவட்ட அரசாங்க அலுவலகங்கள் உட்படப் பல இடங்களிலும் இவரது சிலை அமைக்கப்பட்டு மக்களால் மரியாதை செய்யப்படுகிறது.

முல்லைப் பெரியாறு அணையைக் கட்டிய பென்னிகுக் நினைவைப் போற்றும் வகையில் தேனி மாவட்டம், கூடலூர் லோயர்கேம்ப் பகுதியில் தமிழ்நாடு மின்சார வாரியத்திற்குச் சொந்தமான இடத்தில் 2500 சதுரடி பரப்பளவில் சுமார் ரூ.1.25 கோடி செலவில் வெண்கலத்திலான பென்னிகுவிக் உருவச் சிலையுடனான மணிமண்டபம் ஒன்று அமைக்கப்பட்டுள்ளது. இந்த மணிமண்டபத்தைத் தமிழ்நாடு முன்னாள் முதலமைச்சர் ஜெ.ஜெயலலிதா ஜனவரி 15, 2013 அன்று திறந்து வைத்தார். ஓர் ஆங்கில அதிகாரி தேனியின் அடையாளமாகிவிட்டார்.

பெரியாறு அணையைக் கட்டியது போன்ற அதே தொழில் நுட்பத்துடன் ஒரு தேவாலயமும் கட்டப்பட்டது.

அனுமந்தன்பட்டி தூய ஆவியானவர் ஆலயம்

அகம்பாவச் சிலுவையில்
மரித்து
அன்பில் உயிர்த்தெழுதல்
அவருக்குச் சாத்தியமானது

சிலுவைகள் தயாரிக்க
மரம் வளர்ப்பவர்கள்
உயிர்த்தெழச் செய்ய
கருணையையும் வளர்த்தால்
எத்தனை தேவர்கள்
மண்ணுக்கு வருவார்களோ

அனுமந்தன்பட்டி தூய ஆவியானவர் ஆலயம் நூறாண்டுகளுக்கும் மேல் பழமை வாய்ந்தது. கேரளாவில் இருந்த தேயிலைத் தோட்டங்களைக் கவனிக்கும் பொறுப்பில் இருந்த திருச்சி சேசு சபை அருட்தந்தையர்கள் திருச்சிக்கும், கேரளாவுக்கும் இடையிலிருந்த அனுமந்தம்பட்டியைத் தாங்கள் ஓய்வெடுக்கும் இடமாகத் தேர்ந்தெடுத்தனர். பத்தொன்பதாம் நூற்றாண்டின் இறுதியில் பாதர் ஜோசப் பேஜஸ் (சே.ச.) கேரளாவில் உள்ள தேயிலைத் தோட்டங்களுக்குப் பொறுப்பாளராக இருந்தபோது அனுமந்தம்பட்டியில் ஏழரை ஏக்கர் நிலம்

வாங்கி அதில் ஒரு பங்களாவைக் கட்டினார். அது சேமிப்புக் கிடங்காகவும், அருட்தந்தையர்கள் ஓய்வெடுக்கும் இடமாகவும் பயன்பட்டது. தற்போது அருட்தந்தையின் இல்லமாக இருக்கிறது. முல்லைப்பெரியாறு அணையைக் கட்டிய பொறியாளர் கர்னல் பென்னிகுவிக் கம்பம் பள்ளத்தாக்கின் பல பகுதிகளில் தங்கியிருந்து அணையைக் கட்டினார்; அனுமந்தப்பட்டியின் இந்த இல்லத்தில் தங்கி அணைக்கான கட்டுமானப் பொருள்களை சேர்த்தும், பணியாளர்களைத் தங்க வைத்தும் அணை கட்டும் வேலையை நடத்தினார். அந்தக் காலகட்டத்திலேயே பெரியாறு அணையைக் கட்டியது போலவே சுண்ணாம்பு, சுர்க்கி, கடுக்காய் சாறு, கருப்பட்டி, தேக்குமரப்பட்டை ஆகியவற்றைக் கலந்து தூய ஆவியானவர் ஆலயம் கட்டப்பட்டது. இந்த ஆலயத்தில் கிறிஸ்துமஸ், புத்தாண்டு நிகழ்வுகளில் கர்னல் பென்னிகுவிக் கலந்துகொண்டுள்ளார். அணை கட்டும்போது இறந்த தொழிலாளர்களை அணைக்குப் பக்கத்திலேயே மலையில் புதைத்தார்கள். கல்லறைத் திருநாளில் இங்கிருந்து பங்குத் தந்தையர்கள் அணைக்கட்டுப்பகுதிக் கல்லறைகளுக்குச் சென்று மந்திரிக்கும் வழக்கம் இன்றும் உள்ளது. கம்பம் பள்ளத்தாக்கு மக்களின் அயராத உழைப்பை நினைவுபடுத்துவதாக இது இருக்கிறது.

இப்படி நினைவு கொள்வது ஒரு வகை என்றால், தன்னுடன் இருப்பவர்களுக்காக, தான் காணும் பின்தங்கிய மக்களுக்காக ஏதேனும் ஒரு வகையில் குரல் கொடுப்பவர்கள் சிலர் இருக்கவே செய்கிறார்கள்.

விளிம்பு நிலை மனிதர்களுக்கான குரல்கள்

அந்தப் பேனா ஓடும் வழியில்...

விழிநீரால் படிந்திருக்கும்
சில உப்புப் பாறைகள்

கூன்முதுகில் தொங்கும்
சில தேன்கூடுகள்

சுரண்டுவதற்கும்
தீ வைப்பதற்கும்
கைகள் இருக்கும்வரை

பேசிக்கொண்டே இருக்கும்
அந்தப் பேனாவும்

"கண்ணிலான் பெற்றிழந்தான் எனவுழந்தான் கடுந்துயரம்" என்பது கம்பன் வேதம். அதில் கண்ணிழந்தவன் அதனைப் பெற்று மறுபடியும் இழப்பதுதான் துயரம் என்கிறார் கம்பர். ஆனால் பிறவியில் கண்கள் இருந்து அதனை இழந்து அவ்வாழ்க்கைக்கு ஈடுகொடுக்கப் பழகியபின் எதிர்பாராமல் விழிகள் கிடைத்தால் ஏற்படும் சிக்கல்களை நிகழ்காலத்தில் இன்னொரு கம்பன் வந்துதான் எழுத வேண்டும். அப்படியோர் துன்பத்தையும் எதிர் நின்று சமர் செய்து இலக்கியத்தில் வாகை சூடியவர் தேனி சீருடையான் என்று அறியப்படும் சு.கருப்பையா அவர்கள்.

கருப்பையா துவக்கப்பள்ளியில் அப்போது படித்துக்கொண்டிருந்தார். அவர் செய்யும் கணக்குகளில் தவறு உண்டானது. எழுத்துப்பிழைகள் அதிகமாயின. ஆசிரியர் கண்டித்தார். தனக்குச் சரியாக எழுத்துக்கள் தெரியவில்லை என்பதைச் சிறுவன் கருப்பையா தாமதமாகவே உணர்ந்தார். ஏழு வயதில் பார்வை முழுவதுமாகத் தெரியாமல் ஆனது. இரண்டு வருடங்கள் ஏதும் செய்ய இயலாமலே போனது. அவரது உறவினர் ஒருவர் சென்னை பூந்தமல்லியில் இதற்கான பள்ளி இருக்கிறது என்று சேர்த்துவிட்டார். ஒன்பது வயதில்தான் அவருக்குப் படிக்க முடிந்தது. தமிழ், ஆங்கில எழுத்துக்கள் பிரெய்ல் வடிவத்தில் எண்களாகவே இருக்கும். அதனை ஐந்தாம் வகுப்புப் படிக்கும்போது முழுதுமாகப் புரிந்து படிக்கப் பழகிவிட்டார். பிரெய்ல் எழுத்துக்களைப் புரிந்துகொள்ளும்படி கற்றுக்கொடுத்தவர் பத்மநாபன் என்ற கருப்பையாவின் உடன் படித்த நண்பர். அவர் பள்ளியிலேயே வேகமாக வாசிப்பவர் என்று பெயர் பெற்றார். 1960களில் பிரெயில் எழுத்துக்களில் தமிழ் பத்திரிக்கைகள் எதுவுமில்லை. பிரெய்ல் பள்ளியில் படிக்கும்போது ரீடர்ஸ் டைஜஸ்ட் ப்ரெய்ல் இதழ், மருத்துவ இதழ், சில்ட்ரன் பிரெண்ட் இதழ் ஆகிய பல ஆங்கில இதழ்கள் இலவசமாகவே கிடைத்தன. ஆங்கிலத்தில்தான் இருக்கும் என்பதால் புரியாதவற்றை ஆசிரியரிடம் விளக்கம் கேட்டுப் படித்தார். இதனால் வாசிப்பின் வெளி அவருக்கு கிடைத்தது. பெர்னார்ட் ஷா எழுதிய தி ஆப்பிள் கார்ட் நாடகம் மூலம் ‘முன்னுரை’ அறிமுகமாகியது. அதன்பிறகு ஜெயகாந்தன் முன்னுரைகள் தந்த பாதிப்பு இவருடைய சிறுகதைத் தொகுப்புகளுக்கு ஆழமான கருத்துக்களுடன் முன்னுரை அமைய வேண்டுமென்ற எண்ணத்தில் எழுத வைத்தது. ஒரு வேளை தனக்குப் பார்வை நன்றாக இருந்து தேனியிலேயே சாதாரண மாணவர்கள் போல பள்ளியில் படித்திருந்தால் இந்த மாதிரியான வாய்ப்புகள் கிடைத்திருக்காது என்றும் சொல்கிறார். தன்னுடைய தந்தை சுமைக்கூலி. அதுபோலவே தானும் ஆகியிருக்கக்கூடும் என்பவரிடம் பார்வைக்குறைபாட்டினால் கிடைத்த நிறைவைச் சொல்லும் மனம் இருக்கிறது.

1959லிருந்து 1969 வரை பிரெயில் பள்ளியில் படித்து பத்தாம் வகுப்பு முடித்தார். மாநிலத்தில் முதல் மாணவனாகத் தேர்ச்சியடைந்தார்.

அவருடைய தலைமை ஆசிரியர் கல்லூரி, விடுதி, புத்தகங்கள் அனைத்து கட்டணங்களும் இல்லாமல் இலவசமாகப் படிக்க ஏற்பாடு செய்கிறேன் என்றார். விடுதியிலிருந்து கல்லூரிக்குப் போக வெறும் ஏழு பைசா இருந்தால் போதும். அதைக் கொடுக்க

முடியாத சூழலில் அவர் குடும்பம் இருந்தது. அதனால் படிப்பு என்ற கனவை விட்டுவிட்டுக் கூலி வேலைக்குச் சென்றார்.

அந்தச் சமயத்தில் நாடார் பள்ளியில் கண் மருத்துவ முகாம் அமைத்து இலவச சோதனை, அறுவை சிகிச்சை எல்லாம் செய்தார்கள். கருப்பையாவும் சென்று சோதனை செய்து பார்த்ததில், அறுவை சிகிச்சை செய்தால் சரியாகும் என்று சொல்லி, அறுவை சிகிச்சை அளித்து, கண்ணாடியும் கொடுத்தார்கள். பார்வை முழுமையாக இல்லாவிட்டாலும் முக்கால் அளவில் சரியாகி இருந்தது. அவரால் ஏழு வயது வரை கற்றிருந்த தமிழ் எழுத்துக்களை இப்போதும் வாசிக்க முடிந்தது.

நூலகத்தில் தன்னைப்பற்றிக் கூறியதால், நூலகரும் இவருக்கு நூல்களைத் தேர்ந்து படிக்க உதவினார். இருந்தும் ஆங்கில எழுத்துக்களைப் படிப்பது சிரமமாக இருக்கவே தமிழை மட்டும் படிக்க ஆரம்பித்தார். படிக்க இத்தனை ஒத்துழைப்பு இருந்தாலும், கண் தெரிந்த பிறகு காட்சிப்பிழைகள் நிறையவே ஏற்பட்டன. மேடு போல தோன்றும் பள்ளமாக இருக்கும். தூரத்தில் இருக்கிறது என்று நடந்துகொண்டிருப்பார். அருகில் இருப்பது தூரமாகத் தெரிவதால் பள்ளங்களில் கால் வைத்துவிடுவார். இது அவரின் அன்றாடச் சிக்கலாக இருந்தது. இதற்கிடையில் சில்லறை வியாபாரம் செய்து குடும்பத்துக்கு உதவிக்கொண்டிருந்தார்.

இவர் மாநிலத்திலேயே பிரெய்லி பள்ளி கல்வியில் பத்தாம் வகுப்பில் முதல் மாணவராக வந்தவராயிற்றே? அரசு வேலை கிடைக்கும் அல்லவா? அதற்கும் இவர் முயற்சி செய்தார். பிரெயில் படித்தவர்களுக்கு சிறப்பு வேலை வாய்ப்பு அலுவலகம் சென்னையில் இருந்தது. கண்கள் அறுவை சிகிச்சை முடிந்ததும் அங்கே சென்றார். இவருக்குப் பார்வை வந்துவிட்டது என்பதால் மாவட்ட வேலை வாய்ப்பு அலுவலகத்தில்தான் பதிய வேண்டும் என்று, மதுரை வேலைவாய்ப்பு அலுவகம் போகச் சொல்லிவிட்டார்கள். சீருடையானும் சாண்றிதழ்களோடு மதுரை அலுவலகம் வந்தார். மதுரையில் “சான்றிதழ்கள் எல்லாம் பிரெயில் சான்றிதழ்களாக இருக்கின்றன. இங்கே பதிவு செய்ய முடியாது. நீ சென்னை போ” என்று சொல்லிவிட்டார்கள். வேலை வாய்ப்பு அலுவலகங்கள் தன்னைப் பந்தாடுவதை விரும்பாத இவர் முழுமையாக சில்லறை வியாபாரத்தில் ஈடுபடலானார். தன்னை வியாபாரி என்றுகூட கூறிக்கொள்வதில்லை. வியாபாரக்கூலி என்றே சொல்லிக் கொள்கிறார்.

தன்னுடைய சமூகப் பார்வையை முதலில் கவிதையாக்கினார். ஹவனாவில் 936 பாதிரியார்கள் தற்கொலை செய்துகொண்டபோது இவர் உடைந்து அழுதார். அதைக் கவிதையாக எழுதினார். பொன்.விஜயன் புதிய நம்பிக்கை எனும் சிற்றிதழ் நடத்தி வந்தார். அவர் சிறுகதையின் கூறுகள் சீருடையானின் கவிதைகளில் இருப்பதால், தன்னுடைய இதழுக்கு அவரைக் கதை எழுதித் தரச் சொன்னார். அதிலிருந்து சிறுகதைகள் எழுத ஆரம்பித்தவர் நாற்பது ஆண்டுகளாக 300 கதைகளுக்கு மேல் எழுதிவிட்டார். இவர் கதைகளின் கருப்பொருள் தேனி வட்டார மண்ணும், மனிதர்களுமே. தன்னுடைய கடையில் சந்திக்கும் மனிதர்கள், சாலையோரங்களில் காணும் காட்சிகள் ஆகியவையே கதைகளாகின்றன.

எழுத்தாளன் இன்னொருவனிடமிருந்து நடையை, உவமைகளை எடுத்துக்கொள்ள முடியும் ஆனால் கருவை அவரவர் சொந்த வாழ்க்கையிலிருந்தே எடுத்தாள முடியும் என்றும் சொல்கிறார். அதற்குத் தன்னுடைய வாழ்விலிருந்து உதாரணமும் சொல்கிறார்.

சாலையோரத்தில் தள்ளு வண்டியில் பல வியாபாரங்கள் செய்தார். பொரிகடலை, பலாச்சுளை, கரும்பு என்று அந்தந்த நேரத்துக்கு ஏற்றவாறு வியாபாரம் செய்தார். தேனியின் உக்கிரமான வெயிலில் பார்வையில் சிக்கல்கள் கொண்ட சீருடையானின் அனுபவம் வெயில் என்ற தலைப்பில் இப்படிக் கவிதையானது

 "சாலையோரத்துச் சிறுகடை முதலாளி
 வீட்டில் அடுப்பெரிய
 வெயிலடுப்பில் விறகானேன்"

இவருடைய படைப்புகளில் கதைக்களம் அனைத்தும் தேனி, சின்னமனூரை ஒட்டியே அமைபவை. பெண்களை மையமாக வைத்தே பல கதைகளும் உள்ளன. பிச்சை எடுப்பது சரியா என்றும், கந்து வட்டி பற்றியும் எழுதியுள்ளார். பிச்சையெடுத்து அதில் மிச்சம் வைத்துக் கந்துவட்டிக்குக் கொடுக்கிறார்கள் எனும்போது நாம் பிச்சை வழங்குவது சரிதானா என்ற கேள்வி எழுகிறது. இவர்களெல்லாம் இந்த சமூகத்தின் அங்கங்கள். இதைப்பற்றி எழுதுவதே தன்னுடைய நோக்கம் என்கிறார் தேனி சீருடையான்.

மண்ணின் மொழியிலிருந்து விலகினால் அது படைப்பாக இருக்குமே தவிர உயிரோட்டம் இருக்காது. இவர் தன்னுடைய படைப்புகள் சமூகச் சிக்கல்களைத் தீர்க்குமா? தீர்க்காதா? என்றெல்லாம் அறுதியிட்டுச் சொல்வதில்லை. இங்கே, இந்த

நிலத்தில், இவர்கள் இந்தப்பாடு படுகிறார்கள் என்பதைச் சொல்லும் ஒரு கலைஞன் குரலாக இருக்கவே விரும்புகிறார்.

பெண் விடுதலை பற்றிப் பாரதியார் பாடுவதற்கு வங்காளத்தின் உயர்குலப் பெண்கள் கொண்டிருந்த கல்வியறிவுக்கும், தான் வாழும் இடத்தில் பெண்கள் அற்பத்தனமாக மிதிக்கப்படுவதற்கும் இடையே இருந்த வேறுபாட்டினைக் கண்கூடாக உணர்ந்ததே காரணம் எனலாம். ஆடுவோமே பள்ளு பாடுவோமே என்று பாரதி பாடியபோது விடுதலை கிடைத்திருக்கவில்லை. என்றாலும் உணர்வுகளை ஊட்டி ஊட்டி அதன் அக்கினியில் விடுதலை மலர் துளிர்க்கும் என்ற நம்பிக்கையிலேயே பாடினார். அவ்வாறே இன்றைய தேனி சீருடையானும் தன்னளவில், தான் காணுகிற உலகைச் செப்பமாக்க மை தீராப் பேனாவைத் தயாராக வைத்திருக்கிறார்.

இதேபோல தான் சந்தித்த சவால்களை, சிக்கல்களை எழுதுபவர் திருப்பூர் தமிழ்ச்சங்க விருது, சுஜாதா, ஆனந்த விகடன் விருதுகள் பெற்றுள்ள தேனி மாவட்டத்தைச் சேர்ந்த ம.காமுத்துரை அவர்கள். இன்னும் இவர்கள் இந்த சமூகத்தின் குரல்களாக எழுத வேண்டுமென்று வாழ்த்துவோம்.

வாழ்த்துகளைப் புலனத்தின் வழி இப்போதெல்லாம் அனுப்புகிறோம், பெறுகிறோம். நொடியில் கரைந்துவிடுகிறது. அப்போதெல்லாம் நாங்கள் வாழ்த்துவதற்கு எப்படியெல்லாம் மெனக்கெட்டோம்!

வாழ்த்து அட்டை

பகலில் எரியும் மின்விளக்காக
மினுங்கிப் பேசி
முணுக்கென்று மறையும்
அலைபேசி வாழ்த்துக்களுக்கு
அறிமுகம் செய்யவாவது
வாங்கவேண்டும்
வாழ்த்து அட்டை

நினைத்த நேரத்தில் பார்த்துவிடவும், பேசிவிடவும் முடிகிற இந்த நாட்களில் மிகை கணங்கள் அந்த நேரத்து உணர்வை அழுத்தம் கொடுக்கவே உதவுகின்றன. இறந்த காலங்கள் மிக வேகமாக வந்துவிடுவது போன்ற ஒரு தோற்றமும் மனதில் எழுகிறது. கவிக்கோ பித்தனில் கூறுவதுபோல நிகழ் என்பதே இல்லை அல்லவா? ஆனால் இறந்த காலத்தை நிகழ் வெளியில் கண்டு திளைப்புற வைப்பதற்கு எங்களிடம் இருந்த பல பொருட்களில் வாழ்த்து அட்டையும் ஒன்று.

வாழ்த்து அட்டைகளைத் தேர்வு செய்வதே ஒரு பெரும் கலை. பெரியவர்களுக்கு என்றால் தலைவர்கள் படம், கடவுள் படம், வாசகங்கள் உயர்வாக இருப்பது என்று தேர்ந்தெடுக்க வேண்டும். அதுவே குழந்தைகள் என்றால் இசை ஒலிப்பதுபோல, மிக்கி மவுஸ் போன்றவற்றையும், சக தோழிகள் என்றால்

அவர்களுக்குப் பிடித்த நடிகர்கள், இயற்கைக் காட்சிகள் என்றும் தேர்வு செய்வோம். வாழ்த்து அட்டைகள் ஆங்கிலப் புத்தாண்டுக்கு நிறைய புதிய படங்களுடன் கிடைக்கும். எங்கள் பள்ளிக்கு அருகிலேயே லட்சுமி நாராயணா ஸ்டோர் இருந்தது. அதில் அனைத்துப் பாடப் புத்தகங்களும், வழிகாட்டி நூல்களும், நோட்டுப் புத்தகங்களும் கிடைக்கும். அங்கே எப்போதும் மாணவர்கள் கூட்டம் இருந்துகொண்டே இருக்கும். வாழ்த்து அட்டைகளும் வைத்திருப்பார்கள். வாழ்த்து அட்டைகள் கிடைக்கும் இன்னொரு இடம் ராஜா பேன்சி கடை. எப்படியும் புத்தாண்டு, பொங்கலுக்கு இருநூறு, முந்நூறு ரூபாய்க்கு வாங்கிவிடுவோம். அப்போது அது அதிகம். சிறு பிள்ளையாக இருந்தபோது உள்ளே இருக்கும் வாசகத்தோடு அப்படியே அனுப்புவோம். அதற்குப்பிறகு உள்ளிருக்கும் தாளை எடுத்துவிட்டு நாங்களே எங்களுக்குப் பிடித்த வாசகத்தை கலர் ஸ்கெட்ச் கொண்டு எழுதி அனுப்புவோம்.

அப்படிப் பல வருடங்கள் வாழ்த்து அட்டைகள் கொடுத்து வாங்கிக்கொண்டிருந்த போது ஒரு நாள் சுகீர்த்தி சொன்னாள், "டீ வீட்டு பக்கத்துல ஒரு அண்ணா கார்டு விக்கிறாங்க. அங்க வாங்குறியா?" அப்பொழுது நாங்கள் பதினோராம் வகுப்பு படித்துக்கொண்டிருந்தோம். "ம்ம்... நீயே வாங்கிட்டு வாடி" என்றதும் அடுத்த நாள் கொண்டு வந்தாள். என் கண்களை அதை விட்டு எடுக்க முடியவில்லை. காரணம் அத்தனை அழகான ரோஜாக்கள் புகைப்படமாக என் கையில் இருந்தன. படத்தின் கீழ் பொன் நிற எழுத்துக்களில் அன்புடன் என்று என் பெயரும். எங்கள் ஊரில் முதன்முதலாக அப்படி ஒரு வாழ்த்து அட்டையை வடிவமைத்து விற்பனை செய்தவர் பெயர் ஸ்ரீதர். அவர் எடுத்த புகைப்படங்கள் மிக உயிரோட்டமாக இருந்தன. அக்ரஹாரத்தில் இவர் வீட்டிலேயே மாலை நேரத்தில் கணக்கு பயிற்சி வகுப்பு எடுத்தார். வேறு வேறு பள்ளியைச் சேர்ந்த பிள்ளைகள் நிறையப் படிப்பார்கள். இவருடைய தங்கையும் வகுப்பு எடுப்பார். அடுத்த இரு ஆண்டுகளில் அவர் ஊரில் இல்லை. எங்கே என்று விசாரித்தால், திரைப்படத்திற்குக் கதை எழுதச் சென்றுவிட்டதாகச் சொன்னார்கள். நான் அனுப்பி வைத்த வாழ்த்து அட்டைகளைப் பற்றி வீட்டில் யாராவது சொன்னால், ஸ்ரீதர் நினைவும் வரும்.

பல ஆண்டுகளுக்குப் பின்னால் ஒரு முறை சின்னமனூர் சென்றபோது ஸ்ரீதர் பற்றி விசாரித்தேன். ஒருவரைத்தொட்டு இன்னொருவராக விசாரித்து அவர் இப்போது சின்னத்திரையில்

காலூன்றி இருக்கிறார் என்று அறிந்துகொண்டேன். இயக்குனர் ஏ.வெங்கடேஷ் அவர்களின் தம்பி பச்சைப்பெருமாள் மூலமாக ஸ்ரீதரைத் தொடர்பு கொண்டு பேசியபோது சின்னமனூர், தேனி பற்றிப் பேசுவதில் நிரம்பவே பெருமை கொண்டார். ஓவியர் பெருமாளை நினைவு கூர்ந்த ஒரே ஒருவர் அவர்தான். அப்பா, ஜானகிராமன். அம்மா, பாலாம்பாள். இவர் மூத்த பிள்ளை. இரண்டு தம்பிகளும், ஒரு தங்கையும் இருக்கிறார்கள். கணக்கில் இருந்த ஆர்வத்தில் இளங்கலை கணிதப்பாடத்தில் கல்லூரியில் சேர்ந்தார். அதன் பின்பு படிப்பில் இருந்த ஆர்வம் குறைந்து பாதியில் படிப்பை நிறுத்தினர். ஆனாலும் இளங்கலை மாணவர்களுக்கு கணிதப்படம் சொல்லித்தரும் அளவுக்கு இவருக்குக் கணித அறிவு இருந்தது.

இவருடைய தந்தை மின்சாரத்துறையில் வேலை செய்ததால் ஊர் விட்டு ஊர் போய்க்கொண்டு இருப்பார். ஸ்ரீதரின் படிப்பு தடைபடக் கூடாதென்று இவர் திண்டுக்கல் அத்தை வீடு, பட்டுக்கோட்டை அருகில் நம்பி வயல் என்று கடந்து, ஆறாம் வகுப்புக்குச் சின்னமனூர் வந்துவிட்டார். சின்னமனூரில் இவர் படிப்பதைத் தட்டிக்கேட்க ஒருவரும் இல்லை. அதனால் வாரப் பத்திரிகைகள் ஒன்றுவிடாமல் படிக்க முடிந்தது. சின்னமனூரில் கோபாலன் மாமா வீடு பக்கத்திலேயே இருந்தது. அவர் ஆசிரியர். என் தோழி சுகீர்த்தியின் தந்தை. அவர் வார இதழ்களில் வரும் தொடர்கதைகளைச் சேர்த்துத் தைத்து வைத்திருப்பார். அந்தப் புத்தகங்களைப் படிப்பது இவரின் விடாத வழக்கமாக இருந்தது. இவரைப் புத்தகங்கள்தான் மிகத் தனியாக இருந்தபோது ஆற்றுப்படுத்தின. அம்மாவின் வாசனையும் புத்தகங்களின் வாசனையும் பிரித்தறிய முடியாதபடி கலந்திருக்கின்றன என்கிறார் இவர்.

ஏழு வயதிலிருந்து வாசிப்புக்குத் தன்னை முழுமையாகக் கொடுத்துவிட்டவர். அந்த வாசிப்பு இவரைக் கதை எழுதத் தூண்டியது. இவருக்குப் பதினாறு வயது இருக்கும்போதே ஆனந்த விகடனில் இவருடைய கதை பிரசுரமாகிவிட்டது. அதற்காக இவர் வீட்டில் கிடைத்த வெகுமதி நாலைந்து வசவுகளும், ஒன்றிரண்டு அடிகளும். நூல்களைப் படிப்பதற்கே இவர் அப்பாவுக்குத் தெரியாமல் படித்ததாகச் சொன்னார். ஏன் அவ்வாறு நடந்து கொண்டார்கள் என்று கேட்டபோது, “ஒரு நல்ல வேலை ஏற்படுத்திக்கொள்ள வேண்டும், அதற்காகப் படிக்க வேண்டும். வாழ்க்கையில் அடுத்தடுத்து மேலே பதவிகள். இதுதான் இந்த

உலகம் எதிர்பார்ப்பது” என்னால் மனதைச் சமாதானப்படுத்த முடியாதபோது வீட்டை விட்டு வந்துவிட்டேன் என்கிறார்.

கலையின் மீது மோகம் கொண்ட மனிதர்களும் தங்கள் குடும்பங்களில் ஒருவர் இசைத்துறையிலோ, நாடகத்துறையிலோ அவ்வளவு ஏன் எழுத்தாளராவதைக்கூட ஏற்பதில்லை. இசை, நாடகம் போன்ற துறைகளுக்குச் செல்ல விழைபவர்களைக் “கூத்தாடிப்பொழப்பு ஒனக்கெதுக்கு” என்று தடுப்பவர்களே அதிகம்.

நந்தன் ஸ்ரீதரன் என்ற பெயரில் சின்னத்திரை நெடுந்தொடர்களுக்குக் கதை எழுதுகிறார். இயக்குனராக வேண்டும் என்ற கனவில் வந்தவர். படுகளக் காதை என்று நாவல் வடிவத்தில் ஒரு திரைக்கதை நூலும், ஆயிரம் நீர்க்கால்கள் என்ற கவிதை நூல், நந்தலாலா, தாழி ஆகிய சிறுகதைத் தொகுப்புகளும் எழுதியிருக்கிறார்.

தெய்வமகள், தமிழும் சரஸ்வதியும் போன்ற தொலைக்காட்சி நெடுந்தொடர்களுக்குக் கதை எழுதுகிறார். ‘பொம்மலாட்டம்’, ‘பிரியமானவள்’, இப்போது ‘நாயகி’ ஆகிய நெடுந்தொடர்களுக்கு வசனம் எழுதியவர் / எழுதுபவர் நந்தன் ஸ்ரீதரன். இவர் சின்னத்திரையில் வசனம் எழுதி இந்த அளவுக்குப் புகழ் வாங்க இயக்குநர்கள் செல்வம், தாமிரா, எழுத்தாளர்கள் எஸ்.குமரேசன், வே.கி.அமிர்தராஜ், பாஸ்கர் சக்தி ஆகிய அவருடைய நண்பர்களே காரணம் என்கிறார்.

சிறு வயதில் இவர் வாழ்த்து அட்டையில் காட்டிய புதிய உத்தி போலப் புதிய புதிய நயங்களால் திரை உலகிலும், சின்னத்திரையிலும் பல கதவுகள் இவருக்குத் திறக்கட்டும் என்று வெற்றிக்கான வாழ்த்து அட்டையை வழங்கலாம்.

‘பாலம்’ என்று ஒரு தட்டச்சுப் பத்திரிகை நடத்தினார். அதன்மூலம் வீதி நாடகக் குழுக்களின் நட்பு இவருக்குக் கிடைத்தது. பெண் சிசுக்கொலைக்கு எதிராக விழிப்புணர்வு நாடகம் உட்பட நிறைய வீதி நாடகங்கள் எழுதினார். நாடகங்கள் நடத்தவும் செய்தார்.

நாடகங்கள் என்றால் சும்மா இல்லை. இந்த மக்கள் அவர்களை வணங்கி மதித்தவர்கள். ஒரு நாடகக் கலைஞருக்கு இங்கே தமிழகத்திலேயே முதன்முறையாகச் சிலை வைத்தார்கள்.

விஸ்வநாத தாஸ்

மூங்கில்களில் ஒளிந்த இசை
வண்டுகள் துளைக்கும் வரை
வெளித் தெரிவதில்லை

புரட்சியின் கோல்கள்
அடித்து எழுப்பும் வரை
பயந்த மனதின்
போர் முரசுக்கு
உறக்கம் கலைவதில்லை

சின்னமனூரிலிருந்து குச்சனூர் போகும் வழியில் ஒரு சிலை இருக்கிறது. அது யாராவது அரசியல் தலைவருடையதா என்றால் இல்லை. அந்த ஊரைச் சேர்ந்த முக்கியப் புள்ளியுடையதா என்றால் இல்லை. பின்னர் யார்தான் அவர்? அந்தச் சிலை நாடக நடிகர் தியாகி விஸ்வநாத தாஸினுடையது. ஒரு நாடக நடிகருக்குத் தமிழகத்திலேயே முதன்முதலில் இங்கேதான் சிலை வைத்தார்கள். அதற்குக் காரணம்தான் என்ன? அவர் இந்த ஊர்கூடக் கிடையாதே; பழைய ராமநாதபுரம் மாவட்டம் சிவகாசியைச் சேர்ந்தவராயிற்றே. என்னதான் காரணம்? காரணத்தை அறியவேண்டுமானால் நாம் வெள்ளையர் ஆட்சிக்காலத்திற்குச் செல்ல வேண்டும்.

நாடகம் என்றால் புராணங்களை மட்டுமே மேடையேற்றிய காலத்தில் வெள்ளையரின் அதிகாரத்தினை நோக்கிப் போர்க்குரல் கொடுக்க மேடையைப் பயன்படுத்தியவர்கள் பலர்.

சிவகாசியில் 1886ஆம் ஆண்டு ஜூன் 16ஆம் தேதி சுப்ரமணியம்-ஞானாம்பாள் தம்பதிக்கு மூத்த மகனாகப் பிறந்த தாசரி குரல் வளமும், கலை ஆர்வமும் கொண்டிருந்ததால், மேடை நாடகத்தின்பால் ஈர்க்கப்பட்டார். தாஸ் என்ற பெயர் அந்தக் காலத்தில் ஓதுவார், பாடகர், கூத்துக் கலைஞர்களுக்கு ஒரு குறியீடாக இருந்தது. அப்போது எல்லாக் கலைஞர்களின் பெயருக்குப் பின்னால் தாஸ் என்ற குறியீடு இருந்தது. தாசரி என்ற பெயருடன் தாஸ் என்ற பின்னொட்டு சேர்ந்து தாசரிதாஸ் ஆனார். பின்னர் விசுவநாததாஸ் என்று மாற்றிக்கொண்டார்.

வள்ளி திருமண நாடகத்தில், தாழ்த்தப்பட்ட சாதியில் பிறந்த விஸ்வநாததாஸ் முருகன் வேடம் அணிந்து நாடகம் நடிக்கக் கூடாது என்று சாதி இந்துக்கள் கலவரம் செய்தனர். நாடகத்தை நடத்தவிடாமல் செய்தனர். தாழ்த்தப்பட்ட சாதியில் பிறந்த விஸ்வநாத தாசுடன் நடிக்க எந்தப் பெண் நடிகைகளும் முன்வரவில்லை. இதை முறியடிக்க விஸ்வநாததாசின் நாடகங்களில் ஆண் நடிகர்களே பெண் வேடம் அணிந்தனர்.

1925ஆம் ஆண்டு காந்திஜி தூத்துக்குடிக்கு வருகை தந்தார். காந்திஜி முன்னிலையில் பக்க வாத்தியக்காரர்களோடு மேடையேறி நாலரைக்கட்டை சுருதியோடு “காந்தியோ பரம ஏழை சந்நியாசி’ என்ற பாடலைப் பாடினார். அதை சுத்தானந்த பாரதியார் மொழி பெயர்த்து காந்திக்குச் சொன்னார். “தேச சேவைக்காக என்னுடன் பணியாற்ற வேண்டும்’ என்று காந்தி விஸ்வநாததாசுக்கு அழைப்பு விடுத்தார்.

நாடகங்களில் கோவலன் கதராடை அணிந்திருப்பான். இடையிடையே கதர்கப்பல் தோணுதே’ என்று கோவலன் விடுதலை கீதம் பாட ஆரம்பிப்பான். வெள்ளையருக்கு செய்தி கிட்டும். வந்து விலங்கிட்டு அழைத்துச் செல்வார்கள். இவர் பாடிய கொக்கு பறக்குதடி பாப்பா என்ற பாடல் பட்டி தொட்டியெல்லாம் பரவி விடுதலை உணர்வை ஊட்டியது.

கொக்கு பறக்குதடி பாப்பா!

கொக்குப் பறக்குதடி பாப்பா நீயும்
கோபமின்றி கூப்பிடடி பாப்பா (கொக்கு)

கொக்கென்றால் கொக்கு நம்மைக்
கொல்ல வந்த கொக்கு
எக்காளம் போட்டு நாளும் இங்கே
ஏய்த்துப் பிழைக்குதடி பாப்பா (கொக்கு)

வர்த்தகம் செய்ய வந்த கொக்கு நமது
வாழ்வைக் கெடுக்க வந்த கொக்கு
அக்கரைச் சீமை விட்டு வந்து கொள்ளை
அடித்துக் கொழுக்குதடி பாப்பா (கொக்கு)

தேம்ஸ் நதிக்கரையின் கொக்கு - அது
தின்ன உணவில்லாத கொக்கு பொல்லா
மாமிச வெறிபிடித்த கொக்கு இங்கே
வந்து பறக்குதடி பாப்பா (கொக்கு)

கொந்தலான மூக்குடைய கொக்கு அது
குளிர்பனி கடல் வாசக் கொக்கு
அந்தோ பழிகாரக் கொக்கு நம்மை
அடக்கி ஆளுதடி பாப்பா (கொக்கு)

மக்களை ஏமாற்ற வந்த கொக்கு அதன்
மமதை அழிய வேண்டும் பாப்பா
வெட்க மானமில்லா அந்தக் கொக்கு இங்கே
மடியப் பறக்குதடி பாப்பா (கொக்கு)

பஞ்சாபில் படுகொலை செய்த கொக்கு அது
பழி பாவம் பார்க்காத கொக்கு
அஞ்சாமல் பாஸ்கரன் தமிழ்பாடி அதை
அடித்து விரட்ட வேண்டும் பாப்பா (கொக்கு)

மக்கள் உள்ளங்களில் சுதந்திர தாகத்தை ஏற்படுத்திய இந்தப் பாடலை இயற்றியவர் மதுரகவி பாஸ்கரதாஸ். அதனை நாடக மேடைகளில் பாடிப் பெருமை சேர்த்தவர் எஸ்.எஸ். விஸ்வநாததாஸ்.

இப்படித்தான் அவர் மேடைகளில் விடுதலை உணர்வை மக்களுக்கு ஊட்டினார். கிருஷ்ணசாமிப் பாவலரின் சீடர் ஆர். பி.எஸ்.மணி எழுதிய பல பாடல்களை இவர் பாடியுள்ளார். பாரதியார் பாடல்களைப் பாடி சுதந்திர உணர்வை மக்கள் மத்தியில் விதைத்தார். விஸ்வநாததாஸ் நாடகத்தில் இடையிடையே பாடல்களைப் பாடி சுதந்திர உணர்வை ஏற்படுத்தும் தகவல் ஆங்கிலேய ஆட்சியாளர்களை எட்டியது. “நாடக மேடையில் தேசபக்திப்பாடல்களைப் பாடக்கூடாது’ என தாஸிற்கு தடை விதிக்கப்பட்டது. அதை மீறி நாடகங்களில் தேசபக்திப்

பாடல்களைப் பாடி வந்த விஸ்வநாததாஸை உடனுக்குடன் கைது செய்தனர் ஆங்கிலேய ஆட்சியாளர்கள். ஒரு நாள் நாடகம் நடந்தால் மாதக்கணக்கில் சிறைவாசம் என்ற நிலை ஏற்பட்டதால் தொடர்ந்து நாடகங்களை நடத்த இயலாத நிலை தாஸிற்கு ஏற்பட்டது.

இப்படி நாடகங்களை அவர் தேனி மாவட்டத்தின் பல இடங்களிலும் நடத்தியுள்ளார். அவ்வாறு நடக்கும்போது வெள்ளையர்களிடம் இருந்து தப்பிக்க ஹாஜி கருத்த ராவுத்தர் அடைக்கலம் தந்து காத்துள்ளார். மக்களும் அவரின் விடுதலை உணர்விலும், நடிப்பு, இசையிலும் மயங்கியுள்ளனர். ஒரு முறை இரு முறை அல்ல இருபத்தொன்பது முறை மேடையிலிருந்து அவர் கைது செய்யப்பட்டுள்ளார். அவர் குடும்பத்தை வறுமை தின்றது. வீடு ஏலத்துக்கு வந்தபோது அவருக்கு உதவும்பொருட்டு சென்னை ராயல் திரை அரங்கில் 5 நாடகங்களுக்கு ஏற்பாடு செய்யப்பட்டது. உடல்நிலை சரியில்லாமல் முதல் மூன்று நாடகங்களை நடத்த முடியவில்லை. அடுத்த நாடகம் வள்ளி திருமணம். நாடக துவக்கத்தில் முருகன் வேடமணிந்து நடித்த தாஸ் "மாயா பிரபஞ்சத்திலேயே" என்ற பாடலைப் பாடிய போது மயங்கி மூச்சுத்திணறி உயிர்விட்டார்.

இந்தக் கலைஞரை எங்கள் பகுதியில் யாரும் மறக்கவில்லை. அவர் மேடைமீது பாடிய பாடல்கள் மக்கள் உள்ளத்தில் உருக்கொண்டது. அந்த உருவை, சிலையாக நிறுவினார்கள்.

தலைவர்கள், நடிகர்கள் சிலைகள் என்றால் தென் மாவட்டங்களுக்கே அவர்தான்.

கலை சொல்லும் கதைகள்

கண்களுக்குப் புலப்படவில்லை
என்றாலும்
பட்டங்கள் அறிந்தே இருக்கின்றன
வானவெளியிலும்
நூலின் துணையை

நாங்கள் பள்ளிக்கூடம் போகும்போது நகைக்கடைச் சந்தைக் கடந்துதான் சென்றாக வேண்டும். சின்னமனூரில் இரண்டு தெருக்கள் முழுக்க நகைக்கடைகள் உண்டு. பெரிய பெரிய நகைக்கடைகள் இருந்தாலும் சென்னை பாரீசில் இருக்கும் நெருக்கமான கடைகளைப்போல இங்கும் கடைகள் இருக்கும். எல்லாம் நகைக்கடைகள். தங்க வேலை செய்பவர்களும் அதிகம். இந்தச் சந்தைக் கடக்கும்போது அவர் வீட்டைப் பார்த்துக்கொண்டுதான் போவோம். அவர் வீட்டுக்கு எதிரில் வேலி போட்டு பெரிய இடம் ஒன்று இருக்கும் அதற்குள் சிமெண்ட் குவிந்திருக்கும் எப்போதும். அங்கேதான் நாங்கள் பார்க்கும்போதெல்லாம் அவர் இருப்பார். பானை செய்யச் சுற்றுவார்களே அதுபோல அச்சு இருக்கும். கம்பியின் வழியே உருவங்கள் வளர்ந்துகொண்டிருக்கும். கைகால்களை அவர் வேண்டியபடி அமைத்துக் கொண்டிருக்கும்போது சத்தமில்லாமல் பார்ப்போம். "நீயாம்மா? அய்யா வீட்ல இருக்காரா?" என்று கேட்டபடி சிரிப்பார். மறுமுறை நாங்கள் பார்க்கும்போது

முதல் நாள் அவர் வடிவமைத்த உருவங்கள் தலைவர்களாக நின்றுகொண்டிருப்பார்கள்.

அவர் சுந்தர்ராஜ் கொத்தனார். சிற்பி வீடு என்றுதான் யாரும் அவரை அடையாளம் சொல்வார்கள். இவர் குடும்பத்தில் பதினாறாவது பிள்ளையாகப் பிறந்தவர். இவர்கள் குடும்பம் கட்டட வேலைகளில் பெயர் வாங்கியது. சிற்பியாகவேண்டுமென்ற ஆசை மிகவே இருந்தாலும் பணமோ, வசதியோ இல்லை. அதனால் இவர் கட்டட வேலைகள் செய்தாலும், தனக்குப் பிடித்தவாறு சிற்பங்கள் செய்ய முயன்று கொண்டே இருந்தார்.

திருமணமாகி நாற்பது வயதில் இவர் வேலை காரணமாகக் கோம்பை சென்றார். அங்கே ஒருவர் மண் பொம்மைகள் செய்வதை ஆவலோடு பார்த்தபடி இருந்தவர் தானும் அதுபோல வீட்டில் வந்து செய்து பார்த்தார். அதன் நுட்பம் இன்னும் அறியவேண்டும் என்று விரும்பினார். மீண்டும் கோம்பைக்குச் சென்றார். பொம்மை செய்பவர் அங்கு இல்லை. வேறு ஊருக்கு விற்பனை செய்யப் போயிருக்கலாம். இவருக்கு வேலைகளில் மனம் ஓடவில்லை. பின்னர் பொம்மை செய்பவர் வீடு வந்ததும் அவரிடம் பேசித் தன்னுடைய வீட்டுக்கு அழைத்து வந்துவிட்டார். தன்னுடைய வீட்டிலேயே தங்க வைத்து அவரை மண் பொம்மைகளைத் தன்னுடைய வீட்டிலிருந்தே செய்யுமாறு கேட்டுக்கொண்டார். அவருக்கான உணவு, வசதிகள் எல்லாம் செய்துகொடுத்தார். அவர் மண் பொம்மைகள் செய்வதைப் பார்த்துப் பார்த்து இவரும் சிமெண்டில் சிலைகள் செய்ய ஆரம்பித்தார். கொஞ்சமும் மனம் தளராமல் தன்னுடைய மனதில் இருக்கும் உருவத்தைக் கைகளில் கொண்டுவரும்வரை ஓயாது பயிற்சி செய்தவருக்கு ஒரு நாள் கலை ஒட்டிக்கொண்டது.

அதன் பின் இவர் கைகளால் உருவான தலைவர்கள் சிலைகள் ஏராளம் ஏராளம். தென் மாவட்டங்கள் முழுவதும் எங்கே தலைவர்கள் சிலை வேண்டுமானாலும் இவரிடமே வந்து வாங்குவார்கள். கடுக்காய், கருப்பட்டி ஆகியவை சேர்த்துச் செய்யப்படும் சிலைகள் உயிரோட்டமாக இருக்கின்றன. சின்னமனூர் காந்தி சிலையைச் செய்தவர் இவரே. காந்தியின் கை நரம்புகள் முதற்கொண்டு நயத்தோடு இவர் செய்ததைக் காமராஜர் பாராட்டியிருக்கிறார். இவருக்கு, கல்லில் சிலை வடித்து அரசின் சிற்பி என்ற அங்கீகாரமும் பெற்றுவிட வேண்டும் என்பது கனவாக இருந்தது. வறுமையும், சூழ்நிலையும் ஒத்துழைக்கவில்லை.

இவருடைய கனவை இன்று நிறைவேற்றி இருப்பவர் இவரது பேரன் வெங்கடேசன் சிற்பி.

வெங்கடேசன் ஓடைப்பட்டி பள்ளியில் 1986ல் பத்தாம் வகுப்பு முடித்தார். ஓவியம் வரைவதில் நான்காம் வகுப்பிலிருந்தே ஆர்வம் இவருக்கு. வெங்கடேசன் அவருடைய தாத்தா, சித்தப்பா ஆகியோரைப் போலவே சிற்பிக்கனவின் துணையில் கற்பனைகளில் குளித்தார். அவர்களின் கனவு எந்த இடத்தில் தொடரக் காத்திருந்ததோ அங்கே இவர் நூலைப்பிடித்தார். காற்றடிக்கும் காலத்திற்குக் காத்திருந்த பட்டம் இவர் முயற்சியால் பறக்க ஆரம்பித்தது. சென்னை அரசு கவின் கல்லூரியின் நுழைவுத் தேர்வை எழுதினார். அறுபது பேர் வரை தேர்வானார்கள். அதில் இவரும் ஒருவர். அப்பொழுது இவர் தாத்தாவும் இருந்து வாழ்த்தினார். ஆனாலும் வறுமை. 1500 ரூபாய் கொடுத்துச் சென்னைக்கு அனுப்ப முடியவில்லை. நுழைவுத் தேர்வுக்கான 500 ரூபாயே சிறுகச் சிறுகக் கடனாக வாங்கிக் கொடுத்தார்கள் வீட்டில். ஐம்பது பேர் இருந்த கூட்டுக்குடும்பம் இவர்களுடையது. விவசாயம், தொழில் தவிர வேறு விபரங்கள் அறியாத வெகுளிகள் என்கிறார் வெங்கடேசன்.

நிலைமை இவ்வாறு இருந்ததில் மனம் நொந்த வெங்கடேசனிடம் 'நீ உன் தாத்தாவிடமே கற்றுக்கொள். உன்னை யாரும் தொந்தரவு செய்ய மாட்டோம்' என்றார்கள் வீட்டில். தாத்தாவிடமே கற்றுக்கொண்டார். அதன்பின் தஞ்சாவூரைச் சேர்ந்த மணவாளன் என்ற புகழ்பெற்ற சிற்பி எங்கள் ஊர் கோயில்களில் பணிசெய்ய வந்ததை அறிந்து சுந்தர்ராஜ் தாத்தா வெங்கடேசனை மணவாளனிடம் உதவியாளராகச் சேர்ந்துவிட்டு, சிற்பக்கலையைக் கற்றுகொள்ளச் சொன்னார்.

அவரிடம் சிற்பக்கலையை நன்றாகக் கற்றுக்கொண்டதும் ஆண்டாள் கோயிலை மறுநிர்மாணம் செய்த முத்துத்தாண்டவர் ஸ்தபதியிடம் தலைமைச் சீடராக இருந்தார். சங்கரன் கோயில் கருவறைப்பணிகளையும் உடனிருந்து செய்தார். இவர்கள் செய்த பணிகளை வந்து பார்த்த மலேசியாவைச் சேர்ந்த ஸ்யாம் என்பவர் மலேசியாவில் கோயில் பணிகள் செய்ய அழைப்பு விடுத்தார். டம்போலி என்ற பகுதியில் முனீஸ்வரர் கோயில் மறுநிர்மாணம் செய்யும் பணியைச் செய்தார்கள். அங்கே சிவலிங்கத்தையே முனீஸ்வரர் என்று வழங்குகிறார்கள். தனியாகவும் மலேசியாவில் சிற்ப வேலைகள் செய்துள்ளார். விருதுநகர் மாசாணியம்மன் கோயில் திருப்பணியையும் சென்ற ஆண்டு இவரே செய்தார்.

சதுரகிரி செல்ல மயிலாடும்பாறை வழியாகப் போகலாம். அங்கு எல்லையாக இருப்பது மாளிகைப்பாறை கருப்பசாமி கோயில். அங்கிருக்கும் குதிரை சிலை இவர் செய்து கொடுத்ததே. இந்தக்கோயிலில் பாண்டிபூசாரியிடம் குறி கேட்பது தமிழ்நாடு மட்டுமின்றி வெளி மாநிலங்களிலும் பெயர் பெற்றுள்ளது. பல இடங்களில் இவர்கள் இதேபோல கோயில் கட்டிக் குறி சொல்கிறார்கள். கீழ் திருப்பதி, ஸ்ரீபெரும்புதூர் ஆகிய இடங்களில் இருக்கும் கருப்பசாமி கோயில்களுக்கும் இவர் குதிரைகள் செய்து கொடுத்திருக்கிறார். கற்சிலைகள் மட்டுமன்றி ஐம்பொன் சிலைகள் செய்வதிலும் தேர்ந்தவர்.

அரசிடமிருந்து சிற்பத்துறையில் அரசு அங்கீகாரம் தருவார்கள். அரசு அங்கீகாரம் பெற்ற ஸ்தபதி ஆவது சுந்தர்ராஜ் சிற்பியின் ஆசை. அவரின் கனவை நிறைவேற்றி இருக்கும் வெங்கடேசனைப்போலவே தாத்தாவுக்குப் பெருமை சேர்த்தவர் சின்னமனூர் சித்ரா.

சின்னமனூர் சி.வி.கணேசன் நாதஸ்வர வித்வான். திருவெண்காடு சுப்ரமணிய பிள்ளையிடம் மாணவராக இருந்தவர். குருகுலமாக அக்காலத்தில் கற்றுக்கொள்வார்கள். மிகப்பெரிய நாதஸ்வர வித்வானிடம் பாடம் கற்ற புகழுடையவர் என்பதாலும், இவரின் தனித்தன்மையான இசைத் திறமையாலும் தமிழ்நாடு மட்டுமன்றி வெளி மாநிலங்களிலும், வெளிநாடுகளிலும் கச்சேரி செய்தவர். கணேசன் அவர்களின் தம்பி நாகராஜன் தவில் வித்வான்.

கணேசனின் பெண் வயிற்றுப் பேத்தி சித்ரா. கணேசனுக்கு இரண்டு மகன்களும், ஐந்து பெண்களும். சித்ரா, கணேசனின் இரண்டாவது மகனை-தனது தாய் மாமாவையே மணந்து கொண்டார். அம்மா கிருஷ்ணவேணி, அப்பா அர்ஜுனன் தவில் கலைஞர் குடும்பத்திலிருந்து வந்தவர். அதனால் பரம்பரையாக சங்கீதத்தில் ஞானம் உடையவர்கள். இவருடன் பிறந்தவர்கள் மூவர். இவர் மூத்தவர். சுஜாதா இரண்டாவது. விஜயலட்சுமி மூன்றாவது. தம்பி கார்த்திகேயன் நான்காவது பிள்ளை. இவர்கள் நால்வருமே இசை, நடனம் ஆகிய துறைகளிலேயே இருக்கிறார்கள். ஏறக்குறைய 40 வருடமாக நாட்டியக்கலையோடு வாழ்ந்துகொண்டிருக்கிறார். வெங்கடாசலபதியிடம் நடனமும், ஜானகி அம்மாளிடம் பாட்டும், தாத்தா கணேசனிடம் பாட்டும், தஞ்சை ஆர்.எஸ்.ராஜேந்திரனிடம் நடனமும், தஞ்சை ஹேரம்பநாதனிடம் நடனமும் இன்னமும் கற்றுக்கொண்டிருக்கிறார். நிறைய குழந்தைகளுக்கு நடனமும், இசையும் கற்றுக்கொடுத்துக்கொண்டிருக்கிறார். இன்னும் இவர் நடனக் கச்சேரியும் செய்கிறார். அரசு கலை விழாக்கள்,

பண்பாட்டு விழாக்கள் மற்றும் தூர்தர்சனின் மூலமாகவும், தென் மண்டல பண்பாட்டு மையம் மூலமாகவும் நடத்தும் நிகழ்வுகளிலும் தனித்தும், மாணவர்களுடன் சேர்ந்தும் நிகழ்ச்சிகள் நடத்துகிறார். அண்ணாமலைப் பல்கலையின் இசைத்துறையில் பதினெட்டு வருடங்களாகப் பரதநாட்டியம் நட்டுவாங்கம் துறையில் பேராசிரியராக இருக்கிறார்.

பல விருதுகளும் பெற்றுள்ளார். சாதனைகளும் செய்துள்ளார். 23.05.2018 அன்று, சின்னமனூர் ஸ்ரீ ராம நவமி, ஸ்ரீ தியாகராஜ ஸ்வாமி ஆராதனை விழாக் குழுவின் மூலமாக நடைபெற்ற பரத நாட்டிய நிகழ்ச்சியில் “தலைக்கோலி” பட்டம் வழங்கப்பட்டது. 02.06.2018 அன்று மலேசியா - கோலாலம்பூர் ஐசிசி - இந்தியன் கல்சுரல் சென்டர் மற்றும் தஞ்சாவூர் ஹெரிடேஜ் ஆர்ட்ஸ் & கல்சுரல் சென்டர் விழாக் குழுவின் மூலமாக “சம்ப்ரதாயா“ என்ற தலைப்பில் பரத நாட்டிய நிகழ்ச்சி நடத்தினார். நட்டுவாங்கம் தஞ்சாவூர் ஹரிஹரன் ஹேரம்பநாதன். இவ்விழாவில் “பரத சூடாமணி” விருது இவருக்கு வழங்கப்பட்டது. 03.03.2019 அன்று ஸ்ரீ நடராஜர் கோவில், தில்லை நாட்டியாஞ்சலி அறக்கட்டளை ஏற்பாடு செய்த நிகழ்வில் சிதம்பரம் நடராஜர் கோயிலில் பத்தாயிரம் நாட்டியக்கலைஞர்களும் ஒன்றிணைந்து நடனமாடி கின்னஸ் சாதனையும் செய்தார்கள்.

இவரது தங்கை சுஜாதா பரத நாட்டியத்தில் இருக்கிறார். இன்னொரு தங்கையும், தம்பியும் நாதஸ்வரம் வாசிக்கிறார்கள். சின்னமனூர் என்ற பெயரைத் தாங்கியே இவர்கள் குடும்பம் தங்களைச் சொல்லிக்கொள்ளும் அளவு இந்த ஊரின் மீதும், இந்த மக்களின் அன்பின் மீதும் மாறாத பற்றுக்கொண்டவர்களாக இருக்கிறார்கள். பூலாநந்தீஸ்வரர், சிவகாமி அம்மையை நினைத்தே ஒவ்வொரு நாளையும் துவக்குவதாகவும் சொல்லும் டாக்டர் சித்ரா சொல்வது சின்னமனூரே எங்கள் அடையாளம். ‘நாங்கள் சின்னமனூருக்கு, அதன் பெருமைக்குப் பெருமை சேர்க்கக் காலமெல்லாம் முயன்று கொண்டே இருப்போம்’ என்று தன்னுடைய ஊரின் மீதான அன்பைச் சொன்னபோது சின்னமனூரும் அவர் பெயரைச் சொல்லிக்கொண்டிருந்தது.

எங்கோ இருக்கும் கடலில் இருந்து நீரைக் குடித்து நம்முடைய நிலத்தில் நன்மழை பொழிவது போலவும் சிலர் வருவதுண்டு. அந்த மழைபோல ஒருவர் வறண்ட நிலத்திலிருந்து இங்கு வந்தார்.

சங்குப்புலவர்

மலை சாயும் இனம் சாயா
மனம் சாயும் குணம் சாயா
தமிழாகித் தமிழாலே
தலைவைத்த முடிபோலே
பலர்போற்றும்
அவர் பாடினால்

மழை வருவதற்காகப் பாட இராகங்கள் உண்டு என்றும், அறம் வைத்துப் பாடப்படும் கலம்பகம் பற்றியும் நாம் கேள்விப்பட்டிருப்போம். மலையை சாய்க்கும் பொருட்டு ஒரு புலவர் பாடல் இயற்றினார் என்று தெரியுமா? தென்பாண்டி நாட்டிலுள்ள சேத்தூர் குறுநில மன்னர், அவர் ஆட்சிக்கு உட்பட்ட தேவதானம் என்ற இடத்தில் கோயில் கொண்டுள்ள நச்சாடை லிங்கருக்கும், பெற்ற நாயகியாருக்கும் மண்டபம் எழுப்ப முடிவு செய்தார். அதற்கேற்ற தகுதியான பாறையைத் தேர்வு செய்யும் எண்ணத்திலேயே இருந்த மன்னருக்கு அருகில் இருந்த மலைமேல் ஒரு பாறை தொடுக்கிக்கொண்டிருப்பது கண்ணில் பட்டது. அதை ஆட்கள் கொண்டு இறக்க முடியாது. என்ன செய்வது என்று சிந்தித்தபடியே பல நாட்கள் இருந்தார். அந்த நேரம் அவர் மனதில் ஒரு புலவர் இவர் அவைக்கு வந்துபோய்க்கொண்டிருப்பது

தோன்றியது. அவர் கரிவலம்வந்தநல்லூர் அருகில் உள்ள எட்டிசேரியைச் சேர்ந்தவர். மன்னர் மனதில் ஒரு திட்டம் உருவாகியது.

ஒரு நாள் புலவர் அவைக்கு வந்தார். மன்னர் அவரிடம் ஒரு பாடல் பாடுமாறு கேட்டார். அந்தப் பாடல் மலையின் முடியில் இருக்கும் பாறை, தானாகச் சாய்ந்து விழும்படி பாடவேண்டும் என்று கேட்டுக்கொண்டார். புலவர் அந்த மலையை விடவும் பலமானவர் மனதில். உடனே பாடல்கள் பாடினார். அதனை ஓர் ஏட்டில் எழுதி மலையின் கீழ் வைத்துவிட்டு வீடு திரும்பி, உணவு உண்ணாமல் இறைவனை நினைத்தவாறு உறங்கிவிட்டார். இரவு புயலும், மழையும் படபடத்து மரம், செடி, கொடிகள் வீழ்ந்தன. மலையில் இருந்த பாறையும் சரிந்து நிலத்தில் கொஞ்சமும் சிதறாமல் விழுந்தது. இந்த அதிசயப் புலவரை மன்னன் வணங்கிப் பரிசு என்ன வேண்டும் என்று கேட்டார். புலவர், 'இறைவனின் அருளே இது. இதற்குப் பரிசு எதற்கு' என்று சொல்லிவிட்டார்.

அந்தப் புலவரை 'மலை சாயப் பாடிய புலவர்' என்றே வழங்கினார்கள். அவர் பெயர் சங்குப்புலவர். ஆனால் நான் சொல்ல வந்தது பூசாரிக்கவுண்டன்பட்டியில் வாழ்ந்த

காதிலகுங் குண்டலமாங் குண்டலகே
சியுமிடையே கலையாச் சாத்தன்
ஓதுமணி மேகலையும் ஒளிர்கைவளை
யாவளை யாபதியும் மார்பின்
மீதணிசிந் தாமணியாச் சிந்தாமணி
யுங்காலில் வியன் சிலம்பாத்
தீதில்சிலப் பதிகார மும்புனைந்த
தமிழணங்கைச் சிந்தை செய்வாம்

என்று தமிழ்த்தாய் வாழ்த்துப் பாடிய தி.சங்குப்புலவரை.

அப்புறம் எதற்கு இந்தக் கதை என்றால் பூசாரிக்கவுண்டன்பட்டி சங்குப்புலவர் மலை சாயப் பாடிய சங்குப்புலவரின் பெயரன் (பேரன்). வழி வழியாகப் புலவராக இருந்த குடும்பம் இவருடையது.

எட்டிசேரியில் 1893ஆம் ஆண்டு, ஆகஸ்டு மாதம்,31ஆம் தேதி திருமலைவேற் கவிராயர் - தீரம்மாள் தம்பதிக்குப் பிறந்தவர் தி.சங்குப்புலவர். இவருக்கு ஏழு வயதில் இவருடைய தந்தை திருமலைவேற் கவிராயர் தன்னுடன் சில குடும்பங்களை அழைத்துக்கொண்டு நமது சின்னமனூர் அருகிலுள்ள

எரசக்கநாயக்கனூருக்குக் குடி வந்தார். இவருடைய தாய்மாமன் ஒருவர் எரசக்கநாயக்கனூரை அடுத்த வாய்க்கால்பட்டியில் திண்ணைப் பள்ளிக்கூடம் வைத்து நடத்தினார். அதில் இவர் நான்காம் வகுப்பு வரை கற்றார்.

பழைய ஏட்டுச் சுவடிகள் மிக அரிதாகப் படிக்கக் கிடைத்த காலம். இவர் தந்தை சேதுபதி அரசரிடம் அவைப்புலவராக இருந்தவர்; கல்வி கேள்விகளில் வல்லவர் என்பதால் இவர் தன்னுடைய தந்தையிடமே நிகண்டு, நன்னூல், தொல்காப்பியம் போன்ற இலக்கணங்களையும், இலக்கியங்களையும் கற்றுத் தேர்ந்தார்.

பத்தொன்பது வயதில் திருமணம் நடந்தது. தனிக்குடித்தனம் வைத்துவிட்டார்கள். அதன் பின்பு பூசாரிகவுண்டன்பட்டியாகிய சின்ன ஓவலாபுரத்தில் வாழலானார். பணம் போதவில்லை. புலவரும், வறுமையும் பிரிக்கமுடியாதது என்று வசனமே உண்டல்லவா? நம்முடைய சங்குப்புலவர் விவசாயத்தில் ஈடுபட்டார். பலசரக்குக் கடை வைத்தும், பலரோடு கூட்டுச் சேர்ந்து வாணிகம் செய்தும் பொருள் தேடினார். இத்தனைக்கிடையிலும் வறுமை அவரைத் தொடர்ந்தது.

விநாயகமூர்த்தி ஒருபா ஒரு பஃது, சரசுவதியம்மை நாற்பா மூவினமாலை, கலைமகள் ஒருபா ஒரு பஃது, பாரதி பதிகம் ஆகிய நூல்களை எழுதினார். இந்த நூல்களுக்குத் திருமலைவேற் கவிராயர் சிறப்புப்பாயிரம் எழுதியுள்ளார். இவருடைய மைத்துனர் கிராமத்தில் கர்ணம் (கிராமத்தில் கணக்கு எழுதுபவர்) என்ற பதவியில் இருந்தவர். அவர் ஒரு செய்தியைச் சொல்லி, சங்குப்புலவரை மதுரைக்குப் போகச் சொன்னார். அந்தச் செய்தி மதுரை மாநகரில் 1901இல் அமைக்கப்பட்ட நான்காம் தமிழ்ச் சங்கத்தில் தேர்வுகளும், பட்டங்களும், பரிசும், பாராட்டும் அளிக்கப்பட்டு வருகின்றன என்பதுதான். சங்குப்புலவர் தான் எழுதிய நூல்களை அச்சிட நினைத்தார். அதற்காகப் புலவர் மதுரைக்குச் சென்றார். தமிழ்ச்சங்கமும் சென்று, அங்குள்ள மாணவர்களைச் சந்தித்து தேர்வு குறித்தும், அதற்குத் தயாராவதற்குத் தேவையான நூல்கள் குறித்தும் கேட்டுக்கொண்டு அவற்றையெல்லாம் வாங்கி வந்தார். இவர் தனித்தேர்வராக மூன்று தேர்வுகளில் கலந்துகொண்டார். பால பண்டிதம், பண்டிதம் ஆகிய தேர்வுகளிலும் சிறப்பாகத் தேர்வு பெற்று தங்கப் பதக்கம், தங்கத் தோடா

(நூறு வெண்பொற்காசுகள்). ஆகிய பரிசுகளையும் பெற்றார். இதனால் மதுரைத் தமிழ்ச் சங்கப் புலவர்களும், மாணவர்களும் இவரைப் பெரிதும் மதித்தனர். பாலபண்டிதத் தேர்வுக்குரிய பொற்பதக்கத்தை தினகர சேதுபதியும், பண்டிதத் தேர்வுக்குரிய தோடாவை ஓய்வு பெற்ற கவர்னர் ஒருவரும் தலைமை தாங்கி, சங்குப்புலவருக்கு வழங்கினார்கள். இது புலமைக்கான தேர்ச்சி. சிதம்பரம் அண்ணாமலைப் பல்கலைக்கழகத்தில் ஓராண்டு, கல்வி போதிப்பதற்கான பயிற்சியும் பெற்றார்.

அவர் மனைவி பத்தாண்டுகள் இல்லற வாழ்விற்குப்பின் இயற்கை எய்தினார். அடுத்தடுத்து பிறந்த குழந்தைகள் பூமியில் தங்கவில்லை. ஒரே ஒரு பெண் குழந்தை மட்டும் இருந்தது. அதன் பின்னர் இவர் மேற்படி நூல்கள் எழுதியும், தேர்வுகள் எழுதியும் வந்தபின் இவருக்கு இவர் தந்தையர் மறுமணம் செய்து வைத்தார். பண்டிதருக்கான பயிற்சியும் முடிந்ததால் இவர் பள்ளத்தூர், சோழவந்தான் ஆகிய ஊர்களில் சில காலம் ஆசிரியராக இருந்தார். அதன்பின் உத்தமபாளையம் பள்ளியில் தமிழாசிரியராகப் பணிசெய்யத் தொடங்கினார்.

இவர் மாணவர்களுக்குப் புரியும் வகையில் பாடங்கள் நடத்தினர். அதனால் பெற்றோரும், கல்வியாளர்களும் இவர் வீடு தேடி வந்து வாழ்த்தினார்கள். வீட்டுக்கே வந்து இவரிடம் படித்தவர்களும் பலர். அவர்களில், இஸ்லாம் மதத் தலைவரும், காங்கிரஸ் தியாகியுமான முகமது இஸ்மாயில், உப்பார்பட்டி ஞான தேசிகம் பிள்ளை, தேவாரம் நாராயண செட்டியார், கோம்பை ஜமீன்தார் போன்றோர் குறிப்பிடத்தக்கவர்கள். உத்தமபாளையம் பள்ளியில் பணி செய்யும்போது சென்னைப் பல்கலைக்கழகம் நடத்தும் தனித்தமிழ் வித்துவான் தேர்வெழுதி மாநிலத்தில் முதல்வராகத் தேர்வானார்.

திருப்பனந்தாள் மடத்தார் மாநில முதல்வராக வரும் தனித்தமிழ் வித்துவானுக்கு ஆயிரம் வெண்பொற்காசுகள் நன்கொடையாக வழங்கி வந்தார்கள். அந்த நன்கொடையைச் சங்குப்புலவர் பெற்றார். மடத்தின் தலைவரான சாமிநாதத் தம்பிரான் இவரை வாழ்த்தி, சகலகலாவல்லிமாலை என்ற நூலைச் செப்பேடுகளில் எழுதச்செய்து அதனைப் பட்டாடையால் சுற்றிப் பரிசாக வழங்கிப் பாராட்டினார். அதற்குத் தன்னுடைய நன்றியறிதலுக்காக அவர்மேல் பாடலையும் அங்கேயே சங்குப்புலவர் இயற்றிப் பாடினார்.

உத்தமபாளையம் பள்ளி இவரின் புலமை நலத்தைப் பலரும் பயன்படுத்த உதவியது. அங்கே இவருடன் சேர்ந்து பணிபுரிந்த சி.ராமசாமி தமிழ் இலக்கிய மன்றம் ஒன்றை ஆரம்பித்து அதன் வழி மக்களுக்கும் கல்வித்தொண்டு செய்ய வேண்டும் என்று வேண்டினர். அதன்படி இலக்கிய மன்றம் அமைத்து 8 ஆண்டுகள் சங்குப்புலவர் அதில் கல்வித்தொண்டு செய்தார். உத்தமபாளையம் பள்ளியில் பணி ஓய்வு பெற்றபின் கம்பம், சின்னமனூரில் தமிழ்த் தொண்டு செய்யலானார்.

சேக்கிழார் மன்றம், தமிழ் இலக்கிய மன்றம், கம்பன் கழகம் போன்ற அமைப்புகளின் வழி மக்களிடம் தமிழ்ப்பற்றை வளரச் செய்யலானார். இவர் சொற்பொழிவாற்றுவதன் மூலமும், மாணவர்களிடையே கட்டுரை, பேச்சுப்போட்டிகள் நடத்துவது வாயிலாகவும் தமிழ் மீதான பற்றுக்கு இளையவர்களிடம் உரமிட்டார். இதற்கு நண்பர்களும், சின்னமனூர் புலவர் சிவாக்கிரகம், புலவர் குருசாமி, புலவர் இராமசாமி, புலவர் சிவக்கொழுந்து ஆகியோரும் உறுதுணையாக இருந்தனர். இந்த நேரத்தில் மதுரைத் தமிழ் சங்கம் நடத்தும் தமிழ் சங்கக் கல்லூரிக்கு தமிழ்ப் புலவர் தேவை இருந்ததால் அங்கே நம் சங்குப்புலவரை அழைத்துக்கொண்டனர்.

மதுரைத் திருவள்ளுவர் கழகத்தில், ஐங்குறு நூறு மாநாட்டில் 21-8-1955இல் நிகழ்த்தப்பெற்ற ஐங்குறுநூற்றுச் சொற்பொழிவுகளை நூலாக வெளியிட்டது சைவ சித்தாந்த நூற்பதிப்புக் கழகம். அதில் இவருடைய கட்டுரை பலராலும் பாராட்டப்பட்டது. சைவ சித்தாந்த நூற்பதிப்புக் கழகத்தில் கழகப் புலவராக இருந்து செயலாற்ற அழைத்தனர். இவரும் அழைப்பை ஏற்றுச் சென்னை வந்தார். மறைமலை அடிகள் நூல் நிலையத்தில் தங்கிக்கொண்டு பள்ளிக் குழந்தைகளுக்கான தமிழ் இலக்கண நூல்களை இவர் வடிவமைத்தார். குலோத்துங்க சோழன் உலா, ராஜராஜ சோழன் உலா, விக்கிரம சோழன் உலா ஆகியவற்றுக்கு விளக்கவுரை எழுதினார். தமிழ்விடு தூது, அழகர் கிள்ளை விடு தூது, தக்கயாகப்பரணி, காஞ்சிப்புராணம் போன்ற நூல்களுக்குத் தெளிவான விளக்கங்களுடன் உரை எழுதியுள்ளார்.

பலபட்டடைச் சொக்கநாதப் புலவர் என்பவர் கன்னிவாடி ஜமீன்தாரால் ஆதரிக்கப்பட்டவர். அவர் மதுரை மும்மணிக் கோவை, ராமேசுவரத்தைப் பற்றிய தேவையுலா, திண்டுக்கல்லைப் பற்றிய பத்மகிரி நாதர் தென்றல் விடு தூது, அழகர் கிள்ளை

விடு தூது என்ற சிற்றிலக்கியங்கள் எழுதியுள்ளார். இவரைப் பற்றி ஆராய்ந்து விளக்க உரை எழுதினார்.

சங்குப்புலவரின் தமிழ்ப் பணியைப் பாராட்ட எண்ணிய தமிழன்பர்கள், அவருடன் பணியாற்றிய தமிழாசிரியர்கள் பலர் இணைந்து இவருக்கு 07.07.1963இல் பெரியகுளத்தில் மணிவிழா நடத்தி, கௌரவித்தனர். அதில் குன்றக்குடி அடிகளார் தலைமை ஏற்று பொன்னாடை போர்த்தி மகிழ்ந்தார். திருச்சி முத்தமிழ் காவலர் கி.ஆ.பெ.விசுவநாதம், தேவாரம் பாரதி நாராயணசாமி, மதுரைத் தண்டலாளர் துணைத்தலைவர் இலட்சுமணப்பெருமாள், உய்த்தமபாளையம் ஊராட்சிமன்றத்தலைவர் காசி முகமது இஸ்மாயில் ஆகியோர் கலந்து கொண்டு புலவரைப் பாராட்டினார்கள். இவ்விழாவில் பங்கேற்ற கி.ஆ.பெ.விசுவநாதம், "சங்குப்புலவரின் மூளையே சிறந்த நூலகம். அதில் பதியப்படாத இலக்கிய, இலக்கணங்களே இராது" எனப் பேசியது சங்குப்புலவரின் புலமைக்குச் சான்றாகும். அறிஞர் அண்ணா தலைமையில் நிகழ்ந்த, உலகத் தமிழ் மாநாட்டில் பங்கேற்றார் சங்குப்புலவர்.

நண்பர்கள் மட்டும், அடிபட்டதும் கலங்கும் கண் போல அமைந்துவிட்டால் மலையைக்கூடத் தூசாக எண்ணத்தோன்றும். சங்குப்புலவருக்கும் அத்தகைய நண்பர்கள் அமைந்திருந்தார்கள். பள்ளத்தூர் முருகப்பச் செட்டியார், உப்பார்பட்டி ஞானதேசிகம்பிள்ளை, பெரியகுளம் புலவர் சிவக்கொழுந்து ஆகியோரை அப்படிச் சொல்லலாம். தன்னுடைய பிள்ளைகளுக்குப் புத்தகங்கள் வாங்கப் பணமில்லை சங்குப்புலவரிடம். புலவராக இருப்பதின் கொடுமை இதுவென்றால், அவர் ஒரு பாடல் எழுதி அனுப்பியதும் உடனடியாக நூறு ரூபாயை ஞானதேசிகம்பிள்ளை கொடுத்தனுப்பினார் என்பது நட்பின் பெருமை. 'கமல பந்தம்', 'லிங்க பந்தம்', 'ரத பந்தம்' ஆகிய சித்திரக்கவி இயற்றுவதில் சிறந்த நம் சங்குப்புலவர் தம்முடைய நண்பருக்கு எழுதிய

"மான் மலையான் வந்தாலு மென்மாலை பூண் பனகந்
தோண் மன் சிவனன்பனோர் போதே காண்பா
ரருமை மனந்தேர்வான் ஞாலத் திருவா
வரு ஞான தேசிக பூமான்"

இப்பாடலை இன்றும் வைத்துப் போற்றுகிறார்கள் ஞானதேசிகம்பிள்ளை வீட்டினர்.

நண்பராகவே இருந்தாலும் எவருக்கும் கைகூசவே செய்யும் பொருள் வாங்கவேண்டும் எனும்போது. புலவருக்கும் இருந்தது

பெரியகுளத்தில் பெரியபுராணச் சொற்பொழிவு செய்து திரும்பும்போது. வழிச்செலவுக்கு நண்பர் சிவக்கொழுந்து கொடுத்த பணத்தை வேண்டாம் என்று சொல்லிவிட்டார். பேருந்தில் பயணச்சீட்டு வாங்கும்போது பணப்பை கனத்திருக்கிறது. புரிந்துவிட்டது புலவருக்கு. இது சிவக்கொழுந்தின் வேலையென்று. அவர் அன்பிற்குக் கவியெழுத்தினார்

"தெள்ளுதமிழ் அன்பு சிவம் வளர்த்துவரும்
சிவக்கொழுந்துச் செல்வா முன்னாள்
பொல்லேன் மோட்டார் நிலையம் போயூர்க்குப்
புறப்படு மப்போது தோற்பை
உள்ளூரக் கைவைத்தெடுக்க இரண்டு வெண்பொற்
காசதிகம் ஊங்குக் கண்டேன்
உள்ளமதிற் திகைப்பு பயிர்ப்பு வியப்புவெறுப்பு
உவப்பு முறை உதித்த வன்றே"

இவ்வாறு தொடங்கி, 'கொள்ளெனக் கொடுத்தல் உயர்ந்தன்று' எனச் சிவக்கொழுந்தும், 'கொள்ளேனென்றல் அதனினும் உயர்ந்தன்று' எனப் புலவரும் சிறப்பின் நிலையை இரு வேறு வகையில் தமக்கு ஏற்றவாறு எண்ணியதையும், அதிலும் நட்பின் இடையே எந்தக் கோடுகளும் இல்லையென்று உயர்வு, தாழ்வை அழித்ததாலே பணத்தைத் தனக்கும் தெரியாமல் பையில் வைத்தவர் சிவக்கொழுந்து என்றும் புகழ்கிறார் புலவர்.

தமிழையும், தமது நட்பையும், நல்ல இயல்பையும் போற்றி வளர்த்த சங்குப்புலவர் எட்டிசேரியில் பிறந்தாரென்றாலும் இந்தத் தேனி மாவட்டத்தின் வரலாறாகவே உயர்ந்து நிற்கிறார்.

பிறக்கும் இடம் ஒன்றாக இருந்தாலும் புகழ் பெற்றுத்தரும் இடம் இன்னொன்றாக இருப்பதில் இவர் வைகையைப் போன்றவர் என்றும் சொல்லலாம்.

வையை

வெள்ளிமலை தோன்றி
அள்ளிவந்தாள் ஆறுகளை

காப்பியச் சிலம்பிக்குக்
காலடித் தடம் கொடுத்தவள்

சங்கத்தமிழ்ப் பாக்களில்
மங்கலமாய் இருந்தவள்

வெள்ளைமணற்காரியாய்
இன்றறியும் வைகையவள்

ஆறுகளைப் பெண்களோடு ஒப்பிடுவதும், பெண்களின் பெயர்களை வைப்பதும் ஒரு மரபாகவே நம் நாட்டில் இருந்து வருகிறது. என்னென்ன காரணம் சொன்னாலும் அதிலொரு காரணமாக இருப்பது ஓரிடத்தில் பிறந்து வேறிடத்தில் - சேருமிடத்தில் சிறப்புப் பெறுவதாலும் பெண்ணோடு ஒப்பிட்டார்கள்.

வையை ஆற்றையும் “வையை என்னும் பொய்யாக் குலக்கொடி” என்று நைச்சியம் செய்து வைத்திருந்தார்கள். சங்க இலக்கியங்களில் கரையில்லாமல் புகழப்பட்ட ஆறு வையை.

“வையை சூழ்ந்த வளங்கெழு வைப்பின்”- புறநானாறு 71ம் பாடலும், “வையை அன்ன வழக்கு உடை வாயில்” -

மதுரைக்காஞ்சி 356ம் பாடலும், "பொரு கரை வாய் சூழ்ந்த பூ மலி வையை" என்று கலித்தொகையும், வையை வளத்தைப் பரிபாடலும் பாடிப்பாடி அழகு செய்கின்றன. பிற்காலத்தில் பக்தி இலக்கியங்கள் மட்டும் சும்மா இருந்தனவா? இறைவன் திருவிளையாடல்களை நடத்த ஏற்ற இடமாக வையையைத் தேர்ந்தன. பிட்டுக்கு வையை மண்ணைச் சுமக்க வைத்துப் பிரம்படியும் வாங்கித் தந்தன. தற்கால இலக்கியங்கள் "வைகைக்கரைக் காற்றே நில்லு, வஞ்சிதனைப் பார்த்தால் சொல்லு" என்று தூது விட்டன.

எல்லாம் கேட்டபடி வையை சிரித்துக்கொண்டது. "இந்த மனிதர்கள்தான் எப்படிப்பட்ட எமகாதகர்கள்? ஊடல் வந்தாலும், தூது போகவேண்டுமென்றாலும், பயிர் செய்ய வேண்டுமென்றாலும் என்னை அழைத்து விடுகிறார்கள். ஆனால் வண்டி வண்டியாக மணலை அள்ளும்போது கண்ணீர் ஊற்றாகக் கசிகிறதே என் ஆவி, அப்போது திரும்பிப் பார்க்காமல் போய்விடுகிறார்கள்" என்று தனக்குள் சொல்லிக்கொண்டது. "நாம் பிறந்தது என்னவோ வெள்ளி மலையில். எப்பேர்ப்பட்ட மலை" என்று பெருமூச்சு விட்டுக்கொள்ளும் அதன் ஆதங்கம் நமக்கும் புரியாமலா இருக்கிறது.

வெள்ளிமலையில் தான் மூல வைகை ஆறு உற்பத்தியாகிறது. மேகமலையின் ஒரு சிகரம் தான் இந்த வெள்ளிமலை. கடல் மட்டத்தில் இருந்து 5 ஆயிரத்து 333 அடி உயரத்தில் வெள்ளிமலை அமைந்திருக்கிறது.

வெள்ளிமலை வனப்பகுதியில் இருந்து தனது பயணத்தை மூல வைகை ஆறு தொடங்குகிறது. அரசரடி என்னுமிடத்துக்கு வந்தவுடன் மூல வைகை ஆற்றுடன் உடங்கலாறு இணைகிறது. வாலிப்பாறை, வருசநாடு வழியாக மீண்டும் தனது பயணத்தை மூல வைகை ஆறு தொடர்கிறது. இங்கே 60 மைல்களுக்கு எஸ் வடிவத்தில் வளைந்து நெளிந்தே வருகிறது வைகை. பாறைகளின் வழி நடந்துவரும் வைகையின் நீளம் 120 மைல்கள் இருக்கும்.

பெரியாறு அணைத்திட்டத்தைச் செயலாக்குவதற்கு முன்பு வைகையின் வழியாகவே செயல்படுத்த ஆய்வு நடந்திருக்கிறது. பெரியாறும், வைகை ஆறும் மேற்கு மலைத்தொடரின் அடுத்தடுத்த மலை முகடுகளில் உற்பத்தியாவதால் பெரியாறு நீரை வைகைக்குத் திருப்ப எண்ணினார்கள். ஆனால் அது அவ்வளவு சுலபமாக இல்லை. பெரும் பொருட்செலவையும்,

வீண் விரயத்தையும் உண்டாக்கும் என்பதால் அதனைக் கைவிட்டார்கள்.

இந்த வைகை நடக்கும் வருசநாடு வழியில் பல ஊர்கள் தெலுங்கில் உள்ளன. காரணம் நாம் அறிந்ததே. விஜயநகர நாயக்கர்கள் வழி வந்த பாளையப்பட்டு ஆட்சியில் இப்பகுதிகள் இருந்ததுதான். அதனால் பல தெலுங்குச் சொற்கள் மக்களிடையே கலந்து புழங்கி வட்டார வழக்கோடு இணைந்தே இருக்கின்றன. தெலுங்கில் ரேவு என்றால் ஆறு என்று பொருள். இந்தப் பள்ளத்தாக்கில் வைகை ஆறு நடக்கும் இடங்களை “திப்பரேவு”, “கொங்க ரேவு”, “பியல் ரேவு”, “கோத்தில் ரேவு” என்று அழைத்தனர்.

நீண்ட தனி வழியில் மலைகளின் வழி வந்த வைகை துரைசாமிபுரத்தில் சமவெளியில் மக்களுடன் கலந்து ஓடுகிறது. சமவெளியில் நுழைந்ததும் வைகையை நிறுத்தி வைக்கும் இடம் ஆத்தங்கரைப்பட்டி அணை. இது கண்டமனூருக்குத் தெற்கே நான்கு கல் தொலைவில் இருக்கிறது. மயிலாடும்பாறை அருகே தங்கம்மாள்புரம் வந்தவுடன் யானை கஜம் ஆறு மூல வைகை ஆற்றுடன் இணைகிறது. இதேபோல் சின்னச்சுருளி என்று அழைக்கப்படுகிற மேகமலை அருவியில் இருந்து வெளியேறும் தண்ணீர், மயிலாடும்பாறையில் மூல வைகை ஆற்றுடன் கலக்கிறது.

வைகையின் இடது கரையில் கிணறுகளும், பாசனப்பகுதிகளும் இருக்கின்றன. வலது பகுதி மேடானது. வானம் பார்த்த பூமியாக உள்ள ஆண்டிபட்டி வட்டாரத்தை சார்ந்தது. இந்த வைகை வலது பக்கம் ஓடி ஒரு கிராமத்திற்கு ‘வள்ளல் நதி’ என்று பெயர் கொடுக்கிறது. வைகை நடந்து மெலிந்து வருவதைக் கண்டு அதனைப் பொங்கி எழச் செய்ய அதனோடு இணைகிறது பெரியாறு. கண்டமனூர் வழியாக அம்மச்சியாபுரத்துக்கு மூல வைகை ஆறு வந்தடைகிறது. அங்கு முல்லைப்பெரியாற்றுடன் கலக்கிறது. பின்னர் முல்லையாறாகப் பயணிக்கிறது.

இலக்கியச் சிறப்பு வாய்ந்த பெரியாறு தமிழக, கேரள எல்லையில் மேற்கு மலைத்தொடரில் 1525 மீட்டர் உயரத்தில் உற்பத்தியாகிறது. பெரியாறு நீர்மின் திட்டம் லோயர்க்காம்பில் 1958இல் இருந்து செயல்படுகிறது. பெரியாறு வைகை போல அல்ல. பொங்கி வருவது. இந்த ஆற்று நீரால் கம்பம் பள்ளத்தாக்கே பசுமையாக இருக்கிறது. இந்தப் பெரியாற்றுப் பாசனத்தின்

முதல் மடை பேயத்தேவன் மடை என்பதாகும். பெரியாறு அணை கட்டுவதில் துணையிருந்த பேயத்தேவனின் பெயரில் முதல் பாசனம் அவர் பெயரில் அவர் நிலத்திற்கே போகிறது. கம்பம் பள்ளத்தாக்கு வந்த பெரியாறு முல்லை என்று பெயர் பெறுகிறது. இந்த முல்லை நதியின் கரையில்தான் எத்தனை கோயில்கள்! எத்தனை ஊர்கள்! எத்தனை சிறப்புகள்!

முல்லை ஆறு தவிர சுருளியாறு, தேனியாறு, வரட்டாறு, வராகநதி, மஞ்சளாறு, நாகலாறு, மருதநதி, சிறுமலையாறு, சாத்தையாறு முதலியவை வைகையின் துணை ஆறுகளாகும். பழனி மலையில் உற்பத்தியாகும் வராகநதி கொடைக்கானல் மலையிலிருந்து வரும் பாம்பாற்றுடன் (வெள்ளி அருவி உள்ள ஆறு) இணைந்து தேனிக்குக் கிழக்கே குன்னூருக்குத் தெற்கில் வைகையுடன் கலக்கிறது.

வைகை நீர் பாசனத்திற்குப் பயன்படாமல் வீணே போகிறது என்பதால் அணை கட்டவேண்டும் என மக்கள் கோரிக்கை இருந்துகொண்டே இருந்தது. முதலமைச்சர் காமராஜருடன் நெருங்கிய நட்பில் இருந்த என்.ஆர்.தியாகராஜன் சட்டப்பேரவையில் இதனைக் காமராஜருக்கு எடுத்துச் சென்றார். வைகை அணை கட்டுவதற்கு அதன் கரைப்பகுதியில் இருந்த மக்கள் தங்கள் நிலங்களைத் தந்துள்ளனர். தியாகி வடகரை திருமலை தனது 25 ஏக்கர் நிலத்தை எந்தவித அரசு மானியமும் பெறாமல் வைகை அணை கட்டுவதற்குத் தந்தார். காமராஜர் ஆட்சியில் வைகை அணைத்திட்டம் நிறைவேற்றப்பட்டு, 1959ஆம் ஆண்டு ஜனவரி மாதம் 21ஆம் தேதி கட்டித் திறக்கப்பட்டது. 29ஆம் தேதி பாசனத்திற்கும், குடிநீருக்கும் தண்ணீர் திறந்து விடப்பட்டு வைகை அணை மக்கள் பயன்பாட்டிற்கு வந்தது.

அணை கட்டுவதற்கு ரூ.2 கோடியே 90 லட்சம் மட்டுமே செலவானது. மீதம் 40 லட்சம் ரூபாய் இருந்தது. முதல்வர் காமராஜர் அந்தப் பணத்தில் அணையின் அடிவாரத்தில் அணையைப் பார்வையிட வரும் பொதுமக்கள் ஓய்வெடுக்கவும், அணையின் இயற்கைச் சூழலை ரசிக்கவும் மீதமிருந்த பணத்தில் பூங்கா கட்டிக் கொடுத்தார்.

அணையின் உயரம் 111 அடியாக இருந்தபோதும், அணையின் நீர்த்தேக்க அளவு 71 அடியாக இருக்கிறது. இதன் கொள்ளளவு 6 ஆயிரத்து 91 மில்லியன் கன அடியாகும். அணை கட்டிய பிறகு முதல் முறையாக 1960ஆம் ஆண்டு நவம்பர் 10ஆம் தேதி

நிரம்பியது. தொடர்ந்து 1961, 1962, 1963 ஆண்டுகளில் தொடர்ந்து அணை நிரம்பியது. அதன் பிறகு 1966, 1971, 1972, 1974, 1977, 1979, 1981, 1984, 1987, 1992, 1993, 1994, 1997, 1998, 1999, 2004, 2005, 2006, 2007, 2008, 2009, 2010, 2011 ஆகிய ஆண்டுகளில் அணை நிரம்பியது. 2011ஆம் ஆண்டிற்குப் பிறகு மேற்குத்தொடர்ச்சி மலை நீர்ப்பிடிப்புப் பகுதிகளில் போதிய மழை பெய்யாததால் அணை நிரம்பவில்லை.

வைகை அணையின் கீழ் பகுதியிலிருந்து வெளியேற்றப்படும் நீரின் விசை மூலம் மின் உற்பத்தி செய்யும் வைகை நீர்மின் சக்தி திட்டம் ஒன்று இயங்கி வருகிறது. இது மொத்தம் ஆறு மெகாவாட் திறன் கொண்டது. இதில் மூன்று மூன்று மெகாவாட்டாக இரண்டு அலகுகள் உள்ளன. முதல் அலகு 1990ஆம் ஆண்டு நிறுவப்பட்டது. இது தமிழ்நாடு உற்பத்தி மற்றும் பகிர்மான கழகத்தினால் இயக்கப்படுகிறது.

வைகை ஆறு மதுரையில் ஓடி, ராமநாதபுரம் பெரிய கண்மாயில் கலக்கிறது. வைகை ஆறு நேரடியாகக் கடலில் கலக்காத ஆறு என்ற சிறப்பையும் உடையது. நீரை வீணாக்கக் கூடாது என்பதில் பாண்டியர்கள் கவனமாக இருந்தார்கள். பாண்டியர்கள் காலத்தில் வைகையில் சுமார் 3000 சங்கிலித் தொடர் ஏரிகள், கண்மாய்கள் அமைக்கப்பட்டன. அந்த நீர் நிலைகள் அத்தனையும் வைகையின் நீரை உள்வாங்கிக்கொண்டன.

வைகை கடலில் கலக்காதது ஏனென்று இரண்டு புலவர்கள் காரணத்தைச் சிந்தித்தார்கள். ஒருவர் 'இதுதான் காரணமாக இருக்கும்' என்று எண்ணி இப்படிப் பாடினார்

"நாரி யிடப் பாகருக்கு நஞ்சளித்த பாவியென்று
வாரியிடம் புகுதாத வைகையே"

இந்தக் கடல் இருக்கிறதே, அதிலும் பாற்கடல், அது உமையை இடது பாகத்தில் வைத்திருக்கும் சிவபெருமானுக்கே நஞ்சைக் கொடுத்தது. அதனால் கடலுக்குள் சென்று கலக்க மாட்டேன் என்றதாம் வைகை. இதைச் சொன்னவர் ஒட்டக்கூத்தர்.

ஒட்டக்கூத்தருக்குப் பதில் சொல்லக்கூடியவர் ஒருவர் உண்டென்றால் புகழேந்திப்புலவரே அல்லவா? அவர் இதற்கு எதிர்ப்பாட்டுப் பாடினார்.

"வாரி இடத்தும் புறத்தும் இருகரையும் பாய்ந்து
நடத்தும் தமிழ் பாண்டிய நாடு"

வைகை தனது நீரை இரு கரைகளிலும் வாய்க்கால்கள், கண்மாய்கள் வழியாக வாரி வாரி வழங்கிவிட்டதால் கடலுக்குச் செல்ல நீர் இல்லை என்கிறார்.

இருந்தும் என்ன பயன்? இன்று, அழகர் ஆற்றில் இறங்க வேண்டுமானால் நீர் நிறைக்க வேண்டியல்லவா இருக்கிறது? மிச்சம் மீதி இருக்கும் மணலையாவது விட்டுவைக்கிறார்களா? பிற்காலத்தில் இது வைகையாற்று மணலால் கட்டப்பட்ட கட்டடம் என்று சான்று காட்டினாலும் காட்டப்படலாம். அப்படியொரு காலம் வராமல் இந்தப் பண்பாட்டுச் சின்னத்தைப் பாதுகாப்பது நம் கையில்தான் இருக்கிறது.

சிறப்பெலாம் பெற்ற வைகை பார்க்கும் நேரமெல்லாம் வறண்டே இருக்கிறதே என்று நினைக்கலாம். இந்த வைகை ஆற்றில் வெள்ளம் வந்து ஊரே அழிந்திருக்கிறது. காடுகள் சூழ்ந்திருந்த வைகை மழையால் வளமடைந்த காலம் அது. 1919ஆம் ஆண்டில் 19 அங்குலம் மழை பொழிந்துள்ளது. இப்பொழுது காட்டுக்கு எங்கே போகும் வைகை.

எங்கள் ஊரில் முல்லை ஆற்றில் அடிக்கடி வெள்ளம் வருவது உண்டு. ஒரு முறை கம்பம் நகரில் வெள்ளம் வந்து மக்கள் பட்ட அவதி இருக்கிறதே...

வெள்ளமும் புதுக்கால்வாயும்

உறவினர் சண்டையில்
கொந்தளிக்கும் வீடுகளில்
தவழ்ந்துவரும் குழந்தையால்
தழைக்கும் மகிழ்ச்சிபோல்

ஏற்பவர்க்கும் மறுப்பவர்க்கும்
பொதுவாக வருகிறது
வெள்ளம் அழித்த வயல்களுக்கு
அதே நீர் கால்வாயாக

தேனியிலிருந்து நாற்பது கிலோமீட்டரில் கம்பம் நகர் முல்லை ஆற்றங்கரையில் அமைந்துள்ளது. மேற்கே குறிஞ்சியும், கிழக்கே மருதமும் சூழ்ந்த ஊர். இந்த ஊரிலும் நீர்ப்பஞ்சம் உண்டென்றால் என்னவென்று சொல்வது?

குடிநீருக்கும், பாசனத்திற்கும் அன்றெல்லாம் குளங்கள் ஆங்காங்கே வெட்டி வைத்தார்கள். கம்பம் நகரைச் சுற்றிலும் வீரப்பநாயக்கர் குளம், கட்டத்தம்மன் குளம், கெஞ்சயன் குளம், சங்கரப்ப நாயக்கர் குளம், தாத்தப்பன் குளம் ஆகியவை இருந்தன. அதில் தாத்தப்பன் குளம் உடைந்து வெள்ளம் வந்ததும் உண்டு.

இதை இப்படிப் பாடுகிறார் புலவர் அந்தோனி முத்தப்பிள்ளை:

உள்ளம் நடுங்க மழை பொழிந்து
உயரரும் தாத்தப்பன் குளம் உடைந்து
தள்ளியோடும் வெள்ளம் மிகுந்து
சடுதி ஊருக்குள் நுழைந்து
ஐயோ சனங்கள் பரதவிக்க
ஆடுமாடுகள் துள்ளித் துடிக்க
தெய்வமே சிலர் உயிர் மடிக்க
தெரிந்து நானிதைக் கவி முடிக்க

ஐப்பசி பதின்மூன்றாம் தேதி, கீலக வருடம் - கி.பி.1908-09 இல், கம்பம் உத்தமபுரத்தில் இரவு வந்த வெள்ளத்தால் பெரும் சேதங்கள் உண்டாகின. உயிர்களும் மடிந்தன. ஆடுகள், மாடுகள் அடித்துச்செல்லப்பட்டன. பண்டம் பாத்திரங்கள் நீரோடு போயின. வெள்ளம் கொண்டுபோன மதிப்பு மிக்க பொருள்கள் எங்காவது சிக்கினால் அதனைக் கைப்பற்றிப் பதுக்குவோரும் இருந்தனர். வண்டிப்பேட்டை, நெல்லுப்பேட்டை எல்லாம் வெள்ளம் சூறையாடியது. வேலப்பர் வீதிக்கு வடக்கேயும், மேலிடையர்பட்டி வீதிக்குத் தெற்கேயுமாக வெள்ளம் பரவியது. பாதி உத்தமபுரம் பாழானது. தானியங்கள் அனைத்தும் வெள்ளத்தில் போனதால் மக்கள் பசியால் வாடினர். இந்த வெள்ளம் வீரு நாயக்கன் குளத்தையும் உடைத்துக்கொண்டு முல்லை ஆற்றையும் கடந்து வைகையில் கலந்தது. இந்த வெள்ளத்தால், பிற குளங்களும் உடைந்து, சுருளி நதியில் வெள்ளம் வந்ததால், பாளையத்திலிருந்த சுருளி அணை உடைந்தது. அதனால் நீர்பாசனத்திற்குப் பெரும் இடைஞ்சல் உண்டானது.

அணை உடைப்பு பற்றி அந்தோனி முத்துப்பிள்ளையின் பாடல் சொல்கிறது:

மேற்சொன்னவாறாக வெள்ளந்தான் கூடியே
வீறு நாயக்கன் குளத்தை யுடைத்து ஓடியே
பாய்ச்சலான முல்லை ஆற்றைப்போய் தாக்கியே
பாளையத்து அணையைப் பந்துபோல் தூக்கியே

மக்கள் அனைவரும் ஒன்று கூடிக் கலந்து பேசினார்கள். முதலில் வறட்டாறு ஓடை என்ற ஓடையை ஆழமாக்கி நீரைத் தேக்கப் பார்த்திருக்கிறார்கள். முடியவில்லை. கம்பம் முழுவதுமே விவசாய நிலங்களே இருந்தன. அணை உடைந்ததால் பெருமளவு நிலங்கள் சேதமாகின. நிலத்துக்கு வர வேண்டிய நீர், அணை உடைந்ததால் இல்லாமல் ஆனது. நிலங்கள் வறண்டன.

நன்செய்கள் நிலைமையைப் புலவர் அந்தோணிமுத்துப் பிள்ளை

கருநடவு தேறிக் குழைவன சில வயல்
கதிருகள் வாங்கும் சமயம் சில வயல்
மருவும் பொதி கொண்டு வளர்வது சில வயல்
வாழை கரும்புகள் வாட்டஞ் சில வயல்

என்று வாடிய பயிர்களைக் கண்டு பாடுகிறார்

இந்த இக்கட்டான நேரத்தில் ஊர்ப்பெருமக்கள் மனதில் உத்தமபாளையத்தில் வசித்திருந்த சுப்ரமணிய முதலியாரிடம் உதவி கோரலாம் என்ற நினைவு வந்தது. சுப்ரமணிய முதலியார் பி.டி.ராஜனின் சிறிய தகப்பனார். பிராமணரல்லாதார் கட்சியில் இருந்தவர். பனகல் ராஜாவுடன் நெருங்கிய தொடர்பும், அவருக்கு ஆலோசனைகள் சொல்லக்கூடியவருமாக இருந்தவர். மதுரையிலிருந்த அவரை வரவழைத்தார்கள் அவரும் உடனடியாக வந்து ஒரு லட்சம் பணம் செலவானாலும் பரவாயில்லை. நான் இதற்கான ஏற்பாட்டைச் செய்து ஒரு மாதத்திற்குள் நீர் கொண்டு வந்துவிடுகிறேன் என்று சொல்லிவிட்டார்.

சுருளியாறு அணைக்கு வெள்ளை அதிகாரிகளை அழைத்துச் சென்று காட்டி, அந்த அணையிலிருந்து துணை அணை கட்டாமல் மூன்று மைல்களுக்கு ஒரு புதுக்கால்வாய் வெட்டினால் அதுவே பயிர்களுக்கு நீர் வரத்துக்கு சரியாக இருக்குமென்றும் எடுத்துக் கூறினார். வெள்ளை அதிகாரிகளும் போர்டுக்கு எடுத்துச் சொல்லி உத்தரவு தரவும், நாராயணத்தேவன் பட்டி மேற்புறத்திலும், காமயகவுண்டன்பட்டி நன்செய் நிலத்திலும், மக்களிடம் பன்னிரண்டு அடி அகலத்திற்கு நிலம் வாங்கி பதினைந்து நாட்களுக்குள் வேலையை முடிக்க அந்த அதிகாரியும் உத்தரவிட்டிருக்கிறார்.

ஒரு திட்டத்தைச் செய்ய வழி கண்டாலும் மக்கள் அதற்கு ஒத்துழைப்புக் கொடுத்தால் அல்லவா நிறைவேறும்?

“எங்ககிட்ட நெலம் கேக்குறீக. சேரி, ஒத்துக்குறோம். நெலத்தை விட்டுத்தாறோம். ஆனா எங்களுக்கு நீர் பாத்தியதைய எழுதித் தருவீகன்னா சொல்லுங்க, மேக்கொண்டு ஆகவேண்டியதப் பாக்கலாம்”

“இவுக பாட்டுக்கு வந்து நெலத்தை கேப்பாக. நாம கையெழுத்துப்போடணுமா. முடியாது ஆனதப் பாத்துக்கங்க.”

"சுருளி ஆத்துத் தண்ணிப் பாத்யதைய பாளையத்துக்கு எப்புடீங்க விட முடியும்? இன்னக்கியோட முடிஞ்சிருதா. நாளப்பின்ன இவுககிட்டப்போயி நாம தண்ணிக்கு நிக்கணுமா?"

இப்படியெல்லாம் ஆளாளுக்குப் பேசிக்கொண்டதோடு இல்லாமல், மறுப்புத் தெரிவித்து அதிகாரிகளுக்குத் தந்தியடித்தவர்கள் பலரும் இருந்துள்ளனர். அடுத்தடுத்த ஊருக்குள்ளேயே இப்படி இருந்தார்கள் எனும்போது வருத்தமாகத்தான் இருக்கிறது.

ஆனால் கால்வாய் வெட்டும் திட்டத்தை அதிகாரிகளும், மதுரை மாவட்ட ஆட்சியரும், பொறியியல் வல்லுனரும் தடுப்பவர்களை நினைத்துத் தள்ளிப்போடவில்லை. முதலியார் அவர்களும் அங்கு செல்வாக்குப் பெற்றிருந்ததால் உடனடியாக வேலையைத் தொடங்கினார்கள். முதலியார் மற்றும் ஊர்ப்பெருமக்கள் கால்வாய் கட்டும் வேலைக்கு மக்களைத் திரட்டினார்கள். பாளையம், சின்னமனூர் கருங்கட்டங்குளம், கோயிலாபுரம், ராயப்பன்பட்டி முதலிய பல ஊர்களிலிருந்தும் வேலைக்கு ஆட்கள் வந்துவிட்டார்கள். வேலை முடியும் வரை விருந்தாக உணவு வழங்கியிருக்கிறார்கள். பெரும் பகுதி பணத்தை முதலியார் அவர்கள் கொடுத்துச் சொன்னபடி வாய்க்கால் வந்துவிட்டது. மக்கள் தொண்டினைத் தலை மேல் வைத்துச் செய்த அவர்களல்லவா தலைவர்கள்!

அது சரி, கால்வாயைக் கொண்டு வரக் காரணமா இருந்துச்சே அந்தத் தாத்தப்பன் குளம் என்ன ஆச்சு? எல்லா ஊர்லயும் போல பேர் மட்டும் மிச்சமா தெருவோட ஒட்டியிருக்க, கட்டடங்கள் ஆச்சு.

இப்படித்தான் தேனியில் ஒரு பெரிய ஏரி இருந்தது...

அவக்காச்சியெடுத்தவர்கள்

எந்த நேரத்திலும்
யார் தொட்டாலும்
உதிரத் தயாராய்
ஈரம் பூத்தவர்கள்
அவர்கள்

உங்களிடம் இருக்கும்
சூரியனைக் காட்டாதீர்கள்

அவனையும் குளிர வைக்க
அவக்காச்சியெடுத்தவர்கள்
அவர்கள்

எங்கள் பகுதியில் வெயில் காலத்திற்குப்பின் பெய்யும் முதல் மழையைப் புது மழை என்பார்கள். அதில் நனைந்தால் உடலுக்கு ஒத்துக்கொள்ளாது என்று குழந்தைகளை வெளியில் அனுப்ப மாட்டார்கள். இரண்டு மூன்று மழைக்குப்பின் மண் குளிர்ந்ததும் சிறிது நேரம் விளையாட அனுமதிப்பார்கள். அதுபோலத்தான் நிலம் விட்டு நிலம் செல்வோருக்கு அவர்கள் சென்றடைந்த நிலத்தின் மக்களும் சில காலத்துக்குப் புது மழையாகவே தோன்றுவார்கள். ஆனால் தேனி மக்கள் முதல் நாளிலிருந்தே வள மழையாக இருப்பார்கள் என்கிறார் தஞ்சை மாவட்டத்திலிருந்து தேனிக்கு வந்து அஞ்சலகத்தில் வேலை

செய்த அன்றைய மதுரை கோட்ட தொழிற்சங்க உதவி செயலாளர் திரு.மருதசாமி அவர்கள்.

தேனியில் இருந்தது பெரிய அஞ்சலகம். அல்லி நகரத்திலிருந்து பேருந்து நிலையம் போகும் வழியில் பெரியகுளம் சாலையில் தேனி தபால் நிலையம் இருந்தது. அதை ஒட்டி சிறு சிறு அஞ்சலகங்கள் இருக்கும். அல்லிநகரத்தில் ஒரே அலுவலரோடு அஞ்சலகம் இயங்கியது. ஆரம்ப காலத்தில் தொலைதூர ஊர்களுக்குப் புகைவண்டி, பேருந்து வசதி இல்லாத காலம் ஒரு தபால்காரர் முதுகில் தபால் கட்டுகளுடைய பெரிய பையுடன் ஒரு குறிப்பிட்ட எல்லை வரை ஓடிச்சென்று அங்கு நிற்கும் இன்னொரு தபால்காரரிடம் அதை ஒப்படைக்க, அதை அவர் இன்னொரு தபால்காரரிடம் ஒப்படைப்பார். ஒலிம்பிக் ஆட்டம்போல ஓடி ஓடித் தபால் கொடுத்த வழக்கமும் இங்கே இருந்துள்ளது. ரயில் போக்குவரத்து வந்தபின்பு தபால் சேவை மிகப்பெரிதாக வளர்ந்தது. தபால்காரரின் சைக்கிள் மணியோசைக்கு ஒவ்வொரு வீட்டினரும் காத்திருந்தது தொண்ணூறுகள் வரை இருந்தது.

ஆங்கிலேயர் ஆட்சிக் காலத்திற்கு முன்னரே தபால் சேவைகள் இந்தியாவில் இருந்துள்ளன. அது ஒரு சில மாநிலங்களின், அல்லது அரசுகளின் எல்லைக்கு உட்பட்டு இருந்திருக்கின்றன. கிழக்கிந்திய கம்பெனி தங்கள் வணிகத் தொடர்புகளுக்காகத் தனித் தபால் நிலையங்களை பம்பாய், கொல்கத்தா, மற்றும் மதராஸில் *1688*ஆம் ஆண்டு துவங்கினர். லார்ட் கிளைவ் அதனை விரிவாக்கம் செய்தார். வாரன் ஹேஸ்டிங்ஸ் மக்களில் ஒரு குறிப்பிட்ட பிரிவினரை மட்டும் பயன்படுத்த அனுமதி அளித்தார். அக்டோபர் *1, 1837*ஆம் ஆண்டு “இந்திய தபால் நிலையம்” என்ற பெயரில் அவர்கள் அரசால் முழுமையாக நிறுவப்பட்டது.

ஆரம்ப காலத்தில் தபால் சென்றடையும் கிராமத்தை வழி *(VIA)* என்று குறிப்பிட்டு வந்தார்கள். இந்த நடைமுறை ஒருவகையில் பெரிய நகரங்களுக்கு மட்டுமே பொருந்தியதால், ஒரே பெயர்களைக் கொண்ட கிராமங்களுக்குத் தபால்களை அனுப்புவதில் சிரமங்கள் ஏற்பட்டன. இதன் காரணமாக அன்றைய காலத்தில் தபால்கள் பொதுமக்களுக்குத் தாமதமாகச் சென்றடையத் தொடங்கியது. மேலும் பல ஊர்கள் ஒரே பெயரில் இருந்ததால் கடிதங்கள் சென்றடைய வேண்டிய சரியான முகவரிக்குச் சென்று சேர்வதில் சிக்கல்கள் ஏற்பட்டன. பல கடிதங்கள் முகவரி மாறிச் சென்றன. இதையடுத்துத் தபால்களைச் சரியான முகவரியில் சேர்க்கவும், கடிதப்

போக்குவரத்தைத் துரிதப்படுத்தவும் 1972ஆம் ஆண்டு ஆகஸ்டு 15ஆம் தேதி அஞ்சல் குறியீட்டு எண் (PINCODE) என்ற புதிய முறையை இந்திய தபால் துறை அறிமுகப்படுத்தியது. அஞ்சலக சுட்டு எண் அதாவது போஸ்டல் இன்டெக்ஸ் நம்பர் அல்லது பின்கோடு எனப்படும் இது 6 இலக்கங்களை கொண்டதாகக் காணப்பட்டது. இந்த எண் குறிப்பிட்ட அஞ்சலகம் எங்கிருக்கிறது என்பதைச் சொல்லி விடுகிறது. பின்கோடு அறிமுகப்படுத்தப்பட்டபின் கடிதப் போக்குவரத்து எந்த வித பெயர் குழப்பங்களும் இன்றி சரியான முகவரிக்கு விரைவாகச் சென்று சேரத் தொடங்கியது.

மருதசாமி அவர்களை அஞ்சலகத்தில் வேலைக்குத் தேர்வு செய்ததும், முதன்முதலில் மதுரை கோட்டத்தில் திண்டுக்கல்லில் ஒரு வருடமும், கொடைக்கானலில் இரண்டு வருடங்களும் வேலை செய்தார். சீசனல் போஸ்ட் என்று அப்போது அஞ்சல் எழுத்தராக எட்டு மாதங்கள் 1966 ஜூன் முதல் 1967 ஜனவரி வரை தேனியில் இருந்தார்.

பி.எஸ்.ரமேஷ் என்பவர் தினமும் பெரியகுளத்திலிருந்து வருவாராம். அவருக்கு வீட்டில் கொடுத்து விடும் உணவை மருதசாமிக்குக் கொடுப்பார் என்கிறார். தந்தி சேவை செய்யும் பணியாளர்களுக்குக் குடியிருப்புக் கொடுத்து அருகிலேயே தங்க வைத்து வேலை செய்ய வைத்தது தபால் துறை. தேனி மாவட்டத்தில் பெண்கள் உயர்நிலைப் பள்ளிகள் அதிகமாக இருந்தன. ஒவ்வொரு உயர்நிலைப்பள்ளியிலும் சேமிப்புக் கணக்கு இருந்தது. மாத சம்பளத்தில் பிடிக்கப்படும் வைப்பு நிதி பணம் முன்பு தபால் நிலையத்திலேயே வைக்கப்பட்டது.

காட்டிலாகா அதிகாரி ஒருவர் தேசிய சேமிப்புப் பத்திரம் முதிர்ச்சி அடைந்ததை மதுரையிலிருந்து அனுமதி பெற்று மருதசாமி அவருக்குக் கொடுத்ததும், அவர் அன்பளிப்பாக நூறு ரூபாய் கொடுத்திருக்கிறார். காரணம் ஓரிரு நாட்களில் வாங்கித் தருவது கணினி இல்லாத காலத்தில் பெரிதாக எண்ணப்பட்டது. ஆனாலும் மருதசாமி அதை மறுத்துவிட்டார். தபால் நிலையங்கள் தேனீக்கூட்டம்போல சுறுசுறுப்பாக இயங்கின. காட்டிலாகா அதிகாரியோ மனம் மகிழ்ந்து தலைமைத் தபால் அதிகாரி வரை அனைவரிடமும் பாராட்டி இருக்கிறார். இந்த மக்கள் அப்படித்தான். மனதில் வைத்துக்கொள்ள முடியாதவர்கள்.

மருதசாமி வந்தபோது தேனி செழுமையான ஊர். கிணறுகளில் கவலை ஏற்றம் வைத்து அல்லது மோட்டார் வைத்து நீர்

பாய்ச்சுவார்கள். மதுரை, திண்டுக்கல்காரர்கள் இருவரோடு இவருமாக மூன்று பேர் அறை எடுத்துத் தங்கியிருந்தார்கள் இவர் காவிரியில் நீந்திக் குளித்தவர். எட்டுக்கு எட்டு குளியலறையெல்லாம் காணாது என்று பக்கத்தில் இருந்தவர்களுக்கும் தெரிந்திருக்கிறது. அவர்கள் தங்கள் வயல்களில் இருக்கும் கிணற்றைக் கைகாட்டி குளிக்கச் சொல்வார்களாம். இவர்களும் நீந்திக் களித்து வெளியே வந்து மோட்டார் இயக்கி எடுத்துவிடப்படும் நீரில் சோப்பு தோய்த்து குளித்து ஆடைகளைத் துவைத்துச் செல்வார்களாம். சோளக்கொல்லைகளும், நெல் வயல்களும், கரும்பு வயல்களும் சூழ்ந்திருக்கும்.

இவர்கள் நடந்து செல்லும்போது எண்ணெய் ஆலைக்கு பருமன் அதிகமுள்ள நிலக்கடலை காய வைத்திருப்பார்கள். அந்த விவசாயிகள் அவர்களாகவே கூப்பிட்டு இரண்டு கைகொள்ளாமல் ஒவ்வொருவருக்கும் அள்ளிக் கொடுப்பார்களாம். கிட்டத்தட்ட அரைப்படி அளவுக்கு இருக்குமாம். இது போல ஒரு முறை கூட தஞ்சையில் யாரும் கொடுத்துப் பார்த்தது இல்லை என்றும், இந்த மக்களின் அன்பு தன்னை வியக்க வைத்ததாகவும் கூறுகிறார். சாதாரணப் பெட்டிக்கடைகளில் இருந்து வழியில் காண்பவர்கள் அத்தனை பேரும் ஆசையோடு பேசுவார்கள். இதுபோல வேறு இடங்களில் யாரும் முன்பின் அறியாதவர்களிடம் வாஞ்சையோடு பேசிப் பார்த்ததில்லை என்றும் சொல்கிறார்.

ஞாயிற்றுக் கிழமைகளில் காலார நடந்து அல்லிநகரத்தில் இருந்த ஒரு பெரிய ஏரியில் குளிப்பார்களாம். தஞ்சையில் பொதுவாக ஆறு, குளங்கள்தான் அதிகம். ஏரி சிலவே. இந்த ஏரியைப் பார்க்கும்போது அவருக்குப் பெருவியப்பாக இருந்திருக்கிறது. அந்த ஏரி நீர், குடிக்கவும் பயன்பட்டுள்ளது. அவர் சொன்ன அந்த ஏரி மேரு சமுத்திரம் என்று அழைக்கப்பட்ட ஏரி. தேனி உழவர் சந்தைக்குப் பின்னால் இருப்பது.

“மதுரை ரோட்டில் சிறிது தூரத்தில் வலது பக்கம் அகலமான ஆறு சிறிது நீருடன் ஓடும். அதை ஒட்டி நாகல் கேணி என்று ஒரு பெயர் சொல்வார்கள். தரையிலிருந்து நாலைந்து அடி கீழே பத்தடி நீளம் பத்தடி அகலத்தில் ஐந்தாறாடி உயரத்தில் குழி வெட்டி சிமென்ட் போட்டிருப்பார்கள். அதில் ஒரு இடத்தில் துளை வரும் கை நுழையும் அளவுக்கு. அதில் குளிக்கவென்றே பலரும் வருவார்கள். அதை மரக்கட்டை

வைத்து அடைத்துக்கொள்ளலாம். மூன்று பக்கமும் வயல் இருக்கும். ஒரு பக்கம் ஆறு இருக்கும். ஆனால் ஊற்று அதிலிருந்து வருவதில்லை. கீழே இறங்கி நின்றால் முழங்கால் உயரத்தில் இருந்து சுனை நீர் வரும். மிக வித்தியாசமான ஓர் இடம் அது. நீர் குளிர்ச்சியாகவும், சுவையாகவும் இருக்கும்" என்று மருதசாமி சொல்லும் அந்த இடம் தற்போது தீர்த்தத்தொட்டி என்று அழைக்கப்படுகிறது.

லாரியில் காய்கறிகள் கொண்டு செல்பவர்கள் "ஒங்க வீட்டு அட்ரஸ் சொல்லுங்க தம்பி. காய்கறி போட்டுவிட்றோம்" என்று சொல்வார்களாம். அன்பாக ஓரிரு வார்த்தை சொல்லிவிட்டால் உருகிப்போகும் மக்கள் இவர்கள். தாங்கள் ஒன்று கொடுத்து அதை நாம் வாங்காமல் இருந்தால் அவ்வளவு கோபப்படுவார்கள். அன்றாடம் கூலி வேலை செய்பவர்களாகவே இருந்தாலும் இரண்டு முறை பேசியிருந்தால் "ஒரு டீ சாப்டலாம், வாங்க" என்று கூப்பிடத் தயங்காதவர்கள்.

இப்படி அவர் நினைவுகளில் இருக்கும் மக்கள் இன்றும் அதுபோலவேதான் இருக்கிறார்கள். அதனால்தான் வேறு எந்த ஊருக்குச் சென்றாலும் சவலைப்பிள்ளை போல ஏக்கம் வரும் எங்களுக்கு.

தேனி மாவட்டத்தின் குக்கிராமங்கள் தவிர பல பகுதிகளிலும் எந்த நேரமும் உணவு கிடைக்கும். மதுரை போலவே. இரவு நேரத்திலும் இட்லி, மீன் குழம்பு, இடியாப்பம், சுக்கா, புரோட்டா என்று கடைகளில் நடமாட்டம் இருந்துகொண்டேதான் இருக்கும். இங்கே புரோட்டாவைப் பிய்த்துப்போட்டு சால்னாவில் ஊற ஊறத் தருவார்கள். இரண்டு கைகளிலும் தட்டி பிய்த்துப்போடுவது வெளியூரிலிருந்து வரும் பலருக்குப் பிடிப்பதில்லை. இப்பொழுதெல்லாம் கடைகளில் அதைப் புரிந்து முழுதாகவே வைத்து விடுகிறார்கள். மருதசாமி அறுபது வருடங்கள் கடந்த பின்னும் தேனியின் நாகர் உணவகத்துக் கறி சுக்காவை மறக்கவில்லை என்றால் அதன் சுவையைப் பற்றிச் சொல்லத் தேவையில்லை. அதே போல தேனி எவரெஸ்ட் உணவகம் அதன் பிரியாணிக்கே பெயர் பெற்றது. இந்தப் பகுதியில் திரைப்படப் படப்பிடிப்பு நடக்கும்போது நடிகர்கள், மற்றும் படப்பிடிப்புத் தள கலைஞர்கள் அனைவருக்கும் இங்கிருந்தே உணவு ஏற்பாடு செய்வார்கள். தற்போது பல நட்சத்திர உணவகங்கள் வந்துவிட்டன.

பெரிய உணவகங்களை விடவும் இங்கே மக்கள் நாடிச் செல்வது சிறு சிறு கடைகளையும், வீட்டிலேயே பெண்கள் சமைத்துத் தரும் 'மெஸ்'களையும்தான். மெஸ்களில் வாடிக்கை வைத்துக்கொள்பவர்கள் அதிகம். இங்கிருக்கும் மக்கள் வெறும் 'வாய்க்கு ருசியை' எதிர்பார்த்து மட்டும் உணவகம் செல்பவர்கள் இல்லை. ஒரு கடைக்குப் போய்விட்டு வந்தால் மறுமுறை பார்க்கும்போது அந்தக் கடையில் உள்ள பணியாளரில் இருந்து முதலாளி வரை ஒரு சிரிப்பையாவது கொடுத்து வாங்க நினைப்பவர்கள். அது இல்லாமல் வகைதொகையாக என்ன செய்தாலும் அவர்களுக்கு உண்டது செரிக்காது.

அரசு வேலையில் இருப்பவர்கள் சாப்பிட மெஸ்கள் என்றால், கூலி வேலை பார்ப்பவர்களுக்கு வீட்டு வாசலில் பெண்கள் வைத்திருக்கும் இட்லி கடையே அடைக்கலம் தரும். முன்பெல்லாம் தெருவுக்கு ஓர் இட்லிக்காரம்மா இருப்பார்கள். வீட்டுச் சுமையைத் தாங்கிக்கொள்ளவோ, கணவன் இல்லையென்றாலோ முதலில் பெண்கள் கையிலெடுக்கும் தொழில் இட்லிக்கடை போடுவதாகத்தான் அன்றெல்லாம் இருந்தது. ஓர் இரும்பு அடுப்பு, இட்லி கொப்பரை, மளிகைப் பொருள்கள் வாங்க ஐம்பது, நூறு ரூபாய் இருந்தால் "என்னைய யாரும் காப்பாத்த வேணாம், நான் இட்லி சுட்டாவது எம்புள்ளையைப் பார்த்துக்குவேன்" என்று சொன்னவர்கள் அதிகம். தெருக்காரர்களும் அதை அறிந்து வளர்த்துவிடுவார்கள்.

இந்த இட்லிக்காரம்மாக்கள் பாசம் நிறைந்தவர்கள். கையில் காசு இல்லையென்று கடையை நோட்டமிட்டபடி வயிறு காய்ந்தவர்கள் அங்கிட்டும் இங்கிட்டும் நடப்பதைப் பார்த்தால் தட்டில் இட்லியை வைத்து "ஏத்தா சாப்பிடு, வா. காசு இன்னக்கி வரும் நாளக்கி போகும். போற வழிக்கி அதையகொண்டா போகப்போறோம். இந்தா" என்று கும்பி குளிரக் கொடுப்பார்கள்.

இவ்வளவு ஏன்? சக்தி நாடக சபா தெரியுமல்லவா? தங்கவேலு பிள்ளை என்பவர் இந்த நாடகக் கம்பெனியின் உரிமையாளர். எனினும், வீரபாண்டிய கட்டபொம்மன், படகோட்டி, எங்க வீட்டுப் பிள்ளை என பின்னாளில் பல வெற்றிப் படங்களுக்கு வசனம் எழுதிய சக்தி கிருஷ்ணசாமி தான் இந்த சக்தி நாடக சபாவை நடத்தி வந்தார். அந்த நாடகக் கம்பெனியில் பெரிய நடிகர்களாக எஸ்.வி.சுப்பையா, எம்.என். நம்பியார் இருந்தனர்.

அதில் நடிகர்களாகப் பணிபுரிந்த சிவாஜி கணேசன், வி. கே. ராமசாமி, எம். என். நம்பியார் போன்ற நடிகர்கள் பிற்காலத்தில் திரைபடங்களிலும் வெற்றி பெற்றனர்.

சக்தி கிருஷ்ணசாமி எழுதிய வீர பாண்டிய கட்டபொம்மன் நாடகத்தில் சிவாஜி கணேசன் கட்டபொம்மனாக நடித்தார். இவர்கள் வேலூர், குடியாத்தம் போன்ற இடங்களில் பல நாடகங்களை நடத்தியவர்கள். பின் நம்முடைய பெரியகுளத்துக்கு வந்தார்கள்.

இங்கு வந்த பிறகு சக்தி கிருஷ்ணசாமிக்குத் திரைப்படத்தில் வாய்ப்பு வரவும் சென்னை சென்றார். நாடகத்தைத் தொடர்ந்து நடத்த முடியாமல் சிரமத்திற்கு ஆளானார்கள் நாடகக் கலைஞர்கள். வறுமை அவர்களைத் தின்னத் தொடங்கியது. அப்பொழுது பெரியகுளத்தில் ஓர் இட்லிக்காரம்மா கலைஞர்கள் மீது கொண்ட அன்பால் அவர்களுக்கு இட்லி கொடுத்து மகிழ்ந்தார்களாம். சக்தி நாடக சபா இறுதியாக நாடகம் நடத்தியது பெரியகுளத்தில்தான். அதன் பிறகு நடிகர் திலகம் பராசக்தி படத்தில் நடிக்க வாய்ப்பு கிடைத்து சென்னை சென்றுவிட்டார். நாடகக் குழுவினர் தங்கள் பொருள்களை லாரியில் ஏற்றிக் கிளம்பும்போது அழுதவாறு லாரியைப் பிடித்துத் தொங்கியபடி கூடவே கொஞ்ச தூரம் வரை மக்கள் சென்றார்களாம். இந்த மக்கள் காசு பணத்திற்கா அவக்காச்சியெடுத்து அலைந்தார்கள். இவர்கள் மக்கள்மேல் அவக்காச்சியெடுத்தவர்கள். அந்த ஆசையும் பாசமும் இருக்கும் வரை இந்த மண் தன் சரித்திரைத்தைப் பேசிக்கொண்டே இருக்கும்.

மருதசாமி தேனியில் இருந்தபோது கண்ட முக்கியமான இன்னொன்று "ஆர்மி மணி ஆர்டர்". அவர் குறிப்பிட்டு வியந்த தகவல் என்னை, என் மண்ணை நோக்கிக் கை குவிக்க வைத்தது.

இந்தியப் பாதுகாப்பில் எங்கள் வீரர்கள்

தொலைதூர நிலவாக மனைவி
சேவைக்குக் கிடைப்பாள்
நட்சத்திரத் துணைவி

அவளைத்
தோளேற்றி மகிழும் நேரம்
தொட்டுப் பார்க்காத
மழலை முகம்
கண்ணீராய்த் தோன்றும்

உறக்கம் தொலைத்து நம்
கனவுகள் காக்கும்
அவருக்கென இருப்பதெல்லாம்
நாடென்ற சொந்தம்
ஓய்வுக்குப்பின்னும் அவர்
உழைக்கின்ற பந்தம்

ஒலி ஒளிக்கு முன்பாக
வித விதமாய் உடையணியும்
வித்தைக்காரர்களில்லை
சீருடைக்கு உயிரளிக்கும்
சீராளர்கள் இவர்கள்

நாமெல்லாம் கதாநாயகன் வீட்டை விட்டு ஓடிப்போனாலோ,
காதல் தோல்வியிலோ ராணுவத்தில் சேர்ந்து இருபது ஆண்டுகள்

கழித்து ராணுவ உடையுடன் ரயிலில் இருந்து இறங்குவது போன்ற காட்சிகளை தமிழ்த் திரைப்படத்தில் பார்த்திருபோம். அது மசாலா. உண்மை என்னவாக இருக்கும்? முன்னாள் அஞ்சல் துறை அதிகாரி மருதசாமி தேனி மாவட்டத்திற்கு வரும் ராணுவ பண ஆணை விவரங்கள் குறித்துச் சொன்னது அது பற்றிய தகவல்களைத் தேட வைத்தது.

இராணுவத்தில் இருப்பவர்கள் வீடுகளுக்குப் பணம் அனுப்புவது ஆர்மி மணி ஆர்டர். ராணுவத்தில் சேர்ந்ததும் பெற்றோருக்கு இவ்வளவு தொகை அனுப்பவேண்டும் என்று எழுதிக் கொடுத்துவிடுவார்கள். அது பெயர் இல்லாமல் ஓர் எண் குறிப்பிடப்பட்டு, “எண்”ணையே அஞ்சலக முகவரியாகக் கொண்டு வரும். அறுபதுகளுக்கு முன்பிருந்தே இந்த மாவட்டத்தின் ஒவ்வோர் ஊருக்கும், தேனியைச் சுற்றியுள்ள ஏழெட்டு கிளை அஞ்சலகங்களுக்கும் தவறாது வரும். அதுவும் ஓர் ஊருக்குக் குறைந்தது ஐந்து முதல் பத்துப் பண ஆணைகள் வரை வரும். அந்த அளவுக்கு இளைஞர்கள் ராணுவத்தில் சேவை செய்தார்கள்.

மன்னர்கள் ஆட்சிக் காலத்திலிருந்து படைகளுக்கு வீரர்களை அனுப்புவதைப் புறநானூறு பல பாடல்களில் விளக்குகிறது.

> **களம் புகல் ஓம்புமின், தெவ்விர்! போர் எதிர்ந்து,**
> **எம்முளும் உளன் ஒரு பொருநன்; வைகல்**
> **எண் தேர் செய்யும் தச்சன்**
> **திங்கள் வலித்த கால் அன்னோனே.**

“நன்றாகக் கேளுங்கள் பகைவர்களே! உடனடியாகச் சென்றுவிடுங்கள்! போரை எதிர்நோக்கி எம்மிடம் ஒரு போர்வீரன் இருக்கிறான். அவன் ஒரு நாளில் எட்டுத்தேர் செய்யும் தச்சன், ஒரு மாதமாக முயன்று செய்த ஒரே ஒரு தேர்க்கால் போல வலிமையுடையவன். அவன் கண்ணில் மட்டும் பட்டுவிடாதீர்கள்” என்று ஔவையார் சொல்வது போன்ற வீரர்கள் நிறைந்தது இத்தமிழகம்

பாண்டிய நாட்டில் விடாது போர்கள் நிகழ்ந்துகொண்டே இருந்தன. அதற்கெல்லாம் போர் வீரர்களும் தயக்கமின்றிச் சென்றதையும் காண்கிறோம். அதன்பின் ஆங்கில ராணுவத்திற்குச் சென்றவர்களும் இருந்தனர். அவர்களில் பலரும் விடுதலை உணர்வு பெற்று வெளியேறினர். வரலாறு அதன் பின் பெரும் தலைவர் ஒருவரைக் கண்டெடுத்தது. நேதாஜி சுபாஷ் சந்திர போஸ் என்ற ஒரு புரட்சியாளரின் கீழ் இந்திய தேசிய ராணுவத்தில் பங்குகொள்ள எண்ணற்ற இளைஞர்கள் கிளம்பினார்கள்.

தேனி இராணுவ வீரர்கள்

நேதாஜியின் மீது எப்படி இத்தனை மதிப்பும், பின்பற்ற வேண்டும் என்ற வேட்கையும் இவர்களுக்கு வந்திருக்கும்?

அதன் பின்னணியில் பசும்பொன் முத்துராமலிங்கத் தேவர் இருந்தார். என்ன காரணம் என்றால் 1939ல் திரிபுரா காங்கிரஸ் கூட்டத்தில் தலைமைப் பதவிக்கு நேதாஜி போட்டியிட்டார். அவரை எதிர்த்து காந்தியின் ஆதரவோடு பட்டாபி சீதாராமையா போட்டியிட்டார். இருந்தாலும் தேவர் நேதாஜிக்கு ஆதரவு திரட்டி வெற்றியடையச் செய்தார். நேதாஜிக்கு அதிக வாக்குகள் கிடைத்த மாநிலம் தமிழகம்தான். அதன் பின்னரும் காந்தியின் தலையீட்டின் காரணமாக நேதாஜி ஜூன் 22ல் காங்கிரசை விட்டு விலகி அகில இந்திய பார்வேர்டு பிளாக் கட்சியைத் தொடங்கினர். காங்கிரசில் இருந்த தேவர், குற்றபரம்பரைச் சட்டம் மீதான காங்கிரஸ் அணுகுமுறை மீது தனக்கிருந்த கருத்து வேறுபாடு காரணமாக அதிலிருந்து வெளியேறி நேதாஜியுடன் இணைந்தார். அகில இந்திய பார்வேர்டு பிளாக் கட்சியில் தலைவராக நியமிக்கப்பட்டார் தேவர்.

நேதாஜி தமிழகத்தின் தென் மாவட்டங்களுக்குச் சுற்றுப்பயணம் செய்தார். செப்டெம்பர் ஆறாம் நாள் தேவர் நேதாஜியை வரவேற்க மதுரையில் மிகப்பெரிய கூட்டம் ஒன்றை ஏற்பாடு செய்தார். நேதாஜியின் வீர உரை இளைஞர்கள் அனைவரையும் ஒன்று திரட்டியது. இந்திய தேசிய ராணுவத்தில் சேரவும் வைத்தது.

அப்படி நேதாஜி ராணுவத்தில் சேர்ந்து ஜப்பான் படை சார்பில் மோகன்சிங் என்பவர் தலைமையில் போர்ப்பயிற்சி பெற்று, பர்மாவில் நடைபெற்ற போரில் பிரிட்டிசாரால் சிறைபிடிக்கப்பட்டு கொல்கத்தா கொண்டுவரப்பட்டவர் தியாகி கே.டி.சோமநாதன். அவர் மகன் கம்பம் பஞ்சுராஜா தேனி மாவட்ட ஆய்வு மையத்தின் உறுப்பினராகவும் உள்ளார். இவர் எழுதிய தேனி மாவட்ட வரலாறு நூல் தேனியைப் பற்றி அறியாதவர்களுக்கு முழுத் தகவல்களைத் தரக்கூடியது. அனாதை குழந்தைகளுக்கான இல்லம் ஒன்றையும் நடத்தி வருகிறார். இவரும் மனிதர்கள் மீது அவக்காச்சியெடுத்தவர்களில் ஒருவர்தான். அதனால்தான் குடியரசு தினத்தன்று இவரிடம் பேசியபோது சின்னமனூர் என்றதும் மகிழ்ச்சியுடனும், மண்ணுக்கே உரிய இணக்கத்துடனும் பேசினார்.

அன்றிலிருந்து இன்றுவரை இந்தத் தேனி மாவட்டத்தில் மற்ற எந்த இடத்திலும் இல்லாத அளவுக்கு அதிகமான

இளைஞர்கள் இந்திய ராணுவத்தில் சேர்கிறார்கள். நாட்டின் மீது பற்றுக்கொண்ட இவர்கள் பணி ஓய்வு பெற்று வந்தாலும் சமூகப் பணி செய்வதை விடுவதில்லை. சுமார் 6000 வீரர்கள் தற்போது ராணுவ சேவையில் உள்ளனர்.

> "ஒளிறுவாள் அருஞ்சமம் முருக்கிக்,
> களிறுஎறிந்து பெயர்தல் காளைக்குக் கடனே"

என்று புறநானூற்றுப் பெண் புலவர் பொன்முடியார் சொன்னதை மெய்ப்பித்துக்கொண்டு இருப்பவர்கள் போடிநாயக்கனூர் சட்டமன்றத் தொகுதியைச் சேர்ந்த தர்மாபுரி மக்கள். தர்மாபுரியில் மட்டும் வீட்டுக்கு ஒரு ராணுவ வீரர் என்ற கொள்கையின்படி ஒவ்வொரு வீட்டிற்கும் ஒரு ராணுவ வீரர் என 1000 பேர் உள்ளனர்.

வீட்டுக்கு ஒருவர் இந்திய இராணுவத்தில் இருப்பதால் இராணுவ கிராமம் என்று அழைக்கப்படும் தர்மபுரி கிராமம் தேனி, கோட்டூர் அருகில் இருக்கிறது. பள்ளியில் படிக்கும்போதே இராணுவம் குறித்த விழிப்புணர்வோடு வளர்க்கப்படுகிறார்கள் இளைஞர்கள். ஒவ்வொரு குடும்பமும் மூன்று தலைமுறை இராணுவ வீரர்களைக் கொண்டதாக இருக்கிறது. ராணுவத்தில் பணியாற்றி ஓய்வு பெற்றவர்களை ஒருங்கிணைத்து தர்மாபுரி கிராமத்தில் சங்கம் ஒன்றை நடத்துகிறார்கள். கிராமத்தில் உள்ள இளைஞர்களைச் சிறு வயது முதலே ராணுவத்தில் சேர்வதற்காகப் பயிற்சி அளிப்பதே அச்சங்கத்தினரின் முதன்மைப் பணி. கின்னஸ் சாதனை செய்த முன்னாள் ராணுவ வீரர் திரு.மாரிமுத்து பற்றி தேனி அஞ்சலகப் பணியாளரும், முன்னாள் ராணுவ வீரருமான உமாபதி கூறினார். இராணுவ நல பணியாளர்களுக்குக் கட்டடம் கட்டுவதற்கு நிலம் கொடுத்தவர் ஓய்வு பெற்ற ராணுவ வீரர் மாரிமுத்து எம்.ஏ. இவர் உமாபதியின் மாமா. மாரிமுத்து சைக்கிள் ஓட்டத் தெரியாமல் இருந்தவர். 1994இல் இராணுவத்திலிருந்து ஓய்வு பெற்று வந்த பின் ராயல் என்ஃபீல்டு பைக் வாங்கினார். 100 கிலோமீட்டர் வரை கையைப் பின்னால் கட்டிக்கொண்டு இவர் பைக் ஓட்டுவார். நிறுத்தாமல் பைக் ஓட்டி கின்னஸ் சாதனையை செய்திருக்கிறார். இவர் உலோக புடைப்பு ஓவியம் வரைவதில் வல்லுநர். செயின்ட் ஜார்ஜ் கோட்டை முதல் செங்கோட்டை வரை இவருடைய ஓவியங்களைக் காண முடியும். அப்துல் கலாம், முன்னாள் முதல்வர்கள் ஜெயலலிதா, எடப்பாடி பழனிசாமி, ஓ.பன்னீர்செல்வம் மற்றும் பல ராணுவ அதிகாரிகளுக்கும் இவர் ஓவியம் வரைந்து கொடுத்திருக்கிறார். இவரைப் பாராட்டி அப்துல் கலாம் கடிதம் எழுதி வாழ்த்தினார்.

கொரோனாவின் பிடியில் சிக்கித் தவித்த இரண்டாண்டுகளான 2020, 2021ல் மக்களுக்கு விழிப்புணர்வு ஏற்படுத்தியும், உணவு, மருந்துப்பொருள்கள் வழங்கியும் சேவை செய்த பல அமைப்புகள் பற்றிக் கேள்விப்பட்டிருப்போம். அதுபோல் தேனி மாவட்டத்தில் ஓர் அமைப்பு மக்களுக்கு வேண்டிய உதவிகளை செய்தது. அந்த அமைப்பு மத்திய அரசு அங்கீகாரம் பெற்ற "தேசிய முன்னாள் ராணுவ வீரர்கள் ஒருங்கிணைப்புக் குழு". தேனி மாவட்டத்தில் ராணுவ வீரர்களை ஒருங்கிணைக்க NExCC என்ற அமைப்புபோடு முன்னால் ராணுவ வீரர்கள் ஒருங்கிணைப்புக் குழுவை இணைத்துக் கொண்டு ராணுவ வீரர்கள் நலனுக்காகப் பணியாற்றுகிறார்கள்.

மாவட்டக் குழுவில் தலைவராக சுபேதார் S.மணி *B.A., DAE DISS, V* பதினெட்டாம்படியன் (இவர் 1978 முதல் 1999 வரை சேவை செய்தார்) செயலாளராகவும், S.கணபதி பொருளாளராகவும் உள்ளனர். கணபதி 1971 முதல் 1993 வரை பணியில் இருந்தார். 1971 இந்திய பாகிஸ்தான் போரில் பங்கேற்றுள்ளார்

மாநிலக் குழுவில் தலைவராக சுபேதார் V.மகாராஜன் *M.A., S.*மணி *B.A., DAE DISS,* மாநில செயலாளராக, K. சீனிவாசன் மாநில பொருளாளராக இருக்கிறார்கள்.

இந்தப் பொறுப்பாளர்கள் இந்திய அளவில் டெல்லியில் நடக்கும் கூட்டங்களில் கலந்து கொண்டு முன்னாள் ராணுவ வீரர்கள் நலனுக்கான நடவடிக்கை எடுப்பார்கள்.

இந்தக் குழுவின் மாவட்ட தலைவர் சுபேதார் S. மணி *B.A., DAE DISS.* மாநில குழுவின் செயலாளராகவும் இருக்கிறார். இவரது தந்தை கே.சுப்பையா அவர்களும் 1942இல் இருந்து இந்திய ராணுவத்தில் இருந்தவரே. அவருடைய உந்துதலே மணி அவர்களையும் ராணுவத்தில் சேர வைத்தது. இவருடைய பெரியப்பாவும் ராணுவத்தில் இருந்தவர். இவ்வாறு பல குடும்பங்களில் நாட்டுக்குச் சேவை செய்வதைச் சிறு வயதிலிருந்தே மனதில் பதிய வைத்து வளர்ப்பவர்கள் இங்கே அதிகம். அதன் காரணமாக முன்னாள் ராணுவ வீரர்களின் குடும்பங்களில் தொன்றுதொட்டுச் சேவை செய்ய முன்வருவது இயல்பாகவே இருக்கிறது.

இவர்கள் அமைப்பின் செயல் முறைகள் பற்றிக் கேட்டபோது சத்தமில்லாமல் இவர்கள் ஆற்றிவரும் பல பணிகள் தெரிய வந்தது.

ராணுவத்தில் வேலைக்குச் செல்லத் தேர்வு எழுதுவோருக்குப் பயிற்சி தருகிறார்கள். தேர்வு எழுதுவதற்குத் தேவையான வழிமுறைகள்,

உடல் தகுதியை வளர்த்துக்கொள்வது போன்ற செயல் முறை வகுப்புகளை நடத்துகிறார்கள். பள்ளிகள், கல்லூரிகளில் சிறப்பு உரைகள், நிகழ்ச்சிகள் மூலம் ராணுவம் குறித்த விழிப்புணர்வை ஏற்படுத்துகிறார்கள். ராணுவம் என்றால் துப்பாக்கி எடுத்து சுடுவது மட்டும்தான் என்று பலரும் நினைத்துக்கொண்டிருப்பார்கள். ஆனால் ஆயிரத்திற்கும் மேலான பிரிவுகள் இருக்கின்றன. பீரங்கி (ஆர்ட்டிலேரி கன்) பத்து கிலோமீட்டருக்கு உள்ளே இருக்கக்கூடிய இலக்குக்கு உரியது. அடுத்தது A டிவிசன் ரெஜிமென்ட். இது ஏவுகணைகளை ஏவக்கூடிய துறை. இங்கே அதற்கான படிப்பு, மேற்கொண்டு அறிந்துகொள்ளும் திறன் இருக்க வேண்டியது அவசியம். எவ்வாறு எதிரிப்படைகள் வரும் தடத்தை அறிவது, அதன் மேல் ஏவுகணையை எவ்வாறு இயக்குவது என்றெல்லாம் அறியக்கூடிய திறன் வேண்டும். பத்து, ஐம்பது, நூறு கிலோமீட்டர் என்று சுற்றளவை ரேடாரில் முன்னேயே எல்லை அமைத்துவிடுவார்கள். அந்த எல்லைக்குள் எந்த எதிரி விமானம் நுழைந்தாலும் தன்னிச்சையாக ஏவுகணையை இயக்கும்படியும் அமைத்திருப்பார்கள். இவை முந்தைய காலகட்டம். தற்போது ஆளில்லா விமானங்கள், ஸ்பைடர் ஜெட் மூலம் தாக்குதல் மேற்கொள்ளப்படுகிறது. இதனால் உயிர்ச் சேதம் தவிர்க்கப்படுகிறது. சுற்றுப்புற மக்களுக்கும் பாதிப்பு ஏற்படாது பார்த்துக்கொள்வார்கள். 1971ல் பஞ்சாபில் இவர் இருந்தபோது ஊருக்குள் இருந்த மக்களை வெளியேற்றினார்கள். அதிலும் எங்கும் செல்ல முடியாத மக்களை பதுங்கு குழி அமைத்துக் கொடுத்து கண்காணித்துக்கொண்டார்கள். பதுங்கு குழிகள் வீடுகளை ஒட்டியே இருப்பவை. இரவில் விளக்குகள் காட்டிக்கொடுக்கும் என்பதால் பதுங்கு குழிகளில் இருந்து மக்கள் வெளிவராமல் இருந்துகொள்வார்கள். பகலில் தங்கள் வேலைகளை வீட்டுக்குள் இருந்தபடி செய்துகொள்வார்கள். தாக்குதல் பொதுவாக இரவிலேயே நடக்கும். விமானப்படையில் வெடிகுண்டு ஆபத்துக் களையும் பிரிவு இருக்கும். கடற்படை அதற்கான தொழில் நுட்ப வீரர்களைக் கொண்டிருக்கும். சண்டையில் காயம் படுபவர்களுக்கு உதவ மருத்துவப் பிரிவு, ராணுவத்திற்கான கட்டுமானப் பிரிவு என்று பல பிரிவுகள் இருக்கின்றன.

ஆண்டுக்கு இரண்டு முறை ராணுவத்திற்கு ஆள் எடுப்பார்கள். பத்தாம் வகுப்புப் படித்தவர்கள், பொறியியல், மருத்துவம் என்று பல துறைகளைச் சேர்ந்தவர்களும் தேர்வு செய்யப்படுகிறார்கள். செய்தித்தாள்களில் விளம்பரம் தருவார்கள். விளையாட்டில்

விஜயாநந்தலட்சுமி 229

சிறந்தவர்களுக்கு முன்னுரிமை உண்டு. பத்தாம் வகுப்பு படித்தவர்கள் தகுதியுள்ளவர்களாக இருந்தால் ராணுவமே அவர்களை மேலே படிக்க அனுப்புவார்கள். இதையெல்லாம் எடுத்துச் சொல்லித் தயார் செய்வதையும் இவர்கள் குழு நடைமுறையாகக் கொண்டுள்ளது.

முன்னாள் ராணுவ வீரர்களுக்கு, வீரர்கள் இல்லாத குடும்பங்களில் வாரிசுகளுக்கு ஓய்வூதியம் பெற்றுத்தருவது, வேலை வாய்ப்புப் பெற்றுத்தருவதை இவர்கள் அமைப்பு செய்கிறது

சுபேதார் மணி பொறியியல் துறையில் இருந்தவர். 1966 முதல் 1991 வரை பணியில் இருந்தவர். 1971 இந்திய பாகிஸ்தான் போரில் இவர் சேவைக்கான பதக்கமும் பெற்றுள்ளார்.

“தேசிய முன்னாள் ராணுவ வீரர்கள் ஒருங்கிணைப்புக் குழுவின் மாநில தலைவர் சுபேதார் V.மகாராஜன் M.A., சிக்னல் - செய்தித்தொடர்பில் இருந்தார். இவர் பணிக்காலம் 1978 முதல் 2006 வரை. அவர் அப்துல் கலாமிடம் டெல்லியில் உதவியாளராக இருந்தவர். இ-காமர்ஸ் நிறுவனமான அமேசானின் இந்தியப் பிரிவான அமேசான் இந்தியா, முன்னாள் ராணுவ வீரர்கள் மற்றும் அவர்களது வாழ்க்கைத் துணைவியாருக்கும் நாடு முழுவதும் உள்ள அவர்களின் மையங்களில் வேலைவாய்ப்பு வழங்குவதற்காக முன்னாள் படைவீரர்களின் வேலைவாய்ப்பு திட்டத்தை அறிமுகப்படுத்தியது. சுபேதார் மகாராஜா தேனி மாவட்டத்திற்கான அமேசான் ஒப்பந்ததாராக இருந்து முன்னாள் ராணுவத்தினருக்கு வேலை வாய்ப்பினை வழங்கி வருகிறார்.

மாநில பொருளாளராக இருப்பவர் K.சீனிவாசன். வேலப்பா குரூப் ஆப் ஹோட்டேல்ஸ் நிறுவனங்களின் மூலமாக 300 பேருக்கு வேலை வாய்ப்பினை அளித்து வருகிறார்.

சரஸ்வதி நாடார் பள்ளி, கல்லூரி, மேரி மாதா கல்லூரி, வீரபாண்டி சவுராஷ்டிரா கல்லூரி, கொடுவிலார்பட்டி கம்மவார் கல்லூரி ஆகிய கல்வி நிலையங்களில் இவர்கள் ராணுவம் குறித்த விழிப்புணர்வை ஏற்படுத்துகிறார்கள். ஆண்டுதோறும் ராணுவத்தில் சேரும் புதியவர்களின் எண்ணிக்கையும் கணிசமான அளவில் கூடுவதாகவும் சொன்னார் முன்னாள் ராணுவ அதிகாரி சுபேதார் மணி.

இது தவிர இந்த மூவரும் செஞ்சிலுவைச் சங்கம். அரிமா சங்கம், சுழற்சங்கம் போன்ற சமூக சேவை அமைப்புகளின்

முக்கியப் பொறுப்புகளில் இருந்து கொண்டு மக்களுக்காகச் சமூக சேவை செய்கின்றனர்.

கேரளாவில் வெள்ளத்தால் பாதிக்கப்பட்ட குடும்பங்களுக்கு 8 லட்சம் ரூபாய் மதிப்பிலான உணவு உடை, மருந்துப்பொருள்கள் உதவி செய்துள்ளார்கள்.

குரங்கணி காட்டுத் தீ விபத்து காலங்களில் குரங்கணி சென்று பாதிக்கப்பட்டோருக்கு பேருதவிகள் செய்தது மட்டுமன்றி, பெரும் முயற்சி செய்து சுமார் 10க்கும் மேற்பட்டோரை காட்டுத் தீ விபத்தில் இருந்து காப்பாற்றி இருக்கிறார்கள். முன்னாள் மற்றும் இந்நாள் ராணுவ வீரர்கள் நலன் மற்றும் மக்கள் சமூக சேவைகளை இவர்கள் தொடர்ந்து செய்து வருகிறார்கள்.

முன்னாள் ராணுவ வீரர்களுக்காக National Ex Servicemen Bulletin என்ற ஒரு மாதாந்திர இதழையும் ராணுவத்தினர் நலனுக்காக நடத்துகிறார்கள்.

சுபேதார் மணி அவர்களை எங்களுக்கு அறிமுகம் செய்து வைத்த முன்னாள் ராணுவ வீரரும், அஞ்சலக ஊழியருமான பரமசிவம் அவர்களுக்கு இவ்விடம் நன்றியைச் சொல்லக் கடமைப்பட்டிருக்கிறேன்.

நமக்கான உரிமைகளை நாம் அச்சமின்றி அனுபவிக்க எல்லையில் நின்றும், இடர் வரும் காலத்தில் பாதுகாப்பு வழங்கியும் நம்மைக் காக்கும் இந்த இணையற்ற வீரர்களுக்கு வணக்கத்தைத் தெரிவித்துக்கொள்வோம்.

உரிமைகளை இழந்தால் தட்டிக்கேட்க இவர்களைப்போன்ற வீரர்களும், தியாகிகளுமே முன்னிற்பர். தேனி வாரச்சந்தை இருக்கிறதே அதைப் பார்த்து வியக்காதவர்கள் யார்? வாரச்சந்தை கூடுமிடத்திற்கு அதிகக் கட்டணம் கேட்டபோது அதற்காகப் போராடினார் அந்தத் தலைவர்.

என்.ஆர்.தியாகராஜன்

கொள்கையும் தியாகமும்
தலைவனுக்கிருந்தால்
குடுமிப்பூசல் வரவா செய்யும்?
கட்டுக்கோப்பில் பறக்குமா
தாள்கள்?

நூறாண்டுகளுக்கு மேல் பழமையானது தேனி வாரச் சந்தை. தமிழகத்திலேயே இரண்டாவது பெரிய சந்தை. தற்போது நேரு சிலை இருக்கும் இடம் முக்கூட்டுச் சாலை என்ற பெயரோடு இருந்தது. அங்கேதான் சந்தை வியாபாரம் நடந்தது. அந்தச் சந்தையில் மக்கள் கூடுவது தேனீக்கள் மொய்ப்பதுபோல இருந்ததால் அந்த இடமே தேனி என்று பெயர் பெற்றுவிட்டது. இங்கு பருத்தி, புகையிலை, தானியங்கள், காய்கறிகள் என்று அ முதல் ஃ வரை கிடைக்காத பொருள்களே இல்லை.

தேனி சந்தைக்கு வெளி மாவட்டங்களில் இருந்தும் வருவார்கள். இங்கு ஆடு, கோழி, மாடு ஆகியவையும் விற்கப்படும். ஞாயிற்றுக்கிழமை ஆனாலே வீட்டு வீட்டுக்குத் தேனிச் சந்தைக்குப் போகிறேன் என்று கிளம்பி விடுவார்கள். அன்று போக்குவரத்து நெரிசல் ஏற்படும். காவலர்கள் அதிகப்படி பாதுகாப்புக்கு வருவார்கள். சந்தைக்குத் தங்களுடைய கிராமத்தில் இருந்து புளி, மிளகாய், காய்கறிகளைக் கொண்டு வந்து விற்பவர்கள் பலர்.

1938இல் தேனி மேற்குச் சந்தையைக் குத்தகைக்கு எடுத்தவர்கள் மாட்டு வண்டி விவசாயிகளிடம் அதிகமாகக் கட்டணம் வசூல் செய்தனர். அப்பாவி மக்களுக்காக இதனை எதிர்த்துப் போராடியவர் பெரியகுளத்தை அடுத்த லட்சுமிபுரத்தில் 1913இல் பிறந்த ரத்தினசாமி அவர்களின் மகன் என்.ஆர்.தியாகராஜன். இந்தப்போராட்டத்தில் இவர் கைது செய்யப்பட்ட வழக்கில் ஒன்பது மாதம் சிறை தண்டனை பெற்றார்.

கிராம காங்கிரஸ் கமிட்டியிலிருந்து தனது அரசியல் வாழ்வைத் தொடங்கிய என்.ஆர்.தியாகராஜன், படிப்படியாக வளரத் தொடங்கினார். 1939இல் சென்னை மாகாண காங்கிரஸ் கமிட்டிக்கு உறுப்பினராகத் தேர்ந்தெடுக்கப்பட்டார்.

1931 முதல் 1942 ஆகஸ்ட் புரட்சி வரையிலான எல்லா போராட்டங்களிலும் இவரது பங்களிப்பு முக்கியமானதாக இருந்தது. இவர் பங்கு பெறாத விடுதலைப்போரே இல்லை. இவர் செல்லாத சிறைகளும் இல்லை. அந்நியத்துணி எதிர்ப்பு, உப்பு சத்தியாக்கிரகம், வெள்ளையனே வெளியேறு போராட்டம் என்று அனைத்துப் போராட்டங்களிலும் கலந்துகொண்டு, தமிழ்நாடு, ஆந்திரா சிறைகளில் ஏழு ஆண்டுகள் ஆறு மாதங்கள் பல கட்டங்களாகத் தண்டனை அனுபவித்தவர். காந்தியடிகளால் பெரிதும் பாராட்டப்பட்டவர்.

இவர் அலிப்புரம், வேலூர், பாளையங்கோட்டை, திருச்சி போன்ற சிறைகளில் இருந்தபோது இவருடன் குடியரசுத் தலைவராக இருந்த சஞ்சீவ ரெட்டி, ஆளுநராக இருந்த சென்னா ரெட்டி போன்றோரும் ம.பொ.சிவஞானம், ராம்சு பாக்சிங், ப.ஜீவானந்தம், இ.எம்.எஸ்., தங்கமணி போன்றோரும் உடன் இருந்தவர்கள்.

இவரது விடுதலைப்போராட்ட உணர்வையும், தியாகத்தையும் கருத்தில் கொண்டு முன்னாள் முதல்வர் எம்.ஜி.ஆர் இவரது சேவைக்குச் சிறப்பளிக்கும் விதமாக தேனி அரசு மருத்துவமனைக்கு என்.ஆர்.தியாகராஜன் மருத்துவமனை என்று பெயர் சூட்டினார்.

1949ஆம் ஆண்டு இவர் மதுரை ஜில்லா போர்டு தலைவர் பதவிக்குப் போட்டியிட்டு வெற்றி பெற்றார். 1957இல் நடைபெற்ற சென்னை சட்டசபைத் தேர்தலில் போட்டியிட்டு வெற்றி பெற்றார். 1964இல் இவர் சென்னை சட்டசபை மேல்சபை உறுப்பினரானார். 1968இல் மேல்சபை எதிர்கட்சித் தலைவராக இருந்து சிறப்பாக பணி புரிந்தார்.

1962இல் தேனிக்கு நேருவை அழைத்து வந்தார். நேரு பல புதிய தொழில் வளர்ச்சித் திட்டங்களை ஆரம்பித்து வைத்தார். முதலமைச்சர் காமராஜருக்கும் இவருக்கும் நடுவே நெருக்கமான நட்பும் இருந்தது. இவரது காலத்தில்தான் பெருந்தலைவர் காமராஜர் மூலம் வைகை அணை கட்டப்பட்டது.

இவர் பதவியில் இருந்த காலகட்டங்களில் அன்றைய ஒருங்கிணைந்த மதுரை மாவட்டத்தின் தொடக்கப்பள்ளிக் கல்வியைப் பெரிதும் மேம்படுத்தியவர். மாவட்டம் முழுக்கப் பல பள்ளிகளை ஏற்படுத்தினார். கொடைக்கானலை சிறந்த மலை நகரமாக அமைத்தவர். மதுரைப் பல்கலைக்கழகம் அமைவதில் பெரும் பங்காற்றியவர். அதன் முதல் செனட் உறுப்பினராகவும் இருந்தார்.

இவர் தேனியில் அமைத்த நவீன குடியிருப்புப் பகுதியைத் திறந்துவைத்தவர் ராஜாஜி. அந்தக் குடியிருப்புக்கு என்.ஆர்.டி நகர் என்றே பெயர் வைத்தார். இன்றும் அக்குடியிருப்பு நகரில் முதன்மையான திட்டமாகப் பாராட்டப்படுகிறது.

பெரியகுளத்தில் பிறந்தாலும் தேனி என்.ஆர்.தியாகராஜன் என்றே அழைக்கப்படுகிறார். ஆங்கிலேயர் மதுரை போடி ரயில் போக்குவரத்தைத் தடைப்படுத்தினார்கள். அதோடு தண்டவாளங்களைக் கழற்றி எடுத்துச்சென்றார்கள். இதனை எதிர்த்துப் போராடி மீண்டும் மதுரை போடி ரயில் போக்குவரத்தைக் கொண்டு வந்தவர் இவர்.

போடி ரயில் எதற்காக வெள்ளையர்களால் கொண்டு வரப்பட்டது?

ஒரு ஊர்ல ஒரு ரயில் இருந்துச்சாம்...

ரயில்வே கேட் அருகே
நின்று செல்கிறார்
பெரியவர்

அனிச்சையாய்க்
கை காட்டுகிறார்கள்
வெள்ளரிக்காய்க்காரிகள்

கிரிக்கெட் விளையாடும்
சிறுவர்களின் மட்டையில்
தடதடத்துப் போகிறது
வராத ரயில்

எதற்கும் அடிமையாகாதவன் எவரையும் அடிமையாக்குவதில்லை. மேற்குத்தொடர்ச்சி மலையின் சரிவான பகுதியில் விளையும் ஏலக்காய் மணம், வியாபாரம் செய்ய வந்து ஆட்சியை எடுத்துக்கொண்ட வெள்ளையர்களை அடிமையாக்கியது. இங்கிருந்த செல்வங்களை அள்ளிகொண்டுபோக அவர்கள் நம்மை அடிமையாக்கினார்கள். மலைக்கிராமமான குரங்கணி அழகின் இருப்பிடம். கடல் மட்டத்தில் இருந்து 6500 அடி உயரத்தில் போடிநாயக்கனூரிலிருந்து 16 கிலோமீட்டரில் இருக்கிறது குரங்கணி மலைப்பகுதி.

அந்த உயரத்தை இன்னும் உயரமாக்கும் மரக்கூட்டங்கள் மேகங்களோடு கூடிக்குலாவும் காட்சியைக் காண முடியும்.

ஆண்டு முழுவதும் குளிர்ந்த காற்றை அனுபவிக்கலாம் இங்கே. இங்குள்ள மலைகளில் தேயிலை, காபி, ஏலக்காய், கிராம்பு ஆகிய பணப்பயிர்களும், நறுமணப்பொருள்களும் விளைகின்றன. இவற்றின் மீது ஆசை கொண்ட வெள்ளையர்கள், இங்கே மலையில் வசித்திருந்த பழங்குடி மக்களை மிரட்டி அவர்களை விரட்டிவிட்டு, அவர்களில் சிலரினை ஏமாற்றி, அவர்களின் உதவியுடன் ஏலக்காய், காபி அனைத்தையும் தங்கள் நாட்டுக்குக் கொண்டு சென்றனர். கொண்டு செல்ல பாதைகள் வேண்டுமல்லவா? அதற்காக மலைச் சாலைகளை அமைத்தார்கள். போடி-குரங்கணி சாலை இதன் காரணத்துக்காக அவர்கள் அமைத்ததே.

மலைகளின் பக்கவாட்டுப்பகுதிகளில் பயிர் செய்யப்படும் தேயிலை மிகுந்த சுவையை உடையது. மலையின் மறுபக்கம் கேரளா. அங்கும் இதேபோல நறுமணப் பொருள்கள் விளையும் மலைகள்தான் என்பதால் அதனையும் தமக்கு அள்ளிப்போக மலையில் என்ன செய்வது என்று சிந்தித்தார்கள். மலைமேலிருக்கும் பொருள்களைக் குரங்கணி கிராமத்திற்கு கொண்டு வர 'ரோப் கார்' பயன்படுத்தத் திட்டமிட்டு பத்தாயிரம் அடி உயரத்தில் டாப் ஸ்டேஷன் என்னும் இடத்தை அமைத்தார்கள். கேரளா, தமிழகத்துக்கு நடுவில் இருக்கும் இந்த இடத்துக்கு அந்த இரண்டு மாநிலங்களில் இருந்தும் நறுமணப்பொருள்களை டாப் ஸ்டேஷன் கொண்டு வந்தார்கள். அங்கிருந்து ராட்சத இரும்பு வடங்கள் பொருத்திய ரோப் கார் மூலம் மலையின் நடுவில் அமைக்கப்பட்ட சேகரிப்பு நிலையத்துக்குக் கொண்டுவரப்பட்டு, அங்கிருந்து அடிவாரத்தில் இருக்கும் குரங்கணி கிராமத்திற்கு கொண்டு வந்தார்கள். குரங்கணியிலிருந்து போடிக்கு மாட்டு வண்டிகள், கழுதைகள் மூலம் அந்தப் பொருட்கள் கொண்டு வரப்பட்டன. போடியிலிருந்து துறைமுகம் கொண்டு செல்ல என்ன வழி? அதற்காக அவர்கள் ஒரு வழி கண்டுபிடித்தார்கள். மதுரையிலிருந்து சென்னைக்கு ரயில் இருந்தது. போடியிலிருக்கும் பொருள்களை மதுரைக்கு கொண்டு வந்தால் அங்கிருந்து சென்னைக்குக் கொண்டு செல்ல முடியும். உடனடித் தேவை போடியிலிருந்து மதுரைக்கு ஒரு ரயில். இதன் காரணமாகக் கொண்டுவரப்பட்டதே போடி-மதுரை ரயில். வெள்ளையர்கள் பயன்படுத்திய ரோப் கார் அடையாளம் இன்னும் மலையில் டாப் ஸ்டேஷனில் மறையாமல் இருக்கிறது. இடுக்கி, குரங்கணி என மலைக்கிராமங்கள் அமைந்துள்ள மேற்குத் தொடர்ச்சி

மலையில் விளைவித்த ஏலக்காயை மேற்கத்திய நாடுகளுக்குக் கொண்டு செல்வதற்காக முழுக்க முழுக்க வணிக ரீதியான பயன் பாட்டிற்காக அமைக்கப்பட்டதே மதுரை-போடி இடையிலான ரயில் வசதி.

மதுரை போடிநாயக்கனூர் ரயில் பாதையை 20.11.1928இல் சென்னை மாகாண வருவாய் உறுப்பினர் நார்மன் மார்ஜோரி பேங்க்ஸ் தொடங்கி வைத்தார். 2.5 அடி அகலமுள்ள குறுகலான ரயில் பாதையாக இருந்தது. இரண்டாவது உலகப்போரின் போது 1942ஆம் ஆண்டில் ரயில் நிறுத்தப்பட்டது. இந்தியா சுதந்திரம் பெற்ற பிறகு 1953-54-ஆம் ஆண்டு இந்த வழித்தடம் மீட்டர்கேஜ் பாதையாக மாற்றப்பட்டது. கரி மற்றும் டீசல் இன்ஜின்கள் என தன்னுடைய வண்ணங்களை மாற்றிக்கொண்டது இந்த ரயில்.

மதுரை-போடி இடையே 90.4 கிலோ மீட்டர் தூரத்திற்கு மீட்டர்கேஜ் பாதை அகற்றப்பட்டு அகல ரயில்பாதையாக மாற்றும் பணிகள் கடந்த 2011இல் தொடங்கின. தொடக்கத்தில் போதிய நிதி ஒதுக்கீடு இல்லாமல் பணிகள் ஆமை வேகத்தில் நடத்தன. இதனால் பணியை வேகமாக முடிக்கக்கோரி பல்வேறு அமைப்புகள், பொதுமக்கள் போராட்டத்தில் ஈடுபட்டனர். இதையடுத்து மத்திய அரசு இப்பணிக்கு ரூ.450 கோடி ஒதுக்கீடு செய்தது. இதனைத்தொடர்ந்து பணிகள் விரைவுபடுத்தப்பட்டன.

முதற்கட்டமாக மதுரையில் இருந்து உசிலம்பட்டி வரையும், 2ஆவது கட்டமாக உசிலம்பட்டியில் இருந்து ஆண்டிபட்டி வரையும் பணிகள் முடிக்கப்பட்டு சோதனை ரயில் ஓட்டம் நடத்தப்பட்டது. அதன்பின் ஆண்டிபட்டியில் இருந்து தேனி வரை 17 கிலோ மீட்டர் தூரப் பணிகள் விரைவுபடுத்தப்பட்டன. இதற்கிடையே வைகை ஆற்றுப்பாலம், 30 சிறு பாலங்கள், ரயில்வே நிலையப் பணிகள் முடிக்கப்பட்டன. கொரோனா காரணமாக தாமதமாகியது. அண்மையில் அனைத்துப் பணிகளும் முடிக்கப்பட்டு ஆகஸ்ட் 4-ம் தேதி சோதனை ஓட்டம் நடத்தப்படும் என அறிவிக்கப்பட்டிருந்தது. அதன்படி, 05 செப்டம்பர் 2021 காலை 11.30 மணிக்கு ஆண்டிபட்டியில் இருந்து தேனி வரை 120 கிலோ மீட்டர் வேகத்தில் தெற்கு ரயில்வே கட்டுமான இணைப் பொறியாளர் சூரியமூர்த்தி தலைமையில் சோதனை ஓட்டம் நடத்தப்பட்டது. இதில் ஆண்டிபட்டி-தேனி இடையே உள்ள 17 கிலோ மீட்டர் தூரத்தை 10 நிமிடங்களில் ரயில் என்ஜின் வந்தடைந்தது.

பல திரைப்படக்காட்சிகள் இந்த ரயிலில் படமாக்கப்பட்டுள்ளன. விஜயகாந்தின் நூறாவது படமான கேப்டன் பிரபாகரன் திரைப்படத்தில் வீரபத்திரன் என்ற மன்சூர் அலிகானுக்கும் விஜயகாந்துக்கும் இறுதியில் ரயிலில் நடக்கும் சண்டைக்காட்சி, விஜய்காந்தின் 150 வது படமான உளவுத்துறையில் வரும் ரயில் காட்சி ஆகியவை இந்த ரயிலில் படமாக்கப்பட்டவை. பாலாவின் பிதாமகன் திரைப்படத்தில் சூர்யா, லைலா நடித்த ரயில் காட்சிகள் இந்த ரயிலில், தேனி அரண்மனைப்புதூர் ரயில் தடத்திலேயே படமாக்கப்பட்டது. லைலா சூர்யாவிடம் கைக்கடிகாரத்தை ஏமாறுவரே, அந்தக் கைக்கடிகாரம் தேனி டைட்டான் காட்சியகத்தில் வாங்கப்பட்டதே.

ஆண்டிபட்டி, வைகை நதிக்கரை விவசாயிகள் பலரும் ரயில் வண்டியின் சத்தத்தைக் கேட்டே மணி இத்தனை என்று கூறிவிடும் அளவிற்கு மக்களின் உணர்வுகளில் கலந்த ஒன்றாக இந்த ரயில் வண்டி இருந்தது. இந்த ரயில் மீண்டும் வரப்போகும் நாளுக்காக ஆவலோடு காத்திருக்கிறார்கள் தேனி மக்கள். சென்னையிலிருந்து மதுரை செல்லும் ரயில்கள் தேனி, கூடலூர் வரையிலும் நீட்டிப்பு செய்யப்பட வேண்டும் என்பது இந்த மாவட்டவாசிகளின் பல்லாண்டுக் கனவு. உலகம் சுருங்கிவிட்ட நிலையில் இன்னும் இந்த மாவட்டத்திற்கு ரயில் சேவை என்பது குதிரைக்கொம்பாக இருப்பது வருத்தத்துக்கு உரியது.

ரயில் நிலையத்தின் மிச்சங்கள் ஏக்கத்தோடு நிற்கும் போடிநாயக்கனூரில் சுற்றி நிற்கும் மலைகள் சுற்றுலாப் பயணிகளைக் கவர்ந்து இழுக்கக்கூடியவை. குரங்கணி, மலையேற்றம் செல்பவர்களுக்கு விருப்பமான இடமாக இருக்கிறது. இங்கே பன்னிரண்டு ஆண்டுகளுக்கு ஒருமுறை பூக்கும் குறிஞ்சி மலர்கள் பூக்கும் காலம் மக்கள் அதிகம் வருவார்கள். இங்கே காட்டுத்தீ பரவும் அபாயம் உண்டு. 2018-இல் மலையேற்றம் சென்றவர்கள் காட்டுத்தீயில் பலியானதை நாம் மறக்க முடியாது. அதன் பிறகு வனத்துறை குரங்கணி வழியாக கொழுக்குமலை செல்வதைத் தடை விதித்து இருக்கிறது. அதனால் மூணாறு, சூரியநெல்லி வழியாக கொழுக்குமலை வரலாம். அங்கிருந்து குறிஞ்சி மலர்களைப் பார்த்து இன்புற முடியும். கொழுக்கு மலை குரங்கணியிலிருந்து மூன்று மணி நேர நடை பயணத்தில் இருக்கிறது. இந்த நடை பயணத்தை விரும்பி வெளிநாட்டினர் பலரும் இங்கே வருகிறார்கள். மலைப்பாதை முழுதும் பெரும் பெரும் பாறைகள் அந்தரத்தில் நிற்பது போன்று காணப்படுகின்றன.

குரங்கணி செல்லும் சாலையில் கொட்டக்குடி என்ற ஊர் இருக்கிறது. இங்கு கொட்டக்குடி ஆறு பாய்கிறது. இந்த ஊரில் கொம்புத்தூக்கி அய்யனார் கோயில் வழிபாடு பழம் பெருமை வாய்ந்தது. நடுகல் வழிபாட்டின் தொடர்ச்சியாக இங்கு அய்யனார் நின்றிருக்கிறார்.

மதுரை மாவட்டம் மேலூர் அருகே உள்ள கொட்டக்குடி கிராமத்தில் குல தெய்வமாக இருந்தவர் மூல அய்யனார். ஆயிரம் ஆண்டுகளுக்கு முன்பு அந்தக் கிராமத்தில் போர்க்களங்களில் பெண்களைக் கவர்ந்து சென்றார்கள் எதிரிகள். அதனால் மக்கள் அங்கிருந்து பல ஊர்களுக்கும் சென்று மறைந்து வாழ்ந்தார்கள். இந்த போடி மலைகளில் வந்து ஒரு கூட்டம் மறைந்து வாழ்ந்தார்கள். அதன் தலைவன் குலதெய்வமான அய்யனாரின் பிடி மண்ணை எடுத்து வந்து கோயில் அமைத்தார். இவர் மக்களைப் பாதுகாக்கக் கையில் ஒரு கொம்புடன் வந்ததால் கொம்பு தூக்கி அய்யனார் என்று அழைக்கவும் செய்தார்கள். இவர்களின் பகைவர்கள் இங்கும் பின் தொடர்ந்து வருவதை அறிந்த தலைவன் மக்களை மலைகளின் மீது பாதுகாப்பாக இருக்கும்படி சொல்லிவிட்டு எதிரிகளைச் சந்தித்தார். போரில் எதிரிகளை விரட்டி, தானும் உயிர் நீத்தார். மக்களைக் காத்த தலைவனை கருதலைமுடையார் என்று வழிபடுகிறார்கள்.

நிலம் வாங்குவதாக இருந்தாலும், புது தொழில் தொடங்குவதாக இருந்தாலும், கொம்புதூக்கி அய்யனாரை வணங்கி, குறிகேட்ட பிறகே முடிவெடுக்கிறார்கள். குரங்கணி செல்லும் சுற்றுலாப் பயணிகளும் ஒருகணம் கொம்புதூக்கி அய்யனாரை வழிபட்ட பிறகே செல்கிறார்கள். பச்சைக்கானல் மலையைச் சுற்றிலும் இருக்கும் வனப்பகுதி, கொட்டக்குடி காட்டாறு பாயும் பள்ளத்தாக்கு, மலை மீதிருக்கும் கிராமங்களில் வசிக்கும் மக்கள் அனைவரும் தங்கள் காவல் தெய்வம் கொம்புதூக்கி அய்யனாரும், கருதலைமுடையாரும் என்று இன்றளவும் நம்பி வழிபடுகிறார்கள்.

போடி நகரம் இன்று நியூட்ரினோ ஆய்வு மைய சர்ச்சைக்குரிய மேற்குத் தொடர்ச்சி மலையின் அடிவாரத்தில் உள்ள நகரம். தேனி மாவட்டத்தின் பழமையான கல்லூரியாக போடியில் உள்ள CDPA கல்லூரி Cardamom Planters' Association College என்பதே ஆகும். இந்தக் கல்லூரி மேற்குத் தொடர்ச்சி மலையில் விளைவித்த ஏலக்காயை போடியில் கொண்டு வந்து

ஆங்கிலேயர் வசம் ஒப்படைக்கும் நபர்களின் கூட்டமைப்பின் சார்பாக ஆரம்பிக்கப்பட்டது.

போடி மலைகளில் இலவ மரங்கள் அதிகமாக வளர்கின்றன. அதனால் இங்கு பல இடங்களில் நல்ல இலவம்பஞ்சு மெத்தைகள் தயாரிக்கிறார்கள். போடிமெட்டு பகுதியும் பல்வேறு அரிய வகை விலங்குகள் மற்றும் பறவைகளை உடைய இடமாகும். மைனா, கும்கி போன்ற திரைப்படங்கள் இப்பகுதியில் படமாக்கப்பட்டன.

மலைகளின் இடையே மேகங்களின் விளையாட்டும், சூரிய உதயமும், மஞ்சள் வெயில் மாலையும் மனத்தைக் கிறங்க வைக்கும். கிறங்கியவர்கள் பித்தானார்கள். இயற்கையின் உன்னதத்தை அறிய விழைந்தார்கள். கவியெழுதிப் பார்த்தார்கள். இயற்கையில் தன்னைத் தொலைத்து தன்னின் இயற்கையை அடைய ஏங்கினார்கள்.

அப்படி மாலையையும், தெருவையும், இருளையும், ஒளியையும் தன்னுடைய விரலைப்பிடித்து நடக்கச் சொல்லியபடி இருக்கிறார் கவிஞர் அபி இந்த போடி நாயக்கனூரில். இதோ கவிஞர் அபியின் மாலைப்பொழுதில் சிறு தெருக்கள்

சிறுதெருக்களின் வேளை அது

அடக்கமாக மகிழ
அவைகளுக்குத்தான் தெரியும்

எல்லாப் பருவங்களிலும்
இறுக்கம் சற்றுத் தளரும் நேரங்களில்
தரையிலிருந்து சிறிது மேலெழும்பின

எளிய சந்திப்புகளில்
கைகோத்து
மாலையின் அணைப்புக்காக
அண்ணாந்திருந்தன

ஒன்றுக்கொன்று
(நட்புக் குறையாமலே)
பரிமாற்றம் நின்றுவிட்டது; அதனால்
குப்பை சேரவில்லை

எந்த உத்தரவுமின்றியே
தீவிரமாக நினைப்பதை நிறுத்தின; அதனால்
அவற்றின் சுவாசத்தில்
மனிதவாடை மறைந்தது

*தமது மூல அமைப்பைக்
கிளறுவதையும் நிறுத்தின; அதனால்
அவற்றின் மீது
பயமற்று இறங்கியது மாலை*

*வெறும் எழுத்துக்கள்
மணிகளைப் போல
அங்கங்கே சிதறிக் கிடந்தன
சறுக்கியும் பொறுக்கியும் விளையாடப்
பிள்ளைகள்தான் இல்லை*

தமிழின் முக்கியமான கவிஞர்களுள் ஒருவரான அபி 1942இல் பிறந்தவர். அவரது இயற்பெயர் பீ.மு. அபிபுல்லா. நாற்பது ஆண்டுகள் தமிழ்ப் பேராசிரியராகப் பணியாற்றி ஓய்வுபெற்ற அபி தற்போது மதுரையில் வசிக்கிறார். இதுவரை 'மௌனத்தின் நாவுகள்' (1974), 'அந்தர நடை' (1979), 'என்ற ஒன்று' (1988), 'அபி கவிதைகள்' (2013) ஆகிய தொகுப்புகள் வெளியாகியிருக்கின்றன. அபி கவிதைகளின் முழுத் தொகுப்பைச் சமீபத்தில் அடையாளம் பதிப்பகம் வெளியிட்டிருக்கிறது.

பிரபஞ்சத்தைத் தன்னுடைய கைகளால் அளாவிப்பார்க்கும் அபி அவர்களின் பூமி, பல கதைகளைத் தன்னிடம் வைத்திருக்கிறது. இங்குள்ள அரண்மனை சொல்லும் கதை நூறாண்டுகளைத் தாண்டி நம்மை அழைக்கிறது.

அறநெறி முதற்றே அரசின் கொற்றம்

யானையின் செவியை
அடையும் வரைக்கும்
எறும்புக்குத் தெரிவதில்லை
எதிர்க்கும் வழி

"தாஜ்மகால் கட்டியது கொத்தனாரு, அத ஷாஜகான்ட சொன்னாகூட ஒத்துக்குவாரு"- இது பாடல் வரி. ஆனால் உண்மைதானே? சிம்மாசனங்களின் கால்கள் மிதித்ததெல்லாம் கீழ்த்தட்டு மக்களை. பொறுக்க முடியாத ரணத்தின் வெடிப்புகளில் இருந்தே புரட்சிகள் தோன்றின. புரட்சியின் நெருப்பிலிருந்து தீப்பொறி கூடத் தோன்றாத நிலங்களில் இருந்த மக்கள், எங்கேயாவது சிக்கிமுக்கி கற்கள் உரசும் சத்தம் கேட்கிறதா என்று காதுகளைத் தீட்டிக்கொண்டிருந்தார்கள். அப்படி இருந்த மக்களின் கூட்டத்திடம் கிடைத்த அக்கினிக்கொழுந்து இந்திய விடுதலை. அதற்கு முன் இந்த நிலத்தில் ஜமீன்தார்கள் செய்த அழிச்சாட்டியம் இருக்கிறதே! வெட்கம்.

1784 முதல் 1862 வரையில் ஜமீனாக பங்காரு திருமலை போடி நாயக்கர் இருந்தார். இப்போது போடியில் பிரம்மாண்டமாக நிற்கும் அரண்மனையைக் கட்டியவர் இவரே. பெரிய சுற்றுச்சுவருக்குள்

அமைந்த மூன்று மாடி கொண்டுள்ள அரண்மனை உள்ளேயே "கோதா' எனும் விளையாட்டரங்கம், "உக்கிராணம்' எனும் பொருள் வைப்பறை, நெற்களஞ்சியம், பார்வையாளர் மண்டபம், குதிரை, யானை கொட்டம், தேக்குமரத்தூண்கள், எழில்மிகு மரச்சிற்பங்களோடு "ஆசாரவாசல்' எனத் திரும்பும் திசை எங்கும் அழகு இழைக்கப்பட்டுள்ளது. ராஜஸ்தான் ஜோத்பூர் அரண்மனையை மாதிரியாகக் கொண்டு கட்டப்பட்ட மூன்றடுக்கு மாளிகை என்கிறார்கள் இந்த அரண்மனையை. அரண்மனையின் கீழ்த்தளத்தில் மராட்டிய பாணி வளைவுகள், தூண்கள் தாங்கிய மூலிகை ஓவியங்கள் நிறைந்த கூடம் தான் 'லட்சுமி விலாசம்.' பொன்னும் பொருளும் குவிந்து கிடந்த பொக்கிச அறையும் அந்தக் காலத்தில் இதுதானாம். அரண்மனைக்குப் பெருமை சேர்ப்பதே இங்குள்ள சுவர் ஓவியங்கள்தான். மூலிகைச் சாறு, வண்ணக்கற்களின் பொடி, வஜ்ஜிரம் போன்றவற்றால் உருவாக்கிய வண்ணக் கலவையால் வரையப்பட்ட ஓவியங்கள் இவை என்கிறார்கள். இராமாயணக் காப்பிய ஓவியங்கள் இன்றும் புத்தம் புதிதாக இருக்கின்றன.

பிற மன்னர்கள் அரண்மைகள் கட்டியது, அதன் வரலாறு, மக்கள் பட்ட துன்பங்கள் எழுதி வைக்கப்படவில்லை. ஆனால் இந்த அரண்மனையின் அழகில் கம்பம் பள்ளத்தாக்கின் விவசாயிகளுடைய ரத்தம் வண்ணமாகப் பூசப்பட்டுள்ளது. இன்று இருப்பவர்கள் தங்கள் முன்னோர்கள் செய்த தவறை சொல்லவே வருத்தப்படும் நிலையில்தான் நம்மை ஆண்டவர்கள் இருந்திருக்கிறார்கள். இருப்பதிலேயே பெரிய ஜமீன் கண்டமனூர் ஜமீன். அதன் மிச்சம் மீதி அடையாளங்கள் பரிதாபமாக உள்ளன. எரசக்கநாயக்கனூர் ஜமீனிடம் இன்று அரண்மனை இருக்கிறது. ஆனால் பராமரிக்க முடியாத நிலையில் அல்லவா இருக்கிறார்கள்.

யானைப்படையும், குதிரைப்படையும், தேர்ப்படையும், வீரர்படையும் பெற்றிருந்தாலும் மக்களுக்கு நல்லது செய்யாத, நேர்மையில்லாத, வரிகளால் துன்புறுத்தும் அரசனை அவன் நாட்டு மக்களே வெறுப்பார்கள். வெளியிலிருந்து பகை வர வேண்டியதே இல்லை. உள்ளேயே கலகம் உருவாகும். அதனால் அறத்தை முதன்மையாகக் கொண்டு ஆட்சி செய்யச் சொல்கிறது,

"கடுஞ்சினத்த கொல்களிறும்,
கதழ்பரிய கலிமாவும்
நெடுங்கொடிய நிமிர்தேரும்;

நெஞ்சுடைய புகல்மறவரும் என
நான்குடன் மாண்ட தாயினும் மாண்ட
அறநெறி முதற்றே அரசின் கொற்றம்"

என்கிறது மருதன் இளநாகனாரின் புறநானூற்றுப் பாடல்.

நம் முன்னால் அடையாளச் சின்னங்களாக நின்று கொண்டிருக்கும் பல கோட்டைகளின் எச்சங்கள் சொல்லும் கதைகள் இந்தப் பாடலுக்கு உதாரணமாக நிற்கின்றன. இவர்களின் வரலாறுதான் என்ன? இதைப் படித்து முடிக்கும்போது நல்லவேளை, நாம் அப்போது இல்லை என்ற உணர்வு வரலாம். "ஐயோ! நம்முடைய முன்னோர் பட்ட அவதிகளைக் கையறு நிலையில் அறிகிறோமே" என்று மனம் வெடவெடக்கலாம். நாம் நமக்குக் கிடைத்திருக்கும் இந்த மக்களாட்சியைத் தக்க வைப்பது எத்தனை அவசியம் என்று இந்த ஜமீன்களின் வரலாற்றை அறியும்போது மண்டையில் உறைக்கிறது.

பாண்டிய நாட்டில் தாயாதிச் சண்டையில் உள்ளே நுழைந்த மாலிக்காபூர் மற்றும் சுல்தான்கள் ஆட்சிக்குப்பின் நாயக்கர்கள் ஆட்சி ஏற்பட்டது. கி.பி.1559-1564 வரை தமிழகத்தில் விஸ்வநாத நாயக்கர் மூலம் நாயக்கர் ஆட்சி காலூன்றியது. சுமார் 200 ஆண்டுகள் வரை நாயக்கர்கள் ஆட்சி புரிந்தனர். பாண்டிய நாட்டில் பாளையக்காரரர்களின் ஆட்சியை ஏற்படுத்தியவர் விஸ்வநாத நாயக்கர். விஸ்வநாத நாயக்கரின் தளவாயாகவும், முதல் அமைச்சராகவும் திகழ்ந்தவர் அரியநாத முதலியார். அரசு பதவிகளில் உயர்ந்த பதவியில் இருந்தவர்கள் முதலி என அழைக்கப்படுவது வழக்கம். அரியநாத முதலியார், முதல் மூன்று நாயக்க மன்னர்களிடமும் பணியாற்றியுள்ளார். அவரே பாளையப்பட்டு முறையை இப்பகுதியில் அறிமுகப்படுத்தியவர்.

பாளையம் என்பதற்குச் சேனை, படை, கூடாரம், குறுநில மன்னர், ஊர், பாளையப்பட்டு என்ற பல பொருள்கள் உண்டு. பாளையப்பட்டு என்பது பாளையக்காரரர் கட்டுப்பாட்டில் உள்ள சிறுதொகுதி என்பது பொருள். பாளையம் என்றும் கூறுவர். படைவீரர்களின் குடியிருப்புகளைப் பாளையம் என்று அழைத்தனர்.

சங்ககாலத்தில் இருந்தே நிலவரி அதாவது விளைச்சலில் குறிப்பிட்ட அளவிலான பங்கே அரசுகளின் பிரதானமான வருமானமாக இருந்தது. பொதுவாக விளைச்சலில் ஆறில் ஒரு

பங்கு அரசனுக்கு உரியதாக இருந்தது. கிராம நிர்வாகங்கள் மூலமாக வரி வசூலிக்கப்பட்டது. பாசனத்திற்கான மராமத்துப் பணிகள் அரசின் கடமையாக இருந்தன.

மதுரையைப் பாண்டியர்கள் ஆண்ட போதும் சோழர்கள் ஆண்ட போதும் பிறகு மீண்டும் பாண்டியர்கள் ஆண்ட போதும் கிராமங்கள் விளைச்சலில் குறிப்பிட்ட பங்கை வரியாகச் செலுத்துவதே நீடித்தது. இரண்டாவது பாண்டியப் பேரரசு டெல்லி சுல்தான்களால் வீழ்த்தப்பட்ட பிறகு மதுரையில் நாயக்கர்கள் ஆட்சி நிறுவப்படும் வரை இருநூறு ஆண்டு காலம் அரசில் குழப்பம் நிலவியது.

மதுரை நாயக்கர்கள் ஆட்சியில் நிலம் இரண்டு பகுதிகளாக பிரிக்கப்பட்டது. முதல் பகுதியில் நிலவரியை கிராம நிர்வாகங்கள் (மணியக்காரரர்கள்) மூலமாக நேரடியாக அரசே வசூலித்தது. இரண்டாவது பகுதி பாளையங்களாகப் பிரிக்கப்பட்டது. இவற்றை நிர்வகிக்க பாளையக்காரரர்கள் நியமிக்கப்பட்டார்கள். இவற்றில் வரி விதிக்கும், வசூலிக்கும் உரிமை பாளையக்காரரர்களுக்கு வழங்கப்பட்டது. இவர்கள் அரசிற்கு வரியில் குறிப்பிட்ட பகுதியைச் செலுத்தினார்கள்.

பாளையக்காரரர்கள் புதிய புதிய நிலங்களில் விவசாயத்தை விரிவுபடுத்துவதையும் நீர்ப்பாசனத்திற்கான ஏற்பாடுகளைச் செய்வதையும் மேற்கொண்டார்கள். மேலும் இவர்கள் தங்களுக்கெனப் படைகளைப் பராமரித்தார்கள். போர்க்காலங்களில் அரசிற்கு ராணுவ சேவை ஆற்றினார்கள். இதன் மூலம் அரசின் உள்ளூர் நிர்வாகத்தையும் வரி வசூலையும் பாதுகாப்பையும் பலப்படுத்தினார்கள் மதுரை நாயக்கர்கள்.

மதுரையில் ஆற்காடு நவாபினால் நாயக்கர்கள் ஆட்சி முடிவுக்கு வந்த பிறகு, திண்டுக்கல், மைசூர் ஆட்சியாளர்களின் (ஹைதர்அலி, திப்புசுல்தான்) கீழ் வந்தது. இவர்கள் ஆட்சியின் கீழ் அரசு நிலங்கள் நிர்ணயிக்கப்பட்ட தொகைக்கு விவசாயிகளுக்கு வாடகைக்கு விடப்பட்டது. பாளையக்காரரர்கள் சுயமான அரசுகள் போலச் செயல்பட்டார்கள். முகம்மதிய நிர்வாகத்திற்கு வரி செலுத்துவதில் முரண்பட்டார்கள். அரசுக்கு வரி செலுத்தாத பாளையங்களை திப்புசுல்தான் கையகப்படுத்த, இதனால் ஏற்பட்ட குழப்பத்தைக் கிழக்கிந்தியக் கம்பெனி பயன்படுத்திக் கொண்டது.

மூன்றாவது மைசூர் போருக்குப்பின் திண்டுக்கல் கிழக்கிந்தியக் கம்பெனியின் வசம் வந்தது. அப்போது அதில் இடையகோட்டை, கோம்பை, மாம்பாறை, சண்டியூர், எரியோடு, மடூர், பழநி (ஆயக்குடி, ரெட்டையம்பட்டி), சுக்கம்பள்ளி, கூடலூர், கம்பம், வடகரை, அம்பாதுறை, அம்மயநாயக்கனூர், போடிநாயக்கனூர், எமக்கலாபுரம், எரசக்கநாயக்கனூர், கண்டமநாயக்கனூர், கன்னிவாடி, மாறனூத்து, நிலக்கோட்டை, பள்ளியப்பநாயக்கனூர், தவசிமடை, தேவாரம், தோட்டியக்கோட்டை, விருப்பாச்சி என இருபத்தாறு பாளையங்கள் இருந்தன. திப்புசுல்தானால் பறிமுதல் செய்யப்பட்ட பாளையங்களை மீண்டும் அதே பாளையக்காரர்களிடம் பழைய உரிமைகளோடு வழங்கியது கிழக்கிந்தியக் கம்பெனி. எந்த வரியைத் தர முடியாது என்று கலகம் செய்தார்களோ அதே வரியைத் தனக்குச் செலுத்தச் சொன்னது கிழக்கிந்திய கம்பெனி அரசு.

வெளிநாட்டவர் சொல்வதை நாம் ஏன் கேட்கவேண்டும்? மக்களை அடிமைப்படுத்தக்கூடாது என்று எண்ணினார்களா பாளையக்காரர்கள்? கிடைத்தது வாய்ப்பு. முடிந்தவரை நிலத்தை ஆக்கிரமிப்போம் என்று அடுத்த பாளையத்தையும் சுருட்டும் எண்ணம்தான் அவர்களுக்கு முதலில் வந்தது.

இந்த அடிமை மக்களிடம் நாம் வரி வசூல் செய்து கிழக்கிந்திய கம்பெனி அரசுக்கு எதற்கு கொடுக்க வேண்டும்? இவர்கள் எங்களுக்கே எங்களுக்கான அடிமைகள் என்று மக்களைப் பந்தாடுவது யார் என்ற அதிகாரப் போக்கே அன்று இருந்தது. அதற்காக வீறுகொண்டு எழுந்து கிழக்கிந்தியக் கம்பெனியுடன் போர்கூடச் செய்தார்கள்.

போடிநாயக்கனூர் பாளையக்காரர் கம்பெனியின் கலெக்டரை கோட்டைக்கு வெளியே தன்னுடைய படையைக் கொண்டு தடுத்துப் போரிட்டுள்ளார். வடகரை பாளையக்காரர் தன்னுடைய 400 படையாட்களை போடிநாயக்கனூர் பாளையத்திற்குக் கம்பெனியை எதிர்த்துப் போரிட உதவியாக அனுப்பியுள்ளார். இவ்வாறு பாளையக்காரர்கள் தங்களுக்குள் கூட்டணி அமைத்துக்கொண்டு கம்பெனிக்கு எதிராகப் போரிட்டார்கள். கம்பெனி தன்னுடைய இராணுவ பலத்தைக்கொண்டு அவர்களை அடக்கியது. பாளையக்காரர்களுக்குத் தண்டனை வழங்கியது.

கம்பெனி பாளையக்காரர்களின் எழுச்சியை ஒடுக்கிய பிறகு, பாளையக்காரர்கள் படை வைத்துக்கொள்வதையும் கோட்டை

வைத்துக்கொள்வதையும் தடை செய்தது. இதன் மூலம் மீண்டும் ஆயுத எழுச்சிக்கான வாய்ப்பை இல்லாமல் செய்து தன் நிர்வாகத்தைப் பலப்படுத்திக்கொண்டது. பாளையக்காரர்களைத் தன் அதிகாரத்திற்குப் பக்கபலமாகப் பயன்படுத்திக்கொள்வதே தன் நலனுக்கு உகந்தது என்ற அடிப்படையில் பாளையக்காரர்களோடு நிரந்தரமான நிலவருவாய் ஏற்பாட்டை ஏற்படுத்திக்கொண்டது கம்பெனி.

கி.பி. 1801-இல் சென்னை கவர்னர் எட்வர்ட் கிளைவ், பாளையக்காரர் முறைக்கு முற்றுப்புள்ளி வைத்து ஆணை பிறப்பித்தார். பின்னர் பாளையக்காரர்கள் ஜமீன்தார்கள் எனப் பெயர் பெற்றனர். 1802ஆம் ஆண்டு 'சாசுவத நிலவரி திட்டம்' என்ற திட்டத்தை அமல்படுத்தினார்கள்.

வட இந்தியாவில் முகம்மதியர்கள் ஆட்சியின் போது விவசாயிகளிடம் இருந்து வரி வசூலிக்க உள்ளூர் நபர்களை நியமித்தனர். இவர்களே ஜமீன்தார்கள். கிழக்கிந்தியக் கம்பெனி வங்காளத்தில் நிரந்தர நிலவரிச் சட்டம் கொண்டு வந்தபோது இந்த ஜமீன்தார்களுக்கு நிலவரியை மரபுரிமையாக்கினார்கள். இந்த முறையை மதுரை பாளையங்களுக்கும் ஏற்படுத்தினார்கள். அதோடு அரசின் நேரடியான வரி வசூலில் இருந்த கிராமங்களில் சிலவற்றை மிட்டாக்களாக மாற்றி ஏலத்தில் விட்டனர். ஜமீன்தார்களும் மிட்டாகளும் தங்களுக்குக் கீழே உள்ள விவசாயிகளுக்குப் பட்டா வழங்கினர். வரி கட்டாத விவசாயிகள் நிலத்தில் இருந்து வெளியேற்றப்பட்டனர்.

வரி வசூலில் 70 சதவீதம் கம்பெனி அரசிற்கும், 30 சதவீதம் ஜமீன்தார்களுக்கும் மிட்டாதார்களுக்கும் பிரிக்கப்பட்டது. ஆனால் கம்பெனியின் கலெக்டரால் நிலத்தின் மதிப்பு அதீதமாகக் கணக்கிடப்பட்டு ஜமீன்தார்களால் விவசாயிகளின் மேல் அதிகமாக வரி நிர்ணயிக்கப்பட்டதால் விவசாயிகள் கொடுமையான சுரண்டலுக்கும் துயரத்திற்கும் உள்ளானார்கள். வரி வசூலிப்பு பெரும் நெருக்கடிக்கு உள்ளானது. ஜமீன்தார்களும், மிட்டாதார்களும் கம்பெனி அரசிற்குப் பெருமளவு வரி பாக்கி வைத்தார்கள். இவ்வாறு வரி பாக்கி வைத்த ஜமீன்களின், மிட்டாக்களின் வரி வசூல் நிர்வாகத்தைக் கம்பெனி அரசே நேரடியாக நடத்தியது. வரி பாக்கி வைத்த ஜமீன்தார்களையும் மிட்டாதார்களையும் கம்பெனி வேறு வேறு விதமாக நடத்தியது. ஜமீன்களின் மரபுரிமையை அங்கீகரித்து வரி பாக்கியை அவர்கள்

மீண்டும் செலுத்தும் வரை ஜமீனின் நிகர வருமானத்தில் 10 சதவீதத்தை ஜமீன்தார்களுக்குப் பராமரிப்புக்கு வழங்கியது. வரிபாக்கியை செலுத்திய பிறகு ஜமீனை அவர்களுக்கு பழைய உரிமைகளோடு வழங்கியது.

வரிபாக்கி வைத்த ஜமீன்தார்கள் தங்கள் ஜமீனை அரசிடம் ஒப்படைக்க விரும்பினால் அவர்களுக்கு நிகர வருமானத்தில் 10 சதவீதத்தை நிரந்தர பராமரிப்பாக வழங்க அரசு முன் வந்தது. ஜமீன்தார் பட்டம் இருக்கும், வரி வசூலிக்கும் உரிமை இருக்காது. கம்பம், வடகரை ஆகிய ஜமீன்தார்கள் இந்த வகையில் தங்கள் ஜமீன்களைக் கம்பெனி அரசிடம் ஒப்படைத்தனர்.

மதுரை மாவட்டத்தின் பெரும்பான்மையான ஜமீன்தார்கள் கம்பள தொட்டிய நாயக்கர் சமூகத்தைச் சேர்ந்தவர்கள். முகம்மதியர்களின் படையெடுப்பின்போது இவர்கள் வட இந்தியாவில் இருந்து ஆந்திராவின் அனந்தப்பூர் மாவட்டத்திற்கு இடம்பெயர்ந்தவர்கள். விஜயநகரப் பேரரசில் இராணுவச் சிப்பாய்களாகப் பணியாற்றியவர்கள். விஜயநகரப் பேரரசு மதுரையின் மீது படையெடுத்தபோது இவர்கள் தென்தமிழகத்தில் குடியேறினார்கள். தொட்டியன்களில் ஒன்பது துணை சாதிகள் உள்ளன. இவற்றில் ஆறு சாதிகள் தமிழகத்தில் உள்ளன. இவை அகமணக்குழுக்கள். இவை நாயக்கன் என்ற பின்னொட்டும், கவுண்டன் என்ற பின்னொட்டும் கொண்டுள்ளன. இவர்களைக் கம்பளம் என்று அழைப்பதற்குக் காரணம், இவர்களின் சாதிக் கூட்டங்களில் கம்பளம் விரித்து அமர்ந்து அதில் கலசத்தில் வேப்பிலைநீர் வைத்து முக்கியப் பிரச்சினைகளை பேசித் தீர்ப்பதால்.

இவர்கள் சாதியக் கட்டுப்பாடுகளைக் கடுமையாகப் பின்பற்றுபவர்கள். சாதிக்கு வெளியிலான திருமணங்களை ஏற்காதவர்கள். பிற்போக்குத்தனமான சடங்குகளை சாதிய நடைமுறைகளைப் பின்பற்றியதால் பண்பாட்டு சுதந்திரத்திலும் வளர்ச்சியிலும் பின்தங்கிய நிலையில் நீடித்தார்கள். இதனால் கல்வியறிவு அற்றவர்களாக இருந்தனர். பெண்களைத் தாழ்வான நிலையில் வைத்திருந்தனர். ஜமீன்தார் வீட்டுப் பெண்கள் பொதுவெளியில் வருவது தடை செய்யப்பட்டிருந்தது. பருவமடைந்த பெண்கள் முழு உடலையும் மறைத்து முக்காடிடும் வழக்கும் கடைப்பிடிக்கப்பட்டது. ஜமீன்தார் சாதிகளில் குழந்தைத் திருமணம் கட்டாயமாக நிறைவேற்றப்பட்டது. பலதார

மணமும் சாதிய நடைமுறையாக இருந்தது. தேவாரத்தின் ஜமீன்தார் கொண்டம்ம பொம்ம நாயக்கர் 1860ல் இறந்தபோது அவருக்கு ஐந்து மனைவிகள் இருந்தனர். ஏழுமலையின் ஜமீன்தார் எர்ரசினமா நாயக்கர் தனது தந்தை இறந்து ஆறு வாரங்களில் இறந்து போனார். தந்தைக்கு 28 வயது மனைவியும் மகனுக்கு 26 வயது மனைவியும் இருந்தனர். அதாவது வயதான காலத்திலும் திருமணம் செய்வது ஜமீன்களில் வழக்கமாக இருந்தது. இவ்வாறான பலதார மணங்களால் வாரிசுகளுக்கான சண்டையும் வழக்குகளும் ஜமீன்களில் வழக்கமாக நடந்தன.

கம்பெனி அரசு நீதிமன்றங்களை அமைத்த பிறகு ஜமீன்தார்களின் உரிமை சார்ந்த பிரச்சினைகள் நீதிமன்றங்களால் கையாளப்பட்டன. முன்பு பெண்கள் ஜமீனின் வாரிசாவது மரபுப்படி ஏற்கப்படவில்லை. பாளையக்காரர்கள் இராணுவ சேவை ஆற்றவேண்டி இருந்ததால் இது கடைபிடிக்கப்பட்டது. பெண்வாரிசு இல்லாத பாளையக்காரரின் உடனடி உறவினர் பாளையத்தின் வாரிசாக நியமிக்கப்பட்டனர். நீதிமன்றங்கள் இந்த மரபை நிராகரித்து பெண்களின் வாரிசு உரிமையை அங்கீகரித்தது. எரசக்கநாயக்கனூர் ஜமீன்தார் இறந்த பிறகு அவருடைய உறவினர்கள் ஜமீன் உரிமையை ஏற்றதை நிராகரித்து ஜமீன்தாரின் மனைவி சின்னம்மாளை ஜமீனாக அங்கீகரித்தது நீதிமன்றம்.

ஜமீன்தார் இறக்கும் போது வாரிசு சிறுவர்களாக இருந்தால், ஜமீனின் நிர்வாகத்தை கம்பெனி அரசு ஏற்றது. இதற்குக் கட்டணமாக ஜமீனின் வருமானத்தில் 1.5 சதவீதத்தை எடுத்துக்கொண்டது. வாரிசுக்குக் கல்வி கற்பிக்கும் நிர்வாகத்தைக் கற்றுத் தரும் பொறுப்பை கம்பெனி அரசு ஏற்றது. இதற்கு ஜமீனின் வருமானத்தில் இருந்து தாராளமாகச் செலவு செய்யப்பட்டது. வாரிசுகள் கம்பெனி அரசுக்கு ஏற்ற சிந்தனையோடு வளர்க்கப்பட்டனர். இதைத்தான் எடுப்பார் கைப்பிள்ளை என்பது. ஒரு பெரிய கட்சியின் பிடியில் இன்னொரு கட்சி ஆடுகிறது என்பதையும் இப்படித்தான் சொல்வார்கள்.

நீதிமன்றம் என்று சொன்னதும் அது முழுக்க முழுக்க உண்மையானது என்று நம்பிவிட வேண்டாம். கிழக்கிந்தியக் கம்பெனியின் நீதிமன்றங்கள் ஜமீன்தார்கள் குற்ற நடவடிக்கைகளில் ஈடுபட்டபோது, ஜமீன்தார்களுக்கு ஆதரவாகவே தீர்ப்பு வழங்கின. தேவாரத்தின் ஜமீன்தார் அவருடைய ஆட்களுடன்

சேர்ந்து நெடுஞ்சாலைகளில் வழிப்பறியில் ஈடுபட்ட வழக்கில் ஜமீன்தார் தண்டனையின்றி விடுவிக்கப்பட்டார். ஜமீன்தார் மேல் பாசமா? அதெல்லாம் இல்லை. அந்தந்த ஊர் மக்களில் ஒருவரால் வரி வசூல் செய்யப்பட்டுத் தங்களிடம் வரித்தொகை வந்தால் கல்லா கட்டலாம். மக்களுக்கு ஜமீன்தார் மேல் வரும் கோபம், தங்கள்மேல் வராது. அதுதான் கம்பெனிக்கு நல்லது என்று கணக்குப்போட்டு நடந்துகொண்டார்கள்.

பல ஜமீன்தார்கள் தங்களின் ஊதாரித்தனமான ஆடம்பரமான வாழ்க்கை, திருமணங்கள் மற்றும் வாரிசு வழக்குகளால் கடன்களில் சிக்கி தங்கள் ஜமீனை அடமானம் வைக்கும் / விற்கும் நிலைக்கு வந்தனர். மரபுரிமையான ஜமீன்களை விற்பதைத் தடுப்பதற்காக கம்பெனி அரசு சட்டம் இயற்றியது. அதாவது கம்பெனி அரசு தன்னுடைய அரசு நிர்வாகத்தைப் பாதுகாப்பதற்காக ஊதாரித்தனமான ஜமீன்தார்களை பாதுகாத்தது.

ஜமீன்தார்கள் ஊதாரித்தனமாகச் செலவிட்டதால் விவசாயம் முதலாளித்துவ முறைக்கு மாறுவது பின் தங்கியது.

கம்பெனி அதிகாரிகளுக்கு இலஞ்சம் கொடுத்துப் பல்வேறு முறைகேடுகளிலும் ஜமீன்தார்கள் ஈடுபட்டனர். ஜமீன்தார்கள் அரசியல் ரீதியாகவும் பொருளாதார ரீதியாகவும் பிரிட்டன் அரசுக்குச் சேவை செய்தனர். இதற்காக அவர்களுக்குப் பட்டங்களை வழங்கி கௌரவித்தது பிரிட்டன் அரசு. வடகரை ஜமீன் ராமபத்ர நாயக்கருக்கு திவான் பகதூர் பட்டம் வழங்கப்பட்டது. 1911ல் ஜார்ஜ் V ன் முடிசூட்டுதல் போடிநாயக்கனூர் ஜமீன் முழுவதும் கொண்டாடப்பட்டது. ஜமீன் மாளிகையின் முன்பாக ஐந்து விளக்கு கம்பங்களை ஜமீன்தாரினி காமுலு அம்மாள் நிறுவினார். இவை மகாராணி மேரி விளக்கு என அழைக்கப்பட்டன. பிராமணர்களுக்கும் ஏழைகளுக்கும் உணவு வழங்கி, பள்ளி குழந்தைகளுக்கு இனிப்பு, பழங்கள் வழங்கி கொண்டாடப்பட்டது. அரசரின் நீண்ட ஆயுளுக்குச் சிறப்பு பூஜைகள் நடத்தப்பட்டன. பிரிட்டன் அரசரின் புகைப்படத்தை யானை மூலம் ஊர்வலம் நடத்தியதோடு, தன்னை அரசரின் அரசியல் கூட்டாளியாக அறிவித்துக்கொண்டார் ஜமீன்தாரினி காமுலு அம்மாள்.

ஜமீன் பங்களாக்களில் ஜமீனின் பெரும் குடும்பங்களும் ஜோசியர்கள், புலவர்கள் என ஒரு கூட்டமும், ஊழியம் செய்வதற்கு பரிவாரங்களும் பராமரிக்கப்பட்டன. இவர்களுக்குத்

தானமாகப் பெருமளவு ஜமீன் வருமானம் செலவு செய்யப்பட்டது. போடிநாயக்கனூர் ஜமீனில் 3186 ரூபாய் மதிப்புள்ள நிலங்கள் இவ்வாறு தானமாகத் தரப்பட்டிருந்ததாக மாவட்ட கலெக்டர் 1863இல் தன்னுடைய அறிக்கையில் குறிப்பிட்டுள்ளார்.

பரிவாரங்களில் இருப்பவர்கள் ஜமீன் குடும்பத்திற்கான ஊழியத்தைத் தவிர பிற வேலைகளில் ஈடுபடாதவர்கள். இவர்கள் விவசாயிகளின் மீது கொடும் ஒடுக்குமுறைகளை நடத்தினர்.

பிரிட்டன் அரண்மனைகளைப் போல ஜமீன்தார்கள் தங்கள் மாளிகைகளைக் கட்ட செலவு செய்தனர். போடிநாயக்கனூர் இளம் ஜமீனுக்காக 1872ல் மாவட்ட நிர்வாகம் வீடு வாங்க முடிவு செய்தது. அதைப்பற்றிக் கருத்துத் தெரிவித்த அரசு, ஜமீனில் பணமாக இருந்து ஊதாரித்தனமாக செலவு செய்வதைவிட மதுரையில் ஒரு நல்ல வீடு மோசமான முதலீடு அல்ல எனக் குறிப்பிட்டது.

ஜமீன்களின் கடன்களுக்கு ஒரு முக்கியமான காரணம் திருமணச் செலவுகள். ஜமீன் திருமணங்கள் பெரும் ஆடம்பரத்தோடு செய்யப்பட்டன. ஜமீனின் தூரத்து உறவினர்களுக்குக்கூட ஜமீன் செலவில் ஆடம்பரமாகத் திருமணம் செய்யப்பட்டன. போடிநாயக்கனூர் இளம் ஜமீனுக்கும் அவருடைய சகோதரனுக்கும் 1874ல் 60,000 ரூபாய் செலவில் திருமணவிழா நடத்தப்பட்டது. ஜமீனின் வருவாய் இதற்காகச் செலவிடப்பட்டது. இப்படியான ஆடம்பரச் செலவுகளால் ஜமீன்கள் வட்டிக்காரர்களிடம் சிக்கினர்.

இறந்த ஜமீன்களின் அடக்கமும் பெரும் செலவில் பகட்டாகச் செய்யப்பட்டன. 1880ல் போடிநாயக்கனூர் ஜமீன்தாரின் அடக்கம் பெரும் செலவில் பிரமாண்டமாகச் செய்யப்பட்டது, இதில் பிரிட்டன் அதிகாரிகளும் கலந்துகொண்டனர். இறுதிச் சடங்குகள் இளம் மகனால் அல்லது நெருங்கிய உறவினரால் செய்யப்பட்டன. ஜமீன்தாராகப் பொறுப்பேற்ற மகன் தந்தையின் உடலுக்கு இறுதி மரியாதை செய்வதும் துக்கம் கடைபிடிப்பதும் அவர்கள் மரபில் தடை செய்யப்பட்டிருந்தது.

ஜமீன் சாதிகள் தங்களுக்கென்று சடங்குகளையும் புரோகிதர்களையும் கொண்டிருந்தார்கள். இந்த புரோகிதர்கள் கம்பிளிநாயக்கன், கோடங்கிநாயக்கன் என்று அழைக்கப்பட்டனர். இவர்களுக்கு நிலங்கள் இனாமாக வழங்கப்பட்டன. இந்த நிலத்தின் விவசாயிகள் அவர்களுக்கு இலவசமாக உழைக்கவேண்டும்.

தொட்டியநாயக்கர்கள் வீடுகளில் இறந்த வீரரை, உடன்கட்டை ஏறிய பெண்ணை என மூதாதையரை வழிபட்டனர். ராஜகம்பளத்திலும் இந்த நடைமுறை உள்ளது. எரசக்கநாயக்கனூர் ஜமீனின் ஐந்தாவது வாரிசான கதிர்வேல்பாண்டியன் தன் 24வது வயதில் இறந்தபின் அவரை கிராம மக்கள் தெய்வமாக வழிபடத் தொடங்கினர். தங்கள் கிராமத்தை வறுமையிலிருந்து மீட்கும் சக்தி கதிர்வேல்பாண்டியன் ஜமீனுக்கு உண்டு, அவரை வழிபட்டால் மழையாய் வந்து தங்கள் வறட்சியைப் போக்குவார் என்பதை இன்றும் மக்கள் நம்புகின்றனர். மழை பொய்க்கும் காலங்களில் கதிர்வேல்பாண்டியனின் புகைப்படத்திற்குப் பூஜை செய்து அதை எடுத்து ஒரு முறை ஊர்சுற்றி வந்தால் மூன்று முறை மழை பெய்யும் என்பது அவர்களின் நம்பிக்கை. எரசக்கநாயக்கனூர் சின்ன அரண்மையில் தங்கச்சியம்மா கோயில் என்று ஒரு கோயில் இருக்கிறது. நான் சென்றபோது அந்த ஊர் பொதுமக்களில் சிலரும் வழிபடுவதைப் பார்க்க முடிந்தது. தற்போது இந்த அரண்மனையை வாங்கி இருக்கும் ராதாகிருஷ்ணன் அந்தக்கோயில் பற்றிச் சொன்னார். ஜமீனின் ஒரு பெண் பத்து வயதில் இறந்ததால் வழி வழியாகக் கும்பிடுகிறார்கள். செவ்வாய், வெள்ளிக்கிழமைகளில் பொங்கல் வைத்துப் படைப்பார்களாம். ராதாகிருஷ்ணன் தேனி கம்மவார் பள்ளியின் நிர்வாகக்குழுவில் இருந்தவர்.

பொதுவாக இவர்கள் வைணவர்கள். பெருமாள் சிலையை வழிபட்டனர். ஜமீன்தார்கள் தங்களை கலாச்சார ரீதியாக உயர்வாகக் காட்டிக்கொள்ள சிறிதுசிறிதாக பிராமணியத்தின் செல்வாக்கிற்கு உட்பட்டனர். ஆண் குழந்தை பிறப்பதற்காக பிராமணர்களைக் கொண்டு யாகம் நடத்தினர். ஜமீன்தார் மாளிகையில் சமஸ்கிருதமும், வேதமும் அறிந்த பிராமணர்களால் இராமாயண பிரசங்கம் நடத்தப்பட்டது. 1863ல் போடிநாயக்கனூர் ஜமீன்தாரால் 1000 ரூபாய் மதிப்புள்ள நிலம் பிராமணப் புரோகிதருக்குத் தானமாக வழங்கப்பட்டதாக மாவட்ட கலெக்டர் அறிக்கை அளித்துள்ளார்.

கண்டமநாயக்கனூரில் உள்ளூர் தெய்வங்களுக்காகப் பெரும் செலவில் 1878இல் கோவில் கட்டப்பட்டது. கோவில்களுக்கு நிலங்கள் தானமாக வழங்கப்பட்டன. இவற்றின் வருமானமெல்லாம் கோவில்களால் வீணாகச் செலவழிக்கப்பட்டன. இவ்வாறு பெரும் செலவில் கோவில் விழாக்கள் நடத்துவது தர்மகர்த்தாக்களாக இருப்பதன் மூலம் ஜமீன்தார்கள் விவசாய மக்களின்மீது பெரும்

செல்வாக்கு செலுத்தினர். தொடர்ச்சியான கோவில் விழாக்கள் மூலம் விவசாய மக்களைச் சமூகரீதியாகவும் பொருளாதார ரீதியாகவும் கீழ்ப்படிய வைத்தனர். தங்களைப் புனிதமான நிலைக்கு உயர்த்திக்கொள்வதன் மூலம் விவசாய மக்கள் ஜமீன்தாரின் வார்த்தைகளுக்கு எந்தக் கேள்வியும் இன்றிக் கட்டுப்பட்டனர். இதை ஜமீன்தார்கள் தங்களுடைய் பொருளாதார அரசியல் நலன்களுக்காகப் பிரிட்டிஷாரிடம் பயன்படுத்திக் கொண்டனர்.

ஜமீன்தார்கள் கோவில்களுக்குப் பெரும் மானியங்களை வழங்கினர். இந்த மானியங்களை நிர்வகிப்பதற்காகவே அரசாங்கம் தனி அதிகாரிகளை நியமித்தது. பெரும் மானியங்களைக் கொடுத்துக் கோவில்களில் தர்மகர்த்தாக்களாக இருப்பதை ஜமீன்கள் கௌரவமாகக் கருதினர். அரசின் பராமரிப்பு நிதியைப் பெற்று வந்த வடகரை ஜமீன் மக்களின் ஆதரவுடன் பாலசுப்பிரமணியசாமி கோவிலின் தர்மகர்த்தாவாக 1862ல் பொறுப்பேற்றார். கோவில் விழாக்களுக்காக ஜமீன்தார்கள் தாராளமாக நன்கொடை வழங்கினர். கோவில் யாத்ரீகர்களுக்கு சத்திரங்கள் கட்டினர்.

தேவாரம் ஜமீன்தார் பழநி யாத்ரீகர்களுக்காகத் தேனியில் சத்திரம் கட்டியிருந்தார். ஆனால் இந்தச் செலவுகளுக்காக விவசாயிகளிடம் அறுவடையின் போது தனி வரி விதித்தனர். ஜமீன்தார் சத்திரம் கட்டிவைத்தார். வரியை விவசாயிகளிடத்தில் வாங்கிக்கொண்டார். சத்திரம் யார் பெயரைச் சொல்லும்? இன்றும் நாம் சிலை வைக்க வரி கட்டுகிறோம் மக்களே!

“யாரு பெத்த புள்ளையோ இம்புட்டு அழகா இருக்கு. மனுசப்பயலுக்கு இதக் குடுக்கலாமா? கடவுளுக்கோசரம் நேர்ந்துவிட வேண்டியதுதான். கோயிலுக்குக் கொல்லைப்பக்கக் கடவுள் நாமதான” என்ற ஒரு நல்ல்ல்ல’ எண்ணத்தில் அழகான பெண்களையெல்லாம் ஜமீன்தார்கள் கோயிலுக்கு தேவதாசியாக்கினார்கள். அவர்களைப் பராமரிக்கும் செலவையும் ஜமீன் வருவாயில் இருந்து செய்தனர். அந்த தேவதாசிகளைத் தங்கள் காமக்கிழத்திகளாகப் பயன்படுத்தினர். அவர்களுக்குக் குழந்தை பிறந்தால் அந்தக் குடும்பத்தைப் பராமரிப்பதற்கும் பெரும் தொகைகளை ஜமீனில் இருந்து செலவு செய்தனர். “எல்லாம் அவன் செயல்” என்று கடவுள் மேல் பாரத்தைப்போட்டு வரி மட்டும் விவசாயிகளிடம் வசூலித்து இந்தச் செலவுகளை மேக்கட்டினார்கள்.

தர்மகாரியங்களில் ஈடுபடுவதும் பொதுமக்களின் சேவைக்காக நிறுவனங்களை அமைப்பதும் உயர்குடியின் மரபாக அப்போது

கருதப்பட்டதால் அப்படிப்பட்ட காரியங்களில் ஈடுபடுவது ஜமீன்தார்களுக்கு ஒரு அவசியம் என்று பிரிட்டிஷார் அவர்களுக்கு அழுத்தம் கொடுத்தனர். முக்கியமாகக் கல்வி நிறுவனங்களை அமைக்க ஊக்கப்படுத்தினர். ஏனென்றால் ஜமீன்களில் பிரிட்டிஷார் இவற்றைச் செய்ய உரிமை கிடையாது. பிரிட்டிஷாரின் அழுத்தத்தால், ஜமீன்தார் ராமபத்ரநாயக்கர் பெரியகுளத்தின் விக்டோரியா நினைவு உயர்நிலைப்பள்ளிக்குத் தாராளமாக நன்கொடை வழங்கினார். வடகரையில் மாதிரிப்பள்ளி ஒன்றைப் பராமரித்தார். 1916ல் பெரியகுளத்தில் ஒரு நூலகத்தை அமைத்து அதற்குப் பேரரசர் ஜார்ஜ் முடிசூட்டு விழா நூலகம் எனப் பெயரிட்டார். அவர் மெட்ராஸ் சட்டமன்றத்தின் தேர்ந்தெடுக்கப்பட்ட பிரதிநிதியாக இருந்ததால், மெட்ராஸ் நிர்வாகத்தில் இருந்து ஒரு லட்சம் ரூபாய் பெற்றுப் பெரியகுளம் நகரத்தில் நெரிசலைப் போக்க, போக்குவரத்து சமிக்ஞை விளக்குகளை நிறுவினார். இதற்காக இவருக்கு 'ராவ்பகதூர்' பட்டம் பிரிட்டிஷாரால் வழங்கப்பட்டது.

பொது நிறுவனங்களை அமைத்தாலும் அதற்கான செலவுகளைத் தங்கள் வருவாயில் இருந்து செலவு செய்யாமல் விவசாயிகளிடம் மேலும் வரி வசூலிப்பதையே மேற்கொண்டனர். போடிநாயக்கனூர் ஜமீன்தாரினி காமுலு அம்மாள் போடிநாயக்கனூரில் ஒரு மருத்துவமனை, விக்டோரியா நினைவு உயர்நிலைப்பள்ளி, நூலகம் ஆகியவற்றைப் பராமரித்தார். இதற்காக மகிமை எனும் புது வரியை வசூலித்தார். சந்தையில் நெல் மற்றும் பிற வேளாண் விளைபொருட்களை விற்க வரும் விவசாயிகளிடம் இது வசூலிக்கப்பட்டது. ஒரு கலம் நெல்லுக்கு ஒன்று அல்லது இரண்டு அணா என வசூலிக்கப்பட்டது. இதன் மூலம் ஜமீனின் வருவாய் குறையாமல் பார்த்துக்கொள்ளப்பட்டது.

நிலத்தின் சாகுபடியை அரசு மேல்வாரமாகவும் விவசாயி குடிவாரமாகவும் பிரித்துக்கொள்வதுதான் அவர்களுக்கு இடையிலான உறவுக்கான அடிப்படையாக இருந்தது. நிலத்தின் மீதான உரிமைக்கும் அதுவே அடிப்படை. பாளையக்காரர்களும் பின்னர் ஜமீன்தார்களும் அரசுக்கான ஆண்டு வரியைச் செலுத்தும் வரை அவர்களின் ஜமீன் உரிமையைப் பறிக்க முடியாது. விவசாயிகள் விளைச்சலில் வரிசெலுத்தும் வரை அவர்களை நிலத்தில் இருந்து வெளியேற்ற முடியாது. வேறு வழியில் உழவர்கள் தங்கள் நிலங்களிலிருந்து வெளியேற்றப்பட்டார்கள்.

ஜமீன்களின் மொத்த வருவாய் நிர்வாகத்தையும் திவான் (அல்லது மேலாளர்) ஜமீனின் தலைமை கிராமத்தில் இருந்து கவனித்துக் கொண்டார். அவருக்கு உதவியாக ஒவ்வொரு கிராமத்திலும் கர்ணம், நாட்டாண்மைக்காரர், காவல்காரர் இருந்தனர். இவர்களுக்கு ஊதியமாக நிலங்கள் தானமாக வழங்கப்பட்டிருந்தன.

கர்ணம் ஒவ்வொரு விவசாயியின் சாகுபடியையும் அதற்கான வரியையும் கணக்கிடும் பணியை மேற்கொண்டார். நாட்டாண்மைக்காரர் அல்லது மணியக்காரர் வரியை வசூலிப்பதில் ஈடுபட்டார். காவல்காரர்கள் நிலங்களைக் காவல் காப்பதிலும் வரி வசூலுக்குத் துணையாகவும் செயல்பட்டனர்.

இவர்கள் அனைவரும் ஜமீன்தாரால் நியமிக்கப்படுபவர்கள். அரசுக்கு இவர்கள்மீது எந்தக் கட்டுப்பாடும் கிடையாது. ஆகையால் இவர்கள் ஜமீன்தாரின் நலன்களுக்கு உகந்தவாறு செயல்பட்டனர். நிலத்தின் விவசாயிகளுக்கு ஜமீன்தார் பட்டா வழங்கவேண்டும். இந்தப் பட்டாக்களைத் தயாரிப்பது கர்ணம். பட்டாவில் நிலத்திற்கான வரியைக் குறிப்பிட்டு அதை விவசாயிக்கு வழங்க வேண்டும். இதை வரியேட்டில் பதிவு செய்துகொள்ள வேண்டும். வரியை விவசாயிகள் எட்டுத் தவணைகளில் செலுத்த வேண்டும். விவசாயிகளிடம் இருந்து இந்த ஒப்பந்தத்திற்கான ஆவணமாக மசிலிகா *(Machilika - a written obligation or agreement)* பெறப்பட்டது.

கர்ணத்தை ஜமீன்தாரால் மட்டுமே வேலையிலிருந்து நீக்க முடியும் என்பதால் இவர்கள் எல்லாவிதமான முறைகேடுகளிலும் ஈடுபட்டனர். நிலங்களின் விளைச்சலை அதிகமாக மதிப்பிட்டு அதிகப்படியான வரியைப் பட்டாக்களில் விதித்தனர். பட்டாக்கள் வழங்காமலேயே வரி வசூலிலும் ஈடுபட்டனர். அறியாமை நிரம்பிய விவசாயிகள் கடுமையாகப் பாதிக்கப்பட்டனர்.

போடிநாயக்கனூர் ஜமீனில் 1865ல் பட்டா வழங்கும் சட்டத்தை மீறி செயல்பட்டனர் கர்ணங்கள். அவர்கள் அவ்வப்போது தங்கள் விருப்பப்படி வரி விதித்தனர். அதையும் வாய்மொழியாக தெரிவித்தனர். இதனால் விவசாயிகள் வரிசெலுத்த முடியாமல் நிலத்தில் இருந்து வெளியேற்றப்பட்டனர். வரிவசூல் தொடர்பான வழக்குகளில் கர்ணங்களும் நாட்டாண்மைக்காரர்களும் ஜமீன்தார்களுக்கு ஆதரவாகவே வாக்குமூலம் அளித்தனர். பொய் சாட்சிகளையும் உருவாக்கினார்கள்.

மேலும், இந்த கிராம அலுவலர்கள், ஜமீன்தார்தான் ஜமீனுக்கு உரிமையாளர் என்ற பொய்யான தகவலை விவசாயிகள் மத்தியில் பரப்பி அவர்களை ஜமீன்தாரின் உத்தரவுகளுக்கு அடி பணிய வைக்கும் வேலையிலும் ஈடுபட்டனர்.

மெட்ராஸ் உயர்நீதிமன்றம் 1871ல் வழங்கிய தீர்ப்பு விவசாயிகளுக்குப் பெரும் பாதகமாக அமைந்தது. ஜமீன்தாருக்கும் விவசாயிக்கும் இடையிலான பட்டா, மசிலிகா ஏற்பாடு ஓராண்டுக்கானது. அதனை விளைச்சல் ஆண்டு-பசலி என்று சொல்வார்கள். இந்தியாவில் மூன்று வகையான ஆண்டு முறைகள் இருக்கின்றன. ஒன்று ஆங்கில காலண்டர் ஆண்டு. அது ஜனவரி ஒன்றிலிருந்து டிசம்பர் 31 வரை. இன்னொன்று நிதி ஆண்டு. ஏப்ரல் ஒன்று முதல் மார்ச் 31 வரை. மூன்றாவது விளைச்சல் ஆண்டு. வருவாய்த் துறையில் ஜூலை ஒன்று முதல் ஜூன் முப்பது வரை கணக்கிடப்பட்டு பசலி ஆண்டு என்று குறிப்பிடுகிறார்கள். பசலி என்பது அறுவடைக்காலம் என்று பொருள்படும் உருதுச்சொல். இன்றுவரை இதற்கொரு தமிழ்ச்சொல் பயன்படுத்தப்படவே இல்லை. ஆண்டு முடிவில் ஒப்பந்தத்தை முறிக்க ஜமீன்தாருக்கு உரிமை உண்டு எனத் தீர்ப்பளித்தது. ஜமீன்தார்கள் மேலும் வரி விதிப்பதற்கு இது வலுவூட்டியது.

மெட்ராஸ் நிலச்சொத்து சட்டம் 1908ன் மூலமாக இந்தச் சட்டப் பிரச்சினைகள் தீர்க்கப்பட்டன. நிலத்தின் மீதான விவசாயிகளின் நிரந்தர உரிமையை இது பாதுகாத்தது. ஜமீன்தார்கள் சட்டப்படி தீர்மானிக்கப்பட்ட வரியைவிட அதிகமாக வசூலிப்பதை தடை செய்தது. அதே சமயம், விவசாயிகளின் வரி பாக்கியை அவர்களின் அசையும் சொத்துக்கள், விளைச்சலை கைப்பற்றி விற்று வசூலித்துக்கொள்ள அனுமதி அளித்தது.

வரி பாக்கிக்காக விவசாயிகளின் உடைமைகளைக் கைப்பற்றிவிட்டு அவர்கள்மேல் வரிபாக்கி வழக்கு போடுவதை ஜமீன்தார்கள் ஒரு யுக்தியாகக் கையாண்டார்கள். வழக்கு முடியாமல் விவசாயிகளுக்கு அவர்களின் உடைமை திரும்பக் கிடைக்காது. விவசாயிகளால் வழக்கு நடத்தும் வசதி இல்லாததாலும் அதன் சிக்கலான நடவடிக்கைகளாலும் நிலத்திலிருந்து வெளியேற்றப்படுவதைத் தடுக்கவும் அதிகப்படியான வரிகளில் பிழியப்பட்டனர்.

தேவாரம் ஜமீன்தாரால் வரி வசூல் நடவடிக்கை முரட்டுத்தனமாகச் செய்யப்பட்டது. 1892ல் கேழ்வரகு விளைச்சலுக்கு

அதிகப்படியான வரி விதிக்கப்பட்டது தொடர்பாக பிரச்சினை வந்தது. சில விவசாயிகள் வரிசெலுத்தவே முடியாத நிலையில் இருந்தனர். ஜமீன்தாரின் மேலாளரும் ஊழியர்களும் அந்த விவசாயிகளின் வீடுகளைக் கொள்ளையடித்தனர், பெண்களை மானபங்கப்படுத்தினர். இதைத் தொடர்ந்த கைகலப்பில் ஒரு விவசாயி துப்பாக்கியால் சுட்டுக் கொல்லப்பட்டார். விவசாயிகளின் அசையும் சொத்துக்களை ஜமீன்தார்கள் கைப்பற்றுவது விவசாயிகளை அரை அடிமை நிலைக்குத் தாழ்த்தியது. தேவாரம் ஜமீன்தார் எல்லா முறைகேடான வழிகளிலும் விவசாயிகளைக் கொடுமைப்படுத்தினார். விவசாயிகளின் நிலங்களை ஏலத்தில் விடும்போது அவரை எதிர்த்து யாரும் ஏலம் எடுக்காததால் 1000 ரூபாய், 2000 ரூபாய் மதிப்புள்ள நிலங்களை ஒரு அணா இரண்டு அணாவுக்கு ஏலம் எடுத்தார்.

1910ல் போடிநாயக்கனூர், தேவாரம் ஜமீன்தார்களுக்கும் விவசாயிகளுக்கும் இடையே வறண்ட நிலத்தில் சாகுபடிக்கு அதீதமாக வரி விதித்தது தொடர்பாகப் பிரச்சினை எழுந்தது.

விவசாயிகள் புதிய நிலங்களைத் திருத்தி சாகுபடிக்குக் கொண்டுவரும்போது அதை அனுமதித்துவிட்டுப் பிறகு அந்த நிலங்களை ஜமீன்தார்கள் கைப்பற்றிக் கொண்டார்கள். அதேபோல் நிலங்களை வளமானதாக்கும்போதும் கிணறுகள் வெட்டும்போதும் ஜமீன்தாரால் அதிக வரி விதிக்கப்பட்டது.

ஆங்கில அரசின் அறிக்கை ஒன்று "விவசாயிகளின் மீதான வரி ஜமீன்தார்களின் விருப்பப்படி நிர்ணயிக்கப்பட்டதால் விவசாயிகள் உயிர்வாழ்வதற்கான கூழையும் கஞ்சியையும் தவிர வேறு ஏதுமற்றவர்களாக இருந்தனர். சிறிய மண்குடிசைகளில் வாழ்ந்தனர். உடலை மறைத்துக்கொள்ள உடைவாங்கக் கூட வசதியற்று இருந்தார்கள்" என்று குறிப்பிடுகிறது.

மதுரை கலெக்டரின் அறிக்கையில், 1865ல் போடிநாயக்கனூர் திவான் குடிபோதையில் நிர்வாகத்தில் ஈட்பட்டதாகவும், வரிவிதிப்பில் முறையான கணக்கீடுகளைக் கையாளாமல் வறண்ட நிலங்களுக்கு ஈரநிலங்களைப் போல வரிவிதித்ததாகவும், மக்களின் முறையான தேவைகளைக்கூட கவனிக்கவில்லை எனக் குறிப்பிடப்பட்டுள்ளது. மேலும் போலி ஆவணங்கள் மூலமாக விவசாயிகளின் நிலங்களைக் கைப்பற்றி ஏலத்தில் விட்டதாகவும், விவசாயிகளிடம் இருந்து வரியைத் திட்டமிட்டே வசூலிக்காமல் நிலத்தைக் கைப்பற்றி தங்கள் உறவினர்களுக்கு வழங்கியதாகவும்

குறிப்பிடப்பட்டுள்ளது. நீர்நிலைகளுக்கு அருகில் உள்ள நிலங்களை ஜமீன்தார்கள் தங்கள் உறவினர்களுக்கு ஒதுக்கினார்கள். தேவாரம் ஜமீனில் பாசன நீரை ஜமீன்தாரின் உறவினர் நிலங்களுக்கு திருப்பிவிட்டதால் பிற விவசாயிகளின் சாகுபடி வீணாயின. ஜமீன்தாரின் அலுவலர்கள் விவசாயிகளிடம் இலஞ்சம் பெற்றார்கள். கண்டமநாயக்கனூர் ஜமீனில் விவசாயிகள் தங்களுடைய வரியின் ஒவ்வொரு ரூபாய்க்கும் நான்கு அணாக்கள் அதிகமாக அலுவலர்களுக்குச் செலுத்தக் கட்டாயப்படுத்தப்பட்டனர். இவற்றை வெளியே சொன்னால் பழிவாங்கப்படுவோம் என்பதால் அதையும் சகித்துக்கொண்டனர்.

ஜமீன்களில் விவசாயிகள் சந்தித்த மற்றொரு பிரச்சினை "தளத்தில் இல்லாத நிலப்பிரபுத்துவம்". ஜமீன்தார்கள் நகரத்தில் வாழத்தொடங்கிய பிறகு பழிபாவத்திற்கு அஞ்சாத ஜமீனின் வருவாய் அலுவலர்களால் விவசாயிகள் கொடூரமாகக் கசக்கிப் பிழியப்பட்டார்கள். போர், கொள்ளை நோய், பஞ்சத்திற்கு அடுத்தபடியாக விவசாயிகள் அதிகமாக பாதிக்கப்படுவது தளத்தில் இல்லாத நிலப்பிரபுத்துவத்தால் என்று ஆங்கிலேய அதிகாரி ஹார்வர் குறிப்பிட்டுள்ளார்.

நிலவரி மட்டுமல்லாமல் ஜமீன்தார்கள் வேறு வகையிலும் விவசாயிகளிடம் வரிகளை வசூலித்தனர். போடிநாயக்கனூர் ஜமீன்தார் போகர் மானியம் எனும் வரியை மக்களிடம் வசூலித்தார். தாழ்த்தப்பட்ட மக்கள் விவாகரத்து செய்தால் இரு தரப்பும் தலா ஏழரை ரூபாயை ஜமீன்தாருக்குச் செலுத்த வேண்டும். இது ஜமீனின் 48 கிராமங்களில் நடைமுறையில் இருந்தது. ஜமீனின் எல்லைகளிலும் வரிவசூல் செய்தனர். கால்நடைகளை அருகில் உள்ள திருவனந்தபுரத்திற்கு விற்கக் கொண்டு செல்கையில் பசுமாட்டுக்கு 4 அணாவும் ஆட்டுக்கு 2 அணாவும் வசூலிக்கப்பட்டது. கால்நடைகளின் தோல்களை சந்தைக்கு விற்பனைக்குக் கொண்டு செல்லும்போதும் கட்டணம் வசூலிக்கப்பட்டது.

எரசக்கநாயக்கனூர் ஜமீனில் பணப்பயிர் சந்தையில் ஜமீன்தார் ஏகபோக நடைமுறையைக் கையாண்டார். ஜமீனில் 395 ஏக்கரில் ஏலக்காய் பயிரிடப்பட்டது. விவசாயிகள் தங்கள் ஏலக்காய்களை ஜமீன்தாரிடம் மட்டுமே விற்கவேண்டும் எனக் கட்டுப்பாடு விதிக்கப்பட்டது. விவசாயிகளிடம் இருந்து 7 ரூபாய் 14 அணா 5 பைசாவிற்கு வாங்கி 26 ரூபாய்க்குச்

சந்தையில் விற்றார் ஜமீன்தார். இது விவசாயிகளைச் சாகுபடியை விரிவுபடுத்துவதில் ஊக்கமிழக்க வைத்தது.

பொதுப் பயன்பாட்டிற்கு இருந்த காடுகளைப் பயன்படுத்துவதற்கு விவசாயிகளிடம் ஜமீன்தார்கள் வரிவசூலித்தனர். எரசக்கநாயக்கனூர் ஜமீன்தார் காடுகளைப் பயன்படுத்துவதற்கு விவசாயிகளுக்கு 60 வகையான கட்டணங்களை விதித்தார். விவசாயிகளின் பொதுப் பயன்பாட்டிற்கு மரபுரிமையாக இருந்த காடுகளைப் பயன்படுத்துவதற்காகக் கட்டணம் விதித்ததால் போடிநாயக்கனூர், ஏழுமலை ஜமீன்தார்களுக்கும் விவசாயிகளுக்கும் இடையே 1916ல் பிரச்சினை வந்தது.

விவசாயத்தை அடிப்படையாகக் கொண்ட நாட்டில் பாசனவசதிகளே சாகுபடிக்கு உயிராதாரமாகும். நீர்நிலைகளையும் பாசன வாய்க்கால்களையும் பராமரிப்பது ஜமீன்தார்களின் கடமையாக இருந்தது. ஆனால் ஜமீன்தார்கள் வரிவசூலிப்பதில் மட்டுமே ஆர்வம் காட்டினர். நீர்நிலைகளைப் பராமரிப்பதைக் கைவிட்டனர். பாசனக் கால்வாய்களைத் தூர்வாருவதையும் கைவிட்டனர். அரசாங்கமும் ஜமீன்களில் இந்தப் பணிகளை மேற்கொள்ளமுடியாது.

1878ல் மதுரைமாவட்ட விவசாயிகள் பாசனக்கால்வாய்களின் தூர்ந்துபோன நிலை பற்றி அடிக்கடி புகார் தெரிவித்தனர். போடிநாயக்கனூர், கண்டமநாயக்கனூர் ஜமீன்களில் குளங்கள் மோசமான நிலையில் இருந்ததாகக் குறிப்பிட்டனர். கண்டமநாயக்கனூரில் 500 ஏக்கர் நிலங்களுக்குப் பாசன வசதி தரும் அணைக்கட்டு இருந்தது. 1859ல் திடீர் வெள்ளத்தில் இந்த அணைக்கட்டு அடித்துச் செல்லப்பட்டது. ஜமீன்தார் இந்த அணைக்கட்டை மீண்டும் கட்ட முயற்சிக்கவேயில்லை. விவசாயிகளின் வாழ்க்கை கடுமையாகப் பாதிக்கப்பட்டது. ஆனால் ஜமீன்தார் வரியை மட்டும் உயர்த்திக்கொண்டேயிருந்தார். குளங்களை விவசாயிகளே சரிசெய்து கொண்டால்தான் உண்டு. ஆனால் ஜமீன்தார் நீருக்காகத் தனிக்கட்டணம் விதிப்பதை விவசாயி கட்டாவிட்டால் அவருடைய அசையும் சொத்துகளையும் பயிர்களையும் கைப்பற்றுவார்.

விவசாயிகள் மாவட்ட கலெக்டரிடம் நீர்நிலைகளைப்பற்றி முறையிட உரிமை இருந்தது. கலெக்டர் வருவாய் அதிகாரிகளை இதைப் பார்வையிட அனுப்புவார். இந்த அதிகாரிகள் ஜமீன் அலுவலர்களிடம் இலஞ்சம் பெற்றுக்கொண்டு தவறான அறிக்கையைக் கலெக்டரிடம் கொடுத்தனர்.

ஜமீன்களுக்கு அருகில் இருந்த ரயத்வாரிகளில் அதாவது விவசாயிகள் நேரடி அரசு வரி நிர்வாகத்தில் இருந்த பகுதிகளில் இப்படிப்பட்ட முறையான வரிவசூல், நீர்நிலைகள் பராமரிப்பு, சாலை அமைத்தல் போன்றவை செய்யப்பட்டன. இதனால் விவசாயிகளின் வாழ்நிலை மேம்பட்டது. புதிய நிலங்களைச் சாகுபடிக்குக் கொண்டு வருவதில் விவசாயிகள் ஊக்கமுடன் ஈடுபட்டனர்.

ஜமீன்தார்கள் வளமான நிலங்களைத் தங்களுடைய தனிப்பட்ட நிலமாக வைத்துக்கொண்டு அதில் கொத்தடிமைகளாக விவசாயிகளைப் பயன்படுத்தினார்கள். போடிநாயக்கனூர் ஜமீன்தார் பங்காரு திருமலை போடிநாயக்கர் 1862ல் இறந்தபோது அவருடைய மகன் சிறுவன். மதுரை கலெக்டர் அவரைத் தன் பராமரிப்பில் எடுத்து ஜமீன் நிர்வாகத்தை அரசு மேற்கொண்டது. ஜமீன்தாரியை பார்வையிட்ட கலெக்டர் தன்னுடைய அறிக்கையில் குறிப்பிட்டதாவது: "ஜமீன்தாருக்குத் தனிப்பட்ட நிலமாக 1000 ஏக்கர் இருக்கிறது. இதற்கு எந்தக் கணக்கு ஆவணமும் இல்லை. இந்த நிலங்களில் மலையடிவாரத்தில் வாழ்ந்த குறும்பர்களைச் சாகுபடிக்குப் பயன்படுத்தினார். இவர்களுக்கு உணவுக்கு தானியம் மட்டும் கொடுக்கப்பட்டு அடிமை நிலையில் வைக்கப்பட்டிருந்தனர். புளியந்தோப்புகளிலும் ஏலக்காய் தோட்டங்களிலும் குறிப்பிட்ட பருவத்தில் உழைக்க இந்த மக்கள் தற்காலிகக் குடில்களில் தங்கவைக்கப்பட்டனர்".

போடிநாயக்கனூர் ஜமீன்தார் தன்னுடைய தனிப்பட்ட நிலத்தில் விவசாயிகளைக் கட்டாய உழைப்பிலும் ஈடுபடுத்தினார். சாலைகளைச் சீரமைப்பது ஆறுகளைச் சுத்தம் செய்வது போன்ற பணிகளுக்கும் அனைத்து விவசாயிகளையும் கட்டாய உழைப்பில் ஈடுபடுத்தினார். பங்கேற்காத விவசாயிகளுக்குத் தலைக்கு 8 அணா தண்டம் விதிக்கப்பட்டது. போடிநாயக்கனூர் ஜமீனில் 48 கிராமங்களில் வாழ்ந்த 2500 தாழ்த்தப்பட்ட குடும்பங்களிடம் சாகுபடிக்கு எனத் துண்டு நிலம்கூட இல்லாமல் இருந்தனர். கூலி உழைப்பை நம்பியே இருந்தனர். அதுவும் நிலையற்றதாக இருந்தது.

ஜமீன்தார்கள் தங்களுடைய தனிப்பட்ட நிலங்களில் சாகுபடி செய்ய ஒப்பந்ததாரர்களிடம் நிலத்தை ஒப்படைத்தனர். இந்த ஒப்பந்ததாரர்கள் அருகில் உள்ள கிராமங்களில் இருந்து விவசாயிகளைக் கொண்டு வந்து சாகுபடியில் ஈடுபடுத்தினர்.

இவர்கள் புறக்குடி என்றும் உள்ளூர் விவசாயிகள் உழுகுடி என்றும் அழைக்கப்பட்டனர். இரண்டு விதமான வரிமுறை நிலவியது. எரசக்கநாயக்கனூர் ஜமீனில் இது பரவலாக இருந்தது.

எரசக்கநாயக்கனூரில் பஞ்சம் வந்தபோது ஜமீன்தார் விவசாயிகளின் வரியைக் கூடத் தள்ளுபடி செய்யவில்லை.

ஜமீன்தார்கள் வரி வசூலிப்பதையே குத்தகைக்கு விட்டார்கள். இந்தக் குத்தகைதாரர்கள் பல முறைகேடுகளில் ஈடுபட்டு விவசாயிகளைக் கசக்கிப் பிழிந்தனர். மாம்பாறை, போடிநாயக்கனூர் ஜமீன்தார்கள் விவசாயிகளைப் பிழிந்து வசூலித்த வருவாயில் வைர, தங்க நகைகளை மூட்டைகளில் சேர்த்து வைத்திருந்தனர். அக்காலத்தில் சாதாரண மக்கள் கண்ணால் கூடக் காணாத பொருட்கள் இவை. இந்தச் சொத்துக்கள் ஆடம்பரச் செலவுகளாலும் வாரிசுச் சண்டைகளாலும் கரைந்து போயின.

வேட்டைகளில் ஈடுபடுவதை ஜமீன்தார்கள் தங்களின் முக்கியமான பொழுதுபோக்காகக் கொண்டிருந்தனர். சிறந்த வேட்டை நாய்களுக்காகத் தங்களின் வெளிநாட்டுக் குதிரைகளைக் கூட விற்றனர். பிரிட்டிஷ் அதிகாரிகளுடன் சேர்ந்து ஜமீன்தார்கள் வேட்டையில் ஈடுபட்டனர். மதுரை மாவட்ட கலெக்டர் ரோஸ் பீட்டரும் போடிநாயக்கனூர் ஜமீன்தார் பங்காரு போடிநாயக்கரும் இணைந்து வேட்டையில் ஈடுபட்டனர். ஜமீன்தார் யானையை வேட்டையாடியதற்காகத் தங்கப்பதக்கம் வழங்கினார் கலெக்டர். 1862ல் வடகரையின் ராமபத்ர நாயக்கர் வேட்டைத் திறமைக்காகப் பொன்னாடை பெற்றார்.

சேவல் சண்டைகளையும் ஜல்லிக்கட்டுகளையும் ஜமீன்தார்கள் ஊக்குவித்தனர். ஜமீன்தார்கள் பெருமளவில் ஜல்லிக்கட்டுக் காளைகளை வளர்த்தனர். சிறந்த ரகங்களை வளர்ப்பவர்களுக்கு ஊக்கத்தொகையை வழங்கினர். இதுபோன்ற நடவடிக்கைகளின் மூலம் தன்னுடைய சுரண்டலால் ஏற்படும் அதிருப்திகளை மடைமாற்றம் செய்தனர் ஜமீன்தார்கள்.

பிரிட்டிஷாருடன் நெருங்கிப் பழகிய பிறகு ஜமீன்தார்கள் நகரங்களில் வாழத் தொடங்கினர். ஐரோப்பிய மனமகிழ் மன்றங்களில் இணைந்து அவர்களைப்போல வாழ்ந்தனர். குதிரைப் பந்தயங்களில் ஈடுபட்டனர். இவற்றில் பெருமளவு பணத்தை ஈடுபடுத்தினர். போடிநாயக்கனூர் ஜமீன்தார் 1877ல் மெட்ராஸ் குதிரைப் பந்தயத்தில் பெருமளவு செல்வத்தை

இழந்தார். அவர் இந்தப் பழக்கத்திற்கு அடிமையாக இருந்தார். அவருடைய ஜமீனில் மக்கள் வாழ வழியில்லாமல் வேறு ஊர்களுக்கு இடம் பெயர்ந்து கொண்டிருந்தனர்.

இதற்கு ஒரு விடிவே இல்லையா என்று விவசாயிகள் கண்ணீரில் தத்தளித்த நேரம் வந்தது விடுதலை இயக்கத்தின் அறைகூவல்.

தேசிய விடுதலை இயக்கம் விவசாயிகளிடையே விழிப்புணர்வை ஏற்படுத்தியது. காங்கிரஸ், விவசாயிகளை விடுதலை இயக்கத்திற்காகத் திரட்டியபோது விவசாயிகளின் வாழ்நிலையும் அவர்களின் கோரிக்கைகளும் அரசியல் அரங்கில் வெளிப்படத் தொடங்கின.

இந்திய அரசாங்கச் சட்டம் 1935இல் நிறைவேற்றப்பட்டு மாகாண சட்டசபைகளுக்குத் தேர்தல் நடந்தபோது அதில் பங்கேற்ற காங்கிரஸ் கட்சியின் தேர்தல் அறிக்கையில் நிலச்சீர்திருத்தத்திற்கு முக்கியத்துவம் தரப்பட்டிருந்தது. 1937இல் மெட்ராஸ் மாகாணத் தேர்தல் பிரச்சாரத்தில் காங்கிரஸ் ஜமீன்தாரி முறைக்கு எதிராகப் பிரச்சாரம் செய்தது. தேர்தலில் வெற்றி பெற்ற காங்கிரஸ், வருவாய்த்துறை அமைச்சர் பிரகாசம் தலைமையில் ஜமீன்தாரி முறையை ஒழிப்பது குறித்துக் குழு அமைத்தது. இந்தக்குழு 1938 நவம்பர் 7இல் தனது அறிக்கையைச் சமர்ப்பித்தது. ஜமீன்தாரி முறை விவசாயிகளுக்கும் விவசாயத்திற்கும் கேடாக இருப்பதை இந்த அறிக்கை சுட்டிக்காட்டியது. ஜமீன்தாரி முறையை ஒழிப்பதற்காக 1939ல் சட்டம் தாக்கல் செய்யப்பட்டது. அரசியல் காரணங்களால் சட்டம் நிறைவேற்றப்படவில்லை. இரண்டாம் உலகப்போர் காரணமாக அமைச்சரவை ராஜினாமா செய்தது. 1939-1945 வரை கவர்னரின் கீழ் ஆட்சி இருந்தது. பிரிட்டிஷ் அரசும் ஜமீன்தாரி முறையை ஒழிப்பது குறித்து ஆலோசனை நடத்தியது.

இரண்டாம் உலகப் போருக்குப் பிறகு பிரிட்டிஷ் அரசு தேர்தல் நடத்தியது. தேர்தல் அறிக்கையில் காங்கிரஸ் உரிய இழப்பீடுடன் ஜமீன்தாரி முறை ஒழிக்கப்படும் என அறிவித்தது. தேர்தலில் வென்று காங்கிரஸ் அரசாங்கம் 1946இல் அமைந்தது. அமைச்சரவையின் பரிந்துரையின் பேரில் ஜமீன்தாரி முறை ஒழிப்பிற்குத் தீர்மானம் 1947இல் நிறைவேற்றப்பட்டது. சட்டம் நிறைவேறுவதற்கு முன் இடைக்கால நடவடிக்கையாக ஜமீன்தாரி பகுதிகளில் உள்ள நில வரிகளை ரயத்வாரி பகுதிகளின் நிலவரி அளவிற்கு குறைக்கப்பட்டன. 1947 ஜூலை 1 முதல்

இது நடைமுறைப்படுத்தப்பட்டது. வரிகள் கிட்டத்தட்ட பாதியளவாகக் குறைந்தன.

ஜமீன்தாரி ஒழிப்பு மசோதா மெட்ராஸ் சட்டசபையில் 1948இல் தாக்கல் செய்யப்பட்டு விவாதத்திற்குப் பிறகு நவம்பர் 1948இல் சட்டமாக நிறைவேற்றப்பட்டது. 1949 ஏப்ரல் 2இல் கவர்னரின் ஒப்புதல் பெறப்பட்டது. அனைத்து ஜமீன்தார்களுக்கும் மொத்தமாக 435 கோடி இழப்பீடு வழங்கப்பட்டு மெட்ராஸ் மாகாணத்தில் 1951இல் ஜமீன்தாரி முறை முழுமையாக ஒழிக்கப்பட்டது. காங்கிரஸ் கட்சியின் வாக்குறுதியின்படி இந்தியாவில் முதலில் ஜமீன்தாரி முறை ஒழிக்கப்பட்டது மெட்ராஸ் மாகாணத்தில்தான்.

வரிகளால் துன்புறுத்தும் அரசனை நாட்டு மக்களே வெறுப்பார்கள் என்று புலவர் இளநாகனார் சொன்னது சரியாகிவிட்டதா?

ஜமீன்தாரி முறைகளை அறிந்துகொள்ள முழுமையாக உதவியது டாக்டர் வர்க்கீஸ் ஜெயராஜ் எழுதிய *Zamindari system in Tamil Nadu Madurai* நூல்.

டாக்டர் S.வர்க்கீஸ் ஜெயராஜ்

ஓர் ஆய்வு என்பது
உலகை நுகர்வதில்
சமநிலை தருவதில்
பட்டாம்பூச்சியின்
உணர்கொம்பு

கால எந்திரம் எல்லோருக்கும் ஒரு கனவு. அது மட்டும் கிடைத்திருந்தால் நாம் என்னவெல்லாம் செய்திருக்கலாம் என்று ஜமீன்தாரி முறையை முழுமையாக அறிந்த போது தோன்றவே செய்தது. வர்கீஸ் ஜெயராஜ் தமிழ்நாட்டில் ஜமீன்தாரி முறை - மதுரை என்று ஓர் ஆய்வு நிகழ்த்த அன்றைய ஒருங்கிணைந்த மதுரை மாவட்டத்தின் அத்தனை ஜமீன் மண்ணையும் மிதித்து வந்தார். நூலை வெளியிட்டபோது பலரின் வெறுப்புக்கும், மிரட்டலுக்கும் ஆளானார். அவரிடம் முழுமையான ஆதாரம் இருந்ததால் யாரும் எதுவும் செய்ய முடியவில்லை.

இவருடைய சொந்த ஊர் நாகர்கோயிலில் அழகப்பபுரம். 1962இல் பிறந்தவர். தந்தை சந்தன மைக்கேல். தாயார் தங்கம்மாள். இளங்கலை வரலாறு ஆரல்வாய்மொழி அறிஞர் அண்ணா கல்லூரியில் முடித்தார். மதுரை காமராசர் பல்கலைக் கழகத்தில் முதுகலைப் பட்டம் பெற்ற பின்பு ஆய்வுக்காகச் சென்னை

எக்மோரில் ஓர் அறை எடுத்துத் தங்கி ஐந்தாண்டுகள் எக்மோர் ஆவணக் காப்பகத்தில் ஆவணங்களை ஆய்வு செய்து கையெழுத்துப் பிரதி எடுத்துக்கொண்டார். அதன் அடிப்படையில் ஊர் ஊராகச் சென்று ஆய்வு செய்து இந்த நூலை வெளியிட்டார்.

இதே போல இவரின் இன்னொரு முக்கியமான நூல் "முல்லைப் பெரியாறு வைகை அணைக்கட்டுகள் பசுமை வரலாறு" உச்ச நீதிமன்றத்தில் முல்லைப்பெரியாறு வழக்கில் நூற்று நாற்பத்து இரண்டடி என்று நிறுவுவதற்கு அரசின் சார்பில் வைக்கப்பட்ட சான்றுகளில் ஒன்று இந்த நூல். இதில் ஆங்கில அரசு ஆவணம் சான்றாகக் காட்டப்பட்டதால் உச்ச நீதிமன்றம் இதை ஆதாரமாக எடுத்துக்கொண்டு தீர்ப்பு வழங்கியது. நம்முடைய காலத்தில், தான் எடுத்துக்கொண்ட ஆய்வைப் பின்வருவோருக்கும் பயன்படும் வகையில் செய்த மிகச் சிலரில் இவர் ஒருவர்.

தான் வரலாறு படிக்கும்போது இப்படியொரு முழுமையான நூல் இல்லையென்பதால் அறிவின் பாதைகள் அடைபடுவதை அறிந்து, தான் செய்யவிருக்கும் ஆய்வு எப்படி இருக்க வேண்டும் என்று திட்டமிட்டு அதற்காகத் தன்னுடைய வாழ்நாளில் பெரும்பகுதியைச் செலவிட்டவர். இவர் 1988இல் உத்தமபாளையம் ஹாஜி கருத்த ராவுத்தர் கல்லூரியில் வரலாற்றுத் துறையில் துணைப் பேராசிரியராகப் பொறுப்பேற்றார். தற்போது வரலாற்றுத் துறைத் தலைவராக உள்ளார். இவரது மனைவி ஆஷா லதா உத்தமபாளையம் அரசுப் பள்ளியில் கணித ஆசிரியராக இருக்கிறார். இரண்டு மகன்கள். முதல் மகன் ஜெயந்த் பொறியியலாளர். இரண்டாவது மகன் ராகுல் எம்பிபிஎஸ் முடித்துள்ளார். ஹாஜி கருத்தராவுத்தர் கல்லூரியிலிருந்து இவருடைய வழிகாட்டுதலில் ஆய்வு செய்த மாணவர்கள் பலரும் பல கல்லூரிகளில் சிறப்பான முறையில் பணி செய்துகொண்டு இருக்கிறார்கள். வெள்ளைச்சாமி நாடார் கல்லூரியின் பேராசிரியர் மணி, போடி கல்லூரியில் பேராசிரியர் மாணிக்கராஜ், அண்ணாமலைப் பல்கலைக் கழகத்தில் பேராசிரியர் முத்து, கருமாத்தூர் அருளானந்தம் கல்லூரியில் நல்லதம்பி, சென்னை ராணி மேரி கல்லூரியில் கற்பகம் ஆகியோர் இவரது மாணவர்கள். தவிர பலதுறைகளிலும் பணிசெய்வோர் பலர் இருக்கிறார்கள். இவர் வரலாற்றுத் துறைக்குக் கிடைத்த புதையல் என்றே சொல்ல வேண்டும்.

இங்கே ஜமீன்தார்கள் வரிவிதிப்புப் பற்றியே நான் குறிப்பிட்டிருக்கிறேன். இவருடைய முழு நூலைப் படிக்கும்போது மிகுந்த மன உளைச்சல் ஏற்பட்டது உண்மை. இதையெல்லாம் அறிந்து படபடக்கும் நெஞ்சம், நாமெல்லாம் சுதந்திர இந்தியாவில் பிறந்தோமென்று நிம்மதிப் பெருமூச்சு விடுவதோடு எண்பதுகளில் அடைந்த அன்றாட மகிழ்ச்சிகளை ஒப்பிடாமல் இருக்குமா?

எண்பதுகளின் அன்றாடங்கள்

நிகழ் கழிந்து நிகழ்கிறது
மாற்றம்
நிகழ்வதெல்லாம் அன்றாடம்

ஆனாலும்

மாற்றங்களின் சாட்சியாக
நிற்கிறது
அன்றாடம் எனும்
மாறாக்காலம்

பாக்கெட் பாலும், அடுக்குமாடி வீடுமாக இருக்கும் இந்தக்கால அன்றாடங்கள் எவருக்கும் சலிப்பைத் தரக்கூடியது. அதை இன்னும் சலிப்படைய வைப்பது, "நாங்கல்லாம் அந்தக் காலத்துல..." என்று துவங்கும் பெருசுகளின் தம்பட்டம். அதற்காக அவர்கள் சொல்வது தவறென்று சொல்ல முடியுமா? வாழ்க்கையை வாழ்வது வேறு. கடத்துவது வேறு. இன்று நாம் நீளநீளமாகக் கடந்துகொண்டிருக்கிறோம். எல்லை முடிந்ததும் வந்த வழியில் என்னென்ன இருந்தது என்பதை உணர்ந்திருக்கவே மாட்டோம். ஆனால் எங்களுக்கு எத்தனை வாழ்க்கைச் சிக்கல்கள் இருந்தாலும் திரும்பிப் பார்க்க நிறைய முகங்கள் இருக்கின்றன. நிறைய நிறைய மகிழ்ச்சிகளைச் சின்னச் சின்ன நூலில் கட்டி எங்கள் வானத்தில் பறக்கவிட்ட நாட்கள் அவை.

வாண்டு கோபியின் அன்றாடம் எப்படி இருந்தது? எங்கள் அன்றாடத்தின் ஒரு துளியை கோபி எடுத்து வருகிறான்.

“லே கோபி, போயி சுகுமாரு கடேல காப்பித்தூளு, ரவ, சீனி வாங்கிட்டு வாடா”

“செட்டியார் கடேல வாங்குறேம்மா”

“சொன்னா கேளு, அங்கதே புதுசா வச்சுருப்பான். அப்டியே ஆயிரம் பூ வாங்கிட்டு வந்துரு. மறந்துராத. அத்த ஊருக்குக் கெளம்புது”

“செரி. காசு குடுங்க”

“பைக்கட்டு எடுத்துட்டு போ. பூவ மத்த சாமாங்யளோட ஒண்ணுமண்ணா வச்சு எடுத்தாராத”

பானுவிடம் காசு வாங்கிக்கொண்டு மஞ்சப்பையை டிரௌசர் பாக்கெட்டில் வைத்தான் கோபி. வாசலில் இருந்த சைக்கிள் டயரை எடுத்து உருட்டியபடி போக ஆரம்பித்தான்.

கொஞ்ச தூரத்தில் பாச்சா ராவுத்தர் காம்பவுண்டுக்கு பக்கத்திலேயே நின்றுவிட்டான். அங்கே ஒரு தெருக்கூத்து.

“மானம் வந்து கொட புடிக்கும் ஏ
மயிலு ஒனக்கு என்னா கொற”
“ஏ தன்னானே தானே னன்னே
தனனானே தன்னா னானே”
“மானம் புடிக்கும் கொடக்குள்ள ஏ
மவராசன் இல்லாக் கொற”

இந்தப் பாட்டும் ஆட்டமும் உபயம் சீராமி, மாரிமுத்து. கூட சீராமியின் மகன் பூமிநாதன் என்ற வாண்டு ஒரு நீள மூங்கிலை வைத்து அதில் சரசரவென்று ஏறினான். பல்டி அடித்தான். எங்கள் ஊர் அம்மன் பெயர்தான் சீராமிக்கு. அதாவது சிவகாமி. அதைத்தான் இந்த ஊர் இப்படிக் கூப்பிட்டு வருகிறது.

“ஏ சீராமி, அம்மா ஒன்னய கூப்டு வரச்சொன்னாங்க”

“வாறன் பாப்பா”

சீராமிக்கு அந்தத் தெருவில் டிமாண்டு அதிகம். அவள் இப்போது பெரிய பொட்டுக்காரம்மா வீட்டுக்குக் கிளம்பி விட்டாள். தெருக்கூத்து பார்த்தவர்கள் ஆளுக்குக் கொஞ்சம் காசு கொடுத்தார்கள்.

“பூமி, ஈஞ்சம் புல்ல எடுத்தா”

“யம்மா சோறும்மா”

“அந்தம்மா கூட்டு விட்டாகள்ல. அங்க சோறு வாங்கித்தாரேன். ஈஞ்ச மாரு கேட்டாக அவுக. அத கட்டி குடுத்துட்டு வட திங்கலாம்”

இவ்வளவு நேரம் வேடிக்கை பார்த்த கோபிக்கு கூட்டம் கலைந்தபிறகுதான் காப்பித்தூள் நினைவு வந்தது.

“ஏ டுர்...” ட்யூப் உருண்டு கோபியை சுகுமார் கடைக்குக் கொண்டு போனது.

“அண்ணே, நூறு காப்பித்தூளு, ஒரு கிலோ ரவ, ஒரு கிலோ சீனி”

“அண்ணே நாந்தே மொத வந்தே” மொட்டை போட்ட பாப்பா உரிமையை விட்டுக்கொடுக்க விரும்பவில்லை

“மொட்டையக்கா ஒங்களுக்கு குடுத்துட்டுதே மத்தவுகளுக்கு. சரியா” ஓரியாக இருந்த கடைக்குள் அதைவிட ஓரியாக இருந்த சுகுமார் பம்பரமாகச் சுற்றிக்கொண்டிருந்தார். எடக்கு பேச்சுக்கே அங்கே கூட்டம் சேரும்

“அண்ணே, வீட்ல விருந்தாளி வந்துருக்காங்க குடுங்கண்ணே” என்று கோபி நாலைந்து தடவை கேட்டும் மொட்டையக்காவை அனுப்பி விட்டுத்தான் சுகுமார் இவனுக்குச் சாமான்களைக் கொடுத்தார்.

“லே பூவ எங்கடா”

கோபிக்கு பானு கேட்டபிறகுதான் பூ வாங்கவில்லை என்றே உறைத்தது.

“ம்மா ஆறுமுகண்ணே வீட்ல வாங்கிக்க சொன்னாங்க” உடனடிப் பொய்.

“செரி சாப்ட்டு அவுக வீட்டுக்குபோயி சாரதாட்ட வாங்கிட்டு வா”

“ம்மா. லீவுக்கு ஆத்துக்கு போகலான்னு சொன்னிங்கல்ல” விடுமுறை காலியாவதில் கோபி சிணுங்கினான்.

“லே அத்த வந்திருக்குல்ல, உஷ்”

கோபி சாரதாவிடம் பூ வாங்கக் காத்திருக்க வேண்டி இருந்தது.

நார் பிரிப்பதை ஒரு கலையாகச் செய்வார் சாரதா. பொன் சரடு போல நெளுநெளுவென்று அவர் நார் பிரித்து வைத்து ஆணியில் தொங்க விட்டிருப்பார். அவர் விரல்கள் அசையும் வேகத்தில் ஐந்து நிமிடத்தில் ஆயிரம் பூ சரமா, மாலையா என்று தெரியாதவாறு கட்டப்பட்டிருக்கும். "கண்டேன் கண்டிலேன் என்னே கண்மாயம்" என்று மாணிக்கவாசகர் சொல்வதுபோல இரண்டு விரல்கள் எப்பொழுது மடங்கியது, எப்பொழுது சுற்றியது என்பது தெரியாது. ஆனால் இரண்டு கண்ணி பூக்கள் முடிச்சில் இருக்கும். அவர் கட்டிக்கொடுக்கும் பூவுக்கு வாடிக்கையாளர்கள் அதிகம்.

"அக்கா நானும் பூக்கட்டட்டா"

"தங்கமாப்போச்சு, கட்டிக்குடுய்யா"

"எங்க கடைக்கு வந்திர்ரியாடா" சாரதா அப்பா கேட்டார்.

"அம்மா அடிப்பாங்க"

"செரி ரெவ்வெண்டு பூவா எடுத்து வையி. நான் சீக்கிரம் ஒனக்கு கட்டித்தாறேன்"

வாசலில் குரல் "யெக்கா தண்ணி" என்றது.

"வா நாராயணா. சீலையம்பட்டில இருந்தா வாற" சாரதாவின் அம்மா குடிக்க தண்ணீர் கொடுத்தார்.

"ஆமாக்கா. இன்னக்கி பூ ரெம்ப அருந்தலு. அதுதே இம்புட்டு நேரமாயிருச்சு"

"என்னத்துக்கு அருந்தலு. கல்யாணம் காட்சிகூட இன்னக்கி நாள் இல்லையே"

"பூரா மருதக்கி அனுப்பி விட்டாங்ய போல"

"செரி. நாலு பந்து கனாம்பாரமும், மல்லிய மூணு பந்தும் எடுத்துக்க" நாராயணன் கிளம்பும் வரை கோபிக்கு நேரமாவது தெரியவில்லை.

"அக்கா பூக்கா" என்று அவசரமாகக் கேட்டு வாங்கிக்கொண்டு தெருவுக்கு வந்தான். தனா அவள் அம்மா, அப்பா, அக்காவுடன் வந்துகொண்டிருந்தாள். இவன் வகுப்பு. தாழம்பூ வைத்துப் பின்னியிருந்தாள்.

“என்னாம்மே ஊருக்கா”

“இல்லடா கோபி. போட்டோ புடிக்க போறோம்”

“எல்லாருமா? சடை நல்லாருக்கு ம்மே”

“செரிடா” தனா பின்னலை முன்னால் போட்டு பார்த்துக்கொண்டே போனாள்.

கோபி பானுவிடம் பூவைக்கொடுத்ததும் “நாம போட்டோ எடுக்கலாம்மா” என்றான்.

“ஓங்க அத்தய வேணா அதுக்கு நேரம் இருந்தா பிரபாத் ஸ்டுடியோவுக்குக் கூட்டிகிட்டு போ. என்னய ஆள விடு ராசா” பானு சொன்னதும் கோபி அவன் மாமா, அத்தையைக் கூட்டிக்கொண்டு பிரபாத் கிளம்பிவிட்டான்.

புகைப்படம் எடுப்பதற்கு ஆசைப்படாதவர்கள் யார்? எழுபது, எண்பதுகளில் அப்பாக்கள் நாற்காலியில் அமர்ந்திருக்க, கூஜாக்கை ரவிக்கை அணிந்த அம்மாக்கள் நாற்காலியின் கைப்பிடியைப் பிடித்தபடி நின்றிருக்கும் கறுப்பு வெள்ளைப் புகைப்படங்களை வீடுகள் தோறும் பார்த்திருக்க முடியும். இன்றைய தலைமுறைக்குத் தாத்தாக்கள், ஆச்சிகள் புகைப்படங்கள் அவை. எங்கள் ஊர்ப்பக்கம் திருவிழாக்களுக்கு வரும் நேரங்களில் பலர் புகைப்படம் எடுத்துக்கொள்வார்கள். ஊருக்குள் எங்கோ சிலரிடம் மட்டுமே கேமெரா இருக்கும். எங்கள் ஊரைச் சுற்றிலும் இருக்கும் கிராமத்தில் இருப்பவர்கள் புகைப்படம் எடுக்க வேண்டுமானால் பிரபாத் ஸ்டுடியோவுக்கு வருவது வழக்கம். அதுவும் பாஸ்போர்ட் அளவு புகைப்படங்கள் எடுக்க எப்போதுமே இங்கு கூட்டம் இருக்கும். காந்திசிலைக்கு அருகில் இருக்கிறது பிரபாத் ஸ்டுடியோ. இது 1954இல் புகைப்படத்துறையின் மீது ஆவல் கொண்ட ராஜவேல் கவுண்டரால் ஆரம்பிக்கப்பட்டது.

“எனக்கு ஸ்டைலா அந்தாருக்கே அந்தக் கரடி பொம்ம கூட ஒன்னு, கார்மேல ஒக்காந்து ரஜினி மாதிரி ஒன்னு போட்டோ எடுக்கணுண்ணே”

கோபிக்கு கடைக்குள் பாஸ்போர்ட் எடுக்க வந்த பெருசுதான் பதில் சொன்னார்.

“அதுக்கென்னா தம்பி. அதெல்லாம் டிப்டாப்பா எடுத்துப்போடுவாகல்ல. இங்கனக்குள்ள வராத பெரியாளுகளே

இல்ல. அப்ப கலைஞர் திமுக பொருளாளரா இருந்தப்ப இங்க வந்தாரு. நம்ம ஊரு கோயில் வெழாவுக்கு கே.பி.சுந்தராம்பாள் வந்தவுக இங்க வந்தாகல்ல. ரேடியோ பெட்டியில பாட்டு வருதே இளையராசா அவககூட வந்துருக்காக"

இவனிடம் சொல்ல ஆரம்பித்த பெரியவர் ராஜவேல் கவுண்டரின் மகன் பிரகாசிடம் முடித்தார். சின்னமனூர் தவிர கம்பம், ஓடைப்பட்டி, போடிநாயக்கனூர் ஆகிய இடங்களிலும் இவர்களின் புகைப்பட நிலையங்கள் உள்ளன.

போட்டோ எடுத்து வர மாலை ஐந்து மணியாகிவிட்டது. அந்த நேரம் உத்தமபாளையம் வயல்களுக்குக் களையெடுக்கப் போகிறவர்கள் திரும்பி வரும்போது சாரி சாரியாகப் புல் கட்டுகளை சுமந்து வருவார்கள். இதே வேறு நேரமாக இருந்தால் கோபி அவன் நண்பர்களுடன் புல்லுக்கட்டுக்காரிகளை முந்தி நடந்துவிட்டால் ஒரு மணி நேரம் சைக்கிள் வாடகை தருவதாகப் பந்தயம் வைப்பான். அவர்கள் வேகத்தை எட்டிப்பிடிப்பதில் ஒரு போட்டி இருக்கும். அந்தப் பெண்களின் நடை அத்தனை வேகமாகவும் ஒரே மாதிரியான நாட்டியம் போலவும் இருக்கும். அவர்கள் எல்லோரும் வந்து கூடுவது பிள்ளையார் கோயிலுக்கு எதிரில். அங்கே புல்லுக்கட்டுகளை இறக்கி வைத்துவிட்டு உட்கார்ந்து விடுவார்கள். இவர்கள் எல்லாம் பக்கத்து கிராமங்களில் இருந்து வருபவர்கள். புல்லுக்கட்டுகளை விற்றுவிட்டு வேலு டீக்கடையில் டீ குடித்துவிட்டு, பக்கத்தில் இருக்கும் பெட்டிக்கடையில் வெற்றிலை பாக்கு வாங்கி அதையும் வாயில் அதக்கிக் கொண்டு அவரவர் கிராமத்துக்குப் பேருந்துகளில் போவார்கள்.

இப்பொழுது ஓர் எறும்பு வரிசை கலைக்கப்பட்டு, களையெடுத்த புற்களை டிராக்டரில் அள்ளிப்போட்டுக்கொண்டு சாலையெல்லாம் உதிர்த்துக்கொண்டு போகிறார்கள்.

வீட்டுக்கு வரும்போதே அவன் சகாக்கள் சைக்கிள்களோடு காத்திருந்தார்கள். வாடகை சைக்கிள். அரை மணி நேரத்துக்கு ஐம்பது பைசா. கிளம்பிவிட்டான். "அவன் கால்ல சக்கரம் வச்சுக்கிட்டுதே சுத்துறயான்" வீட்டில் பானு நாத்தனாரிடம் சொல்லிக்கொண்டிருந்தாள்.

அவன் வீடு அடையும்போது ஏழு ஏழரை மணியாகிவிட்டது.

வீட்டு முன் நான்கு பேர் நின்றிருந்தார்கள். அப்பா அவர்கள் தலையிலிருந்து விறகுக்கட்டை இறக்கிக்கொண்டிருந்தார்.

“அப்பா நானும் எறக்கி விடுறேன்”

“நீ சும்மாரு. அவுக கழுத்து தாங்காம இருக்காக”

வாரத்தில் நான்கைந்து நாட்களுக்கு வெயில் அடையும் நேரம் ஒரு கூட்டம் பிள்ளையார் கோயில் எதிரில் ‘உஸ்ஸ் அப்பா’ என்றபடி வந்து நிற்பார்கள்.

ஆண்களும், பெண்களுமாக ஆறேழு பேர் மலையில் வெட்டிய விறகுகளைக் கட்டாகக் கட்டி அங்கே இறக்கி வைத்திருப்பார்கள். அப்பொழுது மண்ணெண்ணெய் - சீமத்தண்ணி அடுப்பு இருந்தாலும், விறகு அடுப்புதான் பெரும்பாலும். அதனால் எப்படியும் வாங்குவதற்கு ஆள் வந்துவிடுவார்கள். விறகுக்காரர்கள் எங்கிருந்து வருகிறார்கள் என்பதைப்பொறுத்து அவர்கள் விற்கும் இடமும் வேறு வேறு ஊர்களாக இருக்கும். சில நேரங்களில் மலை இறக்கத்திலேயே விற்று விட்டதாகச் சொல்வார்கள். அவர்கள் கொண்டு வரும் விறகை எடை போட்டு வாங்குவதில்லை. ஒரு கட்டு பதினைந்து ரூபாய், இருபது ரூபாய் என்று கேட்பார்கள். எந்த மரத்தின் விறகு என்பதைப்பொறுத்து விலை கூடும் அல்லது குறையும். சில மரங்கள் எரியாமல் புகைந்துகொண்டே இருப்பவை. அவற்றைப் பார்த்ததுமே கண்டுபிடித்துவிடுவார்கள். இவர்கள் தெருவில் வாடிக்கையாக வாங்கும் வீடுகளில் கொண்டு போய் கொடுப்பதும் உண்டு.

இந்த விறகுக்காரர்களில் சிலர்தான் பானு வீட்டில் விறகு கொடுத்தது. அவர்கள் போனபின் கோபியின் அத்தை ஊருக்கு கிளம்ப வீடு வெறிச்சோடியது.

கோபி உறக்கத்தில் கனவு கண்டுகொண்டிருந்தான். “ப்ரைஸ் கிழித்து பிலிம் சுருள் வாங்கியிருந்தான். வேட்டியைத் திரை விரித்து ‘இங்க பாத்தியா ரஜினியும் ஸ்ரீதேவியும்’ என்று நண்பர்களுக்குப் படம் காட்டிக்கொண்டிருந்தான்”

யாரோ “ஏ புள்ள தங்கம்” என்று கூப்பிட்டுக்கொண்டிருந்தார்கள். என்னங்கக்கா என்றது ஒரு குரல். “காலேசுக்குக் கெளம்பிட்டியா. இந்தா பணியாரம். சாப்புட்டு அப்பறம் போகலாம்”

“ஏந்தாயி பானு, விடியக்கால மூன்ரை மணிக்கெல்லாமா செஞ்ச” தங்கத்தின் அம்மா ஆதூரமாகக் கேட்டார்.

“ஆமாம்மா. நம்ம தங்கம்புள்ள நெனப்பாவே இருந்துச்சு. இனி அடுத்த லீவுக்குத்தான வரும்”

கோபி கனவில் பானு வாசலில் பேசும் பணியாரத்தையும் சேர்த்துக்கொண்டிருந்தான். இப்போது அவன் குதிரையில் ஏறிப் பயணத்துக்கு ஆயத்தமாகியிருந்தான். குதிரையில் இந்தப் பாதையில் எத்தனை மன்னர்கள் அன்று போயிருப்பார்களோ!

கொற்கைக்குச் செல்லும் பெருவழிப்பாதையில் யாரெல்லாம் போனார்கள்?

பெருவழிப்பாதை

வந்த வழியைத்
திரும்பிப் பார்த்தது
பூனை

அதன் குளம்படிகளில்
உறுமிக்கொண்டிருந்தது
புலி

வெட்கப்படப்போவது
பூனையா? புலியா?

வரலாற்றின் பக்கங்களில் ஆயிரத்து நூறு வருடங்களுக்கு முன்பாகக் கட்டப்பட்ட சமணக் குடைவரைக் கோயில் உத்தமபாளையத்திற்கு நிலைத்த பெயரைக் கொடுத்துவிட்டிருக்கிறது.

பக்தி இயக்க காலத்திற்குப் பின்னர், கி.பி 9,10-ம் நூற்றாண்டுகளில் மீண்டும் சமணத்தைக் கையிலேந்தி அச்சணந்தி முனிவர் தமிழகமெங்கும் இத்தகைய சமணப்பள்ளிகளை ஏற்படுத்தியுள்ளார்.

இங்கே காணும் புடைப்புச் சிற்பங்கள் இருபத்து நான்கு தீர்த்தங்கரர்களின், இருபத்து மூன்றாவது தீர்த்தங்கரரான பார்சுவநாதர் மற்றும் இருபத்து நான்காவது தீர்த்தங்கரரான மகாவீரரின் உருவங்களாகும். ஏழுதலை கொண்ட நாகத்தைத் தலையின் மீது கொண்டுள்ள பார்சுவநாதர் மற்றும் முக்குடையின்

கீழ் இருபுறமும் வெண் சாமரம் வீசும் இயக்கிகளுடன் கூடிய மகாவீரரின் திருவுருவங்கள் என மொத்தம் 19 சிற்பங்கள் காணப்படுகின்றன.

மலைப் பாறைகளில் இவர்கள் செதுக்கிய சிற்பங்களும், அதனைச் செய்து கொடுத்தவர்களின் பெயர்களும் சிற்பங்களின் கீழே வட்டெழுத்துக் கல்வெட்டுகளாக உள்ளன. இங்குள்ள ஒரு கல்வெட்டின் மூலம் இப்பள்ளியின் இறைவர்க்குத் 'திருக்குணகிரி தேவர்' என்ற பெயர் உள்ளதை அறியமுடிகிறது

"ஸ்ரீதிருக்குணகிரித் தேவர்க்குத் திருவிளக்குக்கு
அனந்தவீர அடிகள் அட்டின காசுபதினொன்று
இக்காசு பொலி கொண்டு முட்டாமைச்
செலுத்து வாராநோர் இப்பள்ளியுடைஅடிகள்
அறம் வேண்டுவாரிது பிழையாமைச் செய்க"

(S.Ilxiv No.128)

இக்கல்வெட்டு ஒன்றே இங்குள்ள கல்வெட்டுகளில் முழுமையானதும் சற்று பெரிதானதும் ஆகும். அனந்தவீர அடிகள் என்பவரால் பதினோரு காசுகள் கொடையளிக்கப்பட்டு விளக்கு எரிக்கப்பட்டுள்ளது. இந்தக் கல்வெட்டின்மூலம், இந்த மலை திருக்குணகிரி என்று அழைக்கப்பட்டுள்ளது தெரிய வருகிறது

இங்குள்ள மற்றொரு கல்வெட்டில் "ஸ்ரீ அச்சணந்தி செய்வித்த திருமேனி" என்றிருக்கிறது.

மற்றொரு கல்வெட்டில் 'வெண்பு நாட்டு வில்லிகுறண்டித் திருக்காட்டாம்பள்ளி சந்திர பிரபன்' என்னும் ஒருவரின் பெயரைக் குறிப்பிடுகிறது. இது புதிய பொருள் அல்லது இடத்தின் பெயரை குறிக்கும் வகையில் உள்ளது. மேலும், சந்திர பிரபன் யாரென்று தெரியவில்லை

"ஸ்ரீஅஸ்டோபவாசி கனகவீரர் மாணாக்கர்
அரிட்ட நேமிப் பெரியார் செய்வித்த திருமேனி"

என்ற இன்னொரு கல்வெட்டின் மூலம் எட்டு நாட்கள் உண்ணாமல் நோன்பு நோற்ற துறவி கனகவீரர் என்பவரையும் அவரது மாணாக்கரின் பெயர் அரிட்டநேமி என்பதையும் அறிய முடிகிறது.

பிற கல்வெட்டுகள் சற்றுச் சிதைந்துள்ளன. கி.பி. 9ஆம் நூற்றாண்டைச் சேர்ந்த பாண்டிய மன்னன் சடையன் மாறன்

பெயரும், இவர் இங்குள்ள அணையா விளக்கு தொடர்ந்து எரிய ஆயிரம் பொற்காசுகள் கொடையளித்துள்ளார் என்ற செய்தியையும் இங்குள்ள மற்றொரு கல்வெட்டு தெரிவிக்கின்றது. இன்றைய தமிழ் எழுத்துக்களின் உருவாக்கம் 1000 ஆண்டுகளுக்கு முந்தைய வட்டெழுத்து வடிவில் உள்ளது.

பாறையை ஒட்டியவாறு இயற்கையாக அமைந்துள்ள பள்ளத்தில் சுனை (ஊற்று) ஒன்றும் உள்ளது. இச்சுனை நீரையே குடிநீராகப் பயன்படுத்தியுள்ளனர்.

இந்த மலையின் பல இடங்களிலும் மூலிகை அரைக்கப்பட்ட குழிகள் காணப்படுகின்றன. இங்கே சமணர்கள் கல்வியை போதிக்கவும், மருத்துவம் பார்க்கவும் செய்திருக்கிறார்கள். இந்த மலையைக் கருப்பணசாமி மலை என்றே உள்ளூர் மக்கள் அழைக்கிறார்கள். அப்படிக் கேட்டால்தான் வழியும் சொல்வார்கள். அவர்கள் குறிப்பிடும் கருப்பணசாமி கோயிலை அடைந்தால் அங்கிருந்து சமணர் மலையாகிய திருக்குணகிரியை அடையலாம். இவ்வழி கருவேல மரங்கள் நிறைந்து கிடக்கிறது. மதுபுட்டிகள் கால்களை இடறுகின்றன. ஆனால் இந்த வழியாக வர்த்தகம் செய்வோர் குதிரையிலும், தேரிலும் விரைந்திருக்கிறார்கள் என்றால் வியப்பாக இருக்கிறதல்லவா?

ரோமானிய வணிகர்கள் கி.மு.24-லிருந்து கி.பி.27-வரை கொற்கையில் கிடைத்த முத்துக்களை வாங்க இந்த வழியிலேயே கொற்கை சென்றிருக்கிறார்கள். இந்தப் பாதைதான் சேர, பாண்டிய மன்னர்களுக்குப் பெருவழிப்பாதையாகவும் இருந்திருக்கிறது என்று தொல்லியல்துறை கூறுகிறது.

இந்தப் பள்ளத்தாக்கில் கிடைத்த நடுகற்கள் தமிழ் செம்மொழி என உலகுக்குச் சொல்லவும் பாதை அமைத்தது.

நடுகற்களும், சதி கற்களும்

உங்கள் நியாயங்களின் நடுப்பக்கம்
கிழிக்கப்பட்டிருக்கிறது
உங்கள் தலைப்புச் செய்திக்குப்
பொருந்தப்போவதில்லை நான்

என்னுடைய பக்கங்களை
நானே தீயிலிடுகிறேன்

வேகும் மணத்தில்
நிறைத்துக்கொள்ளுங்கள்
அடுத்த காப்பியத்தை

"அந்தா இருக்கு பாரு. அதுதான் கண்ணாத்தா. கும்பிட்டுக்க" அந்தப்பெண் சொன்னதும், கூட வந்த குழந்தை "சாமி! காப்பாத்து" என்று கும்பிட்டது.

அங்கே எந்தக்கோயிலும் இல்லை. சிற்பமும் இல்லை. என்னவென்று பார்த்தால் வரிசையாக கற்கள் நான்கு இருந்தன. அதற்குத்தான் கும்பிடு. மேலே எதோ சுளீரென்று விழுந்தது. திடுக்கிட்டுத் திரும்பினேன். கண்ணாத்தா அருள் என்று நீங்கள் நினைத்தால் ஏமாந்து போவீர்கள். பக்கத்திலிருந்த வேப்ப மரத்திலிருந்து ஒரு பழம் உதிர்ந்து விழுந்திருந்தது. அது ஒரு கிராமம். கிராமத்துத் தேவதைகள் மரத்தடியில் யாவருக்குமாக அமர்ந்துவிடுகிறார்கள்.

இப்படிக் கற்களை வணங்கும் பழக்கம் எப்படித் தோன்றியிருக்கும்? பெரிய பெரிய கோயில்கள் வந்த பிறகும் இப்படிக் கும்பிடுவது எங்காவது இருக்கத்தானே செய்கிறது?

அப்பொழுதுதான் சங்க இலக்கியப் பாடல்கள் சில நினைவுக்கு வந்தன. அந்தப் பாடல்கள் வீரர்களுக்கு அவர்களின் நினைவாகக் கல் நாட்டி வழிபாடு செய்ததைப் பேசுகின்றன.

நடுகற்கள் என்றால் என்ன? ஊரையோ, நாட்டையோ காப்பதற்காக உயிர் துறக்கும் வீரர்களின் நினைவாக நடப்படும் கல்லே நடுகற்கள்.

கோப்பெருஞ்சோழன், அதியமான் நெடுமான் அஞ்சி ஆகிய இரு மன்னர்களுக்கு நடுகல் நட்டதைப் பாடல்கள் மூலம் அறிகின்றோம். தங்கள் மன்னனின் ஆநிரைகளைப் பிறர் கவர்ந்து செல்லும் பொழுது அதைத் தடுத்து நிறுத்தி உயிர் இறந்த வீரர்களுக்கு நடுகற்கள் நடப்பட்டன. நடப்பட்ட கற்களில் இறந்தவர்களின் பெயர்களையும் அவர்களது மறச் செயல்களைப் பற்றிய விவரங்களையும் பொறித்தனர்.

இப்படி நடுகல்லாய் நிற்கும் வீரர்களை வணங்குவோம் அல்லாமல் வேறு கடவுள்கள் எங்களுக்கு இல்லை என்கிறார் மாங்குடிக்கிழார் புறநானூற்றுப் பாடலில்

> ஒன்னாத் தெவ்வர் முன்னின்று விலங்கி
> ஒளிறு ஏந்து மருப்பின் களிறு எறிந்து வீழ்ந்தெனக்
> கல்லே பரவின் அல்லது
> நெல் உகுத்துப் பரவும் கடவுளும் இலவே
>
> - புறநானூறு 335

எவ்வாறு நடுகல்லை வணங்கினார்கள் தெரியுமா? மதுரை அறுவை வாணிகன் இளவேட்டனார் சொல்கிறார்.

> இல் அடு கள்ளின் சில் குடிச் சீறூர்ப்
> புடை நடு கல்லின் நாட் பலி ஊட்டி,
> நல் நீராட்டி, நெய்ந் நறைக் கொளீஇய,
> மங்குல் மாப் புகை மறுகுடன் கமழும்,
>
> - புறநானூறு 329

சிற்றூர் மக்கள் தங்கள் வீட்டில் காய்ச்சிய கள்ளை இந்த நடுகல்லுக்குப் பலியாகப் படைத்துள்ளனர். அவ்வாறு படைக்கும்போது அக்கல்லை சுத்தமான நீரால் கழுவி, நெய் விளக்கு ஏற்றி வழிபட்டு உள்ளனர்.

விஜயாநந்தலட்சுமி

நாம் கருப்பசாமிக்கு சாராயம் வைக்கும் வழக்கம் நினைவுக்கு வருகிறதா?

ஓதலாந்தையார் எனும் புலவர் யானையின் தும்பிக்கையின் சொர சொரப்பை எழுத்துகள் பொறித்த நடுகல்லோடு ஒப்பிடுகின்றார்.

விழுத்தொடை மறவர் வில்லிடத் தொலைந்தோர்
எழுத்துடை நடுகல் அன்ன விழுப் பிணர்ப்
பெருங்கை யானை

– ஐங்குறுநூறு 352

போர்க்களத்து வீரன் ஒருவன், "என் தலைவனின் முன்னே எதிர்த்து வந்து நில்லாதீர்; அவன் முன்னர் எதிர்த்து வந்து நின்று, களத்தில் வீழ்ந்துபட்டு, நடுகற்களாக நிற்பவர் மிகப் பலர்" என்று எதிரிகளிடம் சொல்வதாகத் திருக்குறள் நடுகற்கள் பற்றிச் சொல்கிறது

என்னைமுன் நில்லன்மின் தெவ்விர் பலரென்னை
முன்நின்று கல்நின் றவர் – *திருக்குறள் 771*

மரணத்துக்குப்பின் வீரன் வாழ்கிறான் என்பதை இந்தப் பாடல்கள் மூலம் அறிகிறோம். இதுபோல இன்னும் பல பாடல்கள் அகநானூறு, மலைபடுகடாம் போன்ற சங்க இலக்கியங்களில் இருக்கின்றன.

இப்படிப்பட்ட நடுகற்களின் உண்மையை உணர்த்தும் வேறு ஆவணங்கள் உள்ளனவா? ஆம். அவ்வாறு நடப்பட்ட நடுகற்கள் பல கிடைத்துத் தொல்லியல் துறையின் ஆய்வில் உள்ளன.

அவற்றில் முக்கியமானவை தேனி மாவட்டத்திலுள்ள புள்ளிமான் கோம்பையில் கிடைத்திருக்கும் நடுகற்கள்.

தமிழ் மொழிக்கு எத்தனையோ பழமையான இலக்கியச் சான்றுகள் இருந்தாலும் அதனுடைய பழமையான எழுத்து வடிவங்கள் கிடைக்காமல் இருந்தன. இதோ நான் இருக்கிறேன் என்று தலை தூக்கின 2006-இல் தேனி மாவட்டம் ஆண்டிபட்டி அருகே கிடைக்கப்பெற்ற புள்ளிமான் கோம்பை நடுகற்கள். ஆண்டிபட்டியிலிருந்து சுமார் 19கி.மீ தூரத்திலும், வத்தலக்குண்டிலிருந்து 15கி.மீ தூரத்திலும் புள்ளிமான் கோம்பை அமைந்துள்ளது. இப்பகுதி நிலங்கள் விவசாயத்திற்காகப் பண்படுத்தப்பட்ட போது மூன்று நடுகற்களும் அப்புறப்படுத்தப்பட்டு, மண்ணில் புதைந்து கிடந்தன.

இதுவரை கிடைத்துள்ள தமிழ் பிராமி எழுத்துகள் பொறிக்கப்பட்ட கல்வெட்டுகள் பெரும்பாலும் சமணர் படுகைகளிலேயே கண்டுபிடிக்கப்பட்டுள்ளன. கி.மு இரண்டாம் நூற்றாண்டைச் சேர்ந்த இந்தப் புள்ளிமான் கோம்பை நடுகற்கள்தான் இந்தியாவில் இதுவரை கண்டுபிடிக்கப்பட்ட நடுகற்களிலேயே மிகவும் பழமையானது என்றும் வரலாற்று ஆய்வாளர்கள் கருதுகின்றார்கள்.

இதுவரை அசோகரின் பிராமி கல்வெட்டு மிகப் பழமையானதாகக் கருதப்பட்டு வந்தது. எழுத்து நாகரீகத்தில் நாங்கள் அதெற்கெல்லாம் முன்னவர்கள் என்று படம்போட்டுக் காட்டியவை இக்கற்கள். மூன்று அடி உயரமும், ஒன்று முதல் ஒன்றரை அடி அகலமும் உள்ள இந்த நடுகற்கள், சங்க காலத்தைச் சேர்ந்த முதுமக்கள் தாழிகளின் மேல் செய்யப்படும் ஈமச் சின்னங்களின் ஒரு பகுதியாகும் என வரலாற்று ஆய்வாளர்கள் தெரிவிக்கின்றனர்.

சங்ககால இலக்கியங்கள் குறிப்பிடும் “ஆகோள்” அதாவது, “ஆநிரை கவர்தல்” அல்லது கால்நடைகளைக் கவர்ந்து செல்லுதல் பற்றிக் கூறும் முதல் நடுகல் இதுவே ஆகும். தமிழ்ச் சமுதாயம் அக்காலத்தில் எழுத்தறிவு பெற்றிருந்த சமுதாயமாக இருந்தது என்பதற்கும் பிராகிருதம் போன்ற வடமொழிக் கலப்பின்றித் தமிழ் சொற்களை நம் முன்னோர்கள் பயன்படுத்தினர் என்பதற்கும் புள்ளிமான் கோம்பையில் கிடைத்த இந்த நடுகற்கள் சான்றாக இருக்கிறது என்று தேனி மாவட்ட வரலாற்று ஆய்வு மையம் தெரிவிக்கின்றது.

சங்க இலக்கியங்களில் குறிப்பிடப்பெறும் நடுகற்கள் தற்பொழுது முதன்முதலாகக் கிடைத்துள்ளதால் சங்க இலக்கிய ஆய்விற்கு ஒரு புதிய பரிமாணம் கிடைத்துள்ளது. செம்மொழியின் மணிமுடியில் மும்மணிகள்.

சாகத் துணிந்தவனுக்கு சமுத்திரம் முழங்கால் மட்டு என்று எங்கள் பக்கம் பழமொழி சொல்வார்கள். தீ எம்மாத்திரம் என்று எண்ணும் அளவுக்குப் பெண்கள் கொடுமைகள் அனுபவித்துள்ளார்கள். இல்லையென்றால் பொய்கையைப் போன்றது தீயின் வாய் என்று எண்ணியிருப்பார்களா?

ஆண் குரங்கு ஒன்று இறந்தது. பெண் குரங்கு கைம்மையை விரும்பவில்லை. கிளைகளில் தாவுவதைக்கூட அறியாத பறழ் (குட்டி) இருக்கிறது. அதனைத் தன்னுடைய கூட்டத்தில்

சேர்த்துவிட்டு, ஓங்கிய மலையிலிருந்து வீழ்ந்து உயிர் துறந்தது என்று குறுந்தொகையின் கடுந்தோட் கரவீரனார் பாடல் சொல்கிறது

    கருங்கட் தாக்கலை பெரும்பிறிது உற்றென,
    கைம்மை உய்யாக் காமர் மந்தி
    கல்லா வன் பறழ் கிளைமுதல் சேர்த்தி,
    ஓங்கு வரை அடுக்கத்துப் பாய்ந்து உயிர் செகுக்கும்
    சாரல் நாட! நடு நாள்
    வாரல்; வாழியோ! வருந்துதும் யாமே!   – குறுந்தொகை 69

கைம்மை நோன்பை விடவும், கணவனோடு தீயில் மாய்வது மேலென்று பெண்கள் நினைத்துள்ளார்கள்.

புறநானூறு 246ஆவது பாடல், ஒல்லையூர் தந்த பூதப்பாண்டியன் என்ற பாண்டிய அரசனின் அரசி பெருங்கோப்பெண்டு என்பவர் பாடியது.

பூதப்பாண்டியன் இளம்வயதிலேயே மாண்டுவிட கணவனை இழந்து வாழேன் என்று கூறி உடன்கட்டை ஏற முடிவெடுத்தாள் பெருங்கோப்பெண்டு. அமைச்சர்களும் அரசவைப் பெரியோர்களும் அவளது முடிவை மாற்றிக் கொள்ள வற்புறுத்துகிறார்கள். ஆனால் அவர்கள் வேண்டுகோளை மறுத்த அரசி,

    'பல் சான்றீரே! பல் சான்றீரே!
    'செல்க' எனச் சொல்லாது, 'ஒழிக' என விலக்கும்,
    பொல்லாச் சூழ்ச்சிப் பல் சான்றீரே!'

நான் உயிரோடு இருந்தால், இலையின் மேல் இடப்பட்ட கைப்பிடி அளவு பழைய சோற்றைப் பிழிந்து நீரை விலக்கி சிறிது புளி சேர்த்து அரைத்த வெள்ளெருக்குத் துவையலைத் தொட்டுக் கொண்டு வெந்தும் வேகாததுமாக உண்ண வேண்டும். பரல் கற்கள் (பருக்கைக் கற்கள்) நிறைந்த கட்டாந்தரையில் பாய் இன்றிப் படுக்க வேண்டும். இப்படி ஒரு கடின வாழ்க்கையை விரும்பி வாழும், கைம்மை நோன்பு நோற்றேனும் உயிர் வாழ விரும்பும் பெண்களில் ஒருத்தி இல்லை யான். ஊருக்கு வெளியே இருக்கும் காட்டில் கருங்கட்டைகளால் உண்டான நெருப்பை உடைய இந்த ஈமப்படுக்கை உங்களுக்கு வேண்டுமானால் அரியதாகவும் கொடியதாகவும் இருக்கலாம்; எனக்கு அப்படி இல்லை.

    "நள் இரும் பொய்கையும் தீயும் ஓரற்றே!"

பெரிய தோளினை உடைய என் கணவன் மாய்ந்த பின், நன்கு மலர்ந்த அழகான தாமரை மலர்கள் நிறைந்த நீர்ப்பொய்கையும் தீயும் ஒரே தன்மை உடையன” என்கிறார்.

புறநானூற்றின் 62வது பாடலும் கைம்மை நோன்பு இருப்பதில்லையென்று சேர, சோழ மன்னர்களின் மனைவியர் உடன்கட்டை ஏறியதை மொழிகிறது. படைவீரர்கள் மாண்ட பின்னர் சோழனும், சேரனும் மோதிக்கொண்டனர். இதற்கு அறப்போர் என்று பெயர். இந்தப் போரில் இருவரும் போர்க்களத்திலேயே மாண்டனர். இரு பெரு வேந்தரின் குடைகளும் முரசுகளும் போர்க்களத்தில் சாய்ந்து கிடந்தன. பேய்மகளிர் குருதியை வாரித் தலையில் பூசிக்கொண்டனர். புண் பட்டுச் சாவோரைத் தூங்க வைப்பதற்காக அனந்தல் பறை (சாவு மேளம்) கொட்டப்பட்டது. போர் மறவர்களின் உடல்களைப் பருந்துகள் தின்றுகொண்டிருந்தன.

> *.... பெண்டிரும்*
> *பாசடகு மிசையார் பனிநீர் மூழ்கார்*
> *மார்பகம் பொருந்தி யாங்கமைந்தனரே!*

இறந்தவர்களின் மனைவிமாரும் பச்சைக் கீரைகளைத் தின்றுகொண்டும், பனிநீரில் குளித்துக்கொண்டும் கைம்மைக் கோலம் கொள்ளாமல் கணவருடன் சேர்ந்து மாண்டுவிட்டனர்.

உடன்கட்டை ஏறிய பெண்களுக்கு நடப்பட்ட கற்களே சதிக்கற்கள். இதற்கு உதாரணமாக வீரபாண்டியில் சதிக்கல் கிடைத்துள்ளது. கணவன் இறந்தவுடன் மனைவியையும் உடன் கட்டை ஏற வைக்கும் சதியில் இறந்த மனைவியின் நினைவாக வைக்கப்படும் சதிக்கல் அது.

கல்லின் மேற்புறம் சந்திரரும், சூரியரும் இருந்தால் அது சொர்க்கத்தைக் குறிக்கும். சில கற்களில் கூடுதலாக ஏதேனும் ஒரு கடவுளின் சிற்பமும் இணைந்திருக்கும். கணவனோடு உடன் கட்டை ஏறும் பெண் சொர்க்கத்துக்கு அழைத்துச் செல்லப்படுவதை சிற்பங்கள் விளக்குகின்றன. ஒரு வீரனின் மனைவி, அவன் உடலோடு சேர்த்து எரிக்கப்பட்டதன் நினைவாக நிறுவப்பட்ட கல் அது.

கம்பம் அருகிலுள்ள புதுப்பட்டியில் வீரக்கல் மற்றும் சதிக்கல் கிடைத்துள்ளது. கம்பம் சாலையில் அமைந்துள்ள சாலையோர வழிபாட்டிடத்தில் இவ்விரு கற்களும் இருந்தன.

தேனி மாவட்டம் வருசநாடு அருகே அமைந்துள்ளது தங்கம்மாள்புரம் கிராமம். கடந்த 1984ஆம் ஆண்டு மூல வைகையில் ஏற்பட்ட வெள்ளப்பெருக்கில் இழுத்து வரப்பட்டன இரண்டு கற்சிலைகள்.

அச்சிலைகளை மதுரைவீரன் - பொம்மியம்மாள், கன்னிமார் தெய்வங்களாக வைத்து அப்பகுதி மக்கள் வழிபாடு நடத்தி வந்துள்ளனர். இந்தக் கற்சிலைகளை ஆய்வு செய்ததில், இவை கிபி 16ஆம் நூற்றாண்டைச் சேர்ந்தவை எனக் கண்டுபிடிக்கப்பட்டுள்ளது.

இன்றைய தேனி மாவட்டம் பிற்காலப் பாண்டியர்கள் காலத்தில், அளநாட்டுப் பகுதிகளாக இருந்து வந்தபோது, ஆண்டிபட்டியில் இருந்து வருசநாடு வரை "வருசைநாடு" என்றழைக்கப்பட்டது. அக்காலத்தில் தங்கம்மாள்புரம் கிராமம் அடர்ந்த மூங்கில் காடுகளாக இருந்ததால் மூங்கிலாறு என அழைக்கப்பட்டது. கிபி 16ஆம் நூற்றாண்டைச் சேர்ந்த இந்தக் கற்சிலைகளானது நாயக்கர் கால வழக்கில் இருந்த உடன்கட்டை ஏறுதலை குறிக்கும் சதிக்கல், வீரமரணம் அடைந்தவனின் நினைவாக வைக்கப்படும் நடுகல்.

என்னதான் வணங்கப்பட்டாலும், தீயில் புகச் செய்த கைம்மையென்னும் அம் முறையற்ற முறை மாய்ந்ததே நல்லது. ஆமாம்தானே?

எழுதுங்கள் என் கல்லறையில் என்று எதுவும் சொல்லாமலே, ஒருவர் இறந்தபின் அவர்களின் நினைவாக அவர்களை அடக்கம் செய்த இடங்களில் பெரும் கற்களைக் கொண்டு நினைவுச்சின்னங்கள் எழுப்பியுள்ளனர் நம் முன்னோர். அதில் ஒன்றுதான் கல்திட்டை.

கல்திட்டை என்பது கற்பலகைகள் கொண்டு புதைத்த இடத்தை மூடுவது. இதில் முழுக் கல்லறையும் நிலத்துக்கு மேலே அமைந்திருக்கும். அந்தக் கல்லறையில் இறந்தவர்கள் பயன்படுத்திய பொருள்களையும் வைத்து மூடிவிடுவார்கள். இறந்தவர்கள் தங்களோடு வாழ்வதாக எண்ணி வழிபாடு செய்வார்கள். இவ்வழக்கத்தைப் பெரும் கற்கால மக்கள் பயன்படுத்தியுள்ளனர்.

அந்த வகையில், வைகை அணைப்பகுதியில் குத்துக்கல் உள்ளிட்ட பெருங்கற்காலச் சின்னங்கள், கல்திட்டைகள் கண்டுபிடிக்கப்பட்டன.

வைகை அணைக்குள் உள்ள இரும்புக்கால வாழ்விட மேட்டுப்பகுதியில் பாறை கீறல்கள், இயற்கையான பாறையில் கிண்ணக்குறிகள், குழி வடிவில் மாலை போன்று அழகுபடுத்தப்பட்ட தாழிகள், கருப்பு, சிவப்பு பானை ஓடுகள், செம்பழுப்பு நிறமுடைய வண்ணம் பூசப்பட்ட கருப்பு, சிவப்பு பானை ஓடுகள் கண்டறியப்பட்டுள்ளன.

கூடலூர் அருகே விவசாய நிலத்தில் 2,500 ஆண்டு பழமையான முதுமக்கள் தாழி கண்டெடுக்கப்பட்டுள்ளது. இறந்தவர்களைத் தாழியில் வைத்து அடக்கம் செய்வது 2,500 ஆண்டுகள் பழமையானது. இங்கு கண்டெடுக்கப்பட்ட தாழியில் புதைக்கப்பட்டவரின் எலும்புகளும், அவரது ஈமச் சடங்குக்கு பயன்படுத்திய மண் பாண்டங்களும் கிடைத்துள்ளன. தாழியின் உள்ளே பானைகள் வேதி வண்ணம் பூசப்பட்டவையாக உள்ளது

ஆற்றங்கரைகளில் வளர்ந்த நாகரீகத்தின் அடையாளங்கள் மாவட்டமெங்கும் உள்ளன. இன்னும் எத்தனையோ கிடைக்கலாம் ஆய்வுகள் மூலம். இரண்டாயிரத்து ஐந்நூறு ஆண்டுகளுக்கு முன்பே வளமான சமூகம் வாழ்ந்த மண்ணின் காவியத்தொடர் தேனி என்றால் மிகையாகாது. தமிழுக்குச் செம்மொழி எனும் தகுதியை மெய்ப்பித்த நிலம் அல்லவா?

இத்தகைய மண்ணில் பாரம்பரியப் பெருமை மிக்க மேற்குத்தொடர்ச்சி மலையைக் குறித்துத் தற்போது நிகழ்ந்து வரும் போராட்டம் நாடே அறிந்தது.

நியூட்ரினோ

உலகுக்கு முன் ஓர்
உயர்வுக்கணக்கீடு

கண் அறியா துகள் மறைக்கிறது
கட்புலனில் காடுகளை

வன உயிர்ப்பில் விரியும்
எஞ்சிய மனிதனின் கைரேகைக்குப்
பலன் சொல்லக்கூடியவர் யார்?

தேனியில் பல போராட்டங்கள் நிகழ்ந்திருக்கின்றன. அதில் தற்போது மிக முக்கியமாக இருப்பது நியூட்ரினோ ஆய்வு மைய எதிர்ப்புப் போராட்டம். எதனால் அதை எதிர்க்கிறார்கள்? தமிழ்நாட்டில் என்ன செய்ய நினைத்தாலும் ஒரு போராட்டம் செய்து முன்னேற விடாமல் தடுக்கிறார்கள் என்றும் சொல்கிறார்களே? என்னதான் அந்த நியூட்ரினோ?

இவ்வுலகில் நம்மைச் சுற்றியுள்ள அனைத்தும் பொருள்கள் *(Matter)* எனலாம். இப்பொருள்கள் அனைத்தும் அணுக்களால் ஆனவை. ஒரு காலக்கட்டத்தில் அணுவே இவ்வுலகில் இருக்கும் இறுதித்துகள் என நம்பப்பட்டது. 'அணு' *(Atom)* என்பதற்கான விளக்கம் லத்தீன் மொழியில் 'பிளக்க முடியாதது' என்பதாகும். அணு எலக்ட்ரான் *(electron)*, புரோட்டான் *(proton)*, நியூட்ரான்

(neutron) ஆகியவைகளால் ஆனது. இவை அணுத் துகள்கள் *(Atomic particles)*. மேலும், புரோட்டானும் நியூட்ரானும் ஒன்று சேர்த்து இருக்கும் பகுதி அணுக்கரு *(Nuclei)*. அணுவினுள் பல்வேறு உட்துகள்கள் *(Subatomic particles)* இருப்பதாகவும் பிறகு கண்டறியப்பட்டது. எலக்ட்ரான் எதிர்மறை மின்னூட்டம் *(negative charge)* கொண்டது. புரோட்டானில் நேர்மறை மின்னூட்டம் *(positive charge)* உள்ளது. நியூட்ரான் எவ்விதமான மின்னூட்டமும் இல்லாத அணுத்துகள் ஆகும்.

சூரியனில் இருந்து பூமியை நோக்கி பொழிந்து வரும் காஸ்மிக் கதிர்களில் இருந்து உருவாகும் ஒரு துகளே நியூட்ரினோ. அது வானில் இருந்து இப்புவி நோக்கிப் பெரு மழையாக நம் கண்ணுக்குப் புலப்படாத வண்ணம் பொழிந்துகொண்டேதான் இருக்கிறது. நமது உடலின் ஒவ்வொரு சதுர சென்டிமீட்டர் பரப்பளவிலும் 60 லட்சம் நியூட்ரினோ துகள்கள் ஊடுருவிக்கொண்டே இருக்கின்றன. முதலில் நியூட்ரினோவிற்கும் நியூட்ரான் என்ற பெயரே இருந்தது. இரண்டையும் வேறுபடுத்தவே பிற்காலத்தில் இத்தாலிய மொழியில் நியூட்ரினோ என்று பெயரை மாற்றியமைத்தனர். இத்தாலிய மொழியில் அதற்கான அர்த்தம் *"A little neutral one"* என்பதாகும்.

முதன்முதலில் நியூட்ரினோ பற்றி உல்ப்காங் பாலி *(Wolfkong Pauly)* என்பவர் 1930ல் ஆய்வு செய்தார். இந்தியாவில் நியூட்ரினோ பற்றிய ஆய்வு 1962ல் கோலார் தங்கச் சுரங்கத்தில் ஆரம்பிக்கப்பட்டது. அந்தச் சுரங்கம் மூடப்பட்டபின் பல மாநிலங்களும் மறுத்துவிட்ட நிலையில் தமிழகத்துக்கு இந்தத் திட்டம் கொண்டுவரப்பட்டது.

இங்கே என்ன செய்யவிருப்பதாகச் சொல்கிறார்கள்? மலையின் உள்ளே ஓர் ஆய்வு மையத்தையும், மலைக்கு வெளியே அலுவலகம் மற்றும் குடியிருப்பையும் அமைப்பதுதான் திட்டம். மலையின் உச்சியிலிருந்து 1,500 அடி ஆழத்தில் 132 மீட்டர் நீளத்திலும், 26 மீட்டர் அகலத்திலும் 20 மீட்டர் உயரத்திலும் ஒரு குகை அமைக்கப்பட்டு உலகத்திலேயே மிகப் பெரிய அளவுள்ள காந்தமையப்படுத்தப்பட்ட இரும்பு வைக்கப்பட்டு அதனிடையே மின் தட்டு அறைகள் மற்றும் இரும்பினால் செய்யப்பட்ட தகடுகள் ஒன்றோடொன்று இடைவெளியில் விட்டு வைக்கப்படும். இதற்குள் செல்ல 2.1 கி.மீ நீளத்திற்கு 7.5 கி.மீ அகலத்திற்குக் குகை அமைக்க இருக்கிறார்கள்.

காந்தமையப்படுத்தப்பட்ட இரும்பு - அதாவது இங்கே 50000 டன் எடையுள்ள கலோரிமானி ஒன்று வைக்கப்படும். இது சுவிட்சர்லாந்தின் ஜெனீவாவிலுள்ள CERN ஆய்வு மையத்திலிருக்கும் கலோரிமானியைவிட (12000 டன்) நான்கு மடங்கு அதிக செயல் திறன் கொண்டதாக இருக்கும்.

இதற்குத் தேர்ந்தெடுக்கப்பட்ட மலைப்பகுதி தேனி மாவட்டத்தின் அம்பரப்பர் என்ற, வன உயிர்கள் அதிகம் இருக்கின்ற, பழங்குடியினரால் வணங்கப்படுகின்ற மலை. இந்த மலை ஒரே பாறையால் ஆனது. சுற்றிலும் பன்னிரண்டு சிறு சிறு அணைகள் இருக்கின்றன. கொட்டக்குடி ஆறு பாய்கிறது. அதை நம்பி பல கிராமங்களில் விவசாயம் நடைபெறுகிறது.

இந்தத் திட்டத்துக்காக பொட்டிபுரம் மலையில் 2.30 லட்சம் கன மீட்டர் அளவுக்குத் தோண்டி, 6 லட்சம் டன் பாறைகள் பெயர்த்தெடுக்கப்படும் என இந்த மையத்துக்கான திட்ட அறிக்கை தெரிவிக்கிறது. இந்த மலைப்பகுதி கேரளத்தின் இடுக்கி மாவட்டத்தில் உள்ள மதிகெட்டான் சோலை தேசியப்பூங்கா முதல் பெரியாறு வரையிலான புலிகள் வழித்தடத்தில் அமைந்துள்ளது

மலையைச் சுரண்டுவதாலோ பாறைகளைப் பெயர்த்தெடுப்பதாலோ அந்தப் பகுதியின் சுற்றுச்சூழலுக்கும், புலிகள் வழித்தடத்துக்கும் எந்தவித பாதிப்பும் ஏற்படாது என இந்த ஆய்வகத்தின் திட்டம் கூறுகிறது. ஆனால், சுரங்கம் தோண்டுவதால் வெளியேற்றப்படும் பெருமளவிலான மண்ணும், பெயர்த்தெடுக்கப்படும் பாறைகளும் அருகிலுள்ள வனப்பகுதியில்தான் கொட்டப்படுமா என்பது பற்றி எதுவும் குறிப்பிடப்படவில்லை.

மேற்குத்தொடர்ச்சி மலைப்பகுதி உலகின் மிக அரிய பல்லுயிர் வாழுமிடமாகும். குறிப்பாக, புலிகள், யானைகளின் வழித்தடமாகவும் இது உள்ளது. இத்தகைய முக்கியத்துவம் வாய்ந்த இயற்கைச் சூழலியல் இந்தத் திட்டத்தால் எந்தவிதத்திலும் பாதிக்கப்படாது என்று சொல்வது நம்பும்படியாகவா இருக்கிறது?

இந்தத் திட்டத்திற்கு விவசாயம் அதிகம் செய்யப்படுகின்ற, வன விலங்குகள் அதிகம் இருக்கின்ற மேற்குத் தொடர்ச்சி மலையைக் குறி வைத்திருப்பது ஒட்டு மொத்தமாக மக்களைக் கொதித்து எழச் செய்தது. ஒரு சுரங்கம் தோண்டும்போது சூதானமாக, நிலத்தைப் பொத்திப் பொதுமியா தோண்ட

முடியும்? அதிர்வுகள் வனத்தின் பல்லுயிரிகளைப் பாதிக்காமல் இருக்குமா? மக்கள் போராட்டத்தில் ஈடுபடலானார்கள்.

நியூட்ரினோ ஆய்வு மையம் அமைப்பதற்குத் தடைவிதிக்க வேண்டுமெனக் கோரி ம.தி.மு.க. பொதுச் செயலாளர் வைகோ 2015 ஆம் ஆண்டு மதுரை உயர் நீதிமன்ற கிளையில் மனு தாக்கல் செய்து இருந்தார். அந்த மனுவில், "இந்தத் திட்டத்தால் மேற்குத் தொடர்ச்சி மலையில் உள்ள காடுகளுக்குப் பேரழிவு ஏற்படும். விவசாயம், தண்ணீர், வன விலங்குகளுக்குப் பாதிப்பு ஏற்படும். மனித உயிர்களுக்கு ஆபத்து உண்டாகும். ஆகவே, நியூட்ரினோ ஆய்வு மையம் அமைக்கும் திட்டத்தை செயல்படுத்த தடை விதிக்க வேண்டும்" என்று குறிப்பிட்டு இருந்தார்.

முல்லைப் பெரியாறு அணை உள்ளிட்ட 12 நீர்நிலைகளும், யுனெஸ்கோ நிறுவனம் அறிவித்த 'பாரம்பரியமிக்க பாதுகாக்கப்பட்ட பல்லுயிரியல் மண்டலமான', மேற்குத் தொடர்ச்சி மலையும், மதிகெட்டான் சோலை தேசியப் பூங்காவும் நியூட்ரினோ ஆய்வகம் அமைய உள்ள பொட்டிபுரத்திற்கு அருகே உள்ளன. எனவே, இத்திட்டத்திற்குத் தமிழ்நாடு மாசுக் கட்டுப்பாட்டு வாரியம், மத்திய சுற்றுச்சூழல் மற்றும் வனத்துறை, தேசிய வனவிலங்கு வாரியம் உள்ளிட்டவற்றின் அனுமதி பெற வேண்டும். அத்தகைய அனுமதி எதுவும் தமிழ்நாடு மாசுக் கட்டுப்பாட்டு வாரியத்திடமிருந்து பெறப்படவில்லை எனவும் வைகோ கூறியிருந்தார். இந்த வழக்கை விசாரித்த நீதிபதிகள், இந்தத் திட்டத்துக்கு தமிழ்நாடு மாசு கட்டுப்பாட்டு வாரியத்திடம் அனுமதி பெற வேண்டும் என்றும் அது வரை நியூட்ரினோ ஆய்வுப் பணிகளை மேற்கொள்ளக்கூடாது என்றும் மார்ச் 26ம் தேதி தடை விதித்தனர்.

இதற்கடுத்து, நியூட்ரினோ திட்டத்துக்கு மத்திய அரசு வழங்கிய அனுமதியை ரத்து செய்ய வேண்டும் என பூவுலகின் நண்பர்கள் சார்பாக தென்மண்டல பசுமை தீர்ப்பாயத்தில் மனு தாக்கல் செய்யப்பட்டது. இந்த வழக்கில் 2017ஆம் ஆண்டு மார்ச் மாதம் 20ஆம் தேதி தீர்ப்பளித்த தென்மண்டல பசுமை தீர்ப்பாயம் நியூட்ரினோ ஆய்வு மையத்துக்கு வழங்கப்பட்ட மத்திய அரசின் சுற்றுச்சூழல் அனுமதியை நிறுத்தி வைக்குமாறு தீர்ப்பளித்தது.

ஆனால், இதனைப் பொருட்படுத்தாத மத்திய அரசு, நியூட்ரினோ திட்டத்தைச் 'சிறப்புத் திட்டமாக' பிரிவு 'B' திட்டமாக அறிவித்து,

எல்லாத் தடைகளையும் நீக்கி, சுற்றுச்சூழல் அனுமதி அளிக்க மத்திய சுற்றுச்சூழல் அமைச்சகம் சட்டங்களை மீறி முடிவு எடுத்தது. பிரதமர் தலைமையில் நடைபெற்ற அணுசக்தித் துறையின் ஆய்வுக் கூட்டத்தில், நியூட்ரினோ திட்டத்தை நிறைவேற்றுவதற்காக இந்திய அரசின் அமைச்சரவைச் செயலாளரைப் பொறுப்பாளராக நியமித்து நியூட்ரினோ ஆய்வகத்தை அமைக்கும் பணிகளை மேற்கொள்ள மத்திய அரசு முடிவு செய்தது.

இந்தத் திட்டத்துக்கு அனுமதி அளிக்க முடியாது எனத் திட்டவட்டமாகத் தெரிவித்து பிரதமர் நரேந்திர மோடிக்கு தமிழக முதல்வர் மு.க. ஸ்டாலின் கடந்த ஆண்டு, ஜூனில் கடிதம் எழுதினார். பூவுலகின் நண்பர்கள் அமைப்பு சார்பில் உச்சநீதி மன்றத்தில் தொடரப்பட்ட வழக்கு அண்மையில் விசாரணைக்கு வந்தபோது மத்திய சுற்றுச்சூழல் - வனத்துறை அமைச்சகம் சார்பில் தாக்கல் செய்யப்பட்ட அறிக்கையில், சுற்றுச்சூழல் பாதிப்பு குறித்த மதிப்பீடு செய்தல், மக்களின் கருத்தறியும் கூட்டம் நடத்தப்பட்ட பிறகே இந்தத்திட்டத்துக்கு அனுமதி அளிக்கப்பட்டதாகத் தவறான தகவல் அளிக்கப்பட்டுள்ளது. சுற்றுச்சூழல் பாதிப்பு குறித்து விரிவான மதிப்பீடு செய்யப்படவில்லை என்றும், மக்கள் கருத்தறியும் கூட்டம் நடத்தப்படவில்லை என்றும் தேனி மாவட்ட ஆட்சியர் மறுப்புத் தெரிவித்துள்ளார்.

இந்த வழக்கு விசாரணையின் போது மாநில சுற்றுச்சூழல் மற்றும் வனத்துறை செயலாளர் சுப்ரியா சாஹூ உச்ச நீதிமன்றத்தில் தாக்கல் செய்த பிரமாணப் பத்திரம்,

"மாவட்ட அதிகாரி தொடங்கி, முதல்வர் வரை அரசு' திட்டத்திற்கு எதிரானது என்பதைக் காட்டுகிறது. உண்மையில், திட்டத்தைச் செயல்படுத்தக் கூடாது என்ற கோரிக்கையுடன் 2021 ஜூன் மாதம் பிரதமரை முதல்வர் சந்தித்தார். நாடாளுமன்ற உறுப்பினர் டி.ஆர்.பாலு தலைமையிலான குழு, கடந்த ஆண்டு செப்டம்பரில் தொழில் மற்றும் வனத்துறை அமைச்சர்களைச் சந்தித்து, திட்டத்திற்கு எதிரான அரசின் நிலைப்பாட்டைத் தெரிவித்திருந்தது.

"மேற்குத் தொடர்ச்சி மலைகள் ஓர் உலகளாவிய பல்லுயிர் மையமாகக் கருதப்படுகிறது, இது ஏராளமான தாவரங்கள் மற்றும் விலங்கினங்களை உள்ளடக்கியது. நியூட்ரினோ திட்ட அமைவிடமானது "மதிகெட்டான்-பெரியார் புலிகள் வழித்தடம்"

என்பதை அரசு கவனித்தது. இந்த வழித்தடமானது பெரியாறு புலிகள் காப்பகத்தைக் கேரளா மற்றும் தமிழ்நாடு எல்லைகள் மற்றும் மதிகெட்டான் சோலை தேசிய பூங்காவை இணைக்கிறது" என்று மாநில அரசு சுட்டிக்காட்டியுள்ளது.

முன்மொழியப்பட்ட திட்டப் பகுதி, சுற்றுச்சூழல் ரீதியாக' ஸ்ரீவில்லிபுத்தூர் மேகமலை புலிகள் காப்பகம் அமைந்துள்ள கிழக்கு வாழ்விடங்களுடன் இணைக்கப்பட்டுள்ளது. இந்தப் பகுதி' புலிகளின் மரபணு பரவலுக்கு உதவுகிறது. இந்தப் பகுதியில் மிகச்சிறிய அளவு தொந்தரவு கூட புலிகளின் நடமாட்டத்தில் பெரும் தாக்கத்தை ஏற்படுத்தும். இப்பகுதி, சம்பல் மற்றும் கொட்டக்குடி ஆறுகளின் குறிப்பிடத்தக்க நீர்ப்பிடிப்பு மண்டலமாக விளங்குகிறது.

ஆய்வகத்திலேயே சோதனைகள் ஒரு கிலோமீட்டர் நிலத்தடியில் நடத்தப்படும் என்றாலும், பெரிய குண்டுவெடிப்பு, போக்குவரத்து, அகழ்வாராய்ச்சி மற்றும் சுரங்கப்பாதை போன்ற நடவடிக்கைகள், மேற்குத் தொடர்ச்சி மலையில் ஆழமான மண்டலத்தின் சுற்றுச்சூழல் நிலைத்தன்மையை பாதிக்கும்" என்று விளக்கியது.

மேற்குத்தொடர்ச்சி மலை உலகம் முழுவதும் உள்ள மருந்து நிறுவனங்களுக்கு மூலிகைகளைத் தந்து கொண்டிருக்கிறது. இந்தத் திட்டம் முழுமையாக ரத்து செய்யப்படவேண்டும் என்றே இங்குள்ள மக்கள் விரும்புகிறார்கள்.

முல்லைப்பெரியாறு, நியூட்ரினோ என்று பிற மாவட்டங்களுக்கும் சேர்த்துப் போராடிக்கொண்டிருக்கும் தேனி எப்போது தனி மாவட்டமானது?

இங்கே! இங்கேயும்! இங்கேதான்!

முத்திரைகள் என்பவை
முன்பக்கச் சிம்மங்கள்
மட்டுமல்ல
நான்காவது சிம்மமும்
சேர்ந்ததே

"நாங்கல்லாம் மதுர. தெரியுமுல்ல?" என்று சொல்லிக்கொண்டிருந்த எங்களைத் திடீரென்று தேனிக்காரர்கள் என்று சொன்னார்கள். 1996 ஜூலை 25ல் ஒருங்கிணைந்த மதுரையிலிருந்து தேனி மாவட்டம் பிரிக்கப்பட்டது. 1997 ஜனவரி 1 முதல் தேனி மாவட்டம் செயல்படத் துவங்கியது. எங்கள் பேச்சு வழக்கு பெரும்பாலும் மதுரை போலவேதான். நாளிதழ்கள், தொலைக்காட்சியெல்லாம் தேனி மாவட்டம் என்று கூவிக்கூவி எங்கள் மனதில் தேனியைப் பதிய வைத்தன. மாவட்டங்கள் பிரிக்கப்பட்ட புதிதில் எல்லோருக்கும் பழைய மாவட்ட நினைவுகள் இப்படிதான் பின்னுக்குத் தள்ளப்படும் போலும். அதன்பின் வீரபாண்டி கோயில், குச்சனூர் சனி பகவான் கோயில், கும்பக்கரை அருவி, மேகமலை, ஏலக்காய் என்று அடையாளங்களைச் சொல்லப் பழகிக் கொண்டோம். குட்டி ஊரான தேனி தலைநகராக ஆனது.

இதைத் தலைநகராக்கியதன் காரணம் ஆரம்பம் முதல் தேனி ஒரு வர்த்தக மையமாகவே இருந்து வருவதே. தேனியில்

மதுரை, போடி, கம்பம் ஆகிய மூன்று சாலைகள் கூடும். அதனால் முக்கூட்டுச் சாலை என்ற பெயரே முன்பு இருந்தது. விருதுநகர் மேலப்பேட்டை தேனியில் முக்கியமான இடமாக இருந்தது. அங்கே கமிஷன் கடைகள் நடத்துவோர் அதிகம். தேனி பி.ரத்தினசாமி திருமங்கலத்திலிருந்து இங்கே வந்து கமிசன் கடை வைத்தவர். இவருடைய வீட்டுக்கு, விஜயலட்சுமி பண்டிட், நேரு, பக்தவச்சலம், நீலம் சஞ்சீவ ரெட்டி ஆகிய தலைவர்கள் வந்திருக்கிறார்கள்.

விடுதலைப் போராட்ட தியாகிகள் கூடி கொல்கத்தாவிலிருந்து வரும் செய்திகளை அறிவது, அதனைப் பிறருக்குச் சொல்வது, போராட்டங்களுக்கு ஆயத்தமாவது எல்லாம் அன்று தேனியின் சந்தைப் பேட்டையில் நடத்தினார்கள். இது நகராட்சி ஆகும் அளவுக்குப் பெரிய ஊராக இல்லை. தேனியின் மக்கள் தொகை போதிய அளவு இல்லாததால் அல்லிநகரையும் சேர்த்துத் தேனி அல்லிநகரம் நகராட்சி என்று ஆக்கினார்கள்.

நெல், கொடிக் காய்கள், பழங்கள், கரும்பு, பருத்தி, வாழை என்று அனைத்து விதமான பயிர்களும் விளையக்கூடிய அற்புதமான பூமி இந்தத் தேனி மாவட்டம். தேனி மாவட்டத்தில் நாற்பதாயிரம் ஏக்கருக்கு அதிகமாக நெல் சாகுபடி செய்யப்படுகிறது. அரிசி ஆலைகள் மாவட்டம் முழுதும் இருந்தன. தேனியில் மட்டும் முப்பது அரிசி ஆலைகள் இருந்தன. மாவு அரைக்கும் ஆலையை நாங்கள் ரோதை என்று சொல்வோம். அது ஊர் ஊருக்கு இருந்தது. 1975 முதல் 1980ம் ஆண்டு வரையிலும், அதற்கு முந்தைய காலங்களிலும் அரிசி ஆலைகள் அமைக்க இடமும், அல்லர் என்ற அரவை இயந்திரம் மட்டும் இருந்தாலே போதும். ஆலைகள் தொடங்கி விடலாம். தற்போது தொழில் நுட்பம் காரணமாக நெல் ஊற வைப்பதற்கு, அவிப்பதற்கு, காய வைப்பதற்கு, அரவைக்கு, கல்பிரிப்பதற்கு, குருணை பிரிப்பதற்கு, கருப்பு நீக்கத்திற்கு, பாலீஷ் செய்வதற்கு, அளந்து பேக்கிங் செய்வதற்கு, பேக்கிங் பைகள் தயாரிப்பதற்கு என ஒவ்வொன்றிற்கும் தனித்தனி இயந்திரங்கள் வந்து விட்டன. அதனோடு போட்டியிட முடியாமல் தற்போது பல சிறு ஆலைகள் மூடப்பட்டு விட்டன.

மருத்துவமோ, உணவின் சுவையோ பூண்டு தவிர்க்க முடியாதது. தமிழகத்தில் முதல் பூண்டு சந்தை என்ற பெருமை பெற்றது தேனி மாவட்டம் பெரியகுளம் அருகே வடுகபட்டி.

இங்கு நூறாண்டுகளுக்கும் மேலாகப் பூண்டு சந்தை இருக்கிறது. வடுகபட்டி பஸ் ஸ்டாண்ட் அருகில் அரசு மேல்நிலைப்பள்ளிக்கு செல்லும் வழியில் வாரம் தோறும் வியாழன், ஞாயிறன்று பூண்டு சந்தை, களை கட்டுகிறது. பல ரகங்களில் விளைவிக்கப்படும் நாட்டுப்பூண்டு, மலைப்பூண்டு மூடைகள் ஏலம் விடப்படும். உள், வெளி மாநிலங்களில் இருந்து ஏராளமான பூண்டு வியாபாரிகள் வடுகபட்டிக்கு வாரம் தோறும் படையெடுப்பது வழக்கம். இங்கு நடக்கும் பூண்டு வணிகம் பங்குச்சந்தை போன்றது. விலை தாறுமாறாக ஏறி உச்சத்தில் கொண்டு போய் நிறுத்தும். அதே நேரம் விலை மிகவும் குறைந்து அதல பாதாளத்தில் தள்ளி விடவும் கூடும்.

வடுகபட்டி பூண்டு வியாபாரம் பண்டமாற்று முறையில் தான் முதலில் நடந்தது. கொடைக்கானல் மலைப்பூண்டு விவசாயிகளிடம் இருந்து வெள்ளைப்பூண்டை வாங்கிக் கொண்டு, அதற்குப் பதிலாக அவர்களுக்குத் தேவையான உணவுப் பொருட்களை வழங்கி வந்தனர்.

போக்குவரத்து வசதி வந்து விட்ட பின் பண்ட மாற்று முறை ஒழிந்து விட்டது. கொடைக்கானல், மகாராஷ்டிரா, ராஜஸ்தான் ஆகிய மாநிலங்களில் இருந்து இறக்குமதி செய்யப்படும் வெள்ளைப்பூண்டுகள் பதப்படுத்தப்பட்டு, தரவாரியாகப் பிரித்து ஏலம் மற்றும் ஏற்றுமதி மூலம் வியாபாரம் செய்யப்படுகிறது.

தேனியில் அறுபதுகளில் பஞ்சாலை வந்தது. பெண்கள் தேனிக்கு வந்து வேலை செய்யப் பக்கத்து கிராமங்களில் இருந்து வருவார்கள். விவசாய வேலைகள் இல்லாமல் பெண்கள் வெளி வேலைக்கு வருவது பஞ்சாலைக்கு மட்டுமாகவே அன்று இருந்தது. அங்கு தேவாரம் ஜமீன் கடை இருந்தது. தேனி மாவட்டத்தில் தொழில் வளத்தை பெருக்கும் வகையில் 37 ஆண்டுகளுக்கு முன்பு தேனி - மதுரை சாலையில் "சிட்கோ' தொழிற்பேட்டை அமைக்கப்பட்டது. இங்கு 20-க்கும் மேற்பட்ட நிறுவனங்கள் இயங்கி வருகின்றன. 2ஆவது தொழிற்பேட்டை ஆண்டிபட்டியில் செயல்பட்டு வருகிறது.

தேனிக்கும் அல்லிநகரத்துக்கும் இடையில் ஒரு பூங்கா இருந்தது. அங்கே ஒரு நூலகமும் இருந்தது. தேனியில் ராவுத்தர் தோப்பு என்ற இடத்தில் டூரிங் டாக்கீஸ் இருந்தது. அங்கேதான் எம்.ஆர்.ராதாவின் ரத்தக்கண்ணீர் நாடகம் நடந்தது என்று என் மாமா சொல்வார். தேவதாஸ், லைலா மஜ்னு திரைப்படங்கள்

அங்கே திரையிடப்பட்டன. லட்சுமி தியேட்டர் என்ற ஒரு பழைய திரையரங்கு இருந்ததாம். தற்போது இல்லை.

விடுமுறை என்றால் ஆண்கள், சிறுவர்கள் வீரப்ப அய்யனார் கோயிலுக்குச் செல்வார்கள். தேனி நகரின் மிக அருகில் உள்ள மேற்குத்தொடர்ச்சி மலையின் அடிவாரத்தில் மலையிலிருந்து வரும் சிற்றாற்றின் கரையில் அமைந்துள்ளது வீரப்ப அய்யனார் கோயில்.. கோயில் கருவறைக்கு மேற்கூரை அமைக்கப்படவில்லை. சுயம்புத் தோற்றமாக உள்ள அய்யனார் சிவ அவதாரங்களில் ஒன்றாகக் கருதப்படுகிறார். சுயம்பு வடிவிலான வீரப்ப அய்யனார் வளர்ச்சி அடைந்து வருவதாக இங்குள்ள கோயில் பூசாரிகள் தெரிவிக்கின்றனர். இந்த அய்யனாருக்காகப் பல ஆண்டுகளுக்கு முன்பு செய்யப்பட்ட கிரீடம், ஒட்டியாணம் போன்றவைகளைத் தற்போது அணிவிக்க முடியவில்லை என்பதைக் கொண்டு சுயம்பு வடிவத்தின் வளர்ச்சியை அறியலாம் என்றும் அவர்கள் சொல்கின்றனர். கோயில் வளாகத்தில் சோழிகளோடு குறி சொல்பவர்கள் இருப்பார்கள். சித்திரைத் திருவிழாவுக்கு இங்கே பல ஆயிரக்கணக்கான மக்கள் வருகிறார்கள். இயற்கையின் அழகு நிறைந்த இடம் இது. திருவிழா அல்லாத நாட்களில் பொதுமக்கள் அதிகம் செல்வதில்லை. நடுவில் இருக்கும் இக்கோயிலைச் சுற்றிலும் சுமார் 4,000 ஏக்கர் பரப்பளவில் மா, தென்னை, வாழை விவசாயம் செய்யப்படுகிறது. மான், சிறுத்தை, செந்நாய், காட்டுமாடு போன்றவை இப்பகுதிகளில் அதிகம் காணப்படுகின்றன. மாலை 6 மணிக்கு மேல் இவற்றைச் சாதாரணமாக அங்குள்ள தோட்டங்களில் பார்க்கலாம்.

பேருந்து கடக்கும்போது எப்போதாவது அரண்மனை புதூர் ரயிலடியில் வரும் ரயிலை நாங்கள் பார்த்தால் அது ஒரு பெரிய நிகழ்வு. பள்ளியில் அதன் விரிவாக்கம் கூடுதலாகவே இருக்கும். வேறு ரயில்கள் இல்லையல்லவா இங்கே?

பூக்களுக்குப் பெயர் பெற்ற ஊரில் பூக்களைப்போலவே மென்மையாகப் பேசக்கூடிய எழுத்தாளர் ஒருவரும் இருக்கிறார். அவர் மதுரை காமராசர் பல்கலைக் கழகத்தில் படிக்கும்போதே வைகைத்தென்றல் என்ற மாணவர் இதழ் நடத்தியவர். அந்த இதழை ம.பொ.சி புகழ்ந்து பாராட்டியுள்ளார். அவர் சீலையம்பட்டியைச் சேர்ந்த பாரதிபாலன். தமிழ்நாடு திறந்தநிலைப் பல்கலைக் கழகத்தில் பேராசிரியராகப் பணியாற்றும் இவர் எங்கள் ஊரில் மேல்நிலைக் கல்வி படித்தவர்.

1985 முதல் புதினங்கள், சிறுகதைகள், கட்டுரைகள் எழுதி வருகிறார். மகாகவி பாரதியாரின் மீது உள்ள பற்றால் தன்னுடைய சு.பாலசுப்ரமணியன் என்ற பெயரை 'பாரதிபாலன்' என்று மாற்றிக் கொண்டார். ஆனந்தவிகடன், கல்கி, இந்தியாடுடே, குமுதம், 'கணையாழி', சுபமங்களா உள்ளிட்ட இதழ்களில் சுமார் 700 க்கும் மேற்பட்ட சிறுகதைகளையும் புதினங்களையும் எழுதியுள்ளார். இவருடைய மொத்தச்சிறுகதைகளையும் தொகுத்து சந்தியா பதிப்பகம் பாரதிபாலன் கதைகள் என்று தொகுப்பாக வெளியிட்டுள்ளது.

இவருடைய படைப்புகள், மதுரை காமராசர் பல்கலைக்கழகம், அழகப்பா பல்கலைக்கழகம், கேரளப் பல்கலைக்கழகம், கோழிக்கோடு பல்கலைக்கழகம் உள்ளிட்ட பல்கலைக்கழகங்களிலும், தன்னாட்சிக் கல்லூரிகளிலும் இளங்கலை, முதுகலைப் பாடத்திட்டங்களில் சேர்க்கப்பட்டுள்ளன. இவருடைய படைப்புகளை ஆய்வு செய்து சுமார் 35 மாணாக்கர்கள் இள முனைவர் பட்டமும், 4 மாணாக்கர்கள் முனைவர் பட்டமும் பெற்றுள்ளனர்.

பாரதிபாலன், தமிழ்ப் பல்கலைக்கழகத்தின் ஆட்சிக்குழுவிலும், தமிழ்நாடு திறந்தநிலைப் பல்கலைக்கழகத்தின் ஆட்சிக்குழுவிலும், திருவள்ளுவர் பல்கலைக்கழகத்திலும் தமிழ்நாடு ஆசிரியர் கல்வியியல் பல்கலைக்கழகத்தின் கல்விப் பேரவையிலும் உறுப்பினராகப் பங்களிப்பு செய்து வருபவர். புதுடில்லி சாகித்ய அகாதெமியின் உறுப்பினர் பதவியிலும் உள்ளார்.

ஒருவரை ஒருவர் அண்ணே, அக்கா என்று சொல்லிக்கொள்ளும், நெருக்கம் காட்டும் மக்கள் இருக்கும் தேனி மாவட்டத்தில் தீண்டாமைச் சுவர் இருந்துள்ளது. அதுவும் நான் மிகவும் போற்றக்கூடிய எங்கள் சின்னமனூரில் என்பது வேதனைக்குரியது. 1946இல் உயர்ந்த இனத்தைச் சேர்ந்தவர்கள் என்று சொல்லிக்கொள்பவர்கள் தங்கள் தெருவில் தாழ்த்தப்பட்டோர் வரக்கூடாது என்று கற்சுவர் எழுப்பி இருக்கிறார்கள். அப்போது விடுதலைப்போரில் ஈடுபட்ட பல தியாகிகளில் கோம்பை டேவிட் வில்லியமும் ஒருவர். அவருக்கு இந்தச் செய்தி எட்டியது. அவர் மனம் குமுறி மதுரை ஆட்சியரிடம் புகார் அளித்தார். ஆட்சியரும் அந்தச் சுவரை இடிக்க ஒப்புதல் அளித்து ஆணை பிறப்பித்து விட்டார். ஆட்சியர் உத்தரவின் பேரில் டேவிட் வில்லியம் சின்னமனூர் கற்சுவரை இடிக்க எண்ணினாலும் தலித்துகள் ஒருவர் கூட ஒத்துழைக்கவில்லை. அவர்களுக்கு இடித்த பிறகு

உயர் சாதியினரால் என்ன துன்பம் வருமோ என்ற பயம். டேவிட் வில்லியம் விட்டுவிடவில்லை. மரக்கம்புகளைப் பற்றி, சுவரின் மேல் ஏறினார். கடப்பாரையை மட்டுமாவது தாருங்கள் என்று கேட்டு அவரே சுவரை இடிக்க ஆரம்பித்தார். உயர் சாதியினர் எதுவும் செய்ய இயலாமல் பார்த்துக்கொண்டிருந்தனர். காரணம் ஆட்சியர் உத்தரவு. அதன் பின் தலித்துகளுக்கு ஒருவாறு பயம் நீங்கி சுவரைத் தாங்களும் சேர்ந்து இடித்துத் தள்ளினார்கள். அந்தச் சுவர் இருந்த இடம் இன்று போக்குவரத்தில் முக்கிய இடமாக இருக்கும் சின்னமனூர் முக்கியச் சாலை.

இந்தச் சாலையில் காந்திசிலை தாண்டி இருக்கும் ஒரு திரையரங்கம் பழைய கதைகள் சொல்லக்கூடியது.

சின்னமனூரில் பழைய திரையரங்கம் என்றால் புகழகிரி என்று யாரும் சொல்ல முடியும். ஆனால் அந்தப் புகழகிரி திரையரங்கத்துக்கு முந்தைய பெயர் மிகச் சிலருக்கே தெரியும். அதை உத்தமபாளையம் ராவுத்தரோடு இணைந்து கட்டியவர் சின்னமனூர் ரத்தினம்பிள்ளை. இவர் பி.டி.ராஜனின் வகுப்புத் தோழர். உத்தமபாளையம் பள்ளியில் இவர்கள் ஒன்றாகப் படித்தவர்கள். சின்னமனூரில் காடாக நரிகள் உலவிக்கொண்டிருந்த இடம் பில்டிங் சொசைட்டி என்ற குடியிருப்பானது இவரின் பெருமுயற்சியாலேயே. திரையரங்கத்திற்கு சர்தார் என்று பெயரிட்டார்கள். இந்தத் திரையரங்கம் என்னதான் மக்கள் திரண்டுவந்து பார்த்தாலும் சரியான அளவில் லாபம் தரவில்லை. அதனால் விற்க முயற்சி செய்தார்கள். ஊரில் அவ்வளவு விலை கொடுத்து வாங்க ஆளில்லாததால் செய்தித்தாளில் விளம்பரம் கொடுத்தார்கள். அதன்பின் திண்டுக்கல் புகழகிரி நாடார் அந்தத் திரையரங்கை வாங்கினார். அவரும் இருபது வருடங்களுக்கு முன் இதை விற்றார். அதுவே தற்போதைய பாரத் திரையரங்கம். ரத்தினம்பிள்ளையின் பேரன் சிதம்பரம் சொல்லும்போது, இன்னும் அந்தத் திரையரங்கைக் கடந்து சென்றால் அவருடைய தாத்தா நினைவு வரும் என்கிறார்.

1950களுக்கு முன் உணவு விடுதிகளில் பார்ப்பனர், பார்ப்பனரல்லாதார் பிரிவுகள் இருந்தன. பல உணவு விடுதிகள் பிராமணாள் ஓட்டல், பிராமணாள் கஃபே, எனப் பல பெயர்களுடன் இருந்தன. அதைக் கண்ட பெரியார், பெயரில் இருக்கும் பிராமண என்ற சொல்லை நீக்க வேண்டுமென்றார்.

தமிழகம் முழுக்க இந்த மாதிரியான உணவகங்கள் பெயரில் இருக்கும் 'வர்ணத்தை' (பிராமண) நீக்கி விட வேண்டுமென ஓர் அறிவிப்பை வெளியிட்டு அதற்காக ஒரு போராட்டத்தையும் அறிவித்தார் பெரியார். அவரது கருத்தை ஏற்று பெரியகுளம் நகராட்சி சாதியைக் குறிப்பிடுவதை நீக்கத் தீர்மானம் நிறைவேற்றியது. மீறி சாதி குறிப்பிட்டால் உணவகங்களுக்கான உரிமம் ரத்து செய்யப்படும் என்றும் அறிவித்தது.

இந்தப் பெரியகுளம் தமிழகத்துக்கு ஒரு முதலைமைச்சரையும் தந்தது. 2001 -2002 , 2014-2015 மற்றும் 2016-2017 ஆண்டுகளில் தமிழக முதலமைச்சராக இருந்தவர் திரு.ஓ.பன்னீர்செல்வம். தேநீர்க்கடை வைத்திருந்த ஓபிஎஸ் அவர்கள் எம்ஜிஆரின் மேல் பக்தி கொண்டவர். உத்தமபாளையம் கல்லூரியில் படித்தவர். நா.காமராசரின் மாணவர்.

தேனி மாவட்டம் இலக்கியத்திற்குச் சிறப்பான பங்காற்றி இருக்கிறது. பெரியகுளத்தில் தமிழ் இலக்கிய மன்றக் கூட்டம் தொடர்ந்து நடக்கும். அதில் மிகப்பெரிய பேச்சாளர்கள், கவிஞர்கள், எழுத்தாளர்கள் பேசுவார்கள். என்.எஸ்.என் மஹாலில் கூட்டம் நடத்துவார்கள். அது தவிர தேனி சந்தைப்பேட்டையில் இருக்கும் வரசித்தி விநாயகர் கோயிலில் நவராத்திரிக்குப் பேச்சாளர்களை அழைப்பார்கள். அதில் குன்றக்குடி அடிகளார் தலைமையில் சாலமன் பாப்பையா போன்றோர்கள் பட்டிமன்றத்தில் பேசுவார்கள். பெரியகுளத்தில் பிறந்தவர்தான் வீறுகவியரசர் முடியரசன். இவர் பாவேந்தர் பாரதிதாசனுடன் மிக நெருங்கிப் பழகியவர்.

வரலாறு பெரியகுளத்துக்கு இன்னுமோர் அடையாளத்தைத் தந்தது. இங்கிலாந்து அரசி தொடங்கி வைத்த ஒரு படப்பிடிப்பு இன்றும் கமலஹாசனின் கனவுப்படைப்பாக இருக்கும் மருதநாயகம். மருதநாயகம் என்ற யூசுப்கானின் வரலாறு அது. ராபர்ட் கிளைவ் காலத்தில் ஆங்கிலேயரின் படைத்தளபதியாக ஒரு போர் வெறியராக இருந்த கான்சாகிப் யூசுப்கான் பூலித்தேவருடன் போர் நடத்தி அவரைக் கொலைசெய்த காலத்தில் எட்டயபுரத்துப் பாளையக்காரராக இருந்தவர் வீரபாண்டிய கட்டபொம்மனின் தாத்தா. யூசுப்கான் மதுரை மாவட்ட ஆளுநராக ஆனபின் மக்களுக்கான நலத்திட்டங்கள் செய்தவர். மதுரையிலிருந்து உத்தமபாளையம், பெரியகுளம், கம்பம் பகுதிகளுக்கு இவர் காலத்தில் சாலைகள் போடப்பட்டன.

மக்கள் செல்வாக்கும் ஏற்பட்டது. தன்னைத் தனி சுல்தான் என்று அறிவித்துக்கொண்டார். அவரிடம் 27000 படை வீரர்கள் இருந்தார்கள். ஆங்கிலேயப் படை சும்மாயிருக்கவில்லை. இவரின் நண்பர் பிரெஞ்சுப் படைத்தளபதியாக இருந்த மார்சன்ட்'டினை வைத்தே கான்சாகிப்பைப் பிடித்தது. கி.பி.1764ஆம் ஆண்டு அக்டோபர் 16ஆம் தேதியன்று மதுரை - திண்டுக்கல் சாலை காளவாசல் சம்மட்டிபுரத்தில் கான்சாகிப் யூசுப்கான் தூக்கிலிடப்பட்டார்.

அவருடைய உறுப்புகள் இருந்தால்கூட வீரத்தால் மீண்டும் உயிர்த்தெழுந்து விடுவாரோ என்ற பயமோ, அல்லது மக்களை பயமுறுத்தவோ, கான்சாகிப் யூசுப்கானின் தலை துண்டிக்கப்பட்டு திருச்சிக்கு அனுப்பி வைக்கப்பட்டது. கைகளும், கால்களும் வெவ்வேறாகத் துண்டிக்கப்பட்டு அனுப்பிவைக்கப்பட்டன. சம்மட்டிபுரத்தில் கான்சாகிப் யூசுப்கானின் எஞ்சிய உடல் புதைக்கப்பட்டது. இன்றளவும் அது வழிபாட்டுத் தலமாகவும் இருந்து வருகிறது. கான் சாகிப் மருதநாயகத்தின் கால்கள் இரண்டும் பெரியகுளத்தில் உள்ள தர்காவில் புதைக்கப்பட்டுள்ளன.

வீரம் பற்றிப் பேசும்போது அந்த ஊரைச் சொல்லியாக வேண்டும்.

"திருப்பாச்சி அருவாள தீட்டிக்கிட்டு வாடா வாடா" என்று வைரமுத்து எழுதிய திருப்பாச்சி அரிவாளுக்குக் கொஞ்சமும் சோடையில்லாதது முத்துலாபுரம் அரிவாள். நீளமான அரிவாள், வீச்சரிவாள், கதிரரிவாள் எல்லாமே தரமும், கூரும் மிகுந்தவை. கேரளாவிலிருந்து அதிகம் மக்கள் தோட்ட வேலைகளுக்கு இங்கே வந்து அரிவாள் வாங்குகிறார்கள். இந்த ஊர் வீரத்துக்குப் பெயர் பெற்றது. இளைஞர்கள் சிலம்பத்தில் கில்லிகள். வளர்க்கும் காளைகளோ மாட்டுவண்டிப்பந்தயத்தில் பரிசோடு மட்டுமே வருகின்றன. அதிக மக்கள் ராணுவத்தில் சேர்ந்திருக்கிறார்கள்.

பருத்தி அதிகம் விளையும் தேனி மாவட்டத்தில் நெசவுத் தொழில் எந்த அளவுக்கு இருக்கிறது? பரவலாக அறிந்திருக்கக்கூடிய புகழ் பெற்ற சக்கம்பட்டி சேலைகள் நூறு சதம் பருத்தி நூலால் ஆனவை.

ஆண்டிபட்டி அருகே உள்ள சக்கம்பட்டி, டி.சுப்புலாபுரம் பகுதிகளில் விசைத்தறித் தொழில் அதிகம் நடைபெறுகிறது. இங்கு இரண்டாயிரத்திற்கும் அதிகமான விசைத்தறிகள்

இயக்கப்பட்டு வருகிறது. சக்கம்பட்டி, டி.சுப்புலாபுரத்தில் செயல்படும் விதைத்தறிகளில் ஒரு நாளைக்கு தினமும் 8,000-க்கும் அதிகமான காட்டன் சேலைகள் உற்பத்தி செய்யப்படுகின்றன. இந்தப் பகுதியில் உற்பத்தி செய்யப்படும் சேலைகள் தமிழகத்தின் அனைத்துப் பகுதிகளுக்கும், ஆந்திரா, கேரளா, கர்நாடகா மற்றும் தமிழர்கள் அதிகம் வசிக்கும் வெளிநாடுகளுக்கும் விற்பனைக்கு அனுப்பி வைக்கப்படுகின்றன.

ஆயத்த ஆடைகள் கம்பம் மற்றும் போடியில் தயாரிக்கப்படுகின்றன. கம்பத்தில் இருநூறுக்கும் மேற்பட்ட நிறுவனங்கள் உள்ளன. கம்பத்தில் ஆயத்த ஆடைகள் தயாரிப்பாளர்கள் சங்கம் ஒன்றும் இருக்கிறது. இங்கிருந்து வெளி மாநிலங்கள், வெளிநாட்டு நிறுவனங்களுக்கும் ஆடைகள் ஏற்றுமதி செய்யப்படுகின்றன. போடிநாயக்கனூரில் ரங்கநாதபுரம் கிராமம் ஆயத்த ஆடை தயாரிப்பில் ஐந்தாயிரம் பேருக்கும் மேல் வேலை வாய்ப்பை அளித்துள்ளது.

முல்லை ஆற்றுப்படுகை தன்னுடைய இனிமையைக் கரும்புக்குள் புகுத்திவிட்டது. அதனாலேயே இங்கே தயாரிக்கப்படும் உருண்டை வெல்லத்தைப் பக்கத்து மாநிலங்களில் விரும்பி வாங்குகிறார்கள். ஆண்டிபட்டியில் எம்.ஜி.ஆர் வெற்றி பெற்றபின் அவரது முயற்சியால் நிறுவப்பட்டது ராஜஸ்ரீ தனியார் சர்க்கரை ஆலை. இது வைகை ஆற்றங்கரையில் அமைந்துள்ளது.

வையையைப் பாடாத சங்க இலக்கியம் இல்லை. இந்த மாவட்டம் சங்க இலக்கியத்துக்கு எந்த அளவு தொடர்பு கொண்டது?

பக்தி இலக்கியங்களிலும் சங்க இலக்கியங்களிலும் தொடர்புடைய ஊர் கூடலூர். தமிழக கேரள எல்லையாக இருக்கும் கூடலூருக்கு எவ்வளவோ சிறப்புகள் உண்டு. அதில் சங்க இலக்கியமான ஐங்குறுநூறு நூலைத் தொகுத்த கூடலூர்க் கிழார் இந்த ஊரைச் சேர்ந்தவர் என்றும், சேரமன்னன் யானைக்கண் மாந்தரம் சேரல் இரும்பொறை என்னும் சேர மன்னன் விரும்பிக் கேட்டதனால் கூடலூர் கிழார் ஐங்குறுநூறு அகப்பாடல்களைத் தொகுத்தார் என்றும் கூறுவர்.

இங்கே ஓர் அழகர் கோயில் தென்கிழக்கே இருக்கிறது அழகரை தரிசிக்க, திருமங்கை ஆழ்வார் இந்தக் கூடலூருக்கு வந்தார். ஏலக்காய் மலைகளில் மேகங்கள் கூடி நின்றன.

> தொண்டர் பரவச் சுடர் சென்று அணவ
> அண்டத்து அமரும் அடிகளூர் போல்
> வண்டல் அலையுள் கெண்டை மிளிரக்
> கொண்டல் அதிரும் கூடலூரே

என்று பாடினார். பெரிய திருமொழி திருக் கூடலூர் மங்களாசாசனப் பதிகத்தில் இப்பாடல் உள்ளது. கூடலூரைப் பற்றி இவர் பாடிய பத்துப் பாடல்களும் கூடலூரின் அழகை விவரிக்கின்றன. இன்றும் கூடலூர் அதேபோலத்தான் இருக்கிறது.

இந்த மாதிரி பாடல்கள், செய்யுள்களுக்குக் கோனார் தமிழ் உரையே துணை என்று கழிந்த பள்ளி நாட்களை எண்ணும்போது டுடோரியல், பாட வழிகாட்டி நூல் எல்லாம் அன்று இருந்தனவா என்ற கேள்வி எழுந்தது. கணிதப்பாடத்துக்கு ஒருவர் வழிகாட்டி நூல் எழுதினார் என்ற பதிலும் கிடைத்தது.

பள்ளிப்படிப்பில் பலருக்கும் சிம்ம சொப்பனமாக இருப்பது கணிதப்பாடம். அதே சமயம் ஒருவரை ஒரே தூக்காகத் தூக்கி விடுவதும் கணிதப்பாடமே. கணிதம் தவிர நூற்றுக்கு நூறு என்று வேறு எந்தப் பாடத்துக்கும் அப்பொழுது மதிப்பெண் வழங்க மாட்டார்கள். தேர்வுத்தாளில் நூறின் கீழ் நூறு எழுதிக் கீழே ஆசிரியர் கையொப்பமிட்டால் அந்தத் தாளைக் காட்டாததுபோல எல்லோரிடமும் காட்டிப் பெருமை பீற்றிக்கொள்வோம். அதே சமயம் கணிதத் தாள் திருத்தி வருகிறது என்றால் விடுப்பு எடுக்கும் மாணவர்களும் எப்பொழுதும் உண்டு.

ஒவ்வொரு வகுப்பிலும் எப்படியாவது தேறி வந்து பத்தாம் வகுப்புப் பொதுத் தேர்வில் கோட்டை விட்டு விட்டால் அந்த மாணவர்களை வீட்டில் இருப்பவர்கள் சும்மா விட்டு விட மாட்டார்கள். அப்பொழுதெல்லாம் பி.யூ.சி படித்தால் வேலை நிச்சயம். ஆகையால் பத்தாம் வகுப்பு தேர்ச்சியடைவது ஒவ்வொரு குடும்பத்திலும் வலியுறுத்தப்படும். 1950, 1960 களில் சிறப்பு வகுப்புகள் எல்லாம் கிடையாது. அப்படிப்பட்ட காலத்தில் பலருக்கும் மனதில் தோன்றியவர் ஜம்புநாத ஐயர். கணிதத்தில் மதிப்பெண் குறைந்துவிட்டதா? சின்னமனூர் ஜம்புநாதரிடம் படித்தால் தேர்ச்சி நிச்சயம் என்ற எண்ணத்தில் பல மாவட்டங்களில் இருந்தும் மாணவர்கள் சின்னமனூருக்கு வந்ததுண்டு. கொடைக்கானல் பண்ணைக்காட்டைச் சேர்ந்த திரு. முருகானந்தம் ஜம்புநாத ஐயரிடம் கற்றுத் தேர்ந்து அரசு வேலைவாய்ப்பைப் பெற்றதைப் பெருமையாகக் கூறுகிறார்.

ஜெ.டி.சி என்ற டுடோரியல் கல்லூரியை சின்னமனூரில் ஜம்புநாத ஐயர் நடத்தி வந்தார். முருகானந்தம் பத்தாம் வகுப்பில் கணிதத்தில் மட்டும் தேர்ச்சியடையாததால் ஜம்புநாத ஐயரிடம் படிப்பதற்காகவே சின்னமனூர் வந்துள்ளார். அருகேயுள்ள உப்பார்பட்டியில் அவரது தூரத்து உறவினரின் வணிகக் கிடங்கில் மூன்று மாதங்கள் தங்கியிருந்து ஜம்புநாத ஐயரிடம் கணக்கு கற்றார் முருகானந்தம். மிக நல்ல மதிப்பெண்களுடன் அடுத்த தேர்வில் தேர்ச்சியடைந்துள்ளார். இந்த ஜம்புநாத ஐயர் உத்தமபாளையம் அரசுப் பள்ளியின் தலைமை ஆசிரியராக இருந்தவர். இவரிடம் கணிதம் கற்க வரும் மாணவர்களை வேற்றுமை பார்க்காமல் ஏற்றிவிடுவதே தன் குறிக்கோளாகக் கொண்டிருந்தவர். கணிதத்துக்கு மிகச் சுலபமாகப் புரியும்படி வழிகாட்டி நூலும் இவர் எழுதியிருந்ததாக முருகானந்தம் கூறுகிறார். காலையில் இவர் வீட்டைக் கடந்து செல்லும் மாணவர்களுக்குக் கை கொடுத்து வணக்கம் சொல்வாராம். நடிகர் ராஜேஷ் ஜம்புநாத ஐயரின் இந்த வழக்கத்தை மறக்க முடியாத நினைவுகளிலிருந்து மீட்டுக் கூறினார்.

சீதையைப் பூமி பிளந்து ஏற்றுக்கொண்டது என்ற கதைபோல வில்வ மரம் இரண்டாகப் பிளந்து தயிர் விற்கும் பெண் ஒருத்தியின் கற்பைக் காப்பாற்றியதாக வணங்கப்படுகிறது. அந்தப் பெண் கூத்தநாச்சி என்றும், அந்த மரம் கூத்தநாச்சி அம்மன் என்றும் வழங்கப்படுகிறது. இந்த மரம் காமயகவுண்டன்பட்டியிலிருந்து மூன்று கிலோமீட்டர் தொலைவில் இருக்கிறது. அந்தப் பெண், ஒரு காமுகன் துரத்த, பானை உடைந்து தயிர் வழிய ஓடி வந்ததால் அவள் வந்த தடத்து மண் தயிர் போன்ற சுவையுடன் இருக்கும் என்கிறார் காமயகவுண்டன்பட்டி திராட்சை விவசாயி மகேந்திரன். அங்கு ஓடும் ஆற்றுக்குக் கூத்தநாச்சி ஆறு என்றே பெயர். மரம் பெண்ணா? பெண் மரமா?

தற்போது உள்ள பெண்கள் ஓரளவுக்கு எதிர்த்துப் போராடியிருப்பார்கள் அல்லவா? ஒன்றிரண்டு எலும்பாவது முறிந்து அவன் பூசாரணம்பட்டிக்கு போயிருக்க வேண்டுமே?.

கைகள், கால்கள், எலும்பு முறிவு என்றால் தமிழகத்தில் எந்த மூலை முடுக்கில் இருந்தும் வரக்கூடிய இடம் பூசாரணம்பட்டி. அதுதாங்க, சின்ன ஓவலாபுரம். இந்த ஊருக்கு கரஜூர் என்று கன்னடத்தில் கூட ஒரு பெயர் இருக்கிறதாம். விவேகானந்தன் சொன்னார். இங்கே நமக்கும் நான்கு தலைமுறைகளுக்கு முன்பிருந்தே

எலும்பு முறிவுக்குச் சிகிச்சை செய்துகொண்டிருக்கிறார்கள். சுக்கு சுக்காக நொறுங்கிய எலும்புகளும் இங்கே கட்டுப்போட்டால் கூடிவிடும். இதற்குப் பெயர் வாங்கியவர் சுருளியப்ப கவுண்டர். இவருடைய தந்தை, தாத்தா காலத்திலிருந்து இதை வழி வழியாகச் செய்து வருகிறார்கள். சுருளியப்ப கவுண்டரின் தந்தை இலவசமாக வைத்தியம் செய்தார். இதற்குப் பணம் வாங்கினால் பாவம் என்று நினைத்திருக்கிறார். சுருளியப்ப கவுண்டர் மிகக் குறைந்த கட்டணத்தில் சிகிச்சை செய்தார்.

எலும்பு முறிவுக்காகத் தமிழர் மேற்கொண்ட பாரம்பரிய சிகிச்சை உலக அளவில் புகழ்பெற்றது. நேரடியாகவோ, மறைமுகமாகவோ எலும்புகள் மீது ஏற்படும் மோதலே எலும்பு முறிவு. மூடிய முறிவு, திறந்த முறிவு, நோய்நிலை முறிவு, அழுத்த முறிவு, பிறப்பு முறிவு என்று எலும்பு முறிவு பலவகைப்படும்.

சேதமடைந்த தசையை நேராக்கி, முறிந்த எலும்பின் இரு முனைகளும் துல்லியமாக ஒன்று சேர்த்து கட்டு கட்டப்படுகிறது. இதன்மூலம் இரு முனைகளுக்கிடையே எலும்பின் திசு மற்றும் ரத்த அணுக்கள் கொஞ்சம் கொஞ்சமாய் ஒன்றுகூடி இணைப்புப் பாலம் உருவாகிறது. அதன்மீது கால்சியம் படிவங்கள் தானாகவே படிந்து எலும்புகள் மீண்டும் உறுதி பெறுகின்றன.

அறிவியல் பூர்வமான இச்சிகிச்சை முறையைப் பல நாட்டவரும் நம்மைப் பார்த்து மேற்கொண்டு வருகின்றனர். 30 நாள் கருத்தரித்த பெண்ணுக்கு எலும்பு முறிவு ஏற்பட்டால் அறுவை சிகிச்சைக்குப் போக முடியாது. ஏனென்றால் மயக்க மருந்து கொடுத்தாலோ, வலி நிவாரண மாத்திரைகளை உட்கொண்டாலோ அந்தப் பெண்ணின் வயிற்றில் வளரும் குழந்தைக்குப் பாதிப்புகள் ஏற்பட வாய்ப்புண்டு. அவர்களுக்கும் சர்க்கரை வியாதி உள்ளவர்களுக்கும், சிறுநீரகம் பாதிக்கப்பட்டவர்களுக்கும் இந்த முறையே சிறந்தது. தினமும் கேரளாவிலிருந்து குறைந்தது இருபது கார்களிலாவது இங்கே வைத்தியம் பார்க்க வருகிறார்கள்

வீடுகளில் பிரசவம் பார்ப்பது ஐம்பதுகளில் பரவலாக இருந்தது. பல நேரங்களில் பிரசவத்தில் பெண்கள் இறப்பதும் மலிந்து, மக்கள் மருத்துவமனையை நாடினார்கள். எங்கள் ஊர் சுப்பிரமணி டாக்டர் கைராசியானவர் என்று பெயரெடுத்தவர். எழுத்தாளர் அசோகமித்திரனின் உறவுக்காரர். முன்னாள் மக்கள் நலவாழ்வுத்துறை அமைச்சர் எச்.வி.ஹண்டே அவர்களின் வகுப்புத் தோழர்.

கிறித்துவ அமைப்புகள் மருத்துவத்திற்குப் பெரிய அளவில் சேவைகள் செய்தன. குறைந்த கட்டணத்தில் பயமின்றிப் பிரசவத்திற்குச் செல்லலாம் என்று இந்த மாவட்டத்தில் பரவலாக மக்கள் செல்லும் இடம் அல்லிநகரத்தில் இருக்கும் ஹோலி ரெடீமெர் மருத்துவமனை. அப்போதெல்லாம் மிகக் குறைந்த கட்டணம் வசூலிப்பார்கள். மிகவும் கருணையோடு அங்கிருந்த செவிலியர்கள் கவனித்துக்கொள்வார்கள். மருத்துவர்கள் அமைதியின் உருவாகவே இருந்தார்கள். குழந்தையை ஏந்தி வந்து செவிலியர் கொடுக்கும்போது உலகின் ஒப்பற்ற ஒரு பூவைக் கையில் பத்திரப்படுத்தி இருப்பதுபோல அவர்கள் கைகள் இருக்கும். இவையெல்லாம் எண்பதுகளில் என் சிறு வயதில் நான் பார்த்தது. நெருங்கிய சொந்தம் என்றால் மருத்துவமனையிலேயே குழந்தையைச் சென்று பார்ப்பார்கள். அப்போது கூடவே ஒட்டிக்கொண்டு நானும் அம்மாவுடன் போவேன். அங்கே வரும் இளம் தாய்மார்கள், கருவுற்ற பெண்கள் அனைவருமே பார்க்க விரும்பியது ராஜ புஷ்பம் என்ற மருத்துவரை. கைராசி, தாட்சண்யமானவர், கருணைமிக்கவர் என்று அவருக்குப் பெரும் பெயர் இருந்தது. அன்றெல்லாம் அந்த மருத்துவமனையில் அதிகம் உச்சரிக்கப்பட்ட பெயர் அவர் பெயர்தான். அதன் பின்பு அவர் சொந்த ஊருக்கே போய்விட்டார் என்று கேள்விப்பட்டேன். இத்தகைய ராஜ புஷ்பங்கள் வாழ்க.

இதையே ஒரு கவிக்காட்சியாகச் சொல்ல வேண்டுமென்றால் அதற்கு அந்த அல்லிநகரத்துக்காரர்தான் வரவேண்டும்.

காட்சியும் கவியும்

கலையின் பாய்ச்சலில்
மதகுச் சுழிப்பு
இயற்கை

இயற்கையின் கைகளில்
திமிறும் குழந்தை
கலைஞன்

கடவுள், மன்னர்கள் அதையும் தாண்டினால் நாடகப் பாங்கிலான சமூகச் சித்திரங்கள். அத்தனை கலைஞர்களும் சிவந்த நிறமாகவே காட்டப்பட்டார்கள். ஆறு ஏழு பாடல்கள். இவைதான் திரைப்படங்களின் வடிவமாக இருந்தது. அழுது, சிரித்து, வெட்கப்பட்டு பாத்திரங்கள் பேசும் வசனங்கள் மூலமாக நாம் உணர்வுகளை உள்ளிறக்கிக்கொண்டோம். பாத்திரங்களுக்கான நியாயங்களை அவர்கள் சொன்னது சொன்னபடி ஏற்றுக்கொண்டோம். அடுத்த ஓர் அலை வந்தது. புதிய உத்திகளைத் திரையில் கொண்டுவந்த பாலசந்தரின் திரைமொழி. இந்த சமூகம் எப்படி இருக்கவேண்டும் என்று தான் எண்ணும் கற்பனையைத் திரையில் காட்டியவர் அவர். அந்த அலை இருக்கும்போது ஓயாத அலை ஒன்று வந்தது. "இதுதான்யா எதார்த்தம். என் ஊர்ல எல்லாரும் கருப்புத்தே. தேவதைங்க கறுப்பா இருக்கக்கூடாதா? உத்து கேளு. அந்த நெலா,

ஆறு அம்புட்டும் பேசிட்டு இருக்கு. அப்பறம் என்னத்துக்கு வண்டி வண்டியா வசனம். தேவைன்னா வப்போம்" என்று எதார்த்தத்தைக் கொஞ்சமும் குலைக்காமல் அப்படியே திரையில் கொண்டுவந்தவர் அவர். அரங்கத்துக்குள் அடைந்து கிடந்த சினிமாவுக்கு ஆற்றங்கரையோர நிலவைக் கையில் பிடித்துத் தந்தவர். பதினாறு வயதினிலே என்ற திரைப்படத்தில் ஒரு மாங்கொட்டையைத் தூக்கி எறிவாள் மயிலு. இறுதிக்காட்சியில் அந்த மாங்கொட்டை துளிர் விட்டிருப்பதையும் காட்சி பதிவு செய்திருக்கும். இது கவிதையின் ஒரு படிமம் போல அமைந்திருக்கும். என்னுடன் பணிபுரிந்த சந்திரசேகர் இந்தப் படத்தை அக்கு வேறு ஆணி வேறாகச் சொல்லுவார். இனி ஒருவர் இந்தப் படத்தைப்போல எடுக்கவே முடியாது என்பார் அவர். உச்சக் கட்ட காட்சியில் சப்பாணி திரும்பி வரும்போது நாட்டாமைக்காரரை ஏன் காட்டவேண்டும்? என்பதற்கு ஒரு விவரிப்பு கிடைக்கும் அவரிடம். ஒரு சின்னத் துரும்பு கூட அனாவசியமாகக் காட்டப்படவில்லை என்பதைக் காட்சி காட்சியாகச் சொல்லி வியந்துபோவார். இதுபோல அந்தப் படம் வந்து பட்டி தொட்டியெல்லாம் பேசினார்கள். இவரின் ஒவ்வொரு கதையிலும் இதுபோல சொல்லிக்கொண்டே இருக்கலாம். அவர் திரைப்படத்தில் ஒரு பட்டுப்பூச்சி பறக்கிறதென்றால் அதற்கு ஏதோ நடிக்க வாய்ப்புக் கொடுத்திருக்கிறார், அது வந்து போன காரணம் என்னவாக இருக்கும் என்று ரசிகனைச் சந்தேகித்துச் சிந்திக்க வைத்த பாரதிராஜா அவர்.

அது நாட்டுப்புறப்பாட்டு என்ற திரைப்படம் வந்த நேரம். எங்கள் கல்லூரி ஆண்டு விழாவுக்குச் சிறப்பு விருந்தினராக அவரை அழைத்திருந்தார்கள். நாங்கள் எல்லாம் ஒரு வாரத்துக்கு முன்னாலிருந்தே பாரதிராஜாவை நேரில் பார்க்கப்போவதைப் பற்றிப் பேச ஆரம்பித்துவிட்டோம். என்னுடைய வகுப்புத் தோழி பிருந்தா நடன நிகழ்ச்சியில் இருந்தாள். என்னோடு சேர்ந்து தமிழ்செல்வி, கோகிலா, கலா எல்லாரும் கட்டுரைப்போட்டியில் சேர்வது, ரங்கோலிக்கோலம் போடுவது என்று படு மும்முரமாக இருந்தோம். பாரதிராஜா கையால் பரிசு வாங்கிவிட வேண்டும் என்று எல்லாத் துறை மாணவிகளுக்கும் ஆசை இருந்தது. விழாவுக்கு அவர் வந்தார். ஜீன்ஸ் பாண்டும், நவீன சட்டையும் அணிந்து வந்த பாரதிராஜா, அவர் அனுபவங்கள் குறித்துப் பேசும்போது நாங்கள் சாதாரணமாக நினைத்தவை எவ்வளவுக்கு மதிப்பு மிக்கவை என்று புரிந்தது. அவர் தன்னுடைய நாடக

அனுபங்களைச் சொன்னார். ஆசிரியர்களின் பங்கு, திரைக்குச் சென்ற பயணம் என்று அந்த நாள் மறக்கமுடியாததானது.

பாரதிராஜா 23 ஆகஸ்டு 1942ல் கருத்தம்மா, பெரிய மாயன் அவர்களுக்குப் பிறந்தார். பெயர் சின்னசாமி. வீடு அல்லிநகரம். இரண்டு மைல் தூரத்தில் தேனியில் பள்ளி. சோளம் தட்டாம்பயிறு பயிர் செய்திருப்பார்கள். அந்த இடம் வண்டிப்பாதையாகவே இருந்தது. பள்ளி நாட்களில் குறத்தி வேடம் அணிவித்தும், பாவாடை தாவணி அணிவித்தும் இவரை ஆசிரியை போட்டிகளில் கலந்துகொள்ள வைத்தார். 1952இல் ஒன்பதாம் வகுப்பில் பூலோக ரம்பை படம் பார்ப்பதற்கு அப்பாவின் சட்டைப்பையில் இருந்து நாலணாவை எடுத்துக்கொண்டு போய் பார்த்துவிட்டு வரும் அளவுக்கு சினிமாவில் அவருக்கு ஆசை இருந்தது. மந்திரிகுமாரி, பராசக்தி திரைப்படங்கள் வந்தன. அதனைப் பார்த்து வசனங்களை அதேபோலப் பேசிப்பார்ப்பார். பள்ளியில் ராமலிங்கம் என்ற ஆசிரியர் இருந்தார். அவர் இவருடைய வசனம் பேசும் திறமையையும், நடிப்புத் திறமையையும் கண்டு பள்ளியில் நாடகம் நடிக்க வைத்தார். வள்ளல் வெள்ளைச்சாமி அவர்கள் தலைமையில் நாடகங்கள் நடந்தன. அதில் இவர் வெற்றி பெற்று வள்ளல் வெள்ளைச்சாமியின் கையால் ஐந்து ரூபாய் பரிசும் பெற்றார். ஆசிரியர் ராமலிங்கம் இவரைப் பாராட்டி “நீ பெரிய டைரக்டர் ஆவ” என்று சொன்னது பலித்துவிட்டது.

இவர் தான் கண்டதையும், அறிந்ததையும், உணர்ந்ததையும் திரைப்படத்தில் காட்டியவர். இவருடைய 16 வயதினிலே, கிழக்கே போகும் ரயில், அலைகள் ஓய்வதில்லை போன்ற படங்களில் கழுதையை ஒரு பாத்திரமாக மாற்றியிருப்பார். அதற்கு இவர் நண்பர் நடத்திய நாடகத்தில் கழுதையாக நடித்ததன் ஈர்ப்பே காரணம், 16 வயதினிலே படத்தில் மயிலை சிரிக்க வைக்க கழுதைக்குக் குரல் கொடுத்ததும் இவர்தான். வளமாக வாழ்ந்த வீட்டைக் கடனில் இழந்து வெளியேறிய துன்பமே கருத்தம்மாவில் போறாளே பொன்னுத்தாயி காட்சியானது. அல்லி நகரத்தில் வார்டு தேர்தல் நடக்கும்போது வாக்காளர்களுக்கான சின்னங்களை வரைந்து வாக்களியுங்கள் என்று எழுதி சம்பாதித்திருக்கிறார். படம் வரையும் அந்த நுட்பமே அவருக்குக் காட்சியை எப்படி அமைக்க வேண்டும் என்று புரிந்துகொள்ள உதவியது.

மேற்குத்தொடர்ச்சி மலையில் சனி ஞாயிறுகளில் காலையில் வீரப்ப அய்யனார் கோயில் பக்கம் வேட்டைக்குச் செல்வார்கள். எஸ்எஸ்எல்சி தேர்ச்சியானதும், என்ன வேலைக்குச் செல்வது என்று தெரியவில்லை. வத்தலக்குண்டில் மலேரியா ஒழிப்புத்திட்டத்தில் வேலைக்குத் தேர்வு நடத்தினார்கள். அது தமிழ்நாடு முழுவதும் இருந்தது. வத்தலகுண்டுதான் தேர்வு மையம். அதற்கு நேர்முகத் தேர்வுக்குச் சென்றார். மலேரியாவை ஒழிப்பது குறித்துப் படித்துத் தேர்வெழுதி அதில் தேர்ச்சியானார். சுகாதார அதிகாரியாக முதலில் வேலைக்குச் சென்றது கண்டமனூருக்கு. இவருக்குக் கீழே நான்கு பேர் இருந்தார்கள். இவர் செக்கிங் போக வேண்டும். சிந்தலச்சேரி, ராஜகோட்டை, கொத்தப்பட்டி, கீரைக்குளத்துப்பட்டி என்று ஊர்களுக்குச் சென்று ஒவ்வொரு வீட்டிலும் காய்ச்சல் இருக்கிறதா என்று சோதனை செய்ய வேண்டும். இந்த வேலையில் இருந்தாலும் நாடகத்தை மட்டும் இவர் விடவில்லை.

திராவிட முனேற்றக் கழகத்தினரால் ஏன் சிரிக்கிறாய் என்ற நாடகம் தேனி மேற்குச்சந்தையில் நடந்தது. அது காங்கிரசுக்கு எதிரான நாடகம் என்று சொல்லப்பட்டது. பாரதிராஜாவின் தாயார், காமராஜரின் பக்தை. தந்தையும் தேசியவாதி. என். ஆர்.தியாகராஜன் ஜில்லா போர்டு தலைவராக அப்போது இருந்தார். தி.மு.க. நாடகத்துக்குப் பதில் சொல்வதுபோல நாடகம் போட வேண்டும் என்று பாரதிராஜாவை அவர் தாயார், சுற்றி இருப்பவர்கள் கேட்டார்கள். பாரதிராஜா, டெய்லர் மணி மற்றும் உள்ள இவர்கள் குழுவுடன் சேர்ந்து இவர்கள் கிழக்குச் சந்தையில் இரண்டு நாட்களுக்குப்பின் நாடகம் போட்டார்கள். தி.மு.க வைத்த நாடகத்தின் தலைப்பு “ஏன் சிரிக்கிறாய்?”. இவர் நாடகத்தின் தலைப்பு “ஊர் சிரித்தது”. அதில் இவர் நாத்திகவாதி பாத்திரத்தில் வில்லனாகவும், டெய்லர் மணி தேசியவாதி பாத்திரத்தில் கதாநாயகனாகவும் நடித்தார்கள். நாடகத்தின் வசனங்கள், நடிப்பு அனைத்தும் மக்களால் பேசப்பட்டு மிகப்பெரிய வெற்றியைக் கொடுத்தது. என்.ஆர்.தியாகராஜன் மனைவி காந்திமதி அம்மாள், ரத்தினம் நாடார், காளிதாசன் போன்ற பெரிய தொழிலதிபர்கள் சங்கம் போன்ற அமைப்புகளில் இருந்தவர்கள். அவர்கள் இவரை “நேரா சென்னைக்குப் போயிடு, உன்னைய மிஞ்ச ஆளே இல்ல” என்று சொன்னது மனதில் உறங்காமல் தூண்டிக்கொண்டே இருந்தது

தேனியிலிருந்து மதுரை சாலையில் பங்களாமேடு இருக்கிறது. அங்கே கள்ளர் சொசைட்டி என்ற கட்டடம் அருகே பெட்ரோல்

பங்கு இருந்தது. அதில் இவருடைய நண்பர் ஞானப்பிரகாசம் இருந்தார். அவருடன் சேர்ந்து சிவாஜி நடித்த படங்கள், ஸ்ரீதர் இயக்கிய படங்கள் எல்லாம் பார்த்துப் பார்த்து சினிமாவின் மீதான போதை தலைக்கேறியது. ஸ்ரீதரைக் கடவுளாகவே எண்ண ஆரம்பித்தார். சினிமா வேண்டாம் என்று பலரும் சொல்ல, குழப்பத்தில் இருந்தார். தந்தையார் குடும்ப பாரம் சுமக்க முடியாமல் தவிப்பதை அறிந்து ராணுவத்தில் சேர, தேர்வுக்குச் சென்றார். ராணுவத்தில் இன்ஜினியரிங் படிக்க வைப்பார்கள் என்றும் நினைத்திருக்கிறார். அப்போதெல்லாம் என்ஜினீயர் என்றால் மருத்துவருக்கு நிகராகப் பெரிய மதிப்பு இருந்தது. இவருடைய அண்ணன்கள் இருவரும் ஏற்கனவே ராணுவத்திற்குச் சென்றிருந்தார்கள்.

இவருக்கு ராணுவப் பயிற்சிக்கு பெங்களூரு கண்டோன்மெண்ட் சென்றபிறகுதான் அங்கிருந்த கட்டுப்பாடுகளுக்குள் இருப்பதன் கடினம் புரிந்தது. தன்னை அழைத்துப்போகுமாறு வீட்டுக்குப் பல கடிதங்கள் எழுதினார். ஏற்கெனவே பார்த்து வந்த சுகாதார அதிகாரி வேலையையும் இவர் ராஜினாமா செய்யவில்லை. அந்த அலுவலகத்தில் சென்று பாரதிராஜா நிலையைச் சொல்லி உதவி கேட்டார்கள். அந்த அலுவலக உயர் அதிகாரி அரசாங்க வேலையைச் சின்னசாமி இன்னும் ஒப்படைக்காமல் இருப்பதால் அவரை அனுப்பும்படி ராணுவத்திற்குக் கடிதம் எழுதினார். கருணை அடிப்படையில், அரசு வேலையை ஒப்படைக்கும் பொறுப்பு இருந்ததால் ராணுவத்தினர் இவரை விடுவித்தார்கள். பாரதிராஜாவை ராணுவ முகாமிலிருந்து அழைத்து வந்தார்கள் வீட்டினர்.

அங்கிருந்து வந்து மீண்டும் காலரா ஒழிப்புத்துறை வேலையிலேயே தொடர்ந்தார். சுகாதார ஆய்வாளராக அவர் அடுத்துச் சென்ற இடம் பண்ணைப்புரம். அங்கே எல்லா வீடுகளிலும் கார் இருந்தது. அவ்வளவு செழிப்பாக இருந்திருக்கிறார்கள். முதன்முதலாகச் சந்தித்தது பாவலர் வரதராஜனை. அவருடன் பழகிய பின்பே அரிசிக்கடை மேட்டில் கம்யூனிஸ்ட் கட்சிக்கான கச்சேரிகளில் இளையராஜாவைப் பார்த்திருப்பது நினைவு வந்தது. இளையராஜா கதவு நாதாங்கியில் ஒரு கம்பியைக் கட்டி அதில் ஒரு திண்டுக்கல் பூட்டால் தட்டி அதிரும்போது சரிகம என்று சுரங்களை சொல்லிப் பார்ப்பாராம். தேவாரத்தில் சங்கரதாஸ் என்பவரிடம் ஆர்மோனியம் கற்றுக்கொண்டிருக்கிறார். பிறவி ஞானம் கொண்டவர் என்றும் தெரிந்தது. இளையராஜா

நன்றாகப் படம் வரையக்கூடியவர். இளையராஜாவுக்கும், இவருக்கும் படம் வரைவதில் போட்டி நடக்குமாம்.

1962ல் இளைஞர் காங்கிரசில் இருந்து திருப்பதி மாநாட்டுக்குச் சென்று அங்கு மாநாட்டு மேடையில் இந்தி நடிகர் ராஜ்கபூருடன் நடனமாடியிருக்கிறார். பாவலர், இளையராஜாவுடன் நாடகங்கள் நடத்தினார். பெயர் வரவும் மீண்டும் சினிமா ஆசை வந்துவிட்டது. வேலையை விட்டுவிட்டார். வீட்டில் அனைவரும் வருத்தப்பட்டு எதிர்க்க இவருடைய அம்மா கந்து வட்டிக்குப் பணம் வாங்கி லாரியில் சென்னைக்கு அனுப்பி வைத்தார். புதிதாகச் சென்னைக்குச் சினிமா ஆசையில் வரும் எல்லா இளைஞர்களையும்போல மிகுந்த சிரமங்களை எதிர்கொண்டார். இயக்குனர் புட்டண்ணாவிடம் உதவி இயக்குனராக இருக்கும் வாய்ப்பு கிடைத்தது. திரைத்துறையின் நுணுக்கங்களைக் கற்று இன்று இயக்குனர் இமயமாக உயர்ந்திருக்கிறார்.

இவரது ‘முதல் மரியாதை’ படம் 1986-ல் தாஷ்கண்ட் திரைப்பட விழாவில் திரையிடப்பட்டது. தன் தாய் கருத்தம்மாவின் பெயரில் வெளிவந்த படத்துக்கான தேசிய விருதை தன் தாயையே பெற்றுக்கொள்ள வைத்தார். பத்மஸ்ரீ, 6 முறை தேசிய விருதுகள், 3 முறை மாநில அரசு விருதுகள், ஆந்திரப் பிரதேசத்தின் ‘நந்தி’ விருது, ஃபிலிம்ஃபேர் விருதுகள் உட்பட ஏராளமான விருதுகளைப் பெற்றுள்ளார்.

பாரதிராஜா காட்சியைக் கவிதையாக்குவாரென்றால் இன்னொருவர் கவிதையைக் காட்சியாக்குவார்

“கடைசியில் சாமிக்கு நேர்ந்தது சாதிக்கு ஆனதடி
போறாளே பொன்னுத்தாயி...”

தேசிய விருது வாங்கிய இந்தப்பாடலை பாரதிராஜாவின் கருத்தம்மாவுக்கு வலு சேர்த்த, வலி சேர்த்த வரிகளோடு எழுதியவர் கவிப்பேரரசு வைரமுத்து.

இவருடைய கற்பனை வளம் ரசிகர்களைக் கட்டிப்போட்டு வைத்திருந்தது. இன்றும் நாம் முணுமுணுக்கும் பாடல்களில் பகுதிக்கு மேல் இவருடைய பாடல்களாகவே இருக்கும். திரையிசைப் பாடல்கள் தவிர தனி நூல்கள் பல எழுதியிருக்கிறார்.

1970இல் சென்னை பச்சையப்பன் கல்லூரியில் சேர்ந்தார். அனைத்துக் கல்லூரி பேச்சுப் போட்டி, அரசு ஏடான ”தமிழரசு” நேரு பிறந்த நாளில் அறிவித்த கவிதை போட்டி போன்றவற்றில்

பங்கேற்று எழுபதுக்கும் மேற்பட்ட முதற் பரிசுகளைத் திரைத்துறைக்கு வரும் முன்பே பெற்றார். கல்லூரிக் கவிஞர், கல்லூரி நாவலர் என்னும் தகுதிகள் பலவற்றைப் பெற்றார். பி. ஏ. இரண்டாம் ஆண்டு மாணவராக இருந்தபோதே இவரது முதல் படைப்பான "வைகறை மேகங்கள்" வெளிவந்தது. இவருக்கு வளமான எதிர்காலம் உண்டு என்று கவியரசு கண்ணதாசன் அந்த நூலின் அணிந்துரையில் குறிப்பிட்டிருக்கிறார்.

கவிஞர் வைரமுத்து தேனி மாவட்டம் வடுகபட்டியில் 13-7-1953இல் பிறந்தார். தந்தை இராமசாமி தேவர், தாயார் அங்கம்மாள். வடுகபட்டியில் உயர்நிலைப் பள்ளிக்கல்வி பயின்றார். இவரது முதற்கவிதை பிறந்தது பத்தாவது வயதில்.

கருவாச்சி காவியம், வைரமுத்து கவிதைகள், மூன்றாம் உலகப்போர், தண்ணீர் தேசம், கொஞ்சம் தேநீர் நிறைய வானம், திருத்தி எழுதிய தீர்ப்புகள் - வைரமுத்து சிறுகதைகள் - பெய்யெனப் பெய்யும் மழை என்று வைரமுத்துவின் படைப்பு‌லகம் விரிந்துகொண்டே வந்திருக்கிறது. 'தமிழாற்றுப்படை' நூல் மூன்றே மாதங்களின் பத்துப் பதிப்புகள் கண்டு தமிழ்ப் பதிப்புலகில் சாதனை படைத்திருக்கிறது.

திரைப்படப் பாடலாசிரியருக்கென்று 7 முறை தேசிய விருது பெற்ற இந்தியாவின் ஒரே பாடலாசிரியர் இவர். சிறந்த பாடலாசிரியருக்கான தமிழ்நாடு அரசு விருதினை 6 முறை வென்றவரும் இவர்மட்டும்தான். 2003இல் 'சாகித்ய அகாடமி' விருது பெற்ற இவரது "கள்ளிக்காட்டு இதிகாசம்" 23 இந்திய மொழிகளில் மொழிபெயர்க்கப்பட்டு வருகிறது. இந்தியில் மொழிபெயர்க்கப்பட்டு வெளியான 'கள்ளிக்காட்டு இதிகாசம்' நாட்டின் சிறந்த புத்தகத்துக்கான 'ஃபிக்கி' விருதுக்குத் தேர்வு பெற்றது. தற்போது இவரின் "நாட்படு தேறல்" உலகத் தமிழர்களைக் கிறக்கிக் கொண்டிருக்கிறது.

இலக்கியத்தின் பங்களிப்பிற்காக இந்தியாவின் உயர்ந்த விருதுகளான 'பத்மஸ்ரீ' மற்றும் 'பத்மபூஷண்' விருதும், பாரதிய பாஷா பரிஷத் அமைப்பின் 'சாதனா சம்மான்' விருதும் பெற்றிருக்கிறார். தமிழ்நாடு திறந்தநிலைப் பல்கலைக்கழகம், மதுரை காமராசர் பல்கலைக்கழகம், கோவை பாரதியார் பல்கலைக்கழகம் ஆகிய மூன்று பல்கலைக்கழகங்களிலும் கௌரவ டாக்டர் பட்டம் பெற்றிருக்கிறார். அடல் பிகாரி வாஜ்பாய் இவரைக் 'கவி சாம்ராட்' என்று அழைத்தார்.

அப்துல் கலாம் 'காப்பியக் கவிஞர்' எனறு குறித்தார். கலைஞர் கருணாநிதி இவருக்குக் 'கவிப்பேரரசு' என்று பட்டம் அளித்தார். இவருடைய படைப்புகள் ஆங்கிலம், இந்தி, தெலுங்கு, கன்னடம், மலையாளம், உருது, வங்காளம், ரஷ்யன், நார்வேஜியன் ஆகிய மொழிகளில் மொழி பெயர்க்கப்பட்டுள்ளன.

இவரும் தான் வாழ்ந்து வளர்ந்த நிலத்தை மீண்டும் மீண்டும் நினைவிலிருத்திப் படைப்புகளைத் தருபவர். விமர்சனங்கள் எழாத புள்ளிகள் இல்லை. அதைத் தாண்டி திரை இசையில் இவருடைய பங்களிப்பை எவராலும் மறுக்க முடியாது என்பதே உண்மை.

ஓவியத்துக்கும், சிலைக்கும் அத்தனை பாகங்களையும் நிறைவு செய்துவிட்டு கண் திறப்பதை மட்டும் கடைசியில்தான் செய்வார்கள். ஓவியத்தின் கண்கள் வரைந்ததும், சிலையின் கண்கள் திறக்கப்பட்டதும் அது வரை தாளாக, வெறும் கல்லாக இருந்தவை உயிர் பெற்று உலவ ஆரம்பிக்கும். அதுபோலத் திரைக் காட்சிகளுக்கும், பாடல் வரிகளுக்கும் கண் திறப்புச் செய்பவர் ஒருவர் இருக்கிறார்.

வானவெளியில் வலம் வரும் இசையே

பலூனில்
மூச்சுகாற்றைப் பரிசு தரும்
காதலி

அம்மாவுடன் இணைத்த
தொப்புள் கொடி

மெய்ப்பாடுகள் திகைப்புறும்
உன்னிசை

கர்நாடக இசையில் தேர்ந்த பாடகி ஒருவர் அமெரிக்கப் பல்கலைக்கழகத்தில் இசையைப் பட்ட மேற்படிப்பாகத் தேர்வு செய்திருந்தார். அவர் ஓர் ஆய்வறிக்கை தயார் செய்ய வேண்டி இருந்தது. அதற்கு அவர் தென்னிந்தியத் திரை இசை என்ற தலைப்பைத் தேர்வு செய்தார். தென்னிந்தியத் திரை இசை என்றாலே உலகம் சொல்லும் ஒரே பெயர் அவர் பெயர்தான் அல்லவா? அதனால் அவர் இசையை மாய்ந்து மாய்ந்து ஆய்வு செய்தார் அந்தப் பாடகி. ஒரு திரைப்படம் உருவாக, வெற்றியடைய அவரின் இசை எந்த அளவுக்கு அடிப்படைத் தேவையாக இருக்கிறது என்று உணர்ந்த அந்தப் பாடகி அவரின் ரசிகையாகி திரைப்பாடல்கள் பாட வந்தார். இன்றும்

பாடிக்கொண்டிருக்கிறார். உங்களுக்குப் புரிந்திருக்கும் அவர்கள் யார் யாரென்று. ஆய்வு செய்தவர் அனுராதா ஸ்ரீராம் அவர் ஆய்வு செய்த இசையமைப்பாளர் நம்முடைய இளையராஜாவேதான். ஆய்வறிக்கைக்கு அவர் கொடுத்த தலைப்பு 'Illayaraja As A Phenomenon In Tamil Music Culture'. இவர் ஆய்வு செய்துவிட்டார். ஆனால் யாரும் அவ்வளவு சீக்கிரத்தில் இளையராஜாவின் இசையை ஆய்வு செய்ய எடுத்துக்கொள்ள மாட்டார்களாம். அத்தனை நெளிவு சுளிவுகளை இளையராஜா இசையில் புகுத்தி இருப்பாராம்.

இளையராஜாவின் இசைப்பட்டறை பாவலர் வரதராஜன். இவருடைய அம்மா சின்னத்தாயம்மாள் பாடிய பாடல்கள் இயல்பிலேயே இவர்கள் குடும்பத்திற்கு இசையை வரமாக்கியது. தன் அம்மாவிடம் இவருடைய முதல் திரைப்படமான அன்னக்கிளியில் தான் இசையமைத்த பாடலைக் கேசட்டில் போட்டுக் கேட்கச் சொன்னார் இளையராஜா. கேட்ட அம்மா "என்னப்பா நான் பாடுனதுபோலவே இருக்கு?" என்று கேட்டார். "நீங்கள் பாடிய அதே மெட்டுதான்" என்று ராஜா சொன்ன பாடல் "சொந்தமில்லை பந்தமில்லை வாடுது ஒரு பறவை" என்ற பாடல்.

1943-ஆம் ஆண்டு ஜூன் 2-ஆம் தேதி தேனி மாவட்டம் பண்ணைப்புரத்தில் ஒரு சாதாரணக் குடும்பத்தில் பிறந்த ஞானதேசிகன் என்ற இயற்பெயர் கொண்ட டேனியல் ராசய்யா என்கிற இளையராஜா தன்னைச் சுற்றிலும் இசையைப் பருகி வளர்ந்தவர். தாயிடமும், அண்ணனிடமும், தன்னுடைய ஊரிடமும் பெற்றுக்கொண்ட இசை இவருக்குள் இருந்து இயக்க, அந்த இயக்கத்தின் உந்துதலில் தான் யார் என்பதை உணர்ந்துகொண்டார். அண்ணன் பாவலர் கட்சிக்காகவும், மக்களுக்காகவும் நாடு முழுக்கப் பாடியவர். இளையராஜா அதிலிருந்து மாறுபடும் ஓரிடம் இசைக்காகத் "தான்", இசையே தனக்கானது என்று புரிந்துகொண்டு தன்னுடைய பயணத்தைத் துவக்கியது.

இளையராஜாவுடன் இணைந்தே அவர் வெற்றியைக் கொண்டாடி இருப்பவர் அவரின் தம்பி கங்கை அமரன். அவர் ஒரு சிறந்த பாடலாசிரியர்; தயாரிப்பாளர்; இசையமைப்பாளர். இருந்தும் அவர் தன்னுடைய திறமைகளைத் தனித்துக் காட்ட எண்ணியதில்லை. பூமிக்கு ஒரே ஒரு நிலவு போதுமென்று எண்ணியிருக்கலாம்.

இளையராஜா கிராமப்புறத்திலேயே வளர்ந்தவர். தெம்மாங்கும், தெருக்கூத்தும், நடவுப்பாட்டும், ஏற்றப்பாட்டும், கும்மியும், கோலாட்டமும் என்று நாட்டுப்புற சங்கீதத்தில் அவரால் நிறையக் கற்றுக்கொள்ள முடிந்தது. தன்னுடைய 14ஆவது வயதில் அவர் அண்ணன் பாவலர் வரதராஜனுடைய இசைக்குழுவில் இணைந்து பத்து ஆண்டுகள் அந்தக் குழுவுடனேயே பயணித்தார். அந்தக் குழுவில் இருக்கும் போதே ஜவஹர்லால் நேருவின் மறைவுக்குக் கண்ணதாசன் இயற்றிய இரங்கற்பாவுக்கான இசைத்தழுவலில் முதன்முதலில் இசையமைத்தார்.

சினிமாவில் இசையமைக்கும் ஆர்வத்தில் சென்னை வந்தார் இளையராஜா. திரையுலகத்தில் நுழையத் தேவையான சாவி திறமையும், ஊக்கமும் என்பதை உணர்ந்த அவர், தன்ராஜ் மாஸ்டர் என்பவரிடம் முறையாகப் பியானோ மற்றும் கிட்டார் கற்றுக்கொண்டு இசைக்குழுக்களில் சேர்ந்து கிட்டார் வாசிக்கத் தொடங்கினார். 1971-72ம் ஆண்டுக்கான “சென்னையின் சிறந்த கிடாரிஸ்ட்” சான்றிதழும், தங்கப் பதக்கமும் பெற்றார். எதையும் வேர்வரை தேடிக் கண்டடையும் கலைஞன் அவர். அதனால்தான் கிளாசிக்கல் கிட்டார் வாசிப்பு குறித்து லண்டன் ‘ட்ரினிடி காலேஜ் ஆஃப் மியூசிக்’ இல் சில காலம் வகுப்பெடுத்தார். கிடார் என்றால் புன்னகை மன்னன் பாடல் எனும் அளவுக்கு அந்தப் படத்தில் கிடாரைப் பயன்படுத்தியவர். முதன்முதலில் கணினி இசையை அந்தப் படத்தில்தான் கொண்டுவந்தார். மேற்கத்திய இசையைத் தமிழில் கொண்டு வந்து அதையும் நம்முடைய மரபுக்கு ஏற்றவாறு இணைத்து மக்களிடம் சேர்த்தவர். அவர் கற்றுக்கொள்ளாத இசைக்கருவிகள் இல்லை என்னுமளவு அத்தனையிலும் தேர்ந்தார். அமெரிக்காவில் உள்ள கூகுள் அலுவலகத்தில் தான் இசையமைத்த வரிகளை புல்லாங்குழலில் இவர் வாசித்துக்காட்டியது அனைவருக்கும் நினைவிருக்கும்.

இளையராஜாவுக்கு ஒத்துழைப்பும், பக்கபலமும் பஞ்சு அருணாச்சலம் கொடுத்தது. அப்போது தயாரிப்பாளர்கள் எதாவது ஒரு இந்திப்பாடலைச் சொல்லி அது போல ஒரு பாடல் வேண்டும் என்று கேட்பார்களாம். ஜி. கே.வெங்கடேசிடம் உதவி இசையமைப்பாளராக இருந்தபோது பலர் அவ்வாறு வந்து கேட்டதையும் பார்த்திருக்கிறார் இளையராஜா. ஆனால் பஞ்சு அருணாச்சலம் இளையராஜாவிடம் படத்தின் கதையைச் சொல்லி, உனக்கு என்னவெல்லாம் தோன்றுகிறதோ அப்படியெல்லாம் செய் என்று ஒரு சுதந்திரத்தைக் கொடுத்திருக்கிறார். அது அன்று

எல்லோருக்கும் கிடைக்காத ஒன்று என்கிறார் இலங்கை வானொலி நேர்காணலில் இளையராஜா. அதேபோல இசையமைப்பாளராக இசை அறிவு தேவை. அப்படி இசை அறிவு இருந்தாலும் கற்பனை வளம் இல்லையென்றால் சிறந்த இசையமைப்பாளராக ஒளிர முடியாது என்றும் சொல்கிறார்.

தமிழ் மக்கள் பிற மொழி இசையை ரசித்த காலத்தில் அன்னக்கிளியை இவர் கைகளில் கொடுத்தார் பஞ்சு அருணாச்சலம். அதன் பின் உலகம் இவர் அடிமையானது வரலாறு. நாட்டுப்பாடல், கர்நாடக இசை, மேற்கத்திய இசை என்று அனைத்தையும் தனது ஆளுமைக்குள் கொண்டு வந்தவர் இசை ராஜா.

இந்தியாவிலேயே பின்னணி இசை கேசட்டாக வந்து ஹிட்டான ஒரே படம் 'பிள்ளை நிலா. எந்த ஒரு பாடலிலும் ஏதாவது ஒரு சின்ன புது முயற்சி இருக்க வேண்டும் என்று கவனமாகச் செய்யக்கூடியவர்.

சிட்டுக்குருவி படத்திற்கு யாரும் இதுவரை செய்யாத புதுமையாக ஒரு பாடல் இசையமைத்துத் தரவேண்டும் என்று தேவராஜ் - மோகன் கேட்டிருக்கிறார்கள். அதற்கு அவர் இசையமைத்த பாடலே என் கண்மணி என் காதலி என்ற இன்றும் புதுமையாகத் தோன்றும் பாடல். அதில் என்ன புதுமை என்றால் கவுண்டர் பாய்ண்ட்.

இரண்டு மெலடிகளை ஒரே நேரத்தில் இணைத்து ஒலிக்க வைப்பது மேற்கத்திய இசையின் கவுண்டர் பாய்ண்ட் என்பது. காதலன் பாடுகிறான். அது ஒரு மெலடி. அவன் பாட்டுக்கு அவன் மனம் எதிர்ப்பாட்டுப் பாடுகிறது. அது ஒரு மெலடி. இரண்டையும் தனித்தனியாகப் பார்த்தால் இரண்டு பாடல்களாகவே தோன்றும். இரண்டையும் ஒன்றிணைத்துக் கொடுப்பது கவுண்டர் பாய்ண்ட். அப்படியொரு பாடல் வேண்டும் என்று வாலியிடம் ராஜா கேட்க அவரும் சிறப்பாக எழுதினார்.

இசைஞானிதான் முதல் முறையாக ரீதிகௌளை என்ற ராகத்தை சினிமாவில் பயன்படுத்தினார். "கவிக்குயில்" என்னும் படத்தில் "சின்ன கண்ணன் அழைக்கிறான்" என்ற பாடல்தான் அது.

அதிகாலை கேட்கும் பூபாளமா, இதோ "செந்தாழம் பூவில் வந்தாடும் தென்றல்". "கண்மணி நீ வர காத்திருந்தேன்" இது அந்திமாலைக்கான மலையமாருதம்.

"பொட்டு வைத்து பூ முடித்த வட்ட நிலா", "மயிலே மயிலே உன் தோகை எங்கே", "தோகை இளமயில் ஆடி வருகுது", "வா வா வா கண்ணா வா - இவை அம்சத்வனி.

பாடினாலே மழை வரும் என்பார்களே அந்த ராகமான அமிர்தவர்ஷினி இந்த "தூங்காத விழிகள் ரெண்டு உன் துணை" அக்னி நட்சத்திரப்பாடல். மழை மனசுக்குள் பெய்தே தீரும்.

சக்கரவாகத்தில் "நீ பாதி நான் பாதி கண்ணே".

நாதம் எழுந்ததடி - ஸ்ரீ ரஞ்சனி

எந்தன் நெஞ்சில் நீங்காத - நளினகாந்தி

ரோஜா ஒன்று முத்தம் கேட்கும் நேரம் - கமாஸ்

சின்ன ராசாவே சித்தெறும்பு என்னக் கடிக்குது - லதாங்கி

சித்திரச்செவ்வானம்" - கம்பீரநாட்டை

அரிகாம்போதி ராகம் "பழமுதிர்ச்சோலை எனக்காகத்தான்". நீலாம்பரி ராகம் சுகமாக வந்து தாலாட்டுகிறது "வரம் தந்த சாமிக்கு சுகமான லாலி" என்று. இன்னும் சொல்லலாம். இந்தப் பட்டியல் நீண்டுகொண்டே போகும்.

"All our classical ragas emerged from folk songs" என்று புகழ்பெற்ற சரோட் இசைக் கலைஞர் அம்ஜத் அலிகான் குறிப்பிடுகின்றார். கர்நாடக இசை ராகங்களை இவர் என்னவெல்லாம் செய்து வைத்திருக்கிறார்! கர்நாடக இசைக்கு வேர் தமிழ் பண்களே அல்லவா? தமிழ் மரபிசை அது. பாடல்கள் பாடக்கூடிய இடத்தைப் பண்ணை என்கிறது பரிபாடல். பாடும் முறைக்குப் பண்ணத்தி என்று பெயர். ஆரோகணம், அவரோகணம் என்பதென்ன? ஆரோசை, அமரோசை என்று தமிழில் சொல்லப்பட்டதே. அதுதான் மெட்டு என்று சொல்லப்படுகிறது. எங்கள் ராஜா கை வைத்த பின் கரை நாட்டு இசைக்கும் (கரை நாட்டு இசை என்று வழங்கப்பட்ட தமிழிசையே கர்நாடக இசையானது) மகிழ்ச்சி கரை புரண்டது.

முல்லை ஆற்றங்கரை ஓரம், முல்லையும், குறிஞ்சியும் கூடிய நிலத்தில் பிறந்தவருக்கு மோகன ராகம் பிடித்துப்போனதோ? முல்லை நில ஆயரும், ஆய்ச்சியரும் பாடிய எளிய பண் முல்லைப்பாணியாகும். இந்த முல்லைப்பாணியே மோகன ராகம்.

மீன்கொடி தேரில் மன்மத ராஜன் ஊர்வலம் போகின்றான், கண்மணியே காதல் என்பது, நானொரு பொன்னோவியம் கண்டேன், நின்னுக்கோரி வர்ணம், கண்ணன் ஒரு கைக்குழந்தை, கஸ்தூரி மானே கல்யாணத்தேனே, ஏ பி சி நீ வாசி, என்று மோகனத்தில் இன்னும் எத்தனையோ பாடல்கள்.

சுத்த தன்யாசி ஐந்து சுரங்கள் கொண்டது. தமிழிசை மரபில் இளி பண் என்கிறார்கள். சிலப்பதிகாரம் ஆய்ச்சியர் குரவையில் வருவதும் இதே. இதை எல்லாரும்தான் பயன்படுத்தினார்கள். ராஜா மட்டும் என்ன சிறப்பு என்றால், ஆயர்கள் பயன்படுத்திய குழலிசையைக்கொண்டு வித்தைகள் செய்ததுதான்.

சிவரஞ்சனி ராகம் படுமலைப்பண்ணிலிருந்து பிறந்தது. படுமலைப்பண்ணை புறநானூறு, குறுந்தொகை பேசுகிறது. மலைபடுகடாம் இசைக்கருவிகளை வகைப்படுத்துகிறது.

யாழுங் குழலுஞ் சீரும் மிடறுந்
தாழ்குரல் தண்ணுமை ஆடலொ டிவற்றின்
இசைந்த பாடல் இசையுடன் படுத்து
வரிக்கும் ஆடற்கும் உரிப்பொருள் இயக்கித்
தேசிகத் திருவின் ஓசை கடைப்பிடித்துத்
தேசிகத் திருவின் ஓசை யெல்லாம்
ஆசின் றுணர்ந்த அறிவின னாகிக்
கவியது குறிப்பும் ஆடல் தொகுதியும்
பகுதிப் பாடலுங் கொளுத்துங் காலை
வசையறு கேள்வி வகுத்தனன் விரிக்கும்
அசையா மரபின் இசையொன் றானும்

என்று சிலப்பதிகாரம் வாய்ப்பாடலோடு இசைக்கருவிகளின் இசையும் சேர்ந்து பாடப்படும் விதத்தைப் பேசுகிறது. இசையமைப்பைத் தமிழ் என்றோ கண்டுவிட்டது. தேவாரப் பண்கள் சொல்லாத ராகங்களா? அதனால்தான் திருவாசகத்துக்கு இசையமைத்து நம் பழமைக்குள் ஒளிந்திருக்கும் முற்றா இளமையை உலகுக்கு எடுத்துக்காட்டினார்.

இவர் திரைப்படம் அல்லாத இரண்டு இசை ஆல்பங்களை வெளியிட்டுள்ளார். முதலாவது *'How to name it?'* என 1986ல் அவருடைய கர்நாடக இசைக் குருவான தியாகராஜருக்கு சமர்ப்பிப்பதற்காக வெளியிடப்பட்ட இசை ஆல்பம். இரண்டாவது *'Nothing but wind'* என்ற ஆல்பத்தை 1988ஆம் ஆண்டு வெளியிட்டார்.

இளையராஜாவுக்குத் தடைகளே இல்லாமல் இருந்ததா? அப்படியும் இல்லை. அவர் திரை இசைக்கு வந்தபோது

பலவாறான விமர்சனங்கள் இருக்கத்தான் செய்தன. தான் செய்வது உயர்வான கலை என்பதில் அவருக்கு என்றுமே உறுதி இருந்தது. அதனால் எந்த விமர்சனத்தையும் பொருட்படுத்தாமல் உயர்ந்தவர். 1979ல் அரசு நிறுவனமான அகில இந்திய வானொலி "பொண்ணு ஊருக்கு புதுசு" படத்தின் இளையராஜா பாடலான

வாங்கடா வந்தனம் பண்ணுங்கடா
வந்து இந்த வண்டிய தள்ளுங்கடா
பாளையம் பண்ணப்புரம் சின்னதாயி பெத்த மகன்
பிச்சை முத்து ஏறியே வர்றான்டோய்

ஓரம்போ ஓரம்போ ருக்குமணி வண்டி வருது
கம்பம் குமிளி நான்தான் கண்டு வருவேன்
கார்களெல்லாம் சைடு வாங்கி விடுவேன்
வைகையையும் சுருளி மலையும் சுத்தி வருவேனே
ஏட்டையா ரோடு மேலே
நிக்கிறாரு நிக்கிறாரு
அவர கொஞ்சம் ஒதுங்க சொல்லு
ஒதிங்கிக்குங்க ஒதிங்கிக்குங்க
வாரான் பிச்சை முத்து ரோட் மேல ஊர்கோலமா
ராசா போலே வாரானம்மா

'ஓரம் போ' பாடலை ஆபாசத்திற்காக தடை செய்தது. எனினும், அகில இந்திய வானொலி ஆபாசம் என்று சொன்னது உண்மையில் அன்றைய ஆதிக்க சக்திகளுக்கு எதிரான இளையராஜாவின் வெளிப்படையான அரசியல் வெளிப்பாட்டைத்தான். படத்தின் ஒரு குறிப்பிட்ட சூழலுக்காகக் கங்கை அமரனால் எழுதப்பட்ட பாடல் என்றாலும், அந்தப் பாடல் வரிகள் இளையராஜாவின் சொந்த ஊரான பண்ணைப்புரத்தையும், அவரது தாயார் சின்னத்தாயையும் தெளிவாகக் குறிப்பிட்டன. பாடல் வரிகள் கதாநாயகனின் வழியை மறிக்கும் பல்வேறு தடைகளை ஒதுங்கி நின்று அவனது சைக்கிள் செல்ல வழிவிடுமாறு அதிகாரத்தோடு கூறின. பாடல் மூன்று தடைகளைக் குறிப்பிட்டது. ஒன்று பழைய கறாரான நிறுவனத்தைப் பிரதிபலிக்கும் ஒரு கிழவி. இரண்டாவது மேட்டுக்குடியினரின் குறியீடான அம்பாசிடர் கார். இறுதியில் அதிகார வர்க்கக் குறியீடான போலீஸ்காரர். அகில இந்திய வானொலியால் தடை செய்யப்பட்ட இன்னொரு பாடல் "கேட்டேளா அங்கே" என்ற பாடல். அதில் பறை இசையைப் பயன்படுத்தி இருப்பார் ராஜா. இந்தக் காரணங்கள் போதாதா தடை செய்ய?

அதையெல்லாம் தாண்டி விருதுகளை அள்ளிக் குவித்தார். இவரால் விருது பெற்றவர்களும் பலர். எத்தனையோ திரைப்படங்கள் இவரால் வெற்றியடைந்தன. தனது முதல்படமான 'பல்லவி அனுபல்லவி'(1983) எடுக்கும்போது, இளையராஜா அப்போது வாங்கிக் கொண்டிருந்த தொகையைத் தருமளவு தனக்கு வசதி இருக்கவில்லை என்று மணிரத்னம் பல நேர்காணல்களில் கூறியிருக்கிறார். ஆனாலும், இளையராஜா இசையமைக்க உடனடியாக ஒப்புக் கொண்டார். அந்தப் பாடல்கள் பெரும் வெற்றியடைந்து இப்போதும் பல மொழிகளிலும் அவை திரும்பவும் பயன்படுத்தப்படுகின்றன.

புதிய இயக்குனரான லெனின் பாரதி 2016ல் தனது 'மேற்குத் தொடர்ச்சி மலை' படத்திற்கு எந்தத் தயக்கமும் இன்றி இளையராஜா ஒரு சிறு தொகைக்கு இசையமைக்க ஒப்புக் கொண்டதை நினைவுகூர்கிறார். பணவசதி இல்லாத பல தயாரிப்பாளர்கள், இயக்குனர்களிடம் இளையராஜா பெருந்தன்மையாக நடந்துகொண்டது பற்றி இப்படி ஏராளமான கதைகள் உள்ளன. செம்பருத்தி திரைப்படத்திற்காக 45 நிமிடங்களில் 9 பாடல்களை கம்போசிங் செய்திருக்கும் இளையராஜாவின் சாதனையை இதுவரை யாராலும் முறியடிக்க முடியவில்லை.

இளையராஜா தன்னுடைய சகோதரியின் மகளான ஜீவாவை மணந்துகொண்டார். யுவன்சங்கர் ராஜா, கார்த்திக் ராஜா, பவதாரிணி ஆகிய இசைக்குயில்கள் பிறந்தன. பெருமை தந்தன.

இந்திய அரசாங்கத்தால் திரைத்துறைக் கலைஞர்களுக்கு வழங்கப்படும் உயரிய விருதான தேசிய விருதை ஐந்து முறை பெற்றுள்ளார். சிறந்த இசை இயக்குனராக மூன்று முறையும், சிறந்த பின்னணி இசைக்காக இரண்டு முறையும் விருது பெற்றுள்ளார். பத்ம பூஷன், பத்ம விபூஷன் போன்ற மத்திய அரசின் உயரிய விருதுகளை பெற்றிருக்கும் இளையராஜா, இசைத்துறையில் வழங்கப்படும் சங்கீத் நாடக் அகாடெமி விருதையும் பெற்றிருக்கிறார்.

மேலும், அமெரிக்கன் உலக சினிமா போர்ட்டல் (American world cinema portal) டேஸ்ட் ஆஃப் சினிமா என்ற தலைப்பில், சிறந்த 25 இசையமைப்பாளர்களை தேர்வு செய்து பட்டியலிட்டது. இதில், இளையராஜா 9 வது இடத்தை பிடித்ததோடு, இந்தப் பட்டியலில் தேர்வு செய்யப்பட்ட ஒரே இந்திய இசையமைப்பாளர் என்ற பெருமையையும் பெற்றார்.

இளையராஜா, *A Beautiful Breakup* என்ற திரைப்படத்திற்கு இசையமைத்திருக்கிறார். இந்திய ஆங்கில திரைப்படமான இப்படத்தில் அறிமுக நடிகர்கள் க்ரிஷ் மற்றும் மட்டில்டா முதன்மை கதாபாத்திரத்தில் நடித்திருக்கிறார்கள். இங்கிலாந்தைச் சேர்ந்த 5 நேச்சரல்ஸ் மூவிஸ் இன்டர்நேஷனல் நிறுவனம் தயாரித்திருக்கும் இப்படத்தை அஜித்வாசன் உக்கினா இயக்கியிருக்கிறார். ஆம்ஸ்டர்டாம் சர்வதேச திரைப்பட விழாவில் (AIFF) திரையிடப்பட்ட *A Beautiful Breakup* படம் சிறந்த ஒரிஜினல் இசை பிரிவில் இவ்வருடம் (2022) விருது வென்றுள்ளது.

இளையராஜாவின் இசைக்குப் பாடல் எழுதிய கவிஞர்கள் எண்ணிக்கை நூறு வரை இருக்கும். கவிஞர்கள் அல்லாத இயக்குனர்கள், அரசியல் ஆளுமைகள், நடிகர் (கமலஹாசன்), பாடகி (எஸ்.ஜானகி) என்று பல தரப்பினரரும் பாடல்கள் எழுதியிருக்கிகிறார்கள். அவரே பல பாடல்கள் எழுதியுள்ளார். கவியரசர் கண்ணதாசன் இறுதியாக பாடல் எழுதியதும் இளையராஜாவுக்கே. 1976 முதல் அவர் காலமான 1981 ஆம் ஆண்டு வரை சுமார் ஐந்தாண்டு காலம் இளையராஜாவுடன் சேர்ந்து பணியாற்றினார். கண்ணதாசன் ராஜாவின் இசையில் 51 படங்களில் பாடல்கள் எழுதியிருக்கிறார்.

அவர் காலமான பிறகும் ராஜா இசையில் அவர் எழுதிச் சென்ற பாடல்கள் அமரர் கண்ணதாசன் என்ற பேர் தாங்கி ஒலித்தன. கடைசியாகக் கண்ணதாசன் எழுதிய பாடல் "கண்ணே கலைமானே" என்கிற மூன்றாம் பிறை பாடல். அமரர் கண்ணதாசன் என்று இளையராஜா இசையமைப்பில் அவர் பெயர் இடம்பெற்ற கடைசிப் பாடல் உன்னை நான் சந்தித்தேன் படத்தில் இடம்பெற்ற "தேவன் தந்த வீணை" என்ற பாடல்.

வானம் எந்தன் மாளிகை
வையம் எந்தன் மேடையே

என்று எழுதித் தீர்த்த மகா கவிஞன் வரிகளை இசையால் மகுடம் சூட்டும் வாய்ப்பு இளையராஜாவுக்குக் கிடைத்தது.

தன்னுடைய அனுபவங்களை, தனக்குள்ள கேள்விகளை நூல்களாக எழுதி இருக்கிறார் இளையராஜா. சங்கீதக் கனவுகள், வெட்ட வெளிதனில் கொட்டிக் கிடக்குது, வழித்துணை, துளி கடல், ஞான கங்கா, பால் நிலாப்பாதை, உண்மைக்குத்

திரை ஏது? யாருக்கு யார் எழுதுவது? என் நரம்பு வீணை, இளையராஜாவின் சிந்தனைகள், பள்ளி எழுச்சி பாவைப் பாடல்கள் ஆகிய பல புத்தகங்களை எழுதியுள்ளார். இவர் எப்படி இசைஞானி ஆனார்?

திருச்சியில் இருந்து காரைக்குடியில் நடந்த ஒரு நிகழ்ச்சிக்குக் கலைஞர் வருகை தந்தார். இளையராஜாவுக்கு அது ஒரு பாராட்டு விழா. நிகழ்ச்சிக்கு வருகிற வழியில் அப்போது இளையராஜா எழுதியிருந்த "வெட்ட வெளிதனில் கொட்டி கிடக்குது", "சங்கீத கனவுகள்' இரண்டு புத்தகங்களையும் கலைஞர் படித்துக் கொண்டே வந்திருக்கிறார். கவனியுங்கள், இசையைக் கேட்டிருக்கிறேன் என்று சொல்லி உரை ஒன்று "செய்திருக்கலாம்". ஆனால் ஒருவரைப் பற்றி விழாவில் பேசும் முன் அவருடைய பன்முகப் பரிமாணங்களை அறிந்துகொண்டு அதன் பின் பேசுவதே சாலச் சிறந்தது என்பதைக் கடைபிடித்தவர் கலைஞர். கூட்டத்துக்கு வந்தவர் புத்தகங்களைப் படித்தது பற்றிச் சொன்னார். அதை மேடையில் குறிப்பிட்டு இசையிலும், ஆன்மிகத்திலும் இளையராஜா இருப்பதால், அவருக்கு "இசைஞானி' என்ற பட்டத்தைக் கொடுப்பதாக அறிவித்தார். அதன் பின் இளையராஜா தனியாகக் கலைஞரிடம் பேசிக் கொண்டிருக்கும் போது, "இசைஞானியார் என்பது 63 நாயன்மார்களில் ஒருவரான சுந்தரரின் தாயார் பெயர்' என்று கேட்க, "அது தெரியும். அதனால்தான் வைத்தேன்' என்றார் கலைஞர். அவர் வைத்த பெயர் அப்படியே மக்கள் மத்தியில் நிலைத்து விட்டது. அதை மக்களும் ஏற்றுக் கொண்டார்கள். "உளியின் ஓசை' படத்தின் பிரிவியூ காட்சி ஃபோர் பிரேம் தியேட்டரில் நடைபெற்றது. அந்த சமயம் கலைஞரின் உதவியாளர் சண்முகநாதனிடம், இளையராஜாவுக்கு "இசைஞானி' என்ற பட்டம் வழங்கியது மிகவும் பொருத்தம் என்றும் கலைஞர் குறிப்பிட்டுள்ளார்.

நான்காம் தலைமுறை ரசிகர்கள் கேட்டுக்கொண்டிருக்கிறார்கள் இளையரஜா இசையை. அதோடு போதுமா? விண்ணிலும் ஒலிக்க வேண்டும் என எண்ணினார்கள் இளைய ரசிகர்கள். இந்தியாவின் 75வது சுதந்திர தினத்தை முன்னிட்டு தமிழகத்தைச் சேர்ந்த மாணவர் குழு ஒன்று எடை குறைவான செயற்கைக்கோள் ஒன்றை உருவாக்கியுள்ளது. இஸ்ரோவின் உதவியுடன் உருவாக்கப்பட்டுள்ள இந்த செயற்கைக்கோள் விரைவில் விண்ணில் ஏவப்படவிருக்கிறது. இந்த செயற்கைக்கோள் உருவாக்கப்படும்போதே அதில் பாடல் இடம்பெறும் என

அறிவித்திருந்தனர். அதில் இசையமைப்பாளர் இளையராஜாவின் பாடலை இடம்பெறச் செய்யலாம் என முடிவெடுத்த மாணவர் குழுவினர் அதற்காக இளையராஜாவிடமும் அனுமதி கேட்டிருந்தனர். இளையராஜாவும் சம்மதம் தெரிவித்ததாகக் கூறப்படுகிறது. விண்ணில் பாயப்போகும் அந்த செயற்கைக்கோளில் இடம்பெறும் பாடலை இளையராஜா சொந்தக் குரலில் பாடி இசையமைத்து விட்டார் என்றும் சொல்லப்படுகிறது. இந்தப் பாடலுக்கு இந்தி, மராட்டியப் பாடலாசிரியர் சுவனந்த் கிர்கிரே வரிகள் எழுதியுள்ளார். இந்தியா கடந்த 75 ஆண்டுகளில் செய்த சாதனை, செய்ய இருக்கின்ற சாதனை போன்றவை குறித்துப் பெருமைப்படுத்தும் வகையிலான வரிகள் அந்தப் பாடலில் இடம்பெற்றிருக்கும் எனக் கூறப்படுகிறது. இதைத் தமிழில் பாடுகிறார் இளையராஜா. பிறந்த மண்ணின் புகழை இசையால் விண்ணுக்கும் கொண்டு செல்லும் இந்த ஒப்பற்ற கலைஞன் வாழிய வாழியவென்று வாழ்த்துவோம்.

இசைஞானி இளையராஜா ஒரு வகையில் ஆபிரகாம் பண்டிதரின் வாரிசு என்று சொல்ல முடியும். பண்டிதரின் மகன் சோதிப்பாண்டியனின் மாணவர் தன்ராஜ் மாஸ்டர். இவரிடம் இசை படித்தவர் இளையராஜா. இப்படி ஒரு பரம்பரையில் வந்தவன் நான் என்று இளையராஜா ஒரு நேர்காணலில் சொல்லியிருக்கிறார். இந்த ஆபிரகாம் பண்டிதரின் குரு நம்முடைய கம்பம் பள்ளத்தாக்கில் இருந்தவர்.

குடமலையாட்டியின் விண்ணேறு கானல்

மயற்கண்ணி மாதவியை
மன்னித்த பூங்கொடி
செயற்கின்னா செய்தானைத்
தண்டித்த தாரகை

பெண்ணாகப் பிறந்தவர்க்கு
எங்கேதான் நீதியென்று
தங்காமல் நடை நடந்து
தணலான தீங்குழம்பு

அவளிடம் இருந்தது
நேர்மையின் நெருப்பு
புகலிடம் தந்தது
புண்ணியப் பொருப்பு

கடலும், மலையும் எப்போதுமே கனக்கும் ரகசியங்களைக் கொண்டிருப்பவை. அவற்றின் மீதான ஆர்வமும், அவற்றைச் சுற்றி நெய்யப்பட்ட கதைகளும் எண்ணிலடங்காதவை. நமக்குத் தாத்தா, அப்பா, அம்மா கதை சொல்லும்போது தேவதைக் கதையோ, சூனியக்காரி கதையோ "ஏழு கடலுக்கு, ஏழு மலைக்கு அந்தப்பக்கம் ஒரு இளவரசன் இருந்தான்" என்றுதான் ஆரம்பித்திருப்பார்கள்.

அறிவின் பாதையை ஒரு புறமாக வைத்துவிட்டு உள்ளத்தின் எழுச்சியை மட்டுமே தொடரும் குழந்தைமை முளைப்பாரியில் மூன்றாம் நாள் பச்சென்று துளிர்க்கும் பயிர்களைப் போன்றது. அந்தக் குழந்தைப் பருவத்தைத் திரும்பப் பெற வேண்டுமா? அண்ணாந்து பாருங்கள் மேகங்களை. செவிகளில் சேமியுங்கள் பறவைகளின் கிசுகிசுப்பை. கிளம்புங்கள் கடற்கரைக்கோ, மலைகளுக்கோ. அங்கேதான் உங்கள் பால்யம் புதைந்திருக்கிறது. இந்த இரண்டு இடங்களிலும் நீங்கள் குறைந்தபட்சம் ஒரே ஒரு முறையாவது குதித்து நடந்திருப்பதை நீங்களே அறிந்து சிரித்திருப்பீர்கள்.

எங்கள் பகுதியில், மற்றும் சுற்று வட்டாரத்தில் ஓரிரு நாட்கள் விடுமுறை என்றாலோ, அமாவாசைக்கு முன்னோர் வழிபாட்டுக்கோ செல்லக்கூடிய இடம் சுருளி. சுருளி மலைக்குச் சின்னமனூரிலிருந்து கம்பம், நாராயணத்தேவன்பட்டி வழியாகச் செல்ல வேண்டும். உத்தமபாளையம் வரை பயணம் நகர்ந்துவிட்டாலே அடுத்து அடுத்து என்று வரும் ஊர்களைக் கணக்கெடுக்க ஆரம்பிப்போம். வாகனத்தில் செல்லும்போது எங்கள் பகுதியில் கிடைக்கும் குளிர்ந்த காற்றை வேறெங்கும் அனுபவிக்க முடியாது. நாங்கள் சுருளிக்குப் போனால் நிறைய வாழைப்பழங்கள் வாங்கி வைத்துக்கொள்வோம். நம் பரிணாமத்திற்கு பிந்திவிட்ட மந்திகள் கூட்டம் வரவேற்கக் காத்திருக்கும் என்று அந்த ஏற்பாடு. நாம் நுழைய வேண்டியதுதான், கைகளிலிருந்து அவை பறித்துக்கொண்டு கீச்சிட்டபடி மரங்களில் தொற்றிவிடும். மந்திகளைப் பார்த்தாலே போதுமே குழந்தைகளுக்கு. ஒரே ஆரவாரமாகவே இருக்கும்.

சுருளி மலையைச் சுற்றி சுமார் 225 குகைகள் உள்ளதாகக் கூறப்படுகிறது. இவற்றில் சித்தர்கள் தவமிருந்துள்ளனர். இவற்றில் விபூதி குகை, சர்ப்ப குகை, கிருஷ்ணன் குகை, கன்னிமார் குகை என முக்கியமான குகைகள் பொதுமக்களின் பார்வையில் தென்படக்கூடியவை. பிற குகைகள் அடர் வனத்திற்கு உள்ளே, யாரும் காணாதபடி அமைந்துள்ளன.

சுருளி ஆறு தொன்று தொட்டுப் புனிதமாகக் கருதப்படுவது. இந்த ஆற்று நீர் படும் மரம் இலை எதுவும் அழுகாது. அவற்றைக் கல்லாக மாற்றிவிடும் அற்புத நீர் அது. விபூதி குகையில் முருகன் எழுந்தருளியுள்ளார். இந்தக் குகையின் அதிசயமே இங்குள்ள ஈரமண் குறிப்பிட்ட காலம் கழித்து விபூதியாக மாறிவிடுகிறது. இங்குள்ள மாமரத்தில் கீழிருந்து பொங்கும் நீரானது தொடர்ந்து குறிப்பிட்ட ஒரு மரப் பகுதி மீது விழுந்து

அதை கெட்டியான பாறையாக மாற்றியிருக்கிறது. இங்குள்ள நீர் வீழ்ச்சி இசையோடு இணைந்து சுருதி கொடுத்ததால், சுருதி தீர்த்தம் என அழைக்கப்பட்டு, பின்னர் மருவி, சுருளி தீர்த்தம் ஆனது. இங்குள்ள முருகப்பெருமானும் பழனி மலையில் இருப்பது போன்று ஆண்டிக்கோலத்தில் காட்சி அளிப்பதால் சுருளியாண்டி என்று அழைக்கப்படுகிறார்.

பழனி முருகன் நவபாசான சிலையை உருவாக்கிய போகரின் குரு காலாங்கி சித்தர் பன்னெடுங் காலம் தவம் செய்த பூமி இது. பின்னர் போகரும் இங்கு வந்து, குரு உண்டு பண்ணிய நவபாசாணங்களைக் கொண்டு, பழநி தண்டாயுதபாணியின் மூல விக்கிரகத்தைத் தயாரித்ததாக 'வாத காவியம்'நூலில் கருவூரார் தெரிவித்துள்ளார். மலைமேல் உள்ள லாட சன்னாசியப்பன் கோயில் பிரசித்தி பெற்றதாகும். இந்தியக் கட்டடக்கலைக்கு இங்குள்ள குகைக்கோயில்கள் சான்றாக அமைந்துள்ளன. இந்த மலையே மூலிகை மலை என்றுதான் சொல்லப்படுகிறது. இங்கே சித்தர்கள் மக்களுக்கு மருத்துவம் செய்திருக்கிறார்கள். இங்கிருந்து மூலிகை மருத்துவம் கற்றுக்கொண்டவர்கள் பல இடங்களுக்கும் சென்று மக்களுக்குச் சேவை செய்ததாகச் சொல்வார்கள்.

மூலிகைகளைப் பயன்படுத்தி 'கருணானந்தர் சஞ்சீவி மருந்துகள்' என்ற பெயரில் பல்வேறு சித்த மருந்துகளைத் தயாரித்த ஆபிரகாம் பண்டிதர் மூலிகை மருத்துவத்தை இங்கே வந்துதான் கற்றுக்கொண்டார்.

1859-ம் ஆண்டு, திருநெல்வேலி மாவட்டம் சாம்பவர் வடகரை என்ற சிற்றூரில் பிறந்த ஆபிரகாம் பண்டிதர், பங்களாச் சுரண்டையில் ஆரம்பக் கல்வி பயின்றார். 1874ம் ஆண்டு திண்டுக்கல்லில் இருந்த நார்மல் ஆசிரியப் பயிற்சிப் பள்ளியில் பயிற்சி பெற்றார். அப்போது பள்ளியின் தலைவராக இருந்தவர் அருட்தந்தை யார்க் துரை. ஆப்ரஹாமின் கல்வித் திறத்தைக் கண்டு யார்க் துரை தனது மாதிரிப் பள்ளியில் ஆசிரியராக நியமித்தார். அங்கு இருந்தபோது ஆபிரகாம் பண்டிதருக்கு மருத்துவம் கற்றுக்கொள்ள ஆசை வந்தது. பழனி மலையிலிருந்து பல சாமியார்கள் சுருளிக்கு வருவார்கள். அவர்கள் மூலிகை வைத்தியம் அறிந்திருந்தார்கள். அவர்களிடம் பண்டிதர் கேட்டுத் தெரிந்துகொள்ள விரும்பினார். அப்போதுதான் இவர் நண்பர் ஒருவர் பண்டிதரைச் சுருளி மலைக்கு அழைத்துச் சென்றார்.

சுருளி மலையில் இல்லாத மூலிகைச் செடிகள் இல்லை. அங்கே கருணானந்த முனிவர் என்பவர் சுற்றிலும் இருந்த மக்களுக்கு மருத்துவம் செய்து கொண்டிருந்தார். அவருக்கு இசையிலும் ஞானம் இருந்துள்ளது. அவர் சுருளியை விட்டு எங்கும் செல்வதில்லை. அவரிடம் ஆபிரகாம் பண்டிதர் மூலிகை மருத்துவத்தைக் கற்றுக்கொண்டார்.

திருமணத்துக்குப் பிறகு 1886-ல் தஞ்சாவூரில் குடியேறினார். தமிழ் மருத்துவத்தில் அளவு கடந்த ஆர்வம் கொண்டிருந்ததால், தஞ்சாவூரின் புறநகர்ப் பகுதியில் 100 ஏக்கர் நிலம் வாங்கி, அதில் பெரிய மூலிகைப் பண்ணையை உருவாக்கினார். தஞ்சை மக்கள் மத்தியில் அது பண்டிதர் தோட்டம் என நினைவு கூரப்படுகிறது.

மூலிகைகளைப் பயன்படுத்தி தனது குருவின் பெயரில் 'கருணானந்தர் சஞ்சீவி மருந்துகள்' என்று சித்த மருந்துகளைத் தயாரித்தார். இவர் தயாரித்த கோரசனை மாத்திரை, இந்தியாவில் மட்டுமல்லாமல், இலங்கை, பர்மா, சிங்கப்பூர், மலேசியா ஆகிய நாடுகளில் பெரும் வரவேற்பைப் பெற்றது. பிரிட்டிஷ் அரசு இவரது சேவையைப் பாராட்டி 'ராவ் பகதூர்' பட்டம் வழங்கியது. தமிழ் மருத்துவத்தில் மட்டுமல்ல, தமிழிசையிலும் ஆபிரகாம் பண்டிதர் சிறந்து விளங்கினார்.

சிலப்பதிகாரத்தில் இடம்பெறும் இசை குறித்த செய்திகள் இன்றைய கர்நாடக இசையில் மூல இலக்கணங்களாக இருப்பதைப் பண்டிதர் சுட்டிக் காட்டினார். இதன்மூலம் தமிழிசையே இன்று தமிழ்நாட்டிலும் இந்தியாவின் பிற பகுதிகளிலும் பல வடிவங்களில் வழங்கி வரும் இசை என்று நிரூபித்தார். ஐரோப்பிய இசைமேதை பேராசிரியர் தஞ்சை ஏ.ஜி.பிச்சைமுத்துவிடம் மேற்கத்திய இசை கற்றுக்கொண்டார். தனது பல்லாண்டு காலத் தமிழிசை ஆராய்ச்சி முடிவுகளை 'கருணாமிர்த சாகரத் திரட்டு' என்ற இசை நூலாகத் தொகுத்து, 1917-ல் வெளியிட்டார். சுமார் 1,400 பக்கங்கள் கொண்ட இந்நூல் இன்றுவரை தமிழிசை ஆய்வுகளுக்கான மூலநூலாக அமைந்துள்ளது. இசை நூலுக்கும் தன்னுடைய குருவான கருணானந்தர் பெயரையே வைத்தார். பலர் கருணானந்த முனிவரே இசையும் இவருக்குக் கற்றுக்கொடுத்ததாகவும் வாய்மொழியாகச் சொல்வார்கள்.

இந்த மலைப்பகுதியில் வாழும் பழங்குடி மக்கள் பளியர்கள்.

> கோடை மலைச் சாரல்
> குளிர் நதியின் சங்கீதம்
> அலஞ்சிப்பூ நந்தவனம்
> அந்தவன முற்றுகைக்குள்
> ஆசைநிழல் தேக்குமரம்
> அங்கேயோர் தேன்கூடு
> தேன்கூட்டு மாளிகைக்குத்
> திருடர் குலம் நாங்களையா
>
> தொட்டிலிலே கிளிப்பிள்ளை
> தோள்மீது மயில் மனைவி
> தோளணைத்த மனைவிக்கோ
> தொகைதொகையாய் நோய்நொடிகள்
> வானில் நிலவுண்டு
> வயிற்றுக்குச் சோறுண்டா?

என்று பளியர் வாழ்வை நடைப்பிணங்கள் என்று சொல்பவர் காடு மலையெங்கும் சுற்றிக் கவியெழுதிய நா.காமராசன் அவர்கள்.

இந்தியாவில் காணப்படும் பல்வேறு இனக்குழுக்களில் பளியர் இனமும் ஒன்று. இவர்களது வாழிடம், பண்பாட்டுக் கூறுகள் போன்றவை, மற்ற பகுதிகளில் வாழக்கூடிய மக்களிடமிருந்து வேறுபட்டது. பெரும்பான்மை மக்களிடமிருந்து விலகி, இயற்கைக்கு ஆதரவான வாழ்க்கையை வனப்பகுதிகளில் வாழ்ந்து வரும் இவர்கள் இன்றுவரை, அடங்கி ஒடுங்கியே வாழ்கின்றனர்.

தேனி மாவட்டத்தில் ஆண்டிபட்டி தொகுதி உள்காடு பகுதியில் 25 க்கும் மேற்பட்ட மலைக் கிராமங்கள் உள்ளன. இங்குள்ள மேகமலை, வருசநாடு மலைப் பகுதிகளிலும், ஆண்டிபட்டி வட்டாரம், உப்புத்துறை, கரட்டுப்பட்டி, நொச்சி ஓடை வனப்பகுதி, பெரியகுளம் சோத்துப்பாறை அருகே சொக்கன் மலை, முருகமலைப் பகுதிகளிலும், கூடலூர் லோயர் காம்ப் அருகே பளியன்குடியிலும் இவ்வினத்தைச் சேர்ந்த மக்கள் குடியிருந்து வருகிறார்கள். இவர்களில் காட்டுப்பளியர், புதைப்பளியர் என இரண்டு பிரிவினர் உள்ளனர். இவர்கள் தேனடைகளை எடுக்கப் பயங்கரமான பாறைகளிலும் ஏறக்கூடிய திறனுடையவர்கள். மலை இடுக்குகளிலும், மரங்களிலும் பந்தல் அமைத்து மலையிலேயே குடியிருப்பைக் கொண்டு வாழ்க்கை நடத்தியவர்களை வனத்துறையினர் மலையடிவாரத்திற்கு இடம் பெயர்ச்சி செய்துள்ளனர். இந்த மக்களின் ஒரே

பொழுதுபோக்கு இசை மட்டுமே. புல்லாங்குழல், சத்தக்குழல், கொம்பு, மேளம், மத்தளம், தப்பு, தமுக்கு உள்ளிட்ட பழமையான இசைக்கருவிகளும் அவை சார்ந்த ஆதி இசையும் இன்றளவும் இவர்களிடம் உயிர்ப்போடு உள்ளன. இந்த இசைக்கருவிகளை இவர்களே உருவாக்கி இசைக்கின்றனர்.

சங்க காலம் குறிப்பிடும் குறிஞ்சி நில மக்களின் வாழ்வியலை தங்கள் அடையாளமாகக் கொண்டிருப்பவர்கள் இம்மக்கள். தேனும், வள்ளிக்கிழங்கும் இவர்களின் முதன்மை உணவு. பலவகைக் காட்டுக் கிழங்குகளைச் சமைத்தும், பச்சையாகவும் உண்பார்கள். நன்னாரி வேரை நீரில் போட்டு ஊறவைத்த பிறகு அந்த நீரைப் பருகும் வழக்கம் உண்டு. நாம் சர்பத் குடிக்க பயன்படுத்தும் அதே நன்னாரி. இந்த நன்னாரி வேருக்கு தாகம் கட்டுப்படுத்தும் குணம் உண்டு. பெரியவர்கள் காட்டுக்குள் செல்கையில் ஒருவகை மரப்பிசினை நீரில் ஊறவைத்து உடன் எடுத்துச் செல்கின்றனர். அதை உண்டால் நீண்ட நேரத்திற்குப் பசியெடுக்காது என்கின்றனர்.

வேட்டையாடுவது இவர்கள் மரபோடு வந்த ஒன்று. இப்போது தடை இருப்பதால் வேட்டையை மறந்து வருகின்றனர். நாயினை குட்டியாக இருக்கும்போதே வேட்டைக்குரியது, காவலுக்குரியது எனப் பிரிக்கின்றனர். வேட்டைக்குரிய நாயினைப் பக்குவமாகப் பராமரிக்கின்றனர். அவற்றுக்கு அதிகளவில் உணவு தருவதில்லை. தக்க பருவம் வந்ததும் உடும்பு பிடிக்கும் நாய்களுக்குத் தனியாகவும், முயல் பிடிக்கும் நாய்களுக்குத் தனியாகவும் பயிற்சியளிக்கப்படுகின்றது. உடும்பின் பித்தப்பையினையும், ‘சாணிவண்டு’ எனப்படும் ஒருவகை வண்டினையும் ஒன்றாகக் கசக்கி நாயின் மூக்கில் வைத்து ஊதுகின்றனர். இவ்வாறு பயிற்சிபெறும் நாய் உடும்பின் இருப்பிடத்தைக் கண்டுபிடித்து அதனைக் கவ்விக்கொண்டு வருகிறது. அதற்குப் பரிசாக உடும்பின் சில பாகங்கள் வழங்கப்படும். இவர்களால் வளர்க்கப்பட்ட நாய்களே ஜமீன்தார்களுக்கு வேட்டைக்கு கொடுக்கப்பட்டது

குறிஞ்சிமலர்கள் பூக்கின்ற காலமே வசந்த காலமாக இவர்கள் கொண்டாடுகின்றனர். இதற்காகவே காத்திருந்து, குறிஞ்சி பூக்கத் துவங்கியதும் குறிஞ்சிமலர்களை முறத்தில் வைத்து பூஜை செய்து வழிபடுகின்றனர். பளியர் உயரமான மலையின் பக்கவாட்டுப் பகுதிகளில் இருக்கும் தேனடைகளில் இருந்தே தேன் சேகரிக்கிறார்கள். எட்டு அல்லது பத்து பேர் கொண்ட

குழுக்களாகவே செல்கிறார்கள். இவர்கள் தேன்கூட்டுக்குத் தீ வைப்பதில்லை. துன்னுத்து பச்சிலையை (திருநீற்றுப் பச்சிலை) உடலில் தேய்த்துக்கொண்டு கூட்டின் அருகில் சென்றால் தேனீக்கள் அந்த நெடியில் கூட்டை விட்டு அகன்று விடுகின்றன. இவர்கள் தேனீக்களைக் கொல்லாமல், தேனும் வீணாகாமல் வந்த வேலையை முடிக்கிறார்கள். அந்த மலைத்தேன் வனத்தை விட்டு வெளியே விற்கும் முன்னே விலையின்றிப் பறிக்கப்படும் என்பதும் வருத்தத்துக்குரியதே. பளியர் இன ஆண் தேனெடுக்க மலைக்குச் செல்கையில் உடன் அவனது மனைவியின் சகோதரனும் உடன் செல்கிறான். மலையுச்சியின் பக்கவாட்டில் உள்ள தேன் கூட்டை அடைய, ஒருவிதக் காட்டுக்கொடியில் பின்னிய கயிற்றினைப் பயன்படுத்துகின்றனர். அக்கயிற்றின் ஒரு முனையினை இடுப்பில் கட்டிக்கொண்டு கூடையுடன் மாமன் இறங்க, மறு முனையினை மைத்துனன் மேலிருந்து கெட்டியாகப் பிடித்துக்கொள்கின்றான். ஒரு சில பகுதிகளில், தேன் சேகரிக்கும் மரத்திற்கு விளக்கேற்றி அம்மரத்தை வணங்கிவிட்டு ஒரு வித பச்சிலைக் கொடிகளை தூபம் போட்டு அதிலிருந்து வரும் புகையினைத் தேன் கூட்டின் மேல் செலுத்துவர். இப்புகையின் தாக்கத்தால் தேனீக்கள் கூட்டிலிருந்து வெளியேறி விடும். பிறகு தேன் கூடுகளைச் சேமிப்பர்.

இவர்கள் இயற்கையின் மடியிலேயே எப்போதும் இருப்பவர்கள். தங்கள் மலைகளில் இருக்கும் வேர்கள், காய்கள், பூக்கள், மூலிகைகள் அனைத்தின் குணமும் இவர்களுக்கு அத்துப்படி.

ஒரு மூலிகை வேரினை எப்போதும் இடுப்பில் கட்டிக் கொள்கின்றனர். அந்த வேரின் வாசனைக்குப் பாம்பு அருகில் வராது என்கின்றனர். வெட்டுப்பச்சிலை என்று ஒரு மரத்தை குறிப்பிடுகிறார்கள். நம் உடல்மீது படும் ஆயுதங்களினால் ஏற்படும் ஆழமான, குழியான ஆறாத ரணங்களுக்கு, இம்மரத்துப் பச்சிலைகளை பறித்துப் பற்றுபோட்ட ஓரிரு நாளில் அந்த வெட்டுக் காயத்தை ஆற்றிவிடுகின்றனர். அரிக்காய், கொட்டிக்காய் வேரைத் தண்ணீரில் வேகவைத்து அதன் நீரைப் பிரசவமாகும் பெண்களுக்குக் கொடுப்பார்கள் அது சுகப்பிரசவத்திற்கு வழிவகுத்துவிடும். கடுக்காயையும் தேனையும் சேர்த்துக் கொடுத்தால் அடிக்கடி ஏற்படும் கருசிதைவை தடுக்கும் என்று அறிந்து வைத்திருக்கிறார்கள். எலும்பு முறிவைக் குணமாக்க உடும்பு எண்ணெய் அல்லது காட்டுப் பலாமரப் பாலை எலும்பு முறிந்த இடத்தில தடவிக் கட்டுபோடுகிறார்கள். முறிந்த எலும்பு

கூடுகிறது. எந்தப் பகுதியில் வசித்தாலும் அப்பகுதிகளுக்கென்று வனம் முழுவதும் வனதேவதைகள் இருக்கும்படி வாழ்கிறார்கள்.

கண்ணகி வேங்கைமர நிழலில் நின்றதையும், விண்ணேறிச் சென்றதையும் கண்ட மக்கள் இந்தப் பளியர்களே. சிலப்பதிகாரத்தில் கண்ணகி, குடமலையாட்டி - மேற்கு மலையை ஆள்பவள் - என்று வர்ணிக்கப்படுகிறாள். கண்ணகி மதுரையின் மேற்கு வாயில் வழி வெளியேறி வைகை நதி செல்லும் வழியிலேயே நடக்கிறாள்.

“இரவும் பகலு மயங்கினள் கையற்று
உரவுநீர் வையை ஒருகரைக் கொண்டாங்கு
அவல என்னாள் அவலித்து இழிதலின்
மிசைய என்னாள் மிசைவைத் தேறலிற்
கடல்வயிறு கிழித்து மலைநெஞ்சு பிளந்தாங்கு
அவுணரைக் கடந்த சுடரிலை நெடுவேல்
நெடுவேள் குன்றம் அடிவைத் தேறி”

ஓரிடத்தில் வழி காணவில்லை. அங்கே மலை மட்டுமே ஓங்கி நின்றிருக்கிறது அதன்மீது அடி வைத்து ஏறிச் செல்கிறாள். “நெடியோன் மார்பில் ஆரம் போன்று பெருமலை விளங்கிய பேரியாறு” என்று சிலம்பு சொல்லும் பேரியாறு அம்மலையைச் சுற்றியுள்ளது. வேங்கை மரங்கள் சூழ்ந்த அங்கேதான் வேங்கைக்கானல் என்ற இடமும் உள்ளது. அங்கே வாழும் குன்றக்குறவர்கள், மலைவாழ் மக்களாகிய பளியர் அவளைக் காண்கின்றனர். கண்டு சேரன் செங்குட்டுவனிடம் சொல்கின்றனர். அவள் கண்ணகி என்பதை அறிந்து அவளுக்கு மங்கல மடந்தை கோட்டம் எழுப்புகிறான் சேர மன்னன்.

பேரியாறு என்பதே பெரியாறு. வேங்கைக்கானல் இன்றும் உள்ளது. சுருளி அருவி அருகிலும், மலையிலும் தொன்மையான முருகன் கோயில்கள் உள்ளன. இம்மலை மதுரையின் மேற்கே உள்ளது. கோயில் உள்ள இடம் மலையின் தாழ்வரையிலேயே உள்ளது. “கடக்களி யானை பிடர்த்தலை ஏறினன்” என்று இளங்கோவடிகள் சொல்வதுபோல சுருளி மலை யானை போன்று இருப்பதையும், அதன் பிடர்த்தலை போன்ற பகுதியில் கோயில் இருப்பதையும் இன்றும் காணமுடியும். இத்தனை நூற்றாண்டுகளுக்குப் பின்னும் நம்மை வியக்க வைக்கக் காத்திருக்கிறது இம்மலை.

பளியர்கள் வாழும் இடம் சுருளிமலையை ஒட்டிய வண்ணாத்திப்பாறை. கண்ணகியைக் கணவனோடு விண்ணுக்கு

அனுப்பிய பாறை "விண்ணேத்திப்பாறை." அது வண்ணாத்திப்பாறை என மருவிவிட்டது. பளியர்களின் மிக முக்கிய வழிபாடு கண்ணகி வழிபாடு. அது இன்றளவும் நிலை கொண்டிருக்கிறது. தமது குழந்தைகளுக்கு 'கண்ணகி' என்றும் 'சிலம்பாயி' என்றும் பெயரிடுகின்றனர். சிலப்பதிகாரத்தில் வரும் 'மங்கல மடந்தை கோட்டம்' பல சிதிலங்களோடு இன்றும் வழிபாட்டுத்தலமாக நிர்மாணம் கொண்டிருக்கிறது. சித்ரா பௌர்ணமியன்று தமிழ் மக்களும் மலையாள தேசத்தவரும் அங்கு வழிபாடு நடத்துகின்றனர். 'மங்கலாதேவி கோட்டம்', 'கண்ணகி கோட்டம்' என்றே இன்றுவரை வழங்கப்பட்டு வருகிறது.

சேரன் செங்குட்டுவன் அமைத்த மங்கல மடந்தை கோட்டத்திற்கு, தஞ்சையை ஆண்ட முதல் இராசராச சோழன் முதன்முதலில் திருப்பணி செய்துள்ளார். இங்குள்ள கல்வெட்டுச் செய்தியால் இதை அறிய முடிகிறது. இலங்கை சூளவம்சம் நூலும் இதையே சொல்கிறது.

பூம்புகாரின் பொற்செல்வி புகாரோடு பாண்டி நாடு விட்டு நடக்க ஆரம்பித்தாள். கனலை அணைக்க ஆயத்தமானது வையை. அவள் கால் தழுவிக் கண்ணீரின் கறையைத் தானுண்டது. அவள் துன்பமெல்லாம் மலையாக முன்னிற்க அவள் மனதை ஆற்றுவித்து, அவளை விண்ணேற்றி அனுப்பியது இந்தச் சுருளியாகிய நெடுவேள் குன்றம்.

சொல்லப்படாத ஆயிரம் கதைகள் இன்னுமின்னும் இருந்தாலும் அவை யாரோ ஒருவரால் சொல்லப்படுமெனத் தொன்மங்களைத் தன்னோடு வைத்தபடி இருக்கும் இந்தப் புண்ணிய பூமியில் பிறந்ததன் பேறினை எண்ணி உவகை கொள்கிறேன். என் வணக்கத்துக்குரிய மண்ணே! உன்னில் புரண்டு மகிழ்கிறேன். வாழி! வாழி! என்று வாழ்த்துகிறேன்.